புடவி

சிந்தனையே மனித வாழ்க்கைக்கான திறவுகோல்

சி.சரத்குமார்

மனித மனங்களுக்கு...

பொருளடக்கம்

பொருளடக்கம்

நன்றி

புடவி நூல் உருவாக்க பயணத்தில் என் மனம் செய்த செயல்களையும், இன்னல்களையும், பேசிய வார்த்தைகளையும் பொறுத்தருளிய என்னுடைய அப்பா " சீனிவாசன் (எ) மு.மாறன் " அவர்களுக்கும், அம்மா " பார்வதி " அவர்களுக்கும், அவர்களின் பாதங்களை தொட்டு என் அன்பிற்கினிய நன்றியை இந்நூலின் வாயிலாக தெரியப்படுத்தி கொள்கிறேன். மன்னிப்பும் கேட்டுகொள்கிறேன். அவர்களுடன் உடன் பிறந்த அக்கா " ஐஸ்வர்யா திவாகரன் " அவர்களுக்கும், தம்பி " இரணியன் " அவர்களுக்கும் என் அன்பிற்கினிய நன்றியை தெரிவித்துக்கொள்கிறேன்.

புடவி நூல் உருவாக்கத்தில் தொடக்கம் முதல் இறுதி வரை உற்ற தோழர்களாய் துணை நின்று ஊக்கம் அளித்த நண்பர்கள், " அருண் பீட்டர், முனிவீரா, வினோத், சங்கர் நாராயணன் " அவர்கள் நால்வருக்கும் என் அன்பிற்கினிய நன்றிகளைத் தெரிவித்துக்கொள்கிறேன்.

இந்நூலை முதன் முதலாக எழுதி முடித்த அன்று யாரிடம் வழங்கி கருத்துக் கேட்கலாம் என்று சிந்திக்கும்போது சங்கர் சார் அவர்கள் எங்களின் நினைவிற்கு வந்தார். உடனே நகல் பிரதியை எடுத்துக்கொண்டு அவர் வீட்டிற்குச் சென்றோம். மகிழ்ச்சியோடு பிரதியை வாங்கிக்கொண்டு எழுத்தாளர்கள் பற்றியும் அவர்களின் நூல்கள் பற்றியும் பேசினார். என் வாழ்வில் எழுத்தாளர்களுக்கான, நூல்களுக்கான அறிமுகம் எது என்று கேட்டால் அத்தருணம் என்றுதான் சொல்வேன். நான்கு நாள்கள் கழித்து என் மனம் எழுதிய நூலில் உள்ள என் சிந்தனையைப் பற்றி அவர் பேசிய வார்த்தைகள் என் மனதில் என்றும் தனித்து இருக்கும்படியான பெரும் ஊக்கத்தையும், நம்பிக்கையையும் அளித்து. அன்று அவர் கூறிய நிறை குறைகளைக் கருத்தில்கொண்டு திருத்தம் செய்து தொடங்கப்பட்டது தான் இன்று இத்தனை பக்கங்களுடைய நூலாக வெளிவந்துள்ளது. இதுபோல் பலருக்குக் கல்வி பற்றிய புரிதலை ஏற்படுத்தி, பல நல்ல செயல்களுக்கும், பலரின் வாழ்க்கையில் நல்ல மாற்றத்தை ஏற்படுத்தி வரும் மனிதத்தின் மனமுள்ள மனிதர் ' சங்கர் சார் ' அவர்களுக்கு என் அன்பிற்கினிய நன்றியைத் தெரிவிக்கக் கடைமைப்படுகி

றேன். நன்றி சார்.

இறுதியாக இந்நூலின் உருவாக்கத்தில் ஒவ்வொரு கட்டத்திலும் எழுத்துப் பிழைகளை திருத்தம் செய்ய முன்வந்து தங்களின் நேரத்தை ஒதுக்கி பிழைதிருத்தம் செய்து தந்த நண்பர்கள் " மணி-கண்டன், நரேஷ், விஜய், சபரி " ஆகிய நால்வருக்கும் என் அன்-பிற்கினிய நன்றிகளைத் தெரிவித்துக்கொள்கிறேன்.

இந்நூல் பற்றிய நிறை குறைகள் என்று எந்த கூற்றாக இருந்தா-லுமே pudaviofficial@gmail.com என்ற மின்னஞ்சலில் தெரி-வியுங்கள் பயனுள்ளதாக இருக்கும். மீண்டும் ஒரு முறை இந்நூல் உருவாகக் காரணமாக இருந்த அனைவருக்குமே என்னுடைய அன்பான பணிவான நன்றியைத் தெரிவித்துக்கொள்கிறேன். அனை-வருக்கும் நன்றி.

முன்னுரை

இந்த புடவி நூலை எழுதி முடித்து விட்டு இதை வெளியிடலாமா வேண்டாமா என பல முறை சிந்தித்தேன். காரணம், இதில் சொல்-லப்படும் விடயங்கள் ஆன்மிகம் சார்ந்தது. ஆன்மிகம் என்ற வார்த்தையை பதிவு செய்வதற்கே அப்போது தயங்கினேன். காரணம் புடவி நூல் வெளிப்படுத்தும் விடயங்களை ஆன்மிகம் என்று ஒரு கட்-டத்திற்குள் அடைத்திட முடியாது. ஆனால் நம் தரணியில் கூறப்-படும் ஆன்மிகத்திற்குள் தான் புடவி நூலின் விடயங்களும் வரும். இவ்வாறு புடவி மனம் வெளிப்படுத்தும் விடயங்களுக்கு இங்கு பல பெயர்களை நாம் வைத்துள்ளோம். அதனால் புடவி நூலில் ஆன்-மிகம் என்ற வார்த்தையை பயன்படுத்த வேண்டிய கட்டாயம் ஏற்பட்-டது. புடவி நூலை ஆன்மிக நூல் தான் என்று சொல்ல வேண்டும் என்கிற நிலைக்கு விருப்பம் இல்லாமல் வந்தேன். அதை திருத்தம் செய்யவே இந்த இரண்டாம் பதிப்பு.

நம்முடைய புரிதல் என்பது காலத்திற்கு ஏற்றவாறு மாறிக்-கொண்டே இருக்கும். சிறு வயதில் நாம் புரிந்துகொள்ளும் விடயங்-கள் நம்முடைய வயது அதிகரிக்கும்போது அதற்கேற்றவாறு மாறத்-தொடங்கும். அதே போல் ஒரு விடயத்தை பார்த்து ஆராய்ந்து புரிந்துகொள்ளும் பார்வையும் மாறும். அதுபோல் தான் புடவி நூலின் இரண்டாம் பதிப்பும். இப்பொழுது இருக்கும் புரிதல் புடவி நூலின் முதல் பதிப்பில் உள்ள சில உள்ளடக்கத்தின் மீதும், கருத்-துகளின் மீதும் எனக்கு வேறு ஒரு பார்வையை உண்டாக்கியது. அதனால் புடவி நூலில் உள்ள தேவையற்றவை என கருதும் தலைப்புகளை நீக்கி, மாற்ற வேண்டிய கருத்துகளை மாற்றி புடவி நூலை இரண்டாம் பதிப்பாக வெளியிடுகிறேன்.

புடவி உணர்த்தியதையும், அதனால் என் மனதில் ஏற்பட்ட புரிதல்களையும் குறிப்பிட்டு இதுதான் என்று தனித்து சொல்வதற்கு வேறு வார்த்தை இல்லை. அதனால் அதனை புடவி ஆன்மிகம் (பிரபஞ்ச ஆன்மிகம்) என்று குறிப்பிட்டுள்ளேன்.

❧

புடவி நூலை படிக்கும்போது இந்நூல் வெளிப்படுத்தும் விடயங்கள் உங்களுக்கு ஏற்றுக்கொள்ளும் படியாக இல்லை, நம்பும் படியாக

இல்லை என்றெல்லாம் எண்ணங்கள் தோன்றலாம். ஆம் மனித வாழ்க்கையில் நடைபெறும் ஒரு சாதாரண நிகழ்வை மனிதர்கள் எந்த கோணத்தின் பார்வையிலிருந்து பார்த்து ஆராய்கிறோம் என்பதைப் பொறுத்துத்தான் அந்த நிகழ்வுக்கான உண்மைத் தன்மைகள் நம்மிடத்தில் மாறி மாறி அமைகிறது. சாதாரணமாகக் கடந்து செல்லும் ஒரு நிகழ்வின் உண்மைத் தன்மையை அறிந்துகொள்வதற்கே மனிதர்கள் பல கோணங்களில் பார்த்து ஆராய வேண்டிய தேவை இருக்கும் பொழுது தற்போது நாம் வாழ்ந்து கொண்டிருப்பது சாத்தானின் மன மாயை வாழ்க்கை. அவை நம் அறிவுத்திறனுக்கு எட்டாத விடயத்தை நோக்கிய கூற்றுகள் அதனை அறிவதற்கு மனித இனம் பல கோணங்களில் சிந்தனை செய்து, கேள்விகள் கேட்டு ஆராய வேண்டிய தேவை இருக்கிறது என்பதை நாம் அனைவருமே சிந்திக்க வேண்டும்.

இந்நூல் நாட்டினுடைய கட்டமைப்பு, அரசாங்கத்தின் கட்டமைப்பு, ஆன்மீகத்தின் பொய்யான கட்டமைப்பு, மதத்தின் பொய்யான கட்டமைப்பு, நம்முடைய அறியாமை என இவை அனைத்தையும் காட்சிப்படுத்தும். அதாவது நம் மனதில் எந்த பற்றுதலும் இல்லாமல் மனிதம் உணர்ந்த மனதால் இந்நூலில் சொல்லப்பட்டுள்ள விடயங்களை ஆராய்ந்தால் அவற்றின் செயல்களின் பின்னால் உள்ள மறு பக்கம் எப்படி இருக்கும்? என்பதைத்தான் விழிப்படைந்த லட்ச மனிதர்களில் ஒருவராக இந்நூலின் வாயிலாக தெரியப்படுத்த முயல்கிறேன். ஆக இந்நூலில் உள்ள விடயங்கள் உங்களுக்குக் கசக்கவும் செய்யலாம், வெறுப்பையும் ஏற்படுத்தலாம், அனைத்தும் கற்பனைகள் என்றும் கூட தோன்றலாம். ஏன்? இந்நூலில் எதைக் குறிப்பிட்டுச் சொல்ல வருகிறேன் என்பதும் புரியாமல் போகலாம். ஆனால் எதன் மீதும் பற்று இல்லாமல் புடவியின் ஆன்மீக தேடல் உள்ளவர்களில் ஒருவருக்காவது இந்நூல் புரிதலை ஏற்படுத்தும் என்று நம்புகிறேன்.

விழிப்படைந்த பிறகு மனிதத்தின் உணர்வு நிலை என் மனதில் கூடுதலாக அதிகரித்ததால் இந்நூலில் சில இடங்களில் மனிதத்திற்காக ஒரு சில விடயங்களில் உண்மைகள் இருந்தும் அது மனிதத்தைப் பாதிப்பதால் அந்த விடயங்களை இல்லை என்றும் சொல்லியிருக்கக் கூடும். அத்துடன் என் விழிப்புணர்வைத் தாண்டியும் மனிதத்திற்கு எதிரான கூற்றுகள் இருக்கலாம். காரணம், முன்பு சொன்னதுதான் சாத்தானிய மனம் இன்னும் முழுவதுமாக என்

மனதிலிருந்து அழிக்கப் படவில்லை. குறிப்பிட்டுச் சொல்ல வேண்-
டுமானால் சாத்தானின் மனம் அழித்தொழிக்கப் படாமல் மறைய
வைக்கத்தான் முடிந்திருக்கிறது. அதைத்தான் முன்பே பார்த்தோம்.
அதனை கருத்தில் கொண்டுதான் இந்நூலை தற்போது மிகுந்த
கவனத்துடன் எழுதி முடித்திருக்கிறேன். அதனையும் மீறி மனிதத்-
திற்கு எதிரான விடயங்கள் இந்நூலில் எங்காவது வெளிப் பட்டிருந்-
தால் மன்னிக்கவும் அதற்கு வருந்துகிறேன்.

இந்நூலில் இருக்கும் ஒவ்வொரு தலைப்புகளின் கீழ் உள்ள
விளக்கங்களை நாம் படிக்கும்பொழுது அனைத்தும் ஒரே விடயத்தை
வெவ்வேறு தலைப்புகளில் குறிப்பிடுவது போன்ற வடிவம் இருக்கும்.
ஆம்! இந்நூலில் உள்ள தலைப்புகள் பெரும்பாலும் ஒரே விடயத்தை
மேற்கோள்காட்டி தான் விளக்கப்பட்டிருக்கும். அதற்கு முக்கிய கார-
ணம் இந்நூல் காட்சிப்படுத்தவிருக்கும் சாத்தானிற்குத் துணைபோகும்
பல்வேறு காரணிகள் ஒன்றை ஒன்று பின்னிப் பிணைந்திருக்கிறது.
அவையெல்லாம் ஒன்று சேர்ந்து பலமுனை கேடயமாக அந்த ஒரு
மூலகாரணத்தை மிக வலுவாகப் பாதுகாக்கிறது. அந்த மூலகார-
ணத்தையும் அதைக் காக்கும் சில காரணிகளையும் என் மனதின்
உணர்வுகளின் புரிதலுக்கு எட்டியதையும் இந்நூலின் வழியாக உங்-
களுக்குத் காட்சிப்படுத்த முயன்றிருக்கிறேன். அதனால் இந்நூல்
ஒரே மூலத்தை நோக்கிய வெவ்வேறு காரணிகளின் தலைப்புகளைக்-
கொண்ட ஒரே மாதிரியான தோற்றத்தின் விளக்கத்தைத்தான் உள்-
ளடக்கியதாக இருக்கும்.

இன்னும் ஒரு முக்கியமான செய்தி இந்நூல் போதனை செய்வது
போன்ற தோற்றத்தையும் ஏற்படுத்தும். காரணம், இந்நூலில் சொல்-
லப்பட்டுள்ளவை புடவியால் பெறப்பட்ட சிந்தனை உணர்வுகளின்,
புரிதல்களின் விளக்கங்கள். அதாவது, உணர்வுகளினால் ஏற்பட்ட
கேள்விகளின் தேடலால் அறிந்து கொண்டு புடவி உணர்வோடு
பொருந்தி வெளிப்பட்ட புரிதல்களையே உங்களிடத்தில் இந்நூலின்
வாயிலாக் தெரியப்படுத்துகிறேன்.

புடவியால் உணர்ந்ததை ஒருவர் விளக்கிக் கூறும்பொழுது அது
கேட்பவர்களுக்கும், படிப்பவர்களும் போதிக்கும் தன்மையிலே இருக்-
கும். அதனால்தான் ஆன்மீகம் சார்ந்து உணர்வுகள் ரீதியான புரி-
தல்களை, அனுபவங்களை உங்களிடத்தில் யார் விளக்கிக் கூறி-
னாலும் அது போதனைகளாகவே இருக்கும். அதனால் இந்நூலில்
கூறப்பட்டுள்ளவற்றை நீங்கள் போதனைகளாக எடுத்துக்கொள்ளாமல்

விழிப்படைந்து மனிதம் உணர்ந்த சகமனிதன் தாழ்மையாக வேண்டு-
கோள் வைத்துப் பகிரும் தகவல்களாக, கூற்றுகளாக, விடயங்களாக
எடுத்துக்கொண்டு படித்து சிந்தனை செய்து ஆராயத் தொடங்குங்-
கள்.

1

தனித்திறன்

தரணியில் பிறக்கும் ஒவ்வொரு உயிரினமும் உயிர்வாழத் தேவையான உணவு-களை உட்கொள்ள வேண்டியுள்ளதால் குறிப்பிட்ட உணவு சங்கிலி முறையில்தான் ஒவ்வொரு உயிரினங்களும் பிறக்கிறது. அந்த சுழற்சி முறையில் தன் தேவைக்-கேற்ப தனக்கான உணவை அந்தந்த உயிரினங்களே தேடி உண்ண வேண்டும் என்பதுதான் புடவியின் பொது கட்டமைப்பாக இருக்கிறது. அதன் அடிப்படை-யில்தான் மனித இனமாகிய நாமும், மற்ற அனைத்து உயிரினங்களும் உணவு-கள் உட்கொள்கிறோம். தரணியில் உள்ள பல கோடி உயிரினங்களும் தங்களுக்-கான உணவைத் தானே தேடி, மற்ற உயிரினங்களுக்கு உணவாக மாறிவிடாமல் உயிர்ப்பிழைத்து வாழ வேண்டும் என்பதினால்தான் தன் உடல் செயல்பாடுகளுக்கு ஏற்ப தனித்திறன் ஆற்றல்களை அனைத்து உயிரினங்களும் பெற்றுள்ளன. அத்-தனித்திறன் ஆற்றல்களை எந்த உயிரினமும் மற்ற உயிரினங்களுக்குச் சொல்லிக் கொடுக்க வேண்டிய அவசியம் இல்லை. சில உயிரினங்கள் அவைகளே தன் தனித்திறனின் முழுமையான ஆற்றல்களை அறிந்து கொள்ளும். அப்படி அறிந்து-கொள்ள முடியவில்லை எனில் தன் இனத்தின் மற்ற சக உயிரினங்களின் செயல்-களைப் பார்த்தாவது தன் தனித்திறன் ஆற்றலை அறிந்து உயிர்வாழ வேண்டும் என்பதுதான் புடவியின் வடிவமைப்பாக இருக்கிறது. அதன் அடிபடையில்தான் மனித இனமும் தன்னுடைய தனித்திறன் அறிவின் ஆற்றலால் தற்போதைய பரி-ணாமம் வரை கடந்து வந்திருக்கிறோம்.

தரணியில் மனித உயிர்களைத் தவிர்த்த மற்ற அனைத்து உயிரினங்களும் எப்-படியாவது தனது தனித்திறனை அறிந்து தரணியின் உயிர் பிழைக்கும் போராட்-டத்தில் இயற்கையோடு ஒன்றி உயிர்பிழைத்து வாழ்கிறது. ஆனால் உயிரினங்-களிலேயே மிகச் சிறந்த உயிரினமான மனித உயிரினம் மட்டும்தான் புடவி வழங்கி இருக்கும் தனித்துவமான முழு தனித்திறனையும் முழுமையாகப் பகுத்-

தறிந்து உணர்ந்தறிந்து ஏன்? ஏதற்கு? உபயோகப்படுத்த வேண்டும் என்பதை உணர்ந்தறியாமல் வாழ்கிறோம். அதாவது மனித இனம் தன் தனித்திறன் ஆற்றலை மற்ற உயிரினங்களைப்போல் இயற்கையில் உயிர் பிழைத்து வாழ்வதற்காக மட்டும்தான் நாம் பெற்றுள்ள தனித்திறனை உபயோகப்படுத்தி உயிர்வாழ்ந்து வருகிறோம்.

அனைத்து உயிரினத்திற்கும் பொதுவாக வழங்கப்பட்ட உயிர்ப்பிழைக்கும் திறனை பயன்படுத்தி மனித இனமாகட்டும், பிற உயிரினங்களாகட்டும் தனக்குத் தேவையான உணவைத் தேடி உண்டும், முடிந்த அளவு தன்னை தற்காத்து கொண்டும் உயிர்வாழ்கிறோம் அதில் மாற்றுக் கருத்து இல்லை. ஆனால் உயிரினங்களில் மனித உயிரினத்திற்கு மட்டும் இப்புடவி வழங்கிய தனித்திறன் கொண்ட தனித்துவமான ஆற்றலை மற்ற உயிர்களுடன் ஒப்பிடுகையில் ஒரு மாயாஜாலமானவைதான்.

பல கோடி உயிர்கள் பிறந்து வாழும் இத்தரணியில் அந்த மாயாஜாலத்தை புடவி மனிதர்களுக்கு மட்டுமே தனித்திறனை பிரத்தியேகமாக வழங்கியுள்ளது என்றால் அதைத்தான் மனித இனம் பகுத்தறிந்து ஆராய்ந்து கண்டறிந்திருக்க வேண்டும். ஆனால் நாம் நம் மனதின் சாத்தானிய மன மாயைக்குக் கீழ்ப்படிந்து உயிர்வாழ்வதற்காகவும் மாயை மனிதர்களால் உருவாக்கப்பட்ட தீங்குகளிலிருந்து நம்மை பாதுகாக்கவும், லௌகீகத்தின் வாழ்க்கையை சிறப்பாக வாழவும்தான் தனித்திறனை உபயோகப்படுத்தி நம் வாழ்க்கையை வாழ முயல்கிறோம்.

மனித இனத்தின் தனித்திறன் பற்றி நாம் சரியான கேள்விகளை கேட்டு, சிந்தனைகள் செய்து உணர்ந்தறியாமல் வாழ்வதுதான் மனித இனத்தின் ஒட்டுமொத்த வாழ்வியலும் செயற்கை வாழ்வியலாக மாறிக்கொண்டு இருப்பதற்கு ஓர் மிக முக்கிய காரணம் என்றும் சொல்லலாம். தனித்திறன் பற்றிய கேள்விகளை நம் மனதில் எழாதபடி பார்த்து நம்மிடம் நான் என்ற ஆங்காரத்தைத் தூண்டி மனித இனத்தை செயற்கையான வாழ்வியலை நோக்கி வழிநடத்துவதும், இயந்திர கைப்பாவையாக மாற்றுவதும் நம் மனதை ஆட்டிப்படைக்கிற அதே சாத்தானின் மன மாயைத்தான். மன மாயையின் இயக்கம் ஒவ்வொரு மனித உயிர்களின் தனித்திறனை உணரந்தறிய விடாமல் ஆசைகளைத் தூண்டி மன சூழ்ச்சிகளின் மூலம் தரணி வாழ்க்கையின் லௌகீக மாயை திரையால் மூடி மறைத்துள்ளது.

முதலில் நாம் மனித இனத்தின் தனித்திறன் எவ்வளவு சிறப்பு வாய்ந்தது என்பதையும் அதன் செயல்கள் எவ்வளவு சிறப்புடையது என்பதையும் சில விளக்கங்களின் மூலம் அறிந்துகொள்ள முயல்வோம். புடவி மனித உயிர்களுக்கு வழங்கிய தனித்திறன் மூலம்தான் கற்காலத்தில் நெருப்பை கண்டறிந்ததில் தொடங்கி, இன்று புடவியில் மனித இனம் உயிர்வாழ்வதற்கான மற்ற கோள் ஏதாவது இருக்குமா என்று ஆராய்ந்து தேடும் அளவிற்கு மனிதனின் தனித்திறன்கள் வெளிப்பட்டு

உள்ளன. அத்திறனைப் பயன்படுத்தித் தான் தரணியின் ஆழ்கடல் உயிர் முதல் புடவியின் மையம் எங்கிருக்கிறது வரை மனித இனத்தால் ஆராய முடிகிறது. அத்தனித்திறன் மூலம்தான் தரணியில் உள்ள பலவற்றையும் மனித இனத்தால் கட்டுப்படுத்தி நமக்கேற்றவாறு பயன்படுத்தவும் முடிகிறது. அது மற்ற உயிர்களா-கட்டும், திட, திர, வாயு, கரைசலாகட்டும் மனித இனத்தால் அதனை தனக்கேற்-றவாறு மாற்றம் செய்து பயன்படுத்த முடிகிறது. அந்த செயல் தனி மனிதரால் முடியாவிட்டாலும் மனித கூட்டத்தின் கரங்களின் மூலமாவது அந்த செயல்கள் சாத்தியமாக்கப் படுகிறது.

மனித இனத்தின் தனித்திறன் சிந்தனையின் மூலமாகத்தான் மனித இனமே தற்போதைய அறிவின் பரிணாமம் வரை இயங்கி வந்திருக்கிறோம். மனித இனத்-தில் அனைவருக்கும் தனித்திறன் இருந்தாலும் குறிப்பிட்ட மனிதர்கள் மட்டும்தான் தன் தனித்திறனைப் பயன்படுத்தி ஒரு நிகழ்வினை சார்ந்து மட்டும் அது சம்-பந்தமான தகவல்களை ஆராய்ந்து, அது தொடர்பான அறிவினை பெறுகிறார்-கள். மற்ற மனிதர்களும் ஒரு நிகழ்விற்கான அறிவினை பெற வேண்டும் என விரும்பினால் தன் தனித்திறன் அறிவுத்திறனைப் பயன்படுத்தி அந்த நிகழ்வினை ஆராய்ந்து அது பற்றிய சிந்தனை கேள்விகளில் கற்றல் அறிவில் இருந்தாலே போதும் அதற்கான அறிவை அவர்கள் பெறுவார்கள். ஒரு விதத்தில் பார்த்தால் ஆன்மீகத்தின் புடவி சார்ந்த உணர்வின் புரிதல் அறிவும் இப்படித்தான் செயல்ப-டுகிறது. ஆனால் ஆன்மீகத்தில் நம் மனம், மாயையின் பிடியில் எந்த நிலையில் எப்படிப்பட்ட சிந்தனைகளுடன் இருக்கிறது என்பது மிக முக்கியமாகிறது.

எவர் ஒருவர் எந்த நிகழ்வு பற்றி அறிந்துகொள்ள வேண்டும் என்று தன்னு-டைய அறிவுத் தேடலையும், சிந்தனையையும், கேள்விகளையும் அந்நிகழ்வு சம்-பந்தமாக அதிக அளவில் எழுப்புகிறார்களோ அவர்களே அது பற்றிய அறிவை அதிகம் பெறுகிறார்கள். அப்படித்தான் மனித இனத்தின் தனித்திறன் என்பது இயங்கிக் கொண்டிருக்கிறது என்பதை நாம் அறியலாம். அப்படி நம் மாயை மனம் எதனை அறிந்துகொள்ள முயல்கிறதோ அதைத்தான் நாம் இன்று வரையும் அறிந்து கொள்கிறோம். உதாரணத்திற்கு சக்கரத்தை கண்டுபிடித்த பிறகு அடுத்து வந்த மனிதர்கள் அச்சக்கரத்தை எப்படியெல்லாம் பயன்படுத்தலாம் என்று சிந்-தனை செய்யாமல் இருந்திருந்தால், இன்று அந்த சக்கரத்தின் பரிணாமம் என்பது இராட்சச இயந்திரத்தின் சக்கரமாகவும், அதிவேக வாகனங்களின் சக்கரமாகவும் பரிணாமம் அடைந்திருக்காது. இதுவே அனைத்து மனித கண்டுபிடிப்புகளுக்கும் பொருந்தும்.

தனித்திறனின் அளவுகள் தரணியில் உள்ள மனிதர்கள் அனைவருக்கும் சமமாகத்தான் வழங்கப்பட்டுள்ளது. அவற்றை யார் ஒருவர் எதற்குப் பயன்படுத்-துகிறார் என்பதைப் பொறுத்தே மனிதர்கள் வாயிலாக நிகழக்கூடிய அனைத்து

நிகழ்வுகளும் தரணியில் நடைபெறுகிறது. மனிதர்கள் தனித்திறன் மூலம் விமானத்தை உருவாக்கி விண்ணிற்கும் பயணிக்கலாம். சிலர் இராட்சச இயந்திரங்களையும் உருவாக்கலாம். சிலர் புதிய கண்டுபிடிப்புகளைக் கண்டறியலாம். சிலர் மனித உயிர்களை நோய் பிடியிலிருந்து காப்பாற்றும் மருத்துவராகவும் மாறலாம். ஒரு மனித உயிரால் தன் தனித்திறன் மூலம் வாடிய பயிரைக் கண்டபோதெல்லாம் வாடவும் முடியும். இனத்தின் பெயரில், மொழியில் பெயரில், மதத்தின் பெயரில் உணர்ச்சி பற்றுதலை ஏற்படுத்தி சக மனிதனை வெறுக்கக்கூடிய, வஞ்சிக்கக்கூடிய, கொலை செய்யக்கூடிய மனிதராகவும் மாற முடியும். ஆகையால் மனித இனத்திடம் உள்ள மனிதத்தின் மனதால், மாயையின் மனதால் உருவாகக்கூடிய சிந்தனைகள்தான் இன்றுவரை மனித இனத்தால் கட்டமைக்கப்படுகிற, உருவாக்கப்படுகிற, அழிக்கப்படுகிற அனைத்திற்கும் காரணம். இப்படியொரு தனித்திறனை மனித இனம் சரியாகப் பயன்படுத்துகிறதா என்றால் கட்டாயம் இல்லை. மாறாகத் தரணி வாழ்வியலுக்குத் தேவையானவற்றை பெறுவதற்காகவும், தன் ஆசைகேற்ப சுயநலத்தின் போற்றலுக்கும்தான் நாம் அனைவரும் பயன்படுத்துகிறோம் என்று நமக்கே தெரியும்.

என்னுடைய நாடுதான் முதன் முதலில் இந்த நட்சத்திர குடும்பத்தை, புதிய கோளை கண்டுபிடித்ததாக இருக்கவேண்டும் என்பதற்கு அறிவியலாளர்களைத் தீவிரத்துடன் பயன்படுத்தும் தரணி நாடுகளின் ஆசைகளாக இருக்கட்டும் இவை அனைத்தையும் நம்முடைய ஒன்றுபட்ட மாயை மனதின் ஆசைக்கேற்ப தான் நாம் ஆராய்ந்து, கண்டறிந்து, கட்டமைத்து வருகிறோம். மொத்தத்தில் சாத்தானியத்தின் மாயை மனம் ஆட்டி வைக்கும் இயந்திர கைப்பாவையாகத்தான் மனித இனமாகிய நாம் இருந்து வருகிறோம், வாழ்ந்து வருகிறோம்.

மனித இனத்தின் தனித்திறன் வெளிப்பாடு என்பது மிகுந்த சக்திவாய்ந்த ஆற்றல் பெற்றது. சக்தி வாய்ந்த ஆற்றல் என்றதும் மனித செயலுக்கு அப்பாற்பட்ட செயல்களை அல்ல. பெரு வெடிப்பை உண்டாக்கக்கூடிய ஆற்றலைக் கண்டறிந்த மனித அறிவும், அதற்காக மனிதர்கள் மேற்கொண்ட சிந்தனை கேள்விகள்தான் அந்த ஆற்றல். இத்தனித்திறன் ஆற்றால் தான் மனித இனத்தை இன்றுவரை பரிணாமம் அடையச் செய்து வந்திருக்கிறது. ஆனால் இன்று அந்த பரிணாம வளர்ச்சியில் மனித இனம் செய்யும் தவறான சிந்தனை செயல்கள் மனித இனத்தின் அழிவை நோக்கி அழைத்துச் செல்கிறது என்பதை நாம் உணராமல் இருக்கிறோம்.

தற்போது உள்ள சூழலில் தரணியில் நிகழும் பருவ நிலை மாற்றம் முதல் மனிதர்களினால் ஏற்படுத்தப்படும் மனித உயிர்களின் அழிவின் நிகழ்வுகளை வைத்தே நம்மால் அதனை மிக எளிதாகவே கணித்துவிட முடியும். அழிவை நோக்கிச் சென்றுகொண்டிருக்கும் இந்த காலகட்டத்திலாவது தனித்திறன் இருப்பதன் நோக்-

கத்தையும், அதை எப்படி மனிதத்தோடு பயன்படுத்த வேண்டும் என்பதையும் ஒவ்-
வொரு மனிதர்களும் கட்டாயம் அறிந்துகொள்ள வேண்டிய தேவை ஏற்பட்டிருக்-
கிறது. காரணம், மனித இனத்தின் தனித்திறன் பற்றிய உள் முக தேடல் மனித
இனத்தை விழிப்புநிலையை நோக்கிப் பயணிக்கச் செய்யும். தரணி வாழ் மனிதர்-
கள் விழிப்படைந்தால் மட்டும்தான் அதிலும் தரணி நாடுகளின் ஆட்சி அதிகா-
ரத்தில் இருக்கக்கூடிய மனிதர்கள் விழிப்படைந்து மனிதம் உணர்ந்தால்தான் மனித
இனத்தின் அழிவை தடுக்க முடியும்.

இந்த இரண்டாம் பதிப்பில் தற்போது உள்ள புரிதல் என்பது வேறு ஒன்றை
காட்சிப்படுத்தியுள்ளது. அது மனிதர்கள் விழிப்படைந்து மனிதம் உணர்ந்தால்தான்
மனித இனத்தின் அழிவை தடுக்க முடியும் என்கிற கருத்துக்கு எதிரானவை.
அதாவது விழிப்படைந்தால் மனிதர்கள் மனிதநேயம் மிக்கவர்களாக மாறுவார்கள்
என்பது உண்மை, அதே போல் மனிதர்கள் விழிப்படைந்தால் மனித நேயத்திற்கு
எதிராகவும் மாறுவார்கள் என்கிற உண்மையும் கண்டறிந்துள்ளோன். அதுவே
தரணியில் மறைவில் செயல்பட்டு மக்களை கட்டுப்படுத்தும் அரசியலாக உள்ளது.
இதனை உறுதிப்படுத்த மிக நிண்ட ஆராய்ச்சியும் உழைப்பும் தேவைப்படுகிறது.
அது சாத்தியப்படுமா என்று தெரியவில்லை. இதுவரை சொன்ன விடயங்களே
அதிக நபர்களால் புரிந்து கொள்ளமுடியவில்லை. அப்படி ஒரு ஆராய்ச்சி நடை-
பெறுமா என்பது காலத்திடம் தான் உள்ளது.

2

மனித இனத்தின் தனித்திறன் தேடல்

தரணியிலிருந்து தலைக்கு மேலே நிமிர்ந்து பார்த்து வானத்தில் அங்கு என்ன இருக்கும் என்ற கேள்விகளை எழுப்பிய மனிதர்கள்தான், தனித்திறனின் ஆற்றலின் வளர்ச்சியால் புடவி முடிவற்ற பெரும்வெளி என்று அறிய முடிந்திருக்கிறது. அதில் குறிப்பிட்ட சில மனிதர்கள் மட்டும் சுற்றுலாச் சென்று குடிபெயர்வதற்கான ஏற்ற கோள்கள் ஏதாவது உள்ளதா என்றும் ஆராய முடிகிறது. தலைக்கு மேலே என்ன இருக்கும் என்று சுற்றிக் கவனித்துச் சிந்திக்கத் தொடங்கி அறிவை வளர்த்த மனித இனம் படிப் படியாக வளர்ச்சியடைந்து லௌகீக வாழ்க்கையில் அடைந்து கிடக்கிறது. அதனால் தலைக்கு மேலே உள்ள புடவி வாணத்தையும் பார்க்காமல் லௌகீகத்தின் சிந்தனை வேகத்தில் பயணித்துக் கொண்டிருக்கிறோம். மனித இனம் தன் லௌகீக வாழ்க்கையை மட்டுமே சிந்திப்பதன் விளைவுதான் மனித கட்டமைப்புகளுக்கு எதிராக மனித இனம் தனக்கு தானே போராட வேண்டிய லௌகீக வாழ்க்கை போராட்டம். அதில் புதிய புதிய ஆசைகளை நிறைவேற்ற வேண்டும் என்பதற்குப் பணத்தினை எப்படியெல்லாம் ஈட்ட வேண்டும் என்பதே பெரும் போராட்டமாக உள்ளது. அதாவது நாம் போராட்டம் நிறைந்த வாழ்வியலில் வாழத்தான் மனித இனத்தின் தனித்திறனை பயன்படுத்துகிறோம். அதனால் மனித இனத்தின் தனித்திறனும் அதனை சார்ந்தே வளர்ச்சி அடைந்து வருகிறது. இதற்கு என்ன காரணம் நம் சிந்தனைகளும், கேள்விகளும் மன மாயையில் சிக்குண்டு இருப்பது தான். நம் சிந்தனைகளும், கேள்விகளும் மன மாயையின் லௌகீக வாழ்க்கைக்கு விரயம் ஆவதால்தான் நம்மிடம் தனித்திறன் ஆற்றல்கள் இருப்பதற்கான நோக்கத்தையும், காரணத்தையும் நாம் பெரிதும் ஆராய்வதே இல்லை. நாம் ஆராயவில்லை எனினும் தானாக தனித்திறன் பற்றிய சிந்தனை,

• 6 •

கேள்விகள் நம்மிடம் எழுந்தாலும் நாம் அதனைப் பொருட்படுத்தாமல் உதாசீ-னப்படுத்தி விடுவோம். காரணம், அதே மன மாயையின் தீவிரம்தான். அதனால் கடந்த தலைப்புகளில் குறிப்பிட்டுள்ளது போல் உங்களுக்கு மாற்று சிந்தனையோ, மாற்று கேள்வியோ ஏற்பட்டால் அதை உதாசீனப்படுத்தி விடாதீர்கள். அதில்தான் மாயை மனத்திலிருந்து நம் மனிதத்தின் மனதினை விடுதலை அடையச் செய்யும் திறவுகோல் உள்ளது.

பிரத்தியேகமான தனித்திறன் மனிதர்களுக்கு மட்டும் ஏன்? எதற்கு? என்ற கேள்வி நம்மிடம் எழும் போது அதை பற்றிகொண்டு ஆராயத் தொடங்கும் அந்தப் புள்ளிதான் புடவி ஆன்மீகத்திற்கான தொடக்கப் புள்ளியாகவும் அமைகிறது. ஆனால் அந்தத் தொடக்க புள்ளி ஆன்மீகத்திற்கான தொடக்கம் இல்லை இப்பு-டவியில் ஒட்டுமொத்தமும் புடவி ஆன்மீகத்திற்குள் அடங்குபவைதான். அதனை நாம் அறிந்தும், அறியாமலும் வாழும் வாழ்வியல்தான் புடவி ஆன்மீகம். அது நம்மால்தான் இன்றுவரை உணர்ந்தறியப்படாமல் உள்ளது.

அனைத்திற்குமான புடவி ஆன்மீகம்தான் இன்று எப்படி எதன் வடிவத்தில், எதன் பெயரில், மதக் கட்டமைப்பிற்குள் சுருக்கப்பட்டுள்ளது என்பதை நீங்களே அறியக் கூடும். அதாவது தரணி மக்கள் தங்களின் அறியாமையில் புடவி ஆன்-மீகத்தை மதத்திற்குள்ளாகச் சுருக்கி வைத்துள்ளனர். அதனால் என்ன நிகழ்கிறது என்றால் மனித இனத்தில் யாராவது தனித்திறன் மூலம் சிந்தித்து, ஆராய்ந்து, கேள்வி எழுப்பி அந்த கேள்விகளுக்கான விடையை அம்மனிதர்கள் உணர்ந்து கண்டறியும் போது இன்று இருக்கும் ஆன்மிகம் அவர்களை ஏதாவது ஒரு மத்-திற்குள்ளாக அழைத்துச் சென்று தள்ளி விட்டு பூட்டி விடுகிறது.

அந்த நபர் நீங்களாகவும் இருக்கலாம் உங்கள் ஆன்மீக பாதையின் தொடக்கம் எந்த புள்ளியிலிருந்து தொடங்கியது என்று அலசி ஆராய்ந்து பாருங்கள். தொடக்கமும் தேக்கமும் வெவ்வேறாக இருக்கும். என் மனமும் அப்படிச் சென்றது என்று கூறலாம். இதனால் என்ன தடுக்கப்படுகிறது என்றால் மதத்தை விரும்பாத பல மனிதர்கள் சுயம்புவாக மாற்று சிந்தனை, கேள்விகள் எழுப்பி அவர்களின் ஆன்மீகத்திற்கான தொடக்கப் புள்ளி தொடங்கும் போது நம் சிந்தனையும், கேள்-வியும் நம்மை ஆன்மீகத்தின் ஊடாக மதத்திற்குள் அழைத்துச் செல்லப்படுவதை அறிந்து அந்த எண்ணத்தையே முற்றிலும் தவிர்த்து விடுவார்கள் அல்லது மதத்-திற்குள் சிக்கிக் கொள்வார்கள். இந்த இடத்தில் பகுத்தறிந்து தனித்திறன் இருப்-பதை ஆராய்ந்து அதன்மூலம் தங்களின் அறியாமையை நீக்கி விழிப்படையக்-கூடிய மனிதர்களின் எண்ணிக்கையை தவறான ஆன்மிகம் பெரும் அளவில் குறைத்துவிடுகிறது. அதனையும் மீறிச் சரியான பார்வையோடு, புரிதலோடு மாற்று சிந்தனை மற்றும் கேள்விகளின் விடைகளை நோக்கிப் பயணப்பட வேண்டுமா-னால் நம் மனதில் மாயை மனம் பொதுவாகக் கட்டமைத்திருக்கும் கட்டமைப்பு-

களை தகர்க்க வேண்டியது மிக முக்கியம். அதற்கு நம் தனித்திறன் பற்றிய வியப்பையும், ஆச்சரியத்தையும் எந்த பற்றுதல்களின் தலையிடும் இல்லாமல் நமக்கு நாமே ஏற்படுத்தியாக வேண்டும்.

மனிதர்களாகிய நாம் கண்டுபிடிக்கும் பல புதிய கண்டு பிடிப்புகள் தரணியில் உள்ள ஆற்றல்களை ஒத்த தொழில் நுட்பங்களைத்தான் கண்டறிந்து கொண்டிருக்கிறோம். உதாரணத்திற்குப் பறவை போல் பறப்பதற்கு விமானமும், யானைப் போல் பொருட்களைக் கையாள்வதற்குப் பளுதூக்கும் இயந்திரங்களும், விலங்குகளைப் போல் வேகமாகச் செல்வதற்கு அதிவேக வாகனங்களும் என்று, சொல்லிக்கெண்டே சொல்லலாம். இப்படி நாம் இயற்கையின் ஆற்றல்களிலிருந்து தான் பல புதிய தொழில் நுட்பங்களைக் கண்டறிந்துள்ளோம். கண்டறியப்பட்ட தொழில்நுட்பம் இத்தரணிக்கு புதியது என்றாலும் அந்த தொழில் நுட்பத்தின் ஆற்றல் இத்தரணிக்கும், புடவிக்கும் புதியதல்ல. அதாவது புதியதாகக் கண்டறியப்படும் அனைத்து கண்டுபிடிப்புகளும் எப்பொழுதும் தரணியில் மனிதனைச் சுற்றி புடவியில் நிலைப்பெற்று இருக்கக்கூடியவைதான். ஆனால் அவை வேறொரு தன்மையில் தனித் தனியே தனித்து இருக்கக்கூடிய ஒன்று. அதனை மனிதர்கள் எவ்வாறு இணைத்து தங்களுக்கு ஏற்றவாறு பயன்படும் வகையில் தங்களின் சிந்தனைகள் ஊடாக கண்டறிகிறார்கள் என்பதைப் பொறுத்துதான் புதிய கண்டுபிடிப்புகள் இங்கு கண்டறியப்படுகிறது.

உதாரணத்திற்கு வாகனத்தை எடுத்துக்கொள்வோம். வாகனங்களை இயக்கும் இயந்திர மோட்டார்கள் மற்றும் எரிபொருளைப் பார்ப்போம். இயந்திர மோட்டார்கள் உருவாக்கப் பயன்படும் பொருட்கள், உலோகங்களாக வடிவம் இல்லாமல் வேறொரு தன்மையிலிருந்தவற்றைத் தான் மனிதர்கள் அவர்களின் தனித்திறன் வாயிலாக அதனை தொகுத்துப் பகுத்தறிந்து ஒரு சில வடிவங்களுக்குக் கொண்டு வருகிறார்கள். பிறகு அதனை இயக்குவதற்கு வேறொரு தன்மையிலிருக்கும் பொருளிலிருந்து அவற்றில் திரவ கரிசலான எரிபொருளைக் கண்டறிகிறார்கள். பிறகு எரிபொருளைப் பயன்படுத்தி ஆற்றலை உருவாக்கும் இயந்திர மோட்டார்களை மனிதர்கள் கண்டறிகிறார்கள்.

மனித இனத்தில் யாரோ ஒருவர் அன்று சிந்தித்து கண்டுடறிந்ததுதான் சிறிய மோட்டார். அது நம் தனித்திறனின் அடுத்து என்ன என்ற கேள்விகளின் மூலமாக இன்று மிகப்பெரிய விமானங்கள் முதல் மிகப்பெரிய இராட்சச இயந்திரத்தின் மோட்டார்களாக பரிமாணம் அடைந்துள்ளன. மனித எண்ணத்தில் ஒரு சிந்தனை உதித்த போது அது மாயாஜாலமாகவும், கற்பனையாகவும் இருக்கிறது. அதையே மனித தனித்திறன் ஆற்றலிலன் மூலம் அறிவியல் வாயிலாக கண்டறியப்படும் போது நம் கண் முன்னே உருவம் பெறுகிறது. மனிதன் தோன்றிய போது அவர்களின் எண்ணத்தில் கற்பனை மாயாஜாலமாக இருந்த விடயங்கள்தான் இன்று

நம் கண் முன்னே நாம் உபயோகப் படுத்தும் தொழினுட்பங்களாக உருவம் பெற்-
றுள்ளன என்பதையும் மறந்திடக் கூடாது.

மனித இனத்தின் சிந்தனைத் திறனை மனிதர்களாகிய நாம் எப்படி கையாண்டு
உபயோகப்படுத்துகிறோம் என்பதைப் பொறுத்துத்தான் புதிய கண்டுபிடிப்புகளும்,
மனித வாழ்க்கையில் நிகழும் நிகழ்வுகளும் என அனைத்தும் தீர்மானிக்கப்படுகி-
றது. அதைத்தான் சித்தர்கள், மகான்கள், மேதைகள் முதல் அறிவார்ந்தவர்கள்
வரை அனைவரும் நல்லதை மட்டுமே எண்ணுங்கள், நல்லதை மட்டுமே சிந்தனை
செய்யுங்கள் என்று முன்மொழிந்து சென்றுள்ளனர். அதனால் மனிதர்கள் அனை-
வரும் தங்களுடைய சிந்தனைகளைச் செம்மையாக்கி நல்லதை மட்டுமே சிந்தனை
செய்வது இத்தரணியின் நற்செயல்களுக்கு அவை அடித்தளமாக அமையும். நம்
மனதில் குடிகொண்டிருக்கும் மன மாயையை அறுத்தெறிவதற்கும் அடித்தளமாக
அமைகிறது.

எண்ணிப்பாருங்கள் தனித்துவம் வாய்ந்த நம்முடைய தனித்திறனை நம் மாயை
மனம் எண்ணுகிற வழிகளில் எல்லாம் சவுகரியமான லௌகீக வாழ்க்கைக்கு மட்-
டுமேதான் நாம் தீவிரமாகப் பயன்படுத்தி கொண்டிருக்கிறோம். அதை தவிர்த்து
இப்புடவி கட்டமைப்பு சார்ந்த சிந்தனை, கேள்வி எதும் பெரிதளவில் நம்மிடம்
இருப்பதில்லை. அதனால், தனித்துவம் வாய்ந்த நம் தனித்திறன் தரணியில் மனித
இனத்திடம் மட்டுமே ஏன் தனித்து உள்ளது என்பதற்கான காரணத்தை மாற்று
சிந்தனை, கேள்விகளின் மூலம் உங்களுக்குள்ளாக சிறிதளவு ஆராய்ந்து தேடத்
தொடங்குங்கள். அதாவது லௌகீக வாழ்க்கையைத் தவிர்த்து புடவி படைப்பை
ஆராயக்கூடிய கேள்வி சிந்தனைகளை உங்கள் மனதில் எழுப்புங்கள். ஆனால்
அனைத்தையும் ஆராயும் நம் தனித்திறனையே ஆராய்ந்து அது எதற்கு? ஏன்?
என்று கேள்வி எழுப்பி ஆராய்வதற்கு முதலில் நம் மனதில் வலுவடையும் லௌகீ-
கத்தின் கேள்வி சிந்தனைகளைத் தவிர்க்க வேண்டும். அதற்கு புடவி தானாக
ஏற்படுதும் மாற்று சிந்தனை, கேள்விகள் உதவி புரியும். லௌகீகத்தில் வளைந்து
கொடுக்கும் நம் மாயை மனம் மாற்று சிந்தனை கேள்விகள் பற்றிய விடயங்-
களைப் பகுத்தறிவதற்குப் பெரிதும் குழப்பத்தையும், சந்தேகத்தையும் தான் நம்
மனதில் ஏற்படுத்தும். அது மாற்று கேள்வி சிந்தனைகளை மீண்டும் நம் மனத்-
திற்குள்ளே புதைத்துவிடும். உதாரணத்திற்கு நாம் அறிவார்ந்தவர்கள், ஆற்றிவான-
வர்கள், பகுத்தறிவு கொண்டவர்கள் என்று மற்ற உயிரினங்களிடம் இருந்து மனித
இனத்தை வேறுபடுத்திக் கொள்வதற்குச் சிந்தனை செய்து ஆராய்ந்திருப்போம்.
ஆனால் தரணியில் வேறு எந்த உயிரினங்களாலும் செய்ய முடியாத செயல்களை
மனிதர்கள் மட்டும் செய்து கொண்டிருக்கிறோம் என்ற எண்ணத்தை நாம் சிந்-
தனை செய்திருக்கவே மாட்டோம்.

ஆராய்ந்து சிந்தித்து பகுத்தறியும் திறன் வேறு எந்த உயிரினங்களுக்கும் இல்-லாமல் மனிதர்களுக்கு மட்டும் உள்ளது என்பதையும் நம் மாயை மனம் சிந்தித்து ஆராய்ந்திருக்காது. எதற்கு மனித இனம் தன் அறிவில் பரிணாமம் அடைந்து தரணியில் மற்ற உயிரினங்களிடம் இருந்து வேறுபட்டு இருக்கிறோம் என்பதை-யும் சிந்தித்து ஆராய்ந்திருக்க மாட்டோம். காரணம், நம் தனித்திறன் தேடல் நாம் வாழும் லௌகீக வாழ்க்கைக்கு உள்ளே மட்டுமே சுழல்கிறது.

3

தனித்திறன் நோக்கம்

மனிதர்கள் சிந்தனையால், செயலால், ஆற்றலால், உருவத்தால் மற்ற உயிரினங்க-ளிடமிருந்து வேறுபட்டு இருக்கிறோம் என்று பெருமை கொள்கிறோம். தரணியி-லேயே மனித இனம் மட்டும் தான் சிறந்த இனம் என்றும், மனிதர்களைப் போல் புடவியிலும் வேறு உயிரினங்களே இருக்காது என்று கர்வமாகவும் சொல்கிறோம். ஆனால், நமது உடலின் கட்டமைப்பும் மற்ற உயிரினங்களைப் போல் எலும்பு, தோள், சதை, ரத்தம், மூளை போன்ற பாகங்களால் தான் கட்டமைக்கப்பட்டுள்-ளது என்பதை நாம் மறந்து விடுகிறோம்.

எந்த விதத்தில் மனிதர்கள் மற்ற உயிரினங்களிடம் இருந்து மாறுபட்டுத் தனித் திறனோடு இருக்கிறார்கள் என்பதையும், தனித்திறன் ஏன்! மனித உயிர்களுக்கு மட்டும் உள்ளது என்பதையும் நாம்தான் சுயம்புவாக ஆராய்ந்து தேடுதலைத் தொடங்க வேண்டும். அந்தத் தேடுதல் எப்படி நம் மனதிற்குள் நிகழும், எப்படி நாம் விழிப்படைவோம் என்பதையெல்லாம் வெறும் சொற்களின் மூலம் மட்டும் விளங்கவைப்பது என்பது முடியாத செயல். முன்பு குறிப்பிட்டது தான் நம் மாயை மனம் மாற்று சிந்தனைகளை சிந்திக்க தொடங்கும் போதுதான் நம் மனதில் மாற்-றம் ஏற்பட்டு நமக்குள்ளாக அதனை உணர்ந்தறிய முடியும்.

இன்றைய தீவிர மன மாயையுடைய வாழ்க்கையில் தனிப்பட்ட மனிதனால் சுயம்புவாக தன் சவுகரியமான லௌகீக வாழ்வின் கட்டமைப்பைத் தாண்டிய சிந்-தனைகளை மேற்கொள்வது என்பதே மிகக் கடினமான செயலாக மாறி உள்ளன. அதனால் நம் மாயை மனதில் புதைந்துள்ள மனிதத்தின் மனதைத் தூண்டக்கூ-டிய மாற்று சிந்தனை அல்லது ஏதோ ஒரு விடயத்தின் உந்துதலும் நம் மனதிற்கு தேவைப்படுகிறது. அதற்கான உந்துதலையும் இந்நூல் ஏற்படுத்த வேண்டும் என்ப-துதான் இந்நூலிற்கான காரணமும், அதுவே இதற்கடுத்த விளக்கமும்.

செயற்கையான, பிரம்மாண்டமான, வியக்கத் தக்கக்கூடிய விடயங்கள் உரு-வாக்குவதற்கு ஒரு முக்கிய காரணம் மனித இனத்தின் தனித்திறன்தான் என்பதை நாம் முந்தைய தலைப்புகளில் பார்த்தோம். மனிதர்கள் ஒரு பிரம்மாண்டத்தை உருவாக்குவதற்கு முன் அது எப்படி இருக்க வேண்டும், எந்த அமைப்பில் இருக்க வேண்டும், எவ்வளவு பெரிதாக இருக்க வேண்டும், எப்படிச் செயல்பட வேண்-டும், அதனை எவ்வாறு இயக்க வேண்டும் என்பதை முன்னதாகவே திட்ட-மிட்டு முடிவு செய்கிறார்கள். அந்த திட்டத்திற்குள் பொருந்தும் படியே தொழில்-நுட்பத்தை உருவாக்கவும் செய்கிறார்கள். தேவையின் செயல்பாடுகளுக்கு ஏற்ப பிரம்மாண்ட இயந்திரத்தையோ, பிரம்மாண்ட தொழில்நுட்பத்தையோ உருவாக்கு-கிறார்கள். அதன்படிதான் மனித இனத்திற்கு உபயோகப்படும் மற்றும் அழிவை உண்டாக்கக்கூடிய பலவற்றிற்கான திட்டத்தை வகுத்துதான் தொடர்ந்து தொழில்-நுபத்தை உருவாக்கிக் கொண்டிருக்கிறோம். தனித்து இருக்கும் மூலக்கூறுகளை ஒன்றிணைத்துச் சரியான சேர்க்கை மூலம் உருவாக்கினால் அந்த பொருளைக் கண்டறிய முடியும் என்பது புடவியில் நிலைபெற்று இருக்கக்கூடிய விடயம். ஆக நம் மனதில் தோன்றும் விடயம் புடவியில் இருப்பதால்தான் மனித இனம் தன் தனித்திறன் ஆற்றலால் அதற்கான திட்டத்தை வகுத்து புதிய கண்டறிதலை கண்-டறிய முடிகிறது.

மனித இனத்தின் ஆற்றலில் புதிய கண்டறிதலை கண்டறியும் வரிசையில்தான் தரணியில் வாழும் பல உயிரினங்களையும், பல பொருள்களையும் மனித இனத்-தால் மட்டுமே கட்டுப்படுத்தி தனக்கேற்றவாறு உபயோகப்படுத்திக் கொள்ள முடி-கிறது. இப்படிப்பட்ட தனித்துவமான நம் தனித்திறனை மனித இனம் மற்ற உயி-ரினங்களைப் போல் பிழைத்துப் போராடும் வாழ்க்கையை வாழ்வதற்கும். நம் உடலின் சவுகரியத்திற்கான லௌகீக வாழ்க்கையை வாழ்வதற்கும் தான் மாயாஜால புடவி தரணியின் சிறந்த தனித்திறனை மனித இனத்திற்கு வழங்கியிருக்கக் கூடுமா என்பதை நாம் அனைவருமே சிந்திக்க வேண்டும். இவற்றை நாம் வேறொரு பார்-வையின் கோணத்தில் கேள்விகள் எழுப்பி சிந்தனைகள் செய்வோம். புடவியின் தரணியில் உயிரினங்களையும், பொருள்களையும் தனக்கு ஏற்ற வகையில் அடக்கி கட்டுப்படுத்தி, கண்டறிந்து உபயோகப்படுத்திக் கொள்ள முடிகிறது. அந்த மனித இனத்தால்தான் இன்று வரை நம்முடைய சுய சரீரத்தையும், சுய உறுப்புகளையும் நம்மால் நம் உணர்வுக்குக் கட்டுப்படுத்த முடியாத நிலை இருந்துவருகிறது.

அதாவது உடல் இயக்கம் என்பது மனித இனம் தோன்றிய முதல் நம்மை அறியாமலே நம் உடலுக்குள் நிகழ்ந்து வருகிறது. அது நம் சுவாசமாகட்டும், இதயத் துடிப்பாகட்டும், உடல் உறுப்புகளின் வளர்ச்சி மற்றும் செயல்பாடுகளா-கட்டும் இதுபோன்று உடலில் ஒட்டுமொத்த உள் இயக்க செயல்கள் அனைத்-துமே நம்மை அறியாமல் நம்முடைய விழிப்புணர்வு நிலை இல்லாமல்தான் இயங்க

கூடியது. ஏன் நம்முடைய உடல் இவ்வாறு கட்டமைக்கப்பட்டுள்ளது என்பதற்கான காரணத்தை நாம் அறிவியல் துணையோடும் ஒருபோதும் புரிந்துணரவே முடியாது என்பதுதான் நிதர்சனம். அதனை முறியடிக்கும் விதமாகப் பல அறிவியலில் அறி- வார்ந்த ஆராய்ச்சியாளர்கள் அதற்கான முயற்சிகளை மேற்கொண்டிருந்தாலும், அவை அனைத்தும் தோல்விகளைத்தான் தழுவியிருக்கும். ஆனால் அவர்களில் ஒரு சிலர் மட்டும் மனித உடல் பாகம் போல் உள்ள செயற்கை தொழில்நுட்ப உடற்பாகங்களைக் கண்டறிந்துள்ளார்கள்.

சின்னஞ்சிறு கண்டுபிடிப்புகள் உடல் மருத்துவத்தில் தொடர்ந்து ஏற்படுத்துகிற நல்ல தாக்கமும், நல்ல மாற்றமும் மனித இனத்திற்குப் பேருதவி செய்து வருகிறது. இன்று தரணியில் சில மனிதர்களின் உடல் உள் உறுப்புகள் பாதிக்கப்பட்டு, செயல் இழந்த பின்னும் உடல் உறுப்பு மாற்று அறுவை சிகிச்சை மூலம் உயிர்ப்புடன் நம் கண் முன்னே வாழ்கிறார்கள் என்றால் அதற்கு உடல் மருத்துவத்துறையின் அறிவியல் தொழில்நுட்ப வளர்ச்சிதான் மிக முக்கிய காரணம்.

மனித உடலின் உள் உறுப்பு பாகங்கள் சேதாரம் அடைந்து உடலை விட்டு உயிர் பிரிவதை இழுத்துப் பிடித்துத் தக்க வைக்க உதவக்கூடிய உள் உறுப்பு பாகம் போன்ற மாதிரியை மட்டுமே மருத்துவ ஆராய்ச்சியாளர்களால் ஆராய்ந்து தொடர்ந்து கண்டறியப்படுகிறது. அவற்றால் காயம் அடைந்த உடலைச் செயல்பட வைக்கவும், செயல் இழந்த உடல்களில் அறுவை சிகிச்சையின் மூலம் உடல் உள்- ஞறுப்பு பாகங்களுக்குப் பதிலாக, மற்ற மனிதர்களின் உடல் உறுப்பு பாகத்தை அல்லது போலி உடல் உறுப்பு பாகத்தைப் பொருத்தவும் முடிகிறது. செயல் இழந்த மனித உடலை மீண்டும் செயல்பட வைக்க முடியுமே தவிர நம் உடலை நம் விழிப்பு நிலையோடு தன்னிச்சையாகக் கட்டுப்படுத்த முடியாத நிலைதான் உள்- ளது.

மனிதர்கள் பிறந்து நான் என்ற உணர்வுடன் உயிர்ப்புடன் இருக்கும் வரையும், உடலை விட்டு நம் உயிர் பிரிந்த போகும் வரையும் நம் உடல் உறுப்பு இயக்கமா- னது தன்னிச்சையாகவேதான் புடவியின் பிணைப்போடு செயல் புரிகிறது. அதா- வது தற்போதைய நம் அறிவால் கண்டறிய முடியாத பிணைப்போடு மனித உடல் புடவியோடு பிணைக்கப்பட்டிருக்கிறது. மகான்கள் அடைந்த அறிவின் அடுத்த- கட்ட பரிணாமத்தினை மனித இனம் அடையும் போதுதான் அதனை கண்டறியவே முடியும்.

மாயை மனம் தூண்டும் சிந்தனை உணர்ச்சிகளுக்குள் உட்புகுந்து அதற்கு முழுவதுமாக அடிமையாகி அதனுடைய கட்டளைக்கு கீழ்ப்படிந்து அதன் ஓட்- டத்திற்கு ஏற்ப நம் மனித உடலை இயக்குவதற்காக மட்டும்தான் நம்முடைய மனித உயிர் ஆற்றல் தேவையா என்பதை நாம் அனைவருமே சிந்தித்துப்பார்க்க வேண்டும். தனித்திறன் ஆற்றல் மூலம் நம்முடைய மனக் கண்ணில் இருக்கும்

பல புதிய விடயங்களைக் கண்டறிந்து அதனை உருவாக்கி கட்டுப்படுத்துகின்ற வழிமுறையினை அறிகிற ஆறறிவுடைய மனித இனத்தால் தான் இன்றும் நம்முடைய உடல் உறுப்புகளின் இயக்கத்தினை அறிந்து கட்டுப்படுத்தும் வழிமுறையினை அறிய முடியாமல் வாழ்ந்து வருகிறோம்.

அனைத்திற்கும் விடை இருக்கும் என்று கருதும் அறிவியலினாலும் கூட மனித உடல் தன்னிச்சையாக இயங்குவதைக் கண்டறிந்து கூறிடவே முடியாது. அதை கண்டறியும் அளவிற்கு இன்னும் லௌகீக அறிவியல் வளர வில்லை என்று நாம் சொல்லிக் கொண்டே காலத்தைக் கடத்தலாம். அதே சமயம் நம் விழிப்புணர்வால் உடல் இயங்குவதை அறிய முடியாவிட்டாலும் அறிவியல் தொழில்நுட்பத்தின் வாயிலாக நம்முடைய உடல் உறுப்புகள் இயக்கத்தினை இயக்குவது மட்டும் சாத்தியமாகிறது. எதிர் வரும் காலத்தில் ஒட்டுமொத்த மனித உடல் இயக்கத்தின் இரகசியத்தையும் கண்டறிந்து, கட்டுப்படுத்தி இயங்க வைக்கும் அளவிற்கு அறிவியல் கண்டறிதல் நிகழலாம் நிகழாமலும் போகலாம். ஆனால் அன்றைய அறிவியல் தொழில்நுட்பத்தின் கண்டறிதல் தரணியில் அனைத்து தரப்பு மனிதர்களுக்கும் பயன்தரக்கூடிய வகையில் மனிதம் போற்றும் பாதையில் பயணிக்குமா என்றால் அங்கு தான் மிகப் பெரிய கேள்வி எழுகிறது.

நாம் முந்தைய தலைப்பில் ஒன்றில் பார்த்தது போல் மனிதர்களின் மாயை மனம்தான் அறிவியலின் வாயிலாக மனித இனத்தின் அழிவை நோக்கி அழைத்து சென்று கொண்டிருக்கிறது. அறிவியல் வாழும் சூழலை மேம்படுத்துமே தவிர மனிதத்தை மனித மனங்களில் விதைக்காது மாயையைத்தான் வளர்க்கும். அதனை நோக்கி பயணிக்கும் அறிவியல் வளர்ச்சி எப்படி மனிதம் போற்றி மனித உடல் உறுப்பு இயக்கங்கள் சார்ந்தும், உயிர் சார்ந்தும் அனைத்து மக்களுக்கும் எளிய முறையில் கிடைத்திடும் வண்ணம் தரணியில் பயணித்திட முடியும்.

பணம், அதிகாரம் உள்ளவர்களுக்காகத் தான் அறிவியல் வளர்ச்சி பயணிக்கும் என்பதை நாம் அறியலாம். ஆனால் அதிலும் கொரோனா போன்ற தொற்று காலத்தில் பணம் வைத்திருப்பவர்களுக்கும் மருத்துவம் சார்ந்த அறிவியல் கண்டு-பிடிப்பு உதவாது என்பதை அறிய முடிந்தது. உதாரணத்திற்கு கொரோனா தொற்று காலத்தில் பணம் வைத்திருப்பவர்களுக்கும் ஆக்சிஜன் சிலிண்டர் கிடைக்க-வில்லை. அதிகாரத்திற்கு மட்டுமே தேவையை மீறிய ஆக்சிஜன் சிலிண்டர் கிடைத்தது. இதுபோன்ற பல உதாரணத்தை நாம் வாழும் காலத்திலேயே பார்க்க-லாம்.

தரணியெங்கும் பல மனித உயிர்கள் போதிய உயர் மருத்துவ வசதி பெறாமல் மரணித்துக் கொண்டுதான் இருக்கிறார்கள். ஆனால் அதே நேரம் தரணியெங்கும் பல கோடிக்கணக்கான பணத்திற்கு வர்த்தகங்கள், வீண் செலவினங்கள், சூதாட்-டங்கள் என மிக எளிதாகவே நடைபெற்றுக் கொண்டிருக்கிறது. பணம் என்று

வரும்போது மனித உயிரைக் காக்கும் மருத்துவ அறிவியல் அனைவருக்கும் சமமாக இருப்பதில்லை.

அறிவியல் வளர்ச்சி மனித சமூகத்தையே மாற்றித்தான் அமைகிறது, மாற்-றவும்போகிறது அதில் எந்த விதமான மாற்று உடன்பாடும் இல்லை. ஆனால் மருத்துவ அறிவியலின் பலன் இத்தரணி நாட்டின் கட்டமைப்பில் அடித்தட்டில் வாழும் ஏழ்மையான மனிதர்களுக்கும் கிடைக்குமா என்பதே கேள்வி. அதற்கான விடை உங்கள் மனிதத்தின் மனதிற்குத் தெரியும். உதாரணத்திற்கு அறிவியலின் தொழில்நுட்பங்களின் உதவியோடு மனித இனம் வாழத் தகுதியான ஒரு மாற்றுத் தரணியைப் அறிவியலாளர்கள் புடவியில் கண்டறிந்துள்ளார்கள் என்று வைத்துக்-கொள்வோம். அன்று திடிரென்று தரணி அழியக்கூடிய சூழல் ஏற்பட்டால் அப்-பொழுதுதான் மனித மனதின் மாயை மனம் எவ்வளவு கொடூரமானது என்பதை நாம் அனைவருமே அறிவோம். பணம் உள்ளவர்களும், அதிகாரம் உள்ளவர்-களும், பண முதலைகள், என இவர்களில் பெரும்பான்மையானவர்கள் மற்றும் பெயருக்குப் பொதுமக்கள் என்று குறிப்பிட்டவர்கள் மட்டும்தான் புடவியில் கண்-டறிந்த மாற்றுத் தரணியை நோக்கிப் பயணிப்பார்கள். மீதம் இருக்கும் மனிதர்கள் நாம் யாவரும் இங்கேயே மரணிக்க வேண்டியதுதான்.

அதிகாரம் இல்லாமல் பணத்தின் இருப்பு எடுபட வில்லையென்றால் பணப் பைகளும் இங்கேயேதான் மரணிக்க வேண்டும். இயற்கையோடு ஒன்றி போகாத மனமாயை வளர்க்கும் அறிவியல் வளர்ச்சி இதைத்தான் தரணியில் மனிதர்களிடம் நிகழ்த்தும் என்பதில் சந்தேகமே இல்லை. மனிதத்தைப் போற்றாத அறிவியலின் வளர்ச்சி தரணியில் பெரும்பான்மையான மனித இனத்தை அதிலும் குறிப்பிட்ட ஏழை எளிய மக்களை அழித்தே தீரும். அத்தருணம் நாமும் அதுதான் தரணி கட்டமைப்பு என்றும், மனிதமற்ற உயிரினத்தை போல் தக்கனபிழைத்துவாழ்தல் (survival of the fittest) என்றும் பொதுவாக கூறி கடந்து விடுவோம்.

தன்திறனின் வாயிலாகத் தரணியிலும், புடவியிலும் பல விடயங்களை கண்ட-றிந்தும், புரிந்தும், உணர்ந்தறிந்தும், வாழும் மனித இனம் புடவிக்குக் கட்டுப்பட்டு இயங்குவது உண்மை எனில். இவற்றை கண்டறிந்து கூறும் மனித இனத்தால் தன் உடல் இயங்கும் புடவி பிணைப்பின் இரகசியத்தை கண்டிப்பாக கண்டறிந்திட முடியும். அதுவே மனித இனத்தின் அடுத்தகட்ட பரிணாம வளர்ச்சியாகவும் அமையும். அந்த பரிணாம நிலையை அடைந்து அந்நிலைக்குச் சென்றவர்கள்-தான் வரலாற்றில் சித்தர்களாகவும், மகான்களாகப் பார்க்கப்படுகிறார்கள். இன்று அவர்கள் மக்களின் அறியாமையால் இறை தூதர்களாகவும், கடவுள்களாகவும் வணங்கப் படுகிறார்கள்.

அவர்கள் தங்கள் சிந்தனைகளின் வாயிலாக தனித்திறன் நோக்கத்தை உணர்ந்தறிந்து அத்தனித்திறனை எதற்குப் பயன்படுத்த வேண்டும் என்பதை பகுத்-

தறிந்து கற்றறிந்ததினால்தான் தரணியில் பல அற்புதங்கள் அவர்களின் வாயி-லாக நிகழ்ந்துள்ளன. அவர்கள் வழி சென்ற நம் முன்னோர்களால்தான் தரணியில் இன்றளவும் ஒரு சாதாரண மனிதனால் நினைக்க மற்றும் உருவாக்க முடியாத அளவிற்குப் பல பிரம்மாண்ட விடயங்களையும், அறிவியலையும், கோட்பாடுக-ளையும் உருவாக்கி சென்றுள்ளார்கள். தங்களின் மாயையை தகர்த்து தனித்தி-றனை உணர்ந்தறிந்து அவற்றை எப்படிப் பயன்படுத்த வேண்டும் என்பதைக் கற்-றறிந்து இயங்கியதினால் தான் அவை அனைத்தும் சாத்தியமாகியிருகிறது.

மனித இனத்தின் முன்னோர்கள் அறிவார்ந்தவர்கள், தனித்திறன் அறிந்து இயங்கியவர்கள், தங்களின் மன மாயை தகர்த்தவர்கள் என்று கூறுவது மக்கள் மீது அன்பு செலுத்திய முன்னோர்களைதான். அதானல் நாம் அனைவரையும் கணக்கில் எடுத்துக்கொள்ளக்கூடாது. காரணம், இன்று தரணியில் மனித இனம் ஒன்றுமே இல்லாத முட்டாள்தனமான விடயத்திற்குச் சாதியத்தால், மதத்தால், நிறத்தால், இனத்தால், மொழியால் பிளவு பட்டு வாழ்கிறோம் என்றால் அதற்கு தீய சிந்தனைகளையும், சுயநலத்தையும் கொண்டிருந்த மாயை மனதிற்கு அடிப-னிந்த மனித இனத்தின் முன்னோர்கள்தான் காரணம்.

அவர்களின் தொடக்கத்தை மன மாயை தீவிரமாகப் பற்றிக்கொண்டதன் கார-ணம்தான் பல மனிதர்கள் மூடத்தனத்தின் மீது இன்றும் தீவிர அறியாமையில் மூடர்களாக இருப்பதற்குக் காரணமாகிறது. முன்னோர்கள் என்று குறிப்பிடுவது மன மாயையைத் தகர்த்த மனிதர்களையும், மனிதத்திற்காக அனைத்து மக்களின் நன்மைக்காகவும் வாழ்ந்து சென்ற மனிதர்களையும், புடவியின் ஆன்மீகம் வழி சென்ற மனிதர்களையும்தான். அந்த முன்னோர்கள் அனைத்து மக்களின் நலனுக்-காகவும் உருவாக்கிய பல ஆன்மீக கட்டமைப்புகள், கோட்பாடுகள் தான் இன்று காலத்தால் மன மாயையில் தீய எண்ணம் உடைய மனிதர்களினால் மறந்தும், மறைக்கப்பட்டும், மாற்றப்பட்டு வருகிறது.

இன்று இருக்கும் அறிவியலாளர்கள் உட்படப் பல மனிதர்கள் தரணியெங்கும் மனித இனத்தின் முன்னோர்கள் உருவாக்கி சென்றுள்ள பல கட்டமைப்புகளையும், கட்டுமானங்களையும் அதற்கு பின் உள்ள அறிவியலையும், கோட்பாடுகளையும் எப்படி அவர்கள் கண்டறிந்தார்கள் என்று ஆராய்ந்து கொண்டிருக்கிறார்கள். முன்னோர்கள் வழங்கிய விடயத்தின் அறிவை அறியத்தான் ஆராய்கிறோமே தவிர அவர்கள் அந்த அறிவை எப்படி எங்கிருந்து பெற்றார்கள் என்பதை முழு-வதுமாக புடவியின் ஆன்மீக பார்வையில் ஆராய்வதில்லை.

இக்காலத்தில் இருக்கும் மன மாயை தீவிரம் அக்காலத்தில் முன்னோர்களின் காலகட்டத்திலிருந்ததா என்றால் நிச்சயம் இல்லை. மன மாயையின் ஆதிக்கம் இல்லாத அக்காலகட்டத்தில் இன்று நிகழ்வதை விடவும் அன்று தரணியெங்கும் பல மனிதர்கள் விழிப்பு நிலை அடைந்திருப்பார்கள். அவர்களில் பலர் மனித

இனத்தின் அறிவின் பரிணாம நிலையையும் அடைந்திருக்கிறார்கள். அவர்களில் உச்சம் நோக்கிய சிலர் தான் கடவுள்களாக மாற்றப்பட்டிருக்கிறார்கள். அதாவது அக்காலத்தில் முழு விழிப்பு நிலை அடைந்து, தன் மன மாயையை அறுத்தெறிந்து புடவியுடன் ஏற்பட்ட பிணைப்போடு சித்துக்களின் பேரறிவைப் பலர் பெற்றார்கள். அவர்களின் அறிவை சிலர் கற்றறிந்து பயன்படுத்தியதன் விளைவுதான் இத்தரணியெங்கும் நிகழ்ந்த வியக்கத் தக்கக்கூடிய அனைத்து நிகழ்வுகளுக்கும் மூல காரணமாக அமைகிறது. விழிப்படைந்த மனிதம் நோக்கி சிந்தித்த மனிதர்களின் கோட்பாடுகள்தான் மனிதர்கள் பக்கம் துணை நிற்கவும் செய்கிறது.

தரணி வழங்கிய தனித் திறன்களை வைத்து இதுவரை லௌகீக வாழ்விற்காகப் பல சிந்தனைகள் செய்து, கேள்விகள் கேட்டு பலவற்றை ஆராய்ந்து அதற்கான விடைகளையும் நீங்கள் அறிந்திருக்கக்கூடும். ஆனால் நம்மில் பெரும்பாலானோர் உயிரைச் சார்ந்தும், உடலைச் சார்ந்தும், உடல், தரணி இயக்கங்களைச் சார்ந்தும் பெரிதும் மாற்று சிந்தனைகளையோ, மாற்று கேள்விகளையோ கேட்டு உள் முகமாக மனதளவில் அலசி ஆராய்ந்திருக்க மாட்டீர்கள். தரணியில் மனிதர்கள் மட்டும் ஏன் தனித்த திறன்களுடன் இருந்து வருகிறோம் என்ற கேள்விக்கான பதில்களை நீங்கள் சிந்தித்து ஆராய்ந்திருப்பதற்கான வாய்ப்புகள் மிகக் குறைவே.

நம் மனித தனித்திறன் பற்றிய புரிதல் உணர்வு ரீதியாக உங்களுக்கு ஏற்பட வேண்டுமென்றால் இன்றே இந்நூலில், இத்தலைப்பில் சொல்லப்பட்டுள்ள விடயங்கள் பற்றிய சிந்தனைகளையும், கேள்விகளையும் உங்கள் மனதில் ஓட விட்டு ஆராயத் தொடங்குங்கள். மாற்று சிந்தனைகளும், மாற்று கேள்விகளும் மன மாயையை மறையச் செய்யக்கூடிய கடமையில் தன்னை உட்படுத்திக்கொள்ளும். அது நம் மனதில் உள்ள மன மாயையை தகர்க்கும். அதற்காக நாம் மனித இனத்தின் தனித்திறனை உணர்ந்தறிந்து நம் மனதிலிருந்து முழு மன மாயை அழித்து, முழு விழிப்பு நிலை அடைந்து மகான்களாக, அறிவார்ந்தவர்களாக மாற வேண்டும் என்பதற்கான ஆயத்த பணிகளில் ஈடுபட வேண்டாம். காரணம் அப்படி ஈடுபட்டாலும் இன்றைய அதிதீவிர மன மாயை வாழ்க்கையில் அந்த நிலைக்குச் செல்வது மிக மிகக் கடினம். ஆனாலும் நாம் அனைவரும் கண்டிப்பாக மனித இனத்தின்தனித்திறனை அறிந்து தனித்திறன் எதற்கு மனிதர்களுக்கு வழங்கப்பட்டிருக்கிறது என்பதை உணர்ந்தறிய முடியும். அதாவது மனித இனத்திற்குத் தனித்திறன் இருப்பதே நம்முடைய மன மாயையை அறிந்து அதனை அறுத்தெறிந்து நான் யார்? என்று உணர்ந்தறிவதற்கு தான் தனித்திறன் வழங்கப்பட்டுள்ளது.

நான் யார்? கேள்விகான பதிலை உணர்ந்தறிவதன் மூலம் நம் மனதின் மன மாயையை வெளிச்சத்தை மறையச் செய்து மனிதத்தை உணர்ந்தறிந்தவர்களாக நாம் மாறுவோம். அதற்குத்தான் மகான்கள் முழு அன்பை உணர்த்துபவர்களாக, மனிதத்தை உணர்ந்தறிந்தவர்களாக, மனிதத்தைப் போற்றுபவர்களாக இருந்திருக்

கிறார்கள். அவற்றைதான் தரணி மக்களுக்கும் தன் செயல்களின் வாயிலாகவும், சொற்களின் வாயிலாகவும், பாடல்களின் வாயிலாகவும் போதித்துச் சென்றுள்ளார்கள். அதேபோல் மனித இனம் தன்னுடைய தனித்திறனை அறிந்து, மன மாயை மறையச் செய்து, விழிப்படைந்து மனிதத்தை உணர்ந்தறிந்தார்கள் எனில் அன்போடு மனித இனம் தன்னுடைய அடுத்த கட்ட பரிணாமத்தை நோக்கிப் பயணிக்கும். தனித்திறன் உணராமல் மன மாயையை மறையச் செய்யாமல் அறிவின் அடுத்த கட்ட பரிமாணத்தை நோக்கி மனித இனத்தினுள் அனைவராலும் செல்ல முடியாது.

தற்போது உள்ள சூழ்நிலைகளைப் பார்த்தால் மனித இனம் தன்னுடைய மன மாயையை முழுவதும் அறுத்தெறிந்து அடுத்த கட்ட பரிணாமத்திற்குச் செல்வதற்கு முன்பே கூண்டோடு அழிந்துவிடும் சூழலை நோக்கித்தான் நாம் பயணப்படுகிறோம். அதற்குக் காலம் மட்டும் தான் பதில் சொல்லும். இதுவரை நம்முடைய தனித்திறன் எவ்வளவு சிறப்புடையது என்பதைப் பார்த்தோம் ஆனால் இந்நூலில் குறிப்பிட்டிருப்பதை விடவும் மனித இனத்தின் தனித்திறன் நாம் சிந்தனை செய்திருப்பதை விடவும் மிக நுணுக்கமானவை, நம் தற்போதைய சிந்தனைத் திறனுக்கும் அப்பாற்பட்டவையாகவே நிலைபெற்றுள்ளது.

இன்று இருக்கும் நாம் நம்முடைய தனித்திறன் முழுமையை அறிந்து, முழு மன மாயையை அழித்து, முழு விழிப்பு நிலை அடைந்து அடுத்த கட்ட பரிணாமத்தை நோக்கி செல்வோமா என்கிற கேள்வியும், சிந்தனையும் தற்போது நமக்குத் தேவையில்லை. அது நிகழ்ந்தாக வேண்டுமென இருந்தால் புடவியால் கண்டிப்பாக அது நிகழ்த்தப்பட்டே தீரும். தற்போது நாம் மனித இனத்தின் மன மாயையின் கவர்ச்சி வெளிச்சத்திலிருந்து வெளியேறி விழிப்படைந்தால் மட்டும் போதும். அன்று நம்முடைய மனதின் ஈடுபாட்டையும், நம் மனதின் விழிப்பு நிலையையும் சார்ந்து யார் அனைத்தையும் உணர்ந்தறிந்தவர்களாக, யார் அறிவார்ந்தவர்களாக, யார் பரிணாமம் அடைந்த மனிதர்களாக மாற வேண்டும் என்பது தீர்மானமாகும். அதை அப்போது பார்ப்போம்.

இன்று மனித இனத்திற்கு முக்கிய தேவை எது என்றால் அது மனிதம் மட்டும் தான். இன்றைய மன மாயையின் அதி தீவிரம் மனித மனதில் மறைக்கப்பட்டுள்ள மனிதத்தின் மனதை மெல்ல அழித்து வருகிறது. அது மனிதமற்ற பல விளைவுகளை மனிதர்களின் ஊடாக ஏற்படுத்தத் தொடங்கியிருக்கிறது. அதனை உணர்ந்துகொண்டு மனித இனமாகிய நாம்தான் நம் தனித்திறனை லௌகீக வாழ்வியலுக்குள்ளே மட்டும் உபயோகப்படுத்தாமல் தனித்திறன் ஏன் எதற்கு என கேள்விகள் எழுப்பி, சிந்தனைச் செய்து மன மாயையை மறையச் செய்து விழிப்படைந்த மனிதர்களாக, மனிதம் போற்றும் மனிதர்களாக மாற வேண்டும்.

4

எது ஆறாம் அறிவு

ஆறாம் அறிவு என்று படித்தவுடன் உங்கள் மனதில் என்ன விடயம் நினைவிற்கு வருகிறது என்று சிந்தித்துப்பாருங்கள். உங்களுக்குத் தோன்றக்கூடிய விடயங்களை உங்கள் மனதில் ஒரு ஓரத்தில் வைத்துக்கொள்ளுங்கள் நாம் அதுபற்றி பார்ப்போம். ஆறாம் அறிவு என்று இத்தலைப்பில் நாம் பார்க்கப் போகும் தகவல்கள் உங்களின் எண்ணத்தில் பதிந்துள்ளவை போல் இந்த விளக்கத்தில் இருக்கிறதா என்பதையும் பார்ப்போம்.

பொதுவாகவே ஆறாம் அறிவு என்று சொன்னதும் ஆறாம் அறிவின் தன்-மைகள் பற்றி நம் நினைவிற்கு வருகிறதோ இல்லையோ சக உயிரினங்களுடன் ஆறாம் அறிவை ஒப்பிடும் பதில்கள்தான் நம் நினைவிற்கு வந்திருக்கும். நாமும் உடனே மற்ற உயிரினங்களிடம் இருந்து மனிதர்களை வேறுபடுத்திக் காண்பிப்பது இந்த ஆறாம் அறிவுதான் என்று சிந்தனை செய்யத் தொடங்குவோம் பலரும் இதைத்தான் எண்ணியிருக்ககவும் கூடும். அப்படி என்னதான் மனிதர்களுக்கும் மற்ற சக உயிரினங்களுக்கும் ஆறாம் அறிவில் வேறுபாடுகள் உள்ளன என்பதை நாம் தற்போது பார்ப்போம். மற்ற உயிரினங்களுக்கு மனிதர்களைப் போன்று அன்பு, பாசம், இரக்கம், நாகரிகம், நன்மைகள், தீமைகள் என்று ஏதும் தெரியாது என்பது தான் பெரும்பாலானோரின் கூற்றுகளாக இருந்து வந்திருக்கிறது. அடுத்து சிந்-தனை செய்து, ஆராய்ந்து பகுத்தறியும் அறிவுதான் மனித இனத்தையும் மற்ற சக உயிரினங்களையும் வேறுபடுத்துகிறது என்பதும் பகுத்தறியும் மனிதர்களின் பதிலா-கவும் இருக்கும். நாம் நம் மாயை மனதோடு அலசி ஆராய்ந்தால் இந்த இரண்டு பதில்களுமே உண்மைகள் என்றுதான் நம் மனதில் தோன்றும். ஆனால் இது மட்-டுமே ஆறாம் அறிவிற்கான புரிதல் இல்லை. முக்கியமான சில புரிதலின் பார்-வையின் கோணம் மாயை மனதின் மறைவில் மறைந்துள்ளது.

மற்ற சக உயிரினங்களுக்கு அன்பு, பாசம், இரக்கம், நன்மை, தீமை தெரியாது என்பதை முந்தைய காலத்தில் வாழ்ந்த மனித இனம் தன் அறியாமையினால் கூறியுள்ளார்கள் என்பதை காலங்கள் நமக்கு தெரியப்படுத்தி வருகிறது. அன்றைய காலகட்டத்தில் வாழ்ந்த நாகரிகம் அடைந்த மனிதர்களுக்கு மற்ற உயிரினங்களின் வாழ்வியலையும், குணங்களையும் அருகாமையில் இருந்து அறிந்து கொள்ளக்கூடிய சூழல் இருந்ததில்லை.

தன்னுடைய உடல் உழைப்பினை குறைக்கும், தனக்குத் தேவையான மற்றும் தனக்குப் பயன்தரும் உயிரினங்களிடம் மட்டும்தான் மனித இனம் பழகி வாழ்ந்து வந்திருக்கிறார்கள். அதன் அடிப்படையில் மற்ற உயிரினங்களுக்கு அன்பு, பாசம், இரக்கம், இல்லை என்று அவர்கள் கூறியிருக்கலாம். அதனின் தொடர்ச்சியாக இன்றளவும் பலரின் மனங்களில் மற்ற உயிரினங்களுக்கு அன்பு, பாசம், இரக்கம் போன்ற குணங்கள் இல்லை என்று கருதி வருகிறார்கள். அது மனித இனத்தையும் மற்ற பிற உயிரினங்களையும் ஒப்பிடும் பார்வையையே மாற்றி விடுகிறது. இன்று இணையதளங்கள், வலையொளி (youtube) மற்றும் தொலைக்காட்சி நிகழ்ச்சிகள் என உயிரினங்களின் வாழ்வியலையும், குணங்களையும் காட்சிப்படுத்தும் பல தளங்கள் உள்ளன. அதன் வாயிலாக உயிரினங்களிடம் நெருக்கமாக சென்று அவற்றின் வாழ்வியலை, குணாதிசயங்களை எளிதாக அறிகிறோம். அதை வெளிப்படுத்தும் பல காணொளிகளும் சமூக வலைத்தளங்களில் தினமும் உலா வந்தவாறுதான் இருக்கிறது. அந்த காணொளிகளில் பல காணொளிகள் பார்ப்பவர்களின் மனதை வருடவும் செய்கிறது.

தன் மீது அன்பு வைத்த மனிதரின் இறப்பைத் தாங்கமுடியாமல் கண்ணீர் விடும் உயிரினங்களின் காணொளிகளும், மனிதர்கள் சக மனிதர்களைத் தாக்கும்போது அவர்களைப் பாதுகாக்கச் செய்யும் முயற்சிகளின் காணொளிகளும் வெளிவருகிறது. தன்னுடன் விளையாடிப் பழகிய மனிதர்கள் மற்றும் சக உயிரினங்களின் இறப்பையும், பிரிவையும் தாங்கிக் கொள்ளாமல் கண்ணீர் விட்டு வருத்தப்படும் உயிரினங்களின் காணொளிகளும் வெளிவருகிறது. சக உயிரினத்தை ஆபத்திலிருந்து காப்பாற்றக்கூடிய உயிரினங்களும் என்று இது போன்ற பல காணொளிகள் இணையத்தில் நாம் இன்றளவும் பார்த்துக் கொண்டுதான் இருக்கிறோம். நாம் இவற்றை எல்லாம் பார்த்தும் இன்றும் மற்ற உயிரினங்களுக்கு அன்பு, பாசம், இரக்கம் இல்லையென்று கூறி ஆறாம் அறிவோடு ஒப்பீடு செய்தால் நாம்தான் அறியாமையில் உள்ளோம். அடுத்த கூற்று மற்ற உயிரினங்களுக்கு நல்ல செயல்கள் எது? கெட்ட செயல்கள் எது? என்பதை பகுத்தறிய முடியாது என்ற கூற்றாக இருக்கும். நாம் இங்குதான் ஒன்றைப் புரிந்துகொள்ள வேண்டும். பிறந்து வளரும் அனைத்து குழந்தைகளுக்கும் நல்ல செயல்கள் எது? கெட்ட செயல்கள் எது? என்று தெரியாமல்தான் பிறக்கிறது. மனித இனத்திற்குத் தனித்திறன் இருப்பதால்

பெற்றோர்களும், சக மனிதர்களும்தான் குழந்தைகளிடம் இந்த செயல்கள் எல்-லாம் கெட்டதை விளைவிக்கும், இந்த செயல்கள் எல்லாம் நல்லதை உண்டாக்கும் என்று போதித்துக் கண்டித்து வளர்கிறார்கள். அதன் காரணத்தினால்தான் மனிதத்-தின் மனம் செயல்பட்டு மனிதர்கள் நல்ல மனம் உடையவராக, நற் செயல்களைச் செய்பவர்களாக இருந்து வருகிறோம்.

நல்ல செயல்கள், கெட்ட செயல்களைப் பகுப்பாயும் திறன் புடவி வழங்கிய தனித் தன்மையில் தனித்திறனில் ஒன்றாக அது வழங்கப்பட்டுள்ளது. அதாவது நாம் கடந்துவந்த தலைப்பில் பார்த்த புடவி மனித இனத்திற்கு வழங்கிய தனித்-திறனின் வெளிப்பாடுதான் பகுத்தறியும் தன்மை. பகுத்தறியும் தன்மை இல்லா-மலும் மற்ற உயிரினங்களைப் போல் மனித இனத்தால் தரணியில் உயிர் வாழ முடியுமா என்றால் கட்டாயம் முடியும். மனித உயிரின் தொடக்கத்தில் தனித்தி-றன்கள் இல்லாமலே மனித இனம் உயிர்ப்பிழைத்ததன் காரணத்தினால்தான் நாம் இன்று இந்த பரிணாமத்தில் உள்ளோம். தனித்திறன் இல்லாமலும் உயிர் வாழக்-கூடிய திறன் பெற்ற மனித இனத்திற்குப் புடவி ஏன் கூடுதலான தனித்திறன்-களை வழங்க வேண்டும் என்பதைத்தான் மனித இனமாகிய நாம் அனைவருமே பகுத்தறிந்து அலசி ஆராய்ந்திருக்க வேண்டும். ஆனால் நாம் மனித இனத்திற்-குப் பிரத்தியேகமாக வழங்கப்பட்டுள்ள தனித்திறனை லௌகீகத்தில் உயிர் வாழ்வ-தற்கு கூடுதலாக மட்டும்தான் மன மாயை வழிகாட்டலில் வெளிப்படுத்துகிறோம். அதேபோல்தான் மற்ற உயிரினங்களும் இத்தரணியில் உயிர் பிழைத்து வாழ்வ-தற்கு எந்த மாதிரியான தனித்திறனை இயல்பாகவே பெற்றுள்ளனவோ அதற்கேற்ற தன்மைகளைத்தான் மற்ற உயிரினங்களும் வெளிப்படுத்தி உயிர் வாழ்கிறது. சிங்-கம் என்றால் வேட்டையாடத் தான் செய்யும். மான் என்றால் அச்சத்தில் ஓடத் தான் செய்யும். மான்களுக்குத் தன்னை வேட்டையாடும் விளங்குகளை எதிர்த்து சண்டையிட்டு வெற்றி பெரும் தன்மை அல்லது நம்மை போல் கூடுதல் தனித்தி-றன் இருந்திருந்தால் மான் கண்டிப்பாகச் சிங்கத்தை எதிர்நோக்கிச் சண்டையிட்டு வெற்றியடைந்தே தீரும். அதற்கு அத்தன்மை இல்லாத காரணத்தினால்தான் உயிர் தப்பித்தால் போதும் என்று மான்கள் ஓட்டம் பிடிக்கிறது.

தரணியில் வாழும் உயிரினங்கள் புடவி வழங்கிய தனித்திறன் தன்மைகளை பயன்படுத்தி தன்னை தற்காத்து உயிர்ப்பிழைத்து வாழ்ந்து வருகின்றன. அதில் மனித இனமும் உயிர்ப்பிழைக்கும் திறனை பெற்றிருக்கிறது. ஆனால் மனித இனம் மட்டும் தன்னுடைய சிறுப்பு வாய்ந்த தனித்திறனை மறந்து புடவி அனைத்து உயி-ரினத்திற்கும் வழங்கிய திறனோடு மனித இனத்திற்கு புடவியால் வழங்கப்பட்டுள்ள தனித்துவமான தனித்தினை ஒப்பீடு செய்கிறோம். மற்ற உயிரினங்களுக்கு உணர்-வுகள் இல்லை, நன்மைகள், தீமைகள் தெரியாது என்று சொல்லி மற்ற உயிரினங்-கள் பெற்றுள்ள அறிவோடு மனித இனத்தின் ஆறாம் அறிவை ஒப்பீடு செய்து

வாதிட்டு வாழ்வதுதான் சாத்தானியத்தின் மன மாயை சதி.

மனித இனத்திற்கும் மற்ற உயிரினங்களுக்கும் பலவேறு வேறுபாடுகள் இருந்-தாலும் பெரும்பாலான உயிரினங்கள் மனித இனத்திடம் அன்போடுதான் பழகி வருகிறது. மனித கட்டளைக்குக் கீழ்ப்படியவும் செய்கிறது. சக உயிரினங்கள் மனித இனத்திடம் அன்போடு பழகுவதற்கு முக்கிய காரணம் என்னவென்றால் அதுதான் மனித அன்பிற்கு உள்ள தனித்துவமான தனித்திறன். மனிதர்களின் அன்பினை மற்ற உயிரினங்கள் உணரும்பொழுது அந்த உயிரினங்களும் அன்பான உயிரினங்-களாக மாறுகிறது. இந்த தாக்கம்தான் பல உயிரினங்களிடமும் ஏற்படுகிறது. அதே போல் மனிதர்களிடம் உள்ள ஒரு பழக்கம் சக உயிரினங்களிடமும் காணப்படுகி-றது. ஒரு மனிதருக்குத் தேவையான பொருட்களை ஒருவர் தருகிறார் என்றாலும், அதையே மற்ற சக மனிதர்களும் தருகிறார்கள் என்றாலும் பயன் பெறக்கூடிய மனிதர் அந்த இடத்தை விட்டும், மனிதரை விட்டும் விலகிச் செல்வது மனதள-வில் கடினமான செயல். அதுதான் மற்ற சக உயிரினங்களிடம் வெளிப்படுகிறது. அதுவே மனிதர்களின் கடுமையான கட்டளைக்கும் கீழ்ப்படிய செய்கிறது. ஆனால் இதில் மனித அன்பிற்கு அடிமையாகும் உயிரினங்களின் எண்ணிக்கைதான் மிக அதிகம். மனித அன்பை நம்பி ஏமாற்றம் அடையும் மனிதர்கள் போலவே மற்ற சக உயிரினங்களும் ஏமாற்றம் அடைந்து மனிதர்களிடம் பலியாகிறது.

மனித இனத்தின் அன்பிற்கு அடிபணிந்த உயிரினங்களின் குணாதிசயங்கள் முழுவதும் மறைந்து போகிறதா என்றால் கட்டாயம் இல்லை. பல நேரம் மனிதர்க-ளிடம் உணர்ந்த அன்பு அந்த உயிரினங்களிடம் மறையும் தருணத்தில் அவற்றின் பிறவி தன்மை வெளிப்படுகிறது அன்று தன்னிடம் அன்பாய் இருந்த மனிதர்க-ளையே தாக்க முயல்கிறது. உடனே நாமும் அந்த உயிரினங்களை இதோ புத்தியே இதுதான் என்று திட்டி விடுவோம். நீண்ட நாள்கள் மனித அன்பிற்கு இணங்கி இருந்த உயிரினங்கள் சில காரணங்களால் அவற்றின் தற்காப்பு குணம் வெளிப்ப-டும்போது அதனால் மனிதர்களுக்கு ஆபத்தான செயல்கள் ஏற்படத்தான் செய்யும். அதன் பிறவிக் குணம் தன்னை தாக்கும் உயிரினங்களிடம் இருந்து தன்னை தற்-காத்து உயிர்ப்பிழைப்பதே ஆகும். இயல்பிலேயே தன் வாழ்க்கை முழுவதையும் தற்காப்பு உணர்வுடனே வாழக்கூடியவைதான் மற்ற உயிரினங்கள். அதனால் அச்-சப்படும் தருணத்தில் தன் தற்காப்பிற்காக மனித இனத்தைத் தாக்கத்தான் முயலும்.

ஒரு காட்டில் இருக்கும் மான் தன்னை வேட்டையாடி கொல்லும் ஒரு உயி-ரினத்தின் அருகில் திடிரென்று ஒரு நாள் சென்று அதனுடன் பழகுமா என்றால் பழகாது. அதுவே மனிதர்கள் தன்னை வேட்டையாடுபவர்கள் என்று தெரிந்தே அவர்கள் வெளிப்படுத்தும் அன்பால் மற்ற உயிரினங்கள் பழகக் கூடும். அதுதான் மனித அன்பின் தனித்துவமான சிறப்பு. இதே சிறுவயதிலிருந்து மற்ற உயிரினத்-தோடு வாழ்ந்தால் அது எவ்வளவு கொடிய விலங்காக இருந்தாலும் அதனுடன்

அன்போடே பழகும். இது தரணியில் மனிதர்கள் உட்பட அனைத்து உயிர்களுக்-
கும் இருக்கக்கூடிய பொதுவான குணம்.

மனிதர்கள் மற்ற உயிர்களிடம் எவ்வளவு அன்பு செலுத்தினாலும் அவற்றின்
அச்ச உணர்வு வெளிப்படும் தருணத்தில் தன் பாதுகாப்பு கருதி அருகில்
இருக்கும் உயிரினத்தை அது தாக்கத்தான் செய்யும். அச்ச உணர்வோடு அந்த
இடத்தை விட்டுப் பதறியடித்து ஓடத்தான் செய்யும். அது மனிதர்களாகட்டும் மற்ற
எந்த உயிரினங்களாகட்டும் அச்ச உணர்வில் தாக்கத்தான் முற்படுவோம். அந்த
இடத்தை விட்டு வெளியேற ஓட்டம்தான் பிடிப்போம். இனியும் அன்பு என்கிற
காரணத்தைச் சொல்லி மற்ற உயிரினங்களுக்கு அன்பு தெரியாது என்று ஆறாம்
அறிவை நாம் ஒப்பீடு செய்து வாதிடுவதும் அறியாமைதான்.

மனிதன் உயிரினத்தின் மீது அன்பு செலுத்தும்போது அந்த உயிரினம் மனித
அன்பிற்கு அடிபணிகிறது. அதேபோல் ஒரு உயிரினம் மற்ற சக உயிரினங்களுடன்
சிறுவயதிலிருந்து ஒன்றாக வளரும்போதும் அன்பு ஒன்று தான் அவ்விரண்டுக்கும்
இடையில் பிணைப்பை ஏற்படுத்தும். தரணியில் மனித இனமாகட்டும், மற்ற சக
உயிரினங்களாகட்டும் அனைத்து உயிரினங்களும் அன்போடுதான் உயிர் வாழ்கி-
றது. அதில் பழகிய உயிர்களை அன்போடும், பழகாத உயிர்களை அச்ச உணர்-
வோடுதான் பார்க்கும். இதேதான் மனித இனத்திடமும் வெளிப்படும். அதனால்
அன்பின் தன்மையை மனித இனம் உணர்ந்தறியாமல் அன்பு மனிதர்களுக்கு மட்-
டுமே உரித்தானது என்று சொல்லி மற்ற உயிரினங்களுடன், ஆறாம் அறிவுடன்
ஒப்பீட்டு வாதம் செய்வது ஏற்புடையதாகது.

மனிதர்களுக்கு கீழ்படிந்த உயிரினங்கள் ஏன் சில நேரங்களில் மனிதர்களைத்
தாக்க முற்படுகிறது என்று நம் வாழ்வியலிலிருந்து ஒரு விடயத்தை உதாரணமாக
பார்ப்போம். நம்மிடம் அன்பாகப் பழகுகிறவர்கள் நம்மை வேலை வாங்கும்போது
நாம் எந்த வித எதிர்ப்பு மன நிலை இல்லாமல் அந்த வேலையைச் செய்து
முடிப்போம். அதேதான் நாம் விருப்பப்பட்ட வேலையை நாம் செய்யும்போது நம்-
மிடம் வெளிப்படும். இதே நாம் வேறொரு நிறுவனத்திற்கு வேண்டா வெறுப்பாக
வேலைக்குச் செல்லும்பொழுது அங்கு இருக்கும் ஒரு அதிகாரி நம்மிடம் சில
வேலைகள் செய்யச் சொல்லி கட்டாயப் படுத்தும் போது அந்த வேலையில் நமக்கு
விருப்பமும் ஈடுபாடும் இல்லையென்றாலும் நாம் அந்த வேலையைச் செய்தாக
வேண்டும் என்கிற சூழல் ஏற்படுகிறது. காரணம், நமக்கு பணம் தேவை.

நமக்கு அந்த நிறுவனம் பணம் தருகிறது என்பதால் மேல் அதிகாரிகளின் கட்-
டளைக்குக் கீழ்ப்படிந்து விருப்பம் இல்லாத வேலையைச் செய்தாகதான் வேண்டும்.
எப்பொழுது நாம் செய்யக்கூடிய வேலை நமக்கு தேவை இல்லையோ அன்று கீழ்-
படிவதற்கு பொறுமை இழந்து அந்த வேலையைத் தூக்கி எறிந்து விட்டு வேறொரு
வேலையை நோக்கிப் பயணப்பட்டு விடுவோம். அதேதான் சக உயிரினங்களை

மனிதன் தன் அன்பால் இல்லாமல் தன் அடக்கி ஆளும் திறன் மூலம் கீழ்ப்-படியச் செய்கிறான். தொடர் கட்டளைக்குக் கீழ்ப்படிந்த உயிரினம் ஏதாவது ஒரு தருணத்தில் மனிதர்களை தாக்க முயல்கிறது. இதேதான் மனித அடக்குமுறையி-லும், ஒடுக்கு முறையிலும் வெளிப்படும். இவற்றையும் மீறி மற்ற உயிரினங்களி-டமிருந்து மனித இனத்தை வேறுபடுத்துவது பகுத்தறியத் தெரியாததுதான் என்று நீங்கள் கருதினால், பகுத்தறியும் மனித இனத்தால் என்றும் எப்பொழுதும் தரணி-யில் குற்றச் செயல்கள் நிகழ்ந்திருக்கவே கூடாது. ஆனால் ஒவ்வொரு நாளும் வித விதமான குற்றங்களும், குற்றவாளிகளும் அதிகரித்துக்கொண்டே தான் இருக்-கிறார்கள். பெரும்பாலான உயிரினங்கள் அதன் தற்காப்பிற்காகத் தான் மனிதர்க-ளைக் கொள்ளும். ஆனால் மனிதர்கள் தனக்கு ஆறறிவு என்று சொல்லி சாதிய கொலை, சாதிய ஆணவக் கொலை, மதப்பற்று கொலை, நிற வெறி கொலை, இனப்பற்று கொலை, மொழிப்பற்று கொலை, பாலியல் வன்புணர்ச்சி கொலை, தொழில் போட்டி கொலை, பணப் பற்று கொலை, அதிகார ஆணவக் கொலை, குற்றம் மறைத்தல் கொலை என்று பல கொலைகள் மனித இனத்தால் அரங்கேறிக் கொண்டே இருக்கிறது. அதனால் நீங்களே எண்ணிப்பாருங்கள் மற்ற உயிரினங்-களிடம் இருந்து வேறுபடும் மனித இனமாகிய நாம் உண்மையில் ஆறறிவோடு வாழ்ந்து வருகிறோமா என்று.

நாம் கட்டமைத்துள்ள நாகரிகமும் மனிதர்களுக்கு மட்டும் தான் தெரியும் மற்ற உயிரினங்களுக்குத் தெரியாது என்ற வாதமும் அதிகப்படியான மனிதர்களிடத்தில் வெளிப்படும். நாகரிகம் மனித இனத்திற்கு மட்டும் தான் தெரியும் என்று சொல்லும் ஆறறிவாளர்கள் கடற்கரைக்குச் சென்று காதல் ஜோடிகளின் நாகரிகங்களையும், தினமும் செய்தித்தாள்களில் வரும் இக்கட்டமைப்பின் நாகரிக சீர்க் கேட்டையும் பாருங்கள். மனிதர்கள் நமக்கு நாமே உருவாக்கிய நாகரிகத்தோடு இருக்கிறார்களா இல்லையா என்பதை நாம் அறிவோம். ஆதலால் ஆறாம் அறிவை நாம் நாக-ரிகத்துடனும் ஒப்பிட்டுக்கொண்டு இதுதான் மற்ற உயிரினங்களிடம் இருந்து மனித இனத்தை வேறுபடுத்துகிறது என்று வாத தர்க்கம் செய்வதும் மனித இனத்தின் அறியாமைதான். இதுபோன்று மனிதர்களால் ஆறறிவுகள் என்று சொல்லப்பட்டு வருகிற பல விடயங்களும் அக்காலகட்டத்திலிருந்து இன்று வரை ஆறாம் அறி-வின் வெளிப்பாடாகவே நம்மால் நம்பப்பட்டு வருகிறது.

5

ஆறாம் அறிவின் நோக்கம்

ஒரு நிகழ்வு நடைபெறுகிறது என்றால் அந்த நிகழ்வு நடைபெறுவதற்கான மூல-காரணம் ஒன்று இருந்தே தீரும். ஏதாவது ஒரு மூலகாரணத்தை அடிப்படையாக வைத்துத்தான் தரணியில் ஒவ்வொரு நிகழ்வுகளும் நடைபெறுகிறது என்பதை நாம் அலசி ஆராய்ந்தாலே அதனை அறிய முடியும். அது நன்மையோ, தீமையோ அதற்கு ஒரு மூல காரணம் கட்டாயம் இருக்கும் இருந்தே தீரும்.

நிழலும் நிகழ்விற்கு ஒரு மூல காரணம் இருப்பது போல் புடவியால் தொடர்ந்து படைக்கப்படுகிற ஒவ்வொரு படைப்பிற்கும் அதன் படைக்கப்பட்டதன் மூல கார-ணம் என்பது கட்டாயம் இருந்தே தீரும். அது போல் தான் மனித இனத்திற்கு வழங்கப்பட்டுள்ள ஆறாம் அறிவிற்கும் மூல காரணம் ஒன்று இருக்கிறது. அந்த ஆறாம் அறிவின் மூலமான மூல காரணத்தை அறிந்திட கூடாது என்பதற்குத்தான் மனித இனமாகிய நாம் நம் மாயை மனதிற்கு எளிமையாக அடிமையாகி விரை-வாக மறந்து விடுகிறோம். அது நாளடைவில் தொண்ணூற்று ஒன்பது விழுக்காடு அளவிற்கு நம் மாயை மனதிற்குள்ளாக மறைந்தும் விடுகிறது. அதே நேரம் அந்த ஒரு விழுக்காடு அளவிற்கு ஏற்ற சிந்தனை தூண்டுதல்களைப் புடவியும் நமக்கு ஏற்படுத்திக் கொண்டேதான் இருக்கிறது. ஆனால் நாம் தான் அந்த தூண்டுதல் உணர்வைப் புரிந்துகொள்ள முடியாமல் கூட்டத்தில் ஒருவராகக் கடந்து விடுவோம். புடவியின் வழிகாட்டலும் மன மாயை தீவிரத்தால் முழுவதும் நூறு விழுக்காடு மறைந்தும் விடுகிறது. பிறகு மீண்டும் மனிதத்தின் மனம் தூண்டப்பட காத்துக் கிடக்கிறது.

நாம் என்ன செய்கிறோம் என்றால் மனித இனத்திற்கு வழங்கப்பட்டுள்ள தனித்துவமான ஆறாம் அறிவினை மற்ற சக உயிரினங்கள் போல் உயிர் பிழைத்து

வாழ்வதற்காகவும், அதில் நம் மாயை மனதின் ஆசைகளை நிறைவேற்றவும்தான் வாழ்கிறோம். இப்படி மன மாயையை சுழற்சியில் மனித இனத்தின் ஆறாம் அறி வும் சிக்குண்டு போவதால், அதன் அறிவுத் திறனும் மன மாயையை வலுவ டையச் செய்வதற்காகவே அதனை அதிக அளவில் வெளிப்படுத்துகிறோம். உதா ரணத்திற்கு கடுமையான மனித பிணிக்கு குறைந்த விலையுள்ள மருந்தை 'அ' என்ற ஒரு மனிதர் குணமடையும் தன் ஆறாம் அறிவால் கண்டறிகிறார் என வைத்துக்கொள்வோம். அதே போல் வேறொரு 'ஆ' என்ற மனிதர் தரணியிலே அதிக விலை உயர்ந்த ஒரு வாகனத்தை தன் ஆறாம் அறிவால் கண்டறிகி றார் என வைத்துக்கொள்வோம். இதில் அதிக விலையுள்ள வாகனத்தை குறிப் பிட்ட சில மனிதர்கள் மட்டும்தான் தன் ஆசைக்கும், ஆடம்பரத்திற்கும் அதிக விலை கொடுத்து வாங்குவார்கள். இதே 'அ' என்ற நபர் தன் ஆறாம் அறிவின் மூலம் கண்டறிந்ததை மனித பிணிக்கான மருந்தை அனைத்து மக்களும் வாங்கி பயன்பெறக்கூடிய விலை குறைவான மருந்தாக இருக்கும். அவரும் மனிதர்தான், இவரும் மனிதர்தான் ஆனால் ஏன் இவர்கள் இருவருக்குள்ளும் இவ்வளவு பெரிய வேறுபாடு? இதற்கெல்லாம் காரணம் மனித இனத்திற்குத் தீய சக்தியாக இருக்கும் நம்முடைய மாயை மனம் மட்டும்தான். நம் மாயை மனதிற்கு அடிபணியும்போது சிறு சிறு காரணங்களுக்கும் அது நம்மிடையே உள்ள மனித உணர்வு நிலையில் ஒரு விதமான போதை நிலையை ஏற்படுத்துகின்றது. அந்த போலி உணர்வின் தூண்டுதலுக்கு மனித இனமாகிய நாம் அடிபணிய தொடங்குகிறோம். அதனால் தொடர்ந்து மன மாயையின் தேவைக்கு மட்டுமே நாம் இயங்குகிறோம்.

அதற்கு அடுத்து மாயை மனம் நிறைவடையாமல் போதாது என்ற உணர்வு நிலைக்கு ஏற்ப அடுத்து என்ன என்ற கேள்வியோடு அடுத்த லௌகீக வாழ்வின் சிந்தனைகளை நோக்கி நம் ஆறாம் அறிவு பயணப்படுகிறது. மனமாயை நம் மனதில் இருக்கும் வரை நம்முடைய ஆறாம் அறிவு மனிதர்களின் உணர்வு நிலைக்கேற்ப பெரும்பாலும் லௌகீகத்தின் அறிவை சார்ந்துதான் இயங்கி வரும். அது இறுதியாக ஆறாம் அறிவின் தனித்திறன் மூலம் கண்டறியப்பட்ட அறிவியல் கண்டுபிடிப்புகள் மனித இனத்தை இம்மண்ணில் கரைத்துவிடும். இதே மனித இனம் ஆறாம் அறிவு இருப்பதற்கான காரணத்தினை அலசி ஆராய்ந்து மாற்று சிந்தனைகள் செய்து மாற்று கேள்விகள் கேட்டுத் தேடுதலைத் தொடங்கும்போது நம் மனதில் மன மாயை மறைவதற்கான வழித்தடத்தை அது ஏற்படுத்தும். அதனால் மெல்ல மன மாயை நம்மிடம் மறைய தொடங்கும்.

ஆறாம் அறிவை பொறுத்தவரையில் சில குறிப்பிட்ட மனிதர்கள் மட்டும்தான் ஆறாம் அறிவு பற்றிய சிறிய புரிதலுடன் அந்த அறிவை அடைய வேண்டும் என்கிற நோக்கத்துடன் அறிந்தும் அறியாமலும் பயணிக்கிறார்கள் என்று சொல் லலாம். அதாவது நான் யார், என்னைப் படைத்தது எது என்ற தேடலை

உடைய உண்மையான ஆன்மீகவாதிகள் என்று வைத்துக்கொள்வோம். அவர்கள்-தான் அறிந்தும் அறியாமலும் ஆறாம் அறிவின் முழுமையை நோக்கிப் பயணப்-படுகிறார்கள்.

தன் மனதின் மாயையை அறுக்க வேண்டும் என்று பயணப்படும் மனிதர்க-ளுக்கும், மன மாயையை மறையச் செய்தவர்களுக்கும் ஆறாம் அறிவு பற்றிய சிறிய அளவிலான புரிதல் ஏதாவது வேறொரு கோணத்தின் பார்வையில் கண்டிப்-பாக இருந்தே தீரும். தேடல் உள்ள மனிதர்களுக்கு மட்டும்தான் ஆறாம் அறிவு சார்ந்து புரிதல் இருக்கக் கூடுமா என்றால் இல்லை. தேடல் இல்லாத மனிதர்களி-டத்திலும் ஆறாம் அறிவு பற்றிய புரிதல் கண்டிப்பாக இருக்கிறது. ஆனால் அது வேறு கோணத்தின் பார்வையில் இருக்கிறது. அதில் நம்மில் பெரும்பான்மையான மனிதர்கள் தவறான புரிதலுடன் ஆறாம் அறிவு லௌகீகம் சார்ந்துதான் இருக்கக் கூடும் என்று கருதுகிறோம்.

நமக்கு ஆறாம் அறிவு பற்றிய புரிதல் ஏற்பட வேண்டுமானால் நம் மனதின் மாயையை மறையச் செய்யும் மாற்று சிந்தனையில், மாற்று கேள்விகளில் நம்மை உட்படுத்திக்கொள்ள வேண்டும். குறிப்பிட்டுச் சொல்ல வேண்டுமானால் ஒட்டு-மொத்த மனித இனமே நான் யார் என்ற தேடலில் இருக்க வேண்டும். அதுதான் ஆறாம் பற்றிய புரிதலை நோக்கி மனித இனத்தை வழிநடத்தி செல்லும். இன்-றைய ஆன்மிகத்தின் கூற்றுபடி சொல்ல வேண்டும் என்றால் இறைத் தன்மை ஆற்றலை முழுவதும் உணர்ந்தறிந்து அனுபவ ரீதியாகக் அதனுடன் பிணைப்பை ஏற்படுத்தி பேறறிவை அடைய மனித இனத்தை ஆறாம் அறிவு வழிநடத்தும். அதற்கு பெரும் தடுப்பு சுவராக, முட்டு கட்டையாக மதங்களும், பற்றும், லௌகீக வாழ்க்கையும், மன மாயையும் செயல்படும். அதாவது வெட்ட வெளியில் புடவி-யின் உணர்வுகளைத் தேடிப் பயன்பட வேண்டிய மனித இனத்தை இடைமறித்து மதத்தின் கூற்றுகளையும், கோட்பாடுகளையும் உண்மைகள் கலந்தவாறு கூறி நான் என்ற தேடல் உள்ளவர்களையும் தங்களின் மதத்திற்குள்ளாக வளைத்துக் கொள்-ளும். அதற்கு பற்றுதல் முட்டுக்கட்டையாக செயல் படும்.

பற்றுகளில் சிக்குண்டு போகும் விழிப்படைந்த மனிதர்களையும், தேடல் உள்ள மனிதர்களையும் மதங்களும், போலி போதகர்களும், போலியான குருமார்களும் அவர்களை வேறு எங்கேயோ அழைத்துச் சென்று அவர்களின் பயணத்தைத் தவறான நிலையில் நிலைபெறச் செய்து விடுகிறார்கள். அதற்கு எடுத்துக்காட்டாக ' விவேகானந்தர் ' அவர்களால் சொல்லப்பட்ட கதை தான் கிணற்றுத் தவளை கதை இதனை உணர்ந்தறிந்தும் அவர் ஏன் மதத்தினுள் சிக்கி கொண்டிருந்தார் என்பது சாத்தானிய மன மாயையின் வேறு விடயம்.

மனிதர்களின் விழிப்பு நிலை மாயையின் தவறான வழிகாட்டலில் செல்லும்-பொழுது மீண்டும் தீவிரமான மனமாயையின் தூண்டுதலுக்கு உள்ளாகி அவர்கள்

மன மாயைக்கு அடிபணிந்து போக வேண்டிய சூழல் ஏற்படுகிறது. அவர்களும் நாளடைவில் மதப் பற்றை போற்றி வளர்க்கும் ஆன்மிக வாதிகளாகவும், மனிதர்களுக்கு தன்னை அறியாமல் கெடுதல் செய்யும் மாயை மனிதர்களாகவும் மாறி விடுகிறார்கள். மதத்திற்குள் இணைந்த பிறகு அவர்கள் பேசும் சொற்களும், செய்யும் செயல்களும், மனித வேற்றுமையைத் தூண்டும் செயல்களும் அன்று அவர்களின் பார்வையில் மிகச் சரியானதாக, உண்மையானதாக, மதத்தின் இறை வாக்காக, புடவியின் நோக்கமாக மாறிப்போகிறது.

மன மாயையைத் தகர்த்து விழிப்படைந்த தொடக்கத்தில் நல்ல சிந்தனைகள் செய்து, நல்ல செயல்கள் செய்தவர்கள்தான் பிற்காலத்தில் அப்படியே முழுவதுமாக நேர் எதிராக மாறிப் போகிறார்கள். காரணம், மன மாயையைத் தகர்த்து விழிப்படைந்த அவர்கள் மீண்டும் மன மாயையில் தான் சிக்கி விட்டோம் என்பதையே உணர்ந்தறியாமல் இருப்பதுதான் அதற்கான முழு காரணமாக இருக்கிறது. அதன் வெளிப்பாடுதான் அவர்கள் மனிதத்திற்கு எதிராக வேற்றுமை ஏற்படுத்தும் மதப் பற்று மாயையில் சிக்கிக்கொள்கிறார்கள். பிறகு அவர்களின் மனதில் உள்ள மனமாயை வலுவடைந்து மனித இனத்திற்குத் தவறான செயல்கள் செய்யும் பொய்யான ஆன்மிக கயவர்களாக மாறுகிறார்கள். இதுதான் தரணியெங்கும் போலி ஆன்மிக கயவர்கள் உருவாகுவதற்கு மிக முக்கிய காரணம்.

இது நம் வாழ்க்கை முறையில் அனைவருக்குமே பொருந்தும். நாம் அனைவரும் அதனை அறிந்து வைத்திருக்கக் கூடும் அல்லது நாம் கூட அந்த நபராக இருக்கக் கூடும். ஒரு கால கட்டத்தில் நல்ல சிந்தனைகள் உடைய, நல்ல செயல்களைச் செய்த மனிதர் வேறொரு கால கட்டத்தில் தீய சிந்தனை உடையவராக, தீய செயல் செய்யக் கூடியவராக மாறுகிறார். அப்பொழுது தீய செயல் செய்து கொண்டிருந்த மனிதர் இப்போது நல்ல சிந்தனையுடைய, நல்ல செயலைச் செய்யக்கூடிய நல்ல மனிதராகவும் மாறுகிறார். இதுபோன்ற மனிதர்களின் குணம் சார்ந்து ஏற்படும் அனைத்து நிகழ்விற்குமே நம்முடைய மாயை மனதின் ஏற்ற இரக்கம்தான் முக்கிய காரணம்.

நாம் மன மாயையை மறையச் செய்து விழிப்படைந்து ஆறாம் அறிவின் முழுமையை நோக்கி நாம் பலர் பயணித்தாலும், தற்போது உள்ள மன மாயையின் தீவிரத்தின் சூழல் நிலவரப்படி நம்மில் குறிப்பிட்ட ஒரு சிலர் மட்டுமே ஆறாம் அறிவில் முழுமை அடைய முடியும். அவர்களே அனைத்தையும் அனுபவமாக உணர்ந்தறியும் ஏழாம் அறிவை அடைய முடியும். மீதம் இருப்பவர்கள் நாம் தொடர் முயற்சியில் மனிதத்தின் மனதின் வலுவோடு தொடர்ந்து மன மாயையிடம் போட்டியிட்டபடி பயணிப்போம் அல்லது மீண்டும் மன மாயையின் தீவிரத்தாலும், லெளகீக வாழ்க்கையின் கட்டமைப்புகளின் நெருக்கடிகளினாலும், சக மனிதர்களினாலும் மீண்டும் மன மாயைக்குள் இழுக்கப்படுவோம். இவற்றையெல்லாம்

மீறி ஆறாம் அறிவின் முழுமையை நோக்கிப் பயணிப்பவர்கள் மன மாயையுடன் போராடியபடிதான் பயணிக்க வேண்டும். இல்லையென்றால் மாயையில் சிக்கி தவறான வழியில் அதாவது மதத்தின் வழியில் பயணித்து மனிதத்திற்கு எதிரான கதைகளை நம்பி பிரிவினையை நோக்கி பயணிப்பார்கள். அதனால்தான் விழிப்-படைந்தும் மனிதம் உணர்ந்தறிந்து மனிதம் போற்றி வளர்க்கும் பல ஆன்மீகவா-திகள் மதத்தினுள் இருந்து போதனை செய்யும் போதனை செய்பவர்களாக மாறு-கிறார்கள். இன்னும் குறிப்பிட்ட சிலர் இன்றைய வாழ்க்கையின் கட்டமைப்பின் சூழ்நிலைகளை அறிந்து, புரிந்து தரணியின் லௌகீக வாழ்க்கைக்குத் தகுந்தார் போல் தன்னை மாற்றி அமைத்து தன் விழிப்பு நிலையை மறைத்தும், மறந்தும் வாழ்கிறார்கள். மனித இனத்தின் அறிவின் பரிணாமத்தினை நோக்கி வழங்கப்பட்ட ஆறாம் அறிவைதான் நாம் நம் தரணி வாழ்வியலுக்குள்ளாக, உயிர்ப்பிழைக்கும் திறனுக்குள்ளாகச் சுருக்கி ஆறாம் அறிவின் பெருமையையும், புகழையும் துதிப்-பாடி பிரிவினையோடு வாழ்ந்து வருகிறோம்.

ஆறாம் அறிவின் தன்மை என்பது மனித வாழ்க்கையை இத்தரணி மாயை-யின் லௌகீக வாழ்வியலுக்குள்ளாகச் சுருக்கி சுழலும் தன்மையுடையது அல்ல, அது தரணியின் லௌகீக வாழ்வியலுக்கு அப்பாற்பட்டு இன்றைய பரிணாமத்தின் அறிவால் முற்றிலும் விளக்கம் தரமுடியாததாகக் கட்டமைக்கப்பட்டிருக்கிறது. அந்த கட்டமைப்பை மனித இனம் உணர்ந்தறியும் அத்தருணம் மனித இனம் அடுத்தகட்ட பரிணாமத்தின் இலக்கை நோக்கி பயணிக்கிறது என்பது அதன் பொருள் ஆகும். அதாவது ஆறிலிருந்து ஏழாக பரிணாமித்து பேரறிவை அடைந்து புடவியின் இக்கட்டமைப்பை முழுவதும் உணர்ந்தறிந்து அனுபவித்து எட்டாவது அறிவை நோக்கி பரிணாமிப்பது மனித இனத்தின் நீண்ட இலக்காக இருக்க கூடும். அப்போது புடவியின் இறைத் தன்மையை அடைந்ததாகத கருதப்-படும் சித்தர்கள், மகான்கள் அடுத்த கட்ட எழாவது பரிணாமத்தை அடைந்திருப்-பார்களா என்றால் கட்டாயம் அடைந்திருப்பார்கள் அதுவே அவர்களின் சித்துகள். ஏழாவது பரிணாமத்தில் முழுமைடைந்து அவர்கள் எட்டாவது அறிவின் பரிணா-மத்தை அடைந்திருப்பார்களா என்றால், நாம் நம்பும் சித்தர்களுக்கும், மகான்க-ளுக்கு மட்டுமே வெளிச்சம்.

மனித இனத்தின் திறனான சிந்தனைத் திறனையும், கேள்வி திறனையும் சரி-யான முறையில் பயன்படுத்தினால் மனித உயிராகப் பிறக்கும் நம் அனைவரா-லுமே ஆறாம் அறிவின் தன்மையை உணர்ந்து புரிந்து அறிந்து கொள்ளக்கூடும். ஆறாம் அறிவினை நம் லௌகீக வாழ்விற்குள்ளாகக் குறிப்பிட்ட வட்டத்திற்குள் மட்டும் சுழலச் செய்யாமல் புடவியில் மனித இனத்தின் வாழ்வியல் பற்றியும், தரணியில் நம் திறனுக்கு அப்பாற்பட்ட செயல்களைப் பற்றியும், புடவியின் பிரம்-மாண்டமான அறிய முடியாத கட்டமைப்புகள் பற்றியும் தொடர்ச்சியான சிந்தனை,

கேள்விகளை எழுப்பி விழிப்படைவோம்.

நாம் விழிப்படைந்த பிறகும் மாற்று சிந்தனைகள் எப்பொழுதும் நம் மனதில் நிலைபெற்று இருக்க வேண்டும். காரணம், நாம் சிறிது அசைந்தாலும் மன மாயை மீண்டும் நம் தெளிவடைந்த மனதை மாற்றம் அடையச் செய்து நமக்கே தெரியாமல் அதற்கு ஏற்ற திசையில் நம்மைப் பயணிக்கச் செய்துவிடும். நாம்தான் நம் சிந்தனைகளின் மீதும், செயல்களின் மீதும் கவனமாக விழிப்புணர்வுடன் இருக்க வேண்டும். அதற்கு வேறு குறுக்கு வழிகள் இருப்பதாகவும் தெரியவில்லை. அதனால் தான் பலர் ஆன்மீக ரீதியாக மனித கூட்டத்தையும், மாயை சிந்தனைகளைத் தூண்டக்கூடிய நிகழ்வுகளையும் தவிர்க்கவே காட்டிற்கோ, மலைக் காடுகளுக்கோ தனிமையைத் தேடிச் சென்றிருக்க கூடும். இன்று அந்த செயல் பெரிய கடினம் என்பதை நாம் அறிவோம். அதற்கு தான் பெரும்பாலும் நம்மிடம் மாற்று சிந்தனைகளும், மாற்று கேள்விகளும் தூண்டப்பட்டுக் கொண்டே இருக்க வேண்டும். அதுவே தற்போது மனித இனத்திற்கு அவசியமாகிறது. அதுதான் மன மாயையை மறையச் செய்வதற்கும் தொடக்கத்திற்கும், நீட்சிக்கும், முடிவுக்கும் முக்கிய செயலாற்றுகிறது. அதனால் அனைவரும் மாற்று எண்ணங்களை தங்கள் மனதில் சிந்திக்கத் தொடங்கி, மாற்று கேள்விகள் கேட்க வேண்டியது கட்டாயமாகிறது.

6

ஆறாம் அறிவின் பயணம்

வெற்றிடம் நிறைந்த அண்டவெளியில் நிலைபெற்று இருக்கும் கோள்கள். அவற்றில் தரணி என்ற கோளில் மனிதர்களும், மற்ற சக உயிரினங்களும். அவற்றிற்கு வாழ்வியல் தரும் சூரியன். சூரியனிலிருந்து வெளியேறும் அதீத வெப்பத்தைத் தடுக்க தரணியின் பாதுகாப்பு மண்டலம். மீதமுள்ள கதிர்வீச்சுகள் உயிரினங்களைப் பாதிக்காமல் தடுக்க ஓசோன் படலம். தரணியில் உயிரினங்கள் உயிர் வாழ உணவு சங்கிலி முறைகள். என்று பல இயற்கையான அதிசய, மாயாஜால கட்டமைப்புகளால் நிரம்பியுள்ளதுதான் நாமும், நாம் வாழும் தரணியும், புடவியும்.

உணவு சங்கிலி முறையில் உயிர் வாழும் உயிரினங்களுக்குத் தரணி நீர், நிலம், நெருப்பு, காற்று, ஆகாயம் எனப் பஞ்ச பூதங்களையும் தன்னகத்தே கொண்டுள்ளது என்பதை நம் தனித்திறன் அறியும். ஆனால் இவை அனைத்தும் ஏன்? எதற்கு உள்ளன? எனத் தெரியாமல்தான் மனித இனமாகிய நாம் வாழ்ந்து வருகிறோம் என்பதை நம்மில் எத்தனை பேர் அறிவோம்? நாம் யாரும் அது பற்றி முழுமையாக அறிந்திருக்கவும் மாட்டோம். அறிவியல் கூற்றாக மட்டும்தான் அறிந்து வைத்திருப்போம்.

நாம் பிறக்கும் தரணியில், நாம் வாழும் தரணியில், கோடிக்கணக்கான பல உயிர்கள் இருந்தும் நாம் மட்டும்தான் அறிவு அறியும் எல்லாவற்றையும் அறியும் மனித உயிராகப் பிறக்கிறோம் ஏன்? பிறந்தும் குறைந்த பட்சம் ஐம்பது வயதுடனும், அதிகபட்சம் நூற்றுப்பத்து வயதுடன் மட்டுமேதான் இத்தரணியில் உயிர் பிழைத்து இறக்கிறோம் ஏன்? வெளி ஊரில் உள்ள உறவினர்களின் வீடுகளுக்குச் சென்று அங்குச் சிறிது காலம் தங்கி விட்டு வந்த வேலை முடிந்ததும் கிளம்பிவிடுவது போல் தான் நாம் அனைவருமே இத்தரணியில் பிறந்து மரணிக்கிறோம்.

ஏன்? பிறந்தோம், ஏன்? வளர்ந்தோம், மனிதர்களுக்குள் ஏன்? போராடி உயிர்ப்-பிழைத்து வாழ்கிறோம் என்று அறிய முடியாமலே நம் இறப்பு வந்ததும் இறந்து விடுகிறோம் அது ஏன்? இந்த கேள்விகளே இல்லாத கோடிக்கணக்கான உயி-ரினங்கள் தரணியில் இருக்கும்போது மனித இனத்திற்கு மட்டும் ஏன் ஆறாம் அறிவின் திறன் இருக்க வேண்டும்? நாமும் கோடியில் ஒரு உயிரினமாக இத்தர-ணிக்கு அழிவை ஏற்படுத்தாத உயிரினமாக, மனிதம் உணர்ந்தறியாத உயிரினமா-கப் பிறந்திருக்கலாம். ஆனால் நாம் அப்படிப் பிறக்கவில்லையே. இவையெல்லாம் அறிந்தும் இன்றும் இந்த கணமும் மனித உயிர்களுக்குள் போராடும் உயிரினமா-கத்தானே வாழ்ந்து வருகிறோம் அது ஏன்?

நமக்கு வழங்கப்பட்ட ஆறாம் அறிவின் தனித்திறனின் சிறப்புதான் என்ன? வெட்ட வெளியில் படுத்த நாம் இன்று நம் வீடுகளின் படுக்கையில் படுத்துக் கொண்டிருக்கிறோம். உணவிற்கு மற்ற உயிரினங்களை வேட்டையாடிய நாம் இன்று உணவிற்குப் பணத்தை வேட்டையாடுகிறோம். அந்த வேட்டையில் தோற்-றுப் போகும் கோடி மனிதர்கள் மரணிக்கவும் செய்கிறார்கள். உயிரினத்தை வேட்-டையாட நாம் உழைத்த உழைப்பு அன்று நம் வேலையாக இருந்து. இன்று பணத்தை வேட்டையாட நாம் உழைக்கும் உழைப்பு நம் வாழ்க்கையாக உள்-ளது. அன்று கற்களால் செய்யப்பட்ட ஆயுதத்தால் ஒருவரை ஒருவர் தாக்கி கொண்ட மனித இனம் இன்று தன்னுடைய அறிவின் வளர்ச்சியால் நவீனமாக சமூக வலைத்தளங்களில் வார்த்தையால் தாக்கிக் கொள்கிறோம், நவீன ஆயு-தங்களினால் தாக்கிக் கொள்கிறோம், தனிப்பட்ட தகவல்களை கொண்டு தாக்கிக் கொள்கிறோம், பொருளாதாரத்தால் தாக்கிக் கொள்கிறோம். இப்படி எவற்றில் எல்-லாம் ஒருவரை ஒருவர் தாக்கிக்கொள்ள முடியுமோ அவற்றில் எல்லாம் நம்மை நாமே தாக்கிக் கொள்கிறோம்.

மன மாயையுடைய மனிதர்கள் இருக்கும் அரசாங்கத்தின் குடிசை மாற்று வாரிய குடியிருப்பு மூலம் நாம் வலுக்கட்டாயமாக, ஏற்றத்தாழ்வோடு புடவியில் இருக்கும் மாற்றுத் தரணிக்கே இடமாற்றம் அடைந்தாலும் இச்சமூகம் கட்டமைத்-துள்ள போலி கட்டமைப்புகளிலிருந்து நம்மால் தப்பிக்கவே முடியாது. அன்றும் நம்மை அடக்கும், ஒடுக்கும் மனிதர்கள் இருக்கத்தான் செய்வார்கள். மக்களை வேறுபடுத்திப் பிரிவினை செய்து தனிமைப் படுத்தும் அரசு இயந்திரமும் எந்த வேறுபாடுமின்றி அப்படியேதான் இயங்கும். மொத்தத்தில் மனித இனமாகிய நாம் எவ்வளவு அறிவு புரட்சியில், அறிவியல் புரட்சியில் ஈடுபட்டாலும் இன்று நாமும் சக மனிதனால் வேட்டையாடப்படும், சக மனிதனை வேட்டையாடும், பணத்தினை வேட்டையாடும், பெயர் புகழினை வேட்டையாடும், நம் பற்றிற்கு எதிரானவர்களை வேட்டையாடும் மனித மிருகமாகத்தான் நம் அனைவரும் வாழ்ந்து வருகிறோம். ஆனால் நாம் தனித்திறன் பெற்ற ஆறறிவாளர்கள் என்று சொல்வோம்.

இது வரை நாம் பார்த்த இவை பற்றின சிந்தனை கேள்விகள் இல்லாமலும், சிந்தனை கேள்விகள் இருந்தும் அதனைத் தொடராமலும், தொடர்ந்தாலும் எளிதாக மாயையிடம் அடிமையாகிப் பிறந்தோம், வளர்ந்தோம், உயிர்ப்பிழைத்தோம் என்று மரணித்து விடுவோம். எல்லையில்லா பிரம்மாண்ட புடவியில் ஒறு சிறு புள்ளியினுள் பல புள்ளிகளில் குறிப்பிட்ட ஒரு புள்ளியில் வாழும் மனிதர்கள்தான் மேலே சொன்னவற்றைக் கேள்விகளாக எழுப்பிய அலசி ஆராய வேண்டிய ஆறாம் அறிவினை பணத்திற்காகவும், லௌகீக வாழ்க்கைகாகவும் பயண்படுத்தி கொண்டிருக்கிறோம். இப்படி தரணியில் நாம் பிறப்பது மனித இனத்திற்குள்ளாகப் போராடி உயிர்ப்பிழைத்து வாழும் வாழ்க்கையை வாழ்வதற்காகதான்? என்கிற கேள்விக்கான சிந்தனைகளை நாம்தான் நம் மனதில் எழுப்ப வேண்டும்.

உணவை உட்கொண்டு துார் நாற்றம் வீசும் மலம் கழிக்கும் அதே மனிதர்கள்தான் நாங்கள் உயர்ந்தவர்கள், அவர்கள் தாழ்ந்தவர்கள், நாங்களே அதிகாரம் உள்ளவர்கள் என்கிற ஏற்ற தாழ்வினை மாயை மனம் இத்தரணியெங்கும் கட்டமைத்துள்ளது. இதனால் மனித இனத்திடம் அடிப்படையில் இருக்க வேண்டிய மனிதத்தின் மனம் புதைக்கப்படுகிறது. அதனால் இக்கடமைப்பை இயக்கும் மனிதர்களிடம் மனிதத்தை கேட்டும், சமூக நீதியைக் கேட்டும், சமத்துவத்தைக் கேட்டும் இந்த கணம் வரையும் தரணியெங்கும் மக்கள் போராடிக் கொண்டிருக்கிறோம். இப்படி மனித இனத்தை குறுகிய வட்டத்திற்குள் சுழலச் செய்து ஆறாம் அறிவை சிறுமைப் படுத்தி மடைமாற்றம் செய்ய மாயை மனம் தோற்றுவித்ததுதான் பல மனிதமற்ற கட்டமைப்புகள். அவற்றிற்கு எதிராகப் போராடியே மனித இனம் இறக்க வேண்டும் என்பதே சாத்தானிய மாயையின் பணியாக உள்ளது. அதாவது மனிதர்கள் தன் ஆறாம் அறிவை பற்றி சிந்தித்து விடாமல் கட்டமைப்பிற்குள் மாயை மனம் உண்டாக்கும் போராட்டத்தில் நம் கவனத்தை, விழுப்புணர்வை செலுத்தி மழுங்கடிக்கபட்ட ஆறறிவோடு வாழ வேண்டும் என்பதுதான் சாத்தானிய மாயையின் நோக்கம். இதையும் தரணியில் இருக்கும் மனித இனத்தால் மட்டும்தான் அலசி ஆராய்ந்து செல்ல முடிகிறது என்பதையும் ஆராயுங்கள்.

மற்ற உயிரினங்கள் அதன் உயிர்வாழும் திறனுக்கேற்ப அவற்றால் என்ன செய்ய முடியுமே அப்படிதான் மனித இனமும் தன் வாழ்வியலை சட்ட திட்டங்களுடன் கட்டமைத்து குடும்பம், பணி, சினிமா, அரசியல், இருப்பிடம், உணவு, பாதுகாப்பு என அனைத்தையும் உருவாக்கி நம்முள் போராடி வாழ்கிறோம். சக மனிதர்களுக்கும் நமக்கும் பணம் ஈட்டும் அளவில், வாழ்வியல் முறையில் மாற்றங்கள் இருந்தாலும் ஒரே காரியத்தைத்தான் மனித இனத்தில் கூலித் தொழிலாளர்கள் முதல் பெரும் பண முதலைகள் வரை அவரவர் செயலுக்கு ஏற்ப செயல்களைச் செய்து உயிர்ப்பிழைத்து வாழ்கிறோம். அதையேதான் மற்ற உயிரினங்களும் வேறொரு உயிரினங்களுக்கு எதிராகப் போராடிப் போட்டியிட்டு உணவு சங்கிலி

முறையிலே போராடி வாழ்கிறது. ஆனால், தனித்துவம் பெற்ற சிறந்த ஓர் உயிரினமான மனித இனம் மனித இனத்திற்குள்ளாகவே சமூக ஒற்றுமை இல்லாமல், சமத்துவம் இல்லாமல், மனிதம் இல்லாமல் உயிர்ப்பிழைத்துப் போராடி வாழ்கிறோம். இதற்கெல்லாம் மனித இனத்தின் மனதைத் திரைப்போட்டு மூடி மறைத்துள்ள நம் மனதை ஆட்டிப்படைக்கும் சாத்தானிய மன மாயை மட்டும்தான் காரணம்.

சற்று நீங்களே சிந்தித்துப் பாருங்கள் ஆறாம் அறிவின் ஆற்றலின் துணையோடு நம் மாயை மனதை மறையச் செய்து, விழிப்படைந்து, மனிதம் உணர்ந்து மனிதத்தோடு நம்முடைய வாழ்வியலை நம்மால் கட்டமைத்து வாழ முடிகிற வாய்ப்பினை இப்புடவி வழங்கியிருந்தாலும் நாம்தான் அப்படி வாழ மறுக்கிறோம். நம்முள் இருக்கும் மன மாயையால். அதாவது மனிதம் போற்றி வளர்க்கும் சிறந்த ஓர் தரணி வாழ்வியலை மனித இனத்தால் இத்தரணியில் சிறப்பாக வாழ முடியும். ஆனால் நாம்தான் நம் மனதில் குடிகொண்டுள்ள சாத்தானியத்தின் மன மாயைக்கு அடிமையாகி நம் ஆறாம் அறிவினை சரியான முறையில் உபயோகப்படுத்தாமல் மாயை மனதின் தனிப்பட்ட விருப்பு வெறுப்பிற்காக அதனை உபயோகப்படுத்தி வேற்றுமை பிரிவினையோடு ஏற்ற தாழ்வில் வாழ்கிறோம்.

இத்தரணியில் மனித உயிர்களுக்குள்ளாகப் பணத்தை மட்டுமே தேடிப் போராட வேண்டிய வாழ்க்கையை மனித இனம் தனக்கு தானே உருவாக்கி வைத்திருக்கிறது. பல பிரிவினைகளை ஏற்படுத்தி மனிதம் இல்லாத வாழ்க்கையாக நம் வாழ்க்கையை மாற்றி வருகிறோம். சுய லாபத்திற்கும், தன் ஆசைக்கும் மனிதர்கள் சக மனிதர்களை வெறுத்து, வஞ்சித்து, ஒடுக்கி, நசுக்கி, தாக்கி போராட்ட வாழ்க்கையை வாழும் மனித இனம் எப்படி? எதனால்? ஆறறிவாளர்கள் ஆகிறோம் என்பதை நாம்தான் அலசி ஆராய வேண்டும். இத்தருணத்தில் பலருக்கு இக்கேள்வி எழலாம் மனிதர்கள் அறிவியலின் உச்சத்தை நோக்கிப் பயணித்துக் கொண்டிருக்கும் இக்காலகட்டத்தில் அதனை ஆறாம் அறிவு இல்லையென்று சொல்வது முட்டாள் தனமான விடயமாகத் தோன்றலாம். பின் எதுதான் உண்மையில் ஆறாம் அறிவு, அதன் நோக்கம் என்ன என்று வினாவும் எழலாம்.

ஆறாம் அறிவு எதற்கு என நாம் அலசி ஆராய்ந்து பார்த்தால் அது மனிதர்களிடம் இருக்கும் சிந்தனைத் திறன், ஆராயும் திறன், கேள்வி திறன், தொகுக்கும் திறன், என்று பல தனித்திறன்களை உள்ளடக்கியதாக இருக்கிறது. எதற்கெடுத்தாலும் ஒரு விடயத்தை ஆராய்ந்து, கேள்வி எழுப்பி ஆராய்ந்து சிந்தனைகள் செய்து வினாகள் எழுப்பிப் பகுத்தறியும் மனித இனம்தான் தன் ஏன் ஆறாம் அறிவுத் திறன்கள் தரணியில் மனித இனத்திடம் மட்டுமே உள்ளது என்பதை நம்மில் பெரும்பாலானோர் சிந்தனைகள் செய்து அலசி ஆராய்ந்திருக்கவே மாட்டோம். மாறாக அத்திறன்களை பயன்படுத்தி பணத்தை ஈட்டுவதற்கும், லௌகீக வாழ்வியலை மேம்படுத்திக் கொள்வதற்கும், அதனால் ஏற்படும் இன்னல்களிலி

ருந்து தன்னை தற்காத்துக் கொள்வதற்கும்தான் பயன்படுத்துகிறோம். இப்படி மனித கட்டமைப்போடு போட்டியிட்டு லௌகீக வாழ்வில் பெயர், புகழ், அடைய வேண்டும் என்கிற காரணத்திற்காகவும், தற்போது வாழும் லௌகீக வாழ்வினை அடுத்த கட்ட லௌகீக வாழ்விற்கு அழைத்துச் செல்லவும்தான் நாம் நம் ஆறாம் அறிவினை பல வழிகளில் உபயோகப்படுத்துகிறோம்.

மற்ற உயிரினங்கள் தன்னை விட பலம் வாய்ந்த ஒரு உயிரினத்தை எளிதாக அடையாளம் கண்டுகொள்ள முடியும். தன் உணவு எது என்பதை, வேட்டையால் யார் என்பதை உயிரினங்கள் அறிய முடியும். தன் உயிருக்கு ஆபத்து என்பதை அறிந்து தற்காத்துக்கொள்ளவும் முடியும். தாகத்திற்கு நீர் அருந்தவும் செய்யும். பசி எடுத்தால், அச்சம் ஏற்பட்டால் தாக்கி வேட்டையாடவும் செய்யும். இதையே தான் ஆறறிவுடைய மனித இனமாகிய நாமும் வெவ்வேறு விதமாக வெவ்வேறு வடிவங்களில், வெவ்வேறு பெயர்களில் செய்துவருகிறோம். ஆகத் தரணியில் மனித இனத்திற்கும் மற்ற உயிரினங்களுக்கும் உள்ள வேறுபாடு என்ன என்பதைப் பகுத்தறியும் புடவி ஆன்மீகத்தில் ஆராய்ந்தால் அது மனிதர்களைத் தவிர்த்து மற்ற எந்த உயிரினங்களினாலும் நான் யார்? புடவி எதற்கு? இந்த தரணி மற்றும் புடவியையைப் படைத்தது எது? ஏதோ ஒன்று இவற்றை எல்லாம் படைத்தது அல்லவா அதனைப் படைத்தது எது? என்ற சிந்தனைகளையும், கேள்விகளையும், ஆராயு- தலையும் மனித உயிரைத் தவிர்த்து மற்ற எந்த உயிர்களினாலும் இத்தரணியில் எழுப்ப முடியாது.

அதே போன்று தன் சிந்தனை முழுவதையும் லௌகீக வாழ்க்கைக்குள் மட்- டுமே பூட்டி வைத்த மனித உயிர்களினாலும் உணர்வு ரீதியாக இவற்றை அனு- கவும் முடியாது. லௌகீகம் தவிர்த்து மாற்று சிந்தனைகள், மாற்று கேள்விகள் எழுப்பும் மனிதர்களுக்குதான் படைப்பு சார்ந்த கேள்விகள் எழும். ஆக இவை அனைத்தும் தரணியில் மனித உயிர்களுக்கு மட்டுமே சாத்தியமானது. அதாவது மனித உயிர்களுக்கு மட்டுமே புடவி என்ற ஒன்று இருப்பதையும் அவை முடிவில்- லாத கரும் உள் வெளி என்பதை அறிய முடியும். இந்த முடிவில்லாத புடவியை மனித உயிர்கள் மட்டும் ஏன் அறிந்துகொள்ள வேண்டும்? என்பதையும் மனித உயிர்கள்தான் ஆராய வேண்டும். அதனை ஆராய்ந்து தங்களின் மன மாயையை மறைய தொடங்கும் மனிதர்களுக்கு அதாவது விழிப்படைவதற்கு முன் வேறொரு மாயை தரணியையும், விழிப்படைந்த பிறகு வேறொரு தரணியாகவும் ஏன் இப்பு- டவி காட்சிப்படுத்த வேண்டும்? என்பதையும் மனித உயிர்களால்தான் ஆராய்ந்து கண்டறியவும் முடியும்.

மன மாயை மறையைச் செய்ய மனித இனம் மேற்கொள்ளும் மாற்று சிந்தனை- களும் மாற்று கேள்விகளும் நம்மிடம் என்ன தாக்கத்தை ஏற்படுத்துகிறது என்- றால் மனித உயிர்களின் ஆறாம் அறிவை இடைநிலையில் இடைமறித்துத் தடுத்து

நிறுத்திருக்கும் மாயை திரையைத் தகர்க்கும். நாம் விழிப்படைவதற்கும், ஆறாம் அறிவினை முழுவதும் மீட்டுருவாக்கம் செய்வதற்கும் மாற்று சிந்தனை கேள்வி-கள்தான் பேருதவியாக செயல்படும். நம் மன மாயையை மறையச் செய்ய நாம் செய்யும் செயல்கள்தான் மனித இனத்திற்கு ஆறாம் அறிவு வழங்கப்பட்டதற்கான மூல காரணத்தின் துவக்கப் படிநிலையாக அமைகிறது. அப்பொழுதுதான் மனித இனத்தின் ஆறாம் அறிவு நம்மிடம் முழுமை பெற அதன் முழுமையை நோக்கிப் பயணிக்கிறது. பின் மனிதர்கள் தன் வாழ்நாள் வாழ்வியலை எந்த மன நிலையில் பயணிக்கச் செய்து தன் வாழ்க்கையை வாழ்கிறார்கள் என்பதைப் பொறுத்துத்தான் மனித இனத்தின் ஆறாம் அறிவு முழுமை அடையும். பின் சாதாரண மனித செயல்களைக் கடந்த அனுபவ ரீதியாகச் செயல்களைக் கட்டுப்படுத்த உணர்ந்த-றிந்து கற்றறியும் அறிவின் துவக்க நிலைதான் ஏழாம் அறிவின் துவக்க நிலையா-கவும் அமையும் என்றும் கருதுகிறேன்.

கேள்வி ரீதியாக ஒட்டு மொத்த மனித இனத்திற்குமே நான் யார்? என்ற கேள்வி எழும். ஆனால் அது எந்த உணர்வும் இல்லாமல் வெறும் கேள்வி பதில் விடைபோல்தான் கேள்வி எழும். அது உணர்வு சார்ந்து இருக்காது. நான் யார்? என்ற கேள்வி தேடல் நமக்கு உணர்வு ரீதியாக எழ வேண்டுமானால் நமக்கு வேறொரு மனநிலை தேவைப்படுகிறது. அந்த மன நிலை இல்லாமல்தான் மனித இனத்தின் ஆறாம் அறிவு மடை மாற்றமடைந்து லௌகீக வாழ்வில் ஒவ்வொரு படிநிலையைக் கடந்து இன்று தடைப்பட்டு நிற்கிறது. நாமும் தடைப்பட்டு இருக்-கும் ஆறாம் அறிவோடு மரணித்துவிடுகிறோம்.

ஆறாம் அறிவு மட்டும் மனித இனத்திற்கு வழங்கப்படவில்லை எனில் இன்று இருப்பதைக் காட்டிலும் நாம் கற்காலத்தில் வாழ்ந்த மனித இனம் போல் மற்ற உயிரினங்களைப் போல் வேட்டையாடி உணவை உட்கொண்டு வாழும் வாழ்க்கை-யாகத்தான் தற்போதைய நம் வாழ்க்கையையும் வடிவமைத்து வாழ்ந்திருப்போம். இன்றும் பல மனிதர்கள் தரணியெங்கும் காடுகளிலும், மலைகளிலும், குளிர் பிர-தேசங்களிலும் அப்படித்தான் வாழ்ந்து வருகிறார்கள் என்பதை நாம் அறிவோம். அவர்களுக்கும் நமக்கும் என்ன வேறுபாடு இருக்கிறது அவர்களின் வாழ்வியல் சார்ந்த சிந்தனை, கேள்விகள் குறுகிய வட்டத்திற்குள்ளே குறுகியதாகச் செயல்-படுகிறது. நாம் அதே வாழ்வியலைத் தீவிர மன மாயையின் மனதின் ஆசைக-ளோடு மன ஆசையின் திருப்திக்காக வாழ்கிறோம் அவ்வளவுதான் வித்தியாசம். அவர்கள் இயற்கையின் பரிசத்தோடு இயற்கையின் உணர்வுகளுக்குள் வாழ்கிறார்-கள். நாம் மாயை உணர்வின் பரிசத்தோடு செயற்கை வாழ்வியலில் மாயை உணர்-வுகளுக்குள் வாழ்கிறோம் என்பதுதான் வித்தியாசம்.

நாம் தான் நம் சிந்தனையைத் தொடங்க வேண்டும். ஒன்றும் அறியாமல் பிறந்து, வாழ்ந்து மரணித்துப் போகும் சாதாரண மற்ற உயிர்கள் போல் மனித

உயிர்கள் இல்லை என்பதை நாம்தான் உணர்ந்தறிய வேண்டும். அதனை நோக்கி மனித இனத்தை அழைத்துச் செல்லக்கூடிய பணிதான் ஆறாம் அறிவின் சிறப்புப் பணி. அந்த பணியில் நம்மை ஆயத்தப்படுத்தி உணர்வு ரீதியாக ஆறாம் அறிவின் முழுத்தன்மை நிலையை உணர்ந்தறிதலே ஆறாம் அறிவின் முழுமை ஆகும். அடுத்து மூலத்துடன் ஒன்றினையும் அனுபவ ரீதியாக இயக்கத்தின் ஆற்றல் பேரறிவை பெறுவதுதான் மனித இனத்தின் அடுத்த கட்ட பரிணாமத்தின் ஏழாம் அறிவின் தொடக்கமாகவும் அமைகிறது.

மனித உயிர்கள் நான் யார்? என்ற சிந்தனையை ஆறாம் அறிவின் வாயிலாக எழுப்பி அதன் ஊடாகவே அது பற்றிய சிந்தனைகள் செய்யத் தொடங்கினால் போதும். அது மெல்ல மன மாயை மறையச் செய்யும் வழியை நோக்கிப் பயணித்து ஆறாம் அறிவின் முழுமையை நோக்கி மனித உயிர்கள் பயணிக்கும். ஒரு மனிதர் விழிப்படையத் தொடங்கும் போதுதான் நாம் இதுவரை கற்ற அறிவு ஒன்றும் இல்லை என்பதை நம்மால் உணர்ந்தறிய முடிகிறது. அது சரியான முறையில் நிகழ்ந்தால் ஆறாம் அறிவின் தனித்துவமும், முழு மனிதமும் புடவியால் மனித உயிர்களுக்குப் போதிக்கப்படும். ஆறாம் அறிவு நம் மனதில் எழுப்பக்கூடிய மாற்று சிந்னைகள் மற்றும் மாற்று கேள்விகளின் வாயிலாக நான் யார்? என்பதை உணர்ந்து அனைத்திற்கும் மூலமாகிய மூலத்தை அறிய மனித இனத்தை வழிநடத்திச் செல்ல வழங்கப்பட்ட பணிதான் ஆறாம் அறிவின் மூல பணியும், அதன் காரணமும், அதன் நோக்கமும்.

7

மன மாயை கட்டமைப்பு

மன மாயை என்ற சொல்லை நாம் கேட்கும்பொழுது நாம் திரைப்படங்களின் ஊடாக, இணையத்தின் ஊடாக, மதத்தின் ஊடாக, நூல்களின் ஊடாக தான் அதனை அறிந்து வைத்திருப்போம். அந்த வார்த்தையைப் பல முறை சாதாரணமாக ஏதாவது ஒரு நிகழ்விற்கு அதன் உள்ளார்ந்த பொருள் அறியாமல் பேசி கடந்தும் சென்றிருப்போம். ஆனால் அதற்குப் பின் உள்ள சரியான காரணத்தை நம்மில் பெரும்பாலானோர் அறிந்திருக்க மாட்டோம். அப்படி அறிந்திருந்தாலும் இதுதானே என்ற சாதாரண விடயமாகத்தான் அந்த வார்த்தை நம் மனதில் பதிவாகியிருக்கும்.

முதன் முதலாகப் பாபா என்ற திரைப்படத்தின் ஊடாக தான் மாயை என்ற வார்த்தையை என் மனம் அறிந்து கொண்டதாக என் நினைவில் இருக்கிறது. அன்று மாயை என்ற சொல்லாடலைப் பலரும் வெறும் பேச்சுக்கு அனைத்தும் மாயை என்று பயன்படுத்தத் தொடங்கினர். என் மனமும் அவ்வாறே பல முறை அந்த வார்த்தையைப் பயன்படுத்தி உள்ளது. அந்த வார்த்தை வெளிப்படுத்தும் பொருளின் ஆழத்தை நாம் உணராத வரை அது மனதளவிலும் சரி எண்ணத்தின் அளவிலும் சரி எந்த ஒரு மாறுதலையும் உண்டாக்கப் போவதே இல்லை. வெறும் வாய் வார்த்தையாக தான் மாயை என்ற வார்த்தையை நாம் பயன்படுத்துவோம். அதுவே நாம் விழிப்புநிலை அடைந்தோம் எனில் அன்று மாயை வார்த்தைக்கான விளக்கத்தை நாம் தானாகவே உணர்ந்தறிய தொடங்குவோம். அப்பொழுது அது வெளிப்படுத்தும் உண்மைகள் என்ன என்பதும், அது மனித இனத்திற்கு எவ்வளவு தீங்கு செய்கிறது என்பதையும், அதுவே மனித இனத்தின் சாத்தான் என்பதையும் நாம் அறிவோம். அத்தருணம் மனித இனத்தினுடைய உண்மையான எதிரி எவ்வளவு பெரிய பிரம்மாண்ட எதிரி என்பதையும் நம் கண்முன்னே பார்ப்போம். அன்றுதான் அனைத்தும் மாயை என்பதை உணர்வு ரீதியாக நாம் அறிவோம்.

மன மாயை மனிதர்களிடம் மறைவில் இருப்பதை உணர்ந்தறிவது என்பது புடவி மனித இனத்திற்கு சிந்தனை ரீதியாக வழங்குகிற பெரும் சவால் என்று கூறலாம். ஒரு மனிதன் விழிப்புநிலை அடைந்த பிறகுதான் மன மாயை என்றால் என்ன, அதன் நோக்கம் என்ன, மனித இனத்தை அது எப்படி ஆட்டிப் படைக்-கிறது என்பதெல்லாம் தெளிவாகப் புரிய வரும். அதுவரை மேலோட்டமாக மட்-டும்தான் அது பற்றிய புரிதல் நம்மிடத்தில் இருக்கும். இந்நூலில் உள்ள மாயை பற்றிய விளக்கத்தினை எத்தனை மனிதர்களால் புரிந்துகொள்ள முடியும் என்று சொல்லிவிட முடியாது. காரணம், மன மாயை தன்னைப் பற்றி அறிந்துகொள்ள மனிதர்களுக்குப் அவ்வளவு எளிதாக பெரிதும் வாய்ப்புகளைத் தருவதே இல்லை என்று தான் சொல்ல வேண்டும். அதனையும் மீறி புடவி மட்டுமே மன மாயை ஒன்று இருப்பதை அறிந்துகொள்ளப் பல வழிகளில் மனிதர்களுக்குப் பல வாய்ப்-புகளை வழங்கிக் கொண்டே வருகிறது. ஆனால் நாம் தான் அந்த வாய்ப்புக-ளின் மீது சிந்தனைகளைச் செலுத்தாமல் வேகமான எண்ண ஓட்டத்தில் சாதார-ணமாக அந்த வாய்ப்புகளைக் கடந்து விடுவோம். புடவியின் வாய்ப்பை ஆராயத் தொடங்கி கண்டறிந்ததன் விளைவுதான் இந்நூல். தரணியில் ஒவ்வொருவருக்கும் புடவி மாற்று சிந்தனைகள் வாயிலாக வாய்ப்பை வழங்கிதான் வருகிறது. அதை யார் பிடித்து கொண்டு தொடர் சிந்தனைகளின் ஊடாக ஆராயத் தொடங்குகி-றார்கள் என்பதை பொறுத்துதான் அது மனிதர்களை விழிப்படையும் பாதைக்கு அழைத்துச் செல்கிறது.

தற்போது மன மாயையை மறையச் செய்து விழிப்படைந்த மனிதர்களினாலும் மன மாயையைப்பற்றி முழுவதுமாக அறிந்துகொள்ள முடிந்திருக்கிறதா என்றால் கட்-டாயம் அறிய முடியவில்லை. மன மாயையை மறையச் செய்து நாம் விழிப்ப-டைந்தாலும் அது எப்பொழுதும் நம்மிடம் தூண்டுதல் செய்தவாறு உயிர்ப்புடனே தான் இருக்கும். காரணம், சாத்தானின் மன மாயை நம்மிடம் இருந்து முழு-வதுமாக அழிக்கப்படவில்லை. அதனை மறைய மட்டுமே செய்கிறோம். அதன் காரணத்தால் தோன்றியவர்கள்தான் இன்றைய காலத்தில் மன மாயையிலிருந்து விழிப்படைந்தும் கடவுள் பெயரில் மதங்களைத் தாங்கி பிடித்து மகான்கள் என்று சொல்லி மதத்தைப் பரப்பும் கயவர்கள்.

விழிப்படையும் மனிதர்களிடத்தில் மன மாயை என்பது ஏதோ ஒரு வடிவத்தில் உயிர்ப்புடன் இருந்துகொண்டேதான் இருக்கிறது. அதன் வெளிப்பாடுதான் விழிப்-படையும் பலர் மனித பற்று கொள்ளாமல் மதங்களைத் தாங்கி பிடித்து மதப் பற்று கொண்டதற்கான காரணங்கள். நான் முழு மன மாயை தகர்த்தவன், விழிப்-படைந்தவன், முழு இறை உணர்ந்து அனுபவித்தவன் என்று சொல்லிக்கொண்டு ஏதாவது ஒரு விடயத்தின் மீது பற்றுடன் இருந்தாலே அவர்கள் இன்னும் மன மாயையில் இருக்கிறார்கள் என்பதே அதன் பொருள்.

பணம் மையமாக இருக்கும் இன்றைய சூழலில் விழிப்படைந்து, இறைத்தன்-மையை உணர்ந்து மதம் சாராமல், மனிதம் போற்றும் பல மனிதர்கள் இருக்கிறார்-கள். ஆனால் அவர்களிடத்திலும் வேறு ஏதாவது ஓர் வடிவில் மன மாயையானது இருந்தே தீரும் அது பணத்தின் சாபம். அது இந்நூல் எழுதும் என்னையும் என் மனதையும் சேர்த்துத்தான். அந்த அளவிற்கு மன மாயையை பல்வேறு காரணி-களால் நம் வாழ்வியலிலும் நம் ஒவ்வொருவரின் மனதின் அடி ஆழம்வரையும் வேரூன்றி உள்ளது.

மன மாயையை தங்கள் மனதிலிருந்து மறையச் செய்யாமல் அதனை முழு-வதுமாக மனதின் அடி ஆழத்திலிருந்து அழித்தொழித்தவர்கள் தான் மகான்கள். நம் மனதில் குடிகொண்டுள்ள சாத்தானிய மன மாயையை முழுவதுமாக அழித்-தொழித்தால் மட்டும்தான் அடைந்த பேரறிவு நிலைக்கு மனித இனத்தால் செல்ல முடியும். அந்நிலையை இன்று இருக்கும் மனிதர்களாகிய நாம் அடைவது இன்-றைய லௌகீகத்தின் கட்டமைப்பின் தீவிரத்தில் மிகப் பெரிய சவாலான காரியம்-தான். ஆனால் அது முடியாதது இல்லை. இன்று நம் அனைவராலும் மன மாயை மறைய வைக்க முடியும் என்றால் அதில் ஒருவர் கூடவா அந்நிலையை அடைய முடியாது? கண்டிப்பாக முடியும்! அதற்குக் காலம் மட்டுமே பதில் சொல்லும்!

மன மாயை மறையச் செய்வது நம் மனிதத்தின் மனதின் தொடர் முயற்சியால் புடவியின் உதவியுடன் தானாகவே நிகழ்ந்து விடும். ஆனால் அதற்குப் பிறகு நாம் முன்பு பார்த்தது போல் மீண்டும் மன மாயையின் தீவிரத்தில் சிக்காமல் இருப்-பதுதான் மனித இனத்திற்குக் கொடுக்கப்பட்டுள்ள மிகப் பெரிய சவாலான காரி-யம். ஏன்? என்றால் நாம் முன்பே பார்த்ததுதான் நாம் விழிப்படைந்தாலும் மன மாயையானது நம் மனதில் உயிர்ப்புடன் இருந்து மீண்டும் நம் மனதை முழுவது-மாக அதன் கட்டுப்பாட்டிற்குக் கொண்டு வர இக்கட்டமைப்பில் உள்ள அனைத்-தையும் பயன்படுத்தி தொடர் முயற்சிகளை மேற்கொண்டபடியே இருக்கும். சிறு சிறு விடயங்களின் ஊடாக இது செய்தால் தவறு இல்லை, இந்த ஒரு முறை இப்படிச் செய்வோம் என்று லௌகீக வாழ்வு சம்பந்தமான மன சூழ்ச்சிகளை நம் மனதில் தோன்றச் செய்து கொண்டேதான் இருக்கும். அத்தருணம் நம் எண்ணம் சிறிது அதன் பக்கம் சாய்ந்தாலும் மீண்டும் மன மாயையானது தான் இழந்த இடத்தை ஆட்கொண்டு பூர்த்தி செய்து கொள்ளும். ஆக நாம் விழிப்படைந்த பிறகு மன மாயை சார்ந்த வேலைகளில், நிகழ்வுகளில், காரியங்களில் ஈடுபடும்-பொழுது மன மாயையின் மீது கவனம் வைத்தபடியே செயல் பட வேண்டும். அதாவது எப்பொழுதும் விழிப்புடனே செயல்பட வேண்டும். காரணம், தற்போது மனித இனம் வாழும் இந்த லௌகீக வாழ்விற்கான அடித்தளமே மன மாயைதான். மனித இனத்திடம் அந்த மன மாயை இல்லையென்றால் இந்த லௌகீக வாழ்வின் கட்டமைப்பில் மனித இனமே வாழ்ந்து கொண்டிருக்காது. அதனால் இத்தரணியில்

மனிதர்கள் நிகழ்த்தும் அனைத்து நிகழ்வுகளிலும் மன மாயையானது மறைந்திருக்-கும். நாம்தான் விழிப்புணர்வோடு இருக்க வேண்டும்.

தரணியில் மனித வாழ்க்கையை பிரம்மாண்டமாக கட்டமைத்திருக்கும் மன மாயைத்தான் நமக்குத் தெரியாமலேயே மனித இனத்தின் அழிவை நோக்கி நம்மை அழைத்துச் செல்கிறது. அதுவே மன மாயையின் இறுதி பணி என்பதையும் உணர முடிகிறது. மனித அறிவின் கழிவுகளினாலும், தரணி வெப்ப மயமாதல் காரணத்தி-னாலும் அடுத்தடுத்து வர இருக்கும் வருடத்தில் என்ன அழிவுகள் தரணியில் ஏற்-படப்போகிறது என்பதை நீங்களே சிந்தனை செய்து பாருங்கள் அதை எளிதாகப் பட்டியலிட முடியும். அதற்கெல்லாம் காரணம் யார்? மனித இனத்தின் சாத்தானிய மன மாயை உடைய மனிதர்களாகிய நாம் மட்டும்தான். அத்தருணத்தில் மனித இனத்தின் அழிவையும் இறைவன்தான் நிகழ்த்துகிறார் என்று சொல்லிக் கொண்டு பல மாயை மனமுடைய கூட்டங்களும் கிளம்பவே செய்யும். ஆக அவர்களும் ஒன்றை சிந்தித்து அறிந்துகொள்ள வேண்டும் மனித இனத்தை அழிக்கப் போவது கடவுளும் அல்ல, இப்புடவியும் அல்ல அது நாம் தான். நம் மனங்களில் உள்ள மாயை மனம்தான் அதனை நிகழ்த்தும்.

ஒரு தனிப்பட்ட மனிதரின் வாழ்வைத் தீர்மானிக்கக் கூடியதும் இந்த மன மாயைதான். தரணி மனிதர்களின் வாழ்வைத் தீர்மானிக்கக் கூடியதும் இந்த மன மாயை தான். மனிதத்திற்கு எதிராக மனிதர்கள் வெளிப்படுத்தும் அனைத்து காரி-யங்களின் மைய புள்ளியாகவும் மன மாயைதான் இருக்கும். ஒரு துன்பத்திற்-குரிய, வருத்தத்திற்குரிய, பாதிப்பை ஏற்படுத்தக்கூடிய நிகழ்வுகள் மனித உயிர்க-ளுக்கு ஏற்படுகிறது என்றாலே அக்காரியம் ஏற்படுவதற்கு முக்கிய காரணியாக மன மாயைதான் இருக்கும். ஒரு மனிதரைப் பாதிக்கக்கூடிய நிகழ்வை ஏற்படுத்துவ-தும், அதற்காக மனதை வருத்தம் அடையச் செய்வதும் இந்த மன மாயைத்தான். அதன் ஒரு கருவியாக மனித இனத்திடம் பெரிதும் முக்கியமாகப் பயன்படுத்-தும் மைய ஆயுதம்தான் ஆசை. மன மாயை ஆசையின் தூண்டலின் வாயி-லாக அதிகாரத்தின் மீதும், அதிக பணத்தின் மீதும், தேவையில்லாத தேவைகளின் மீதும், ஆடம்பரத்தின் மீதும், புகழின் மீதும் மனிதர்களை ஆசைப்படச் செய்து மனித இனம் தன்னை தானே அழித்து கொள்ளும்படி செயல் புரிய வைக்கிறது.

மனிதர்களுக்கு மன மாயை ஏற்படுத்தும் ஆசை என்பது தொற்று நோய்களை விடவும் பேராபத்துக்குரியது. தொற்று நோய்கள் சுவாசிக்கும் காற்றில் பரவுவதன் வாயிலாகவும், தொற்று பாதித்தவரைத் தொட்டுப் பேசுவதன் வாயிலாகவும் தான் பரவக் கூடும். ஒரு மனிதருக்குப் பிடிக்கும் ஆசை எனும் தொற்று ஒருவரைத் தொடாமலும், அருகில் செல்லாமலும் மற்ற மனிதர்களைக் கண்ணில் பார்த்தாலே அவர்கள் சொல்வதைச் செவியால் கேட்டாலே போதும். அதாவது ' பார்த்தவுடன் காதல் ' என்ற வாசகத்திற்கு ஏற்ப மற்ற நபர்களைப் பார்த்தலோ அல்லது அவர்-

களின் அனுபவங்களை நம் செவியால் கேட்டாலே இந்த மாயையின் ஆசை தொற்று நம்மை எளிதில் பிடித்துக்கொள்ளும். அறிவியல் தொழில் நுட்பங்களின் வளர்ச்சியால் இன்று தரணி முழுவதும் மிகச் சுலபமாக அதி விரைவாகப் பரவி அனைவரையும் பிடித்துக் கொள்கிறது.

ஒரு மனிதர் சக மனிதர்களைப் பார்த்து அவர்களுடன் தன்னை ஒப்பிட்டு தேவையற்ற விடயங்களின் மீது ஆசை கொள்ளாமல் இருந்தாலே போதும். பெரும்பாலான மனிதர்கள் இன்று தங்களின் எண்ணங்களுக்குக் கடிவாளம் மாட்டிக்கொண்டு ஏன் ஓடுகிறோம்? எதற்கு ஓடுகிறோம்? எதை நோக்கி ஓடுகிறோம்? என்று அறியாத மாயை மனம் இயக்கும் பந்தயக் குதிரைகளாக ஓட வேண்டிய அவசியமே இல்லை. ஆனால் ஒட்டுமொத்த மனித இனமும் பந்தயக் குதிரைகளாக, எதையும் அறியாமல் ஓடிக் களைத்துப் போய் தனது அடிமையாக இறக்க வேண்டும் என்பதே மன மாயையின் முழு வேலையாக உள்ளது.

அடிமை என்று சொல்லும் பொழுதே மனிதர்களின் புரட்சியாளர் அம்பேத்கர் அவர்களின் வாசகம்தான் நினைவிற்கு வருகிறது. அதனையும் உங்களுடன் பகிர்ந்து கொள்கிறேன். " ஓர் அடிமைக்கு அவன் அடிமை என்பதை முதலில் உணர்த்து பிறகு அவன் தானாகவே கிளர்ந்து எழுவான். அம்பேத்கர் கூறிய இந்த வாசகம் தரணி முழுவதும் உள்ள மக்கள் அனைவருக்குமே கச்சிதமாகப் பொருந்தக்கூடிய வாசகம் ஆகும். சக மனிதர்களை அடிமைப்படுத்தி அடக்குமுறை, ஒடுக்குமுறை நிகழ்த்துபவர்களுக்கு எதிராக மக்களைக் கிளர்ச்சி அடையச் செய்கிற வாசகம்தான் தரணியில் உள்ள ஒட்டுமொத்த மனித இனத்தின் மனிதத்தின் மனம் சாத்தானின் மன மாயைக்கு அடிமையாக இருப்பதற்கும் முற்றிலும் பொருந்தக்கூடிய வாசகமாகவே திகழ்கிறது.

மன மாயையிலிருந்து விடுதலை பெறுவது என்பது ஒரு மனிதனின் சுய பார்வைக்கான விடுதலை மட்டும் அல்ல, அது அறிவின் விடுதலையும் கூட. மனிதர்கள் இவ்விடுதலையை அடைந்தால்தான் நாம் உண்மையில் சுதந்திரம் அடைந்தவர்களே. அதுவரை நாம் அனைவருமே மன மாயைக்குக் கொத்தடிமை உயிர்கள்தான். ஆனால் இந்த அறிவின் விடுதலையில் ஓர் நேரெதிர் முரண்பாடு இருக்கிறது. அவர்கள் கண் எதிரே வெளிப்படையாக அடிமையாய் இருப்பவர்களுக்கு மட்டும்தான் தாங்கள் அடிமையாய் இருக்கிறோம் என்பதை அவர்களால் உணர முடியும். அதனை உணர்ந்த பிறகுதான் அவர்களால் அடிமைத்தனத்திற்கு எதிராகக் குரல் எழுப்பிப் போராடி விடுதலை அடைய முடியும். இதே மன மாயையைப் பொறுத்தமட்டில் நம்மால் துளியளவும் நாம் அடிமையாக உள்ளோம் என்பதை அறிய முடியாது.

நம் மனதின் மன மாயையானது மெல்ல மறைய தொடங்கும் போதுதான் நாம் இவ்வளவு ஆண்டுகாலமாக மன மாயைக்கு அடிமைகளாய் வாழ்ந்து வந்-

திருக்கிறோம் என்பதையே அறிய முடியும். உணர முடியும். அதாவது விடுதலை அடைந்த பிறகுதான் நாம் அடிமையாக இருந்தோம் என்பதை அறிவோம். அப்போதே அந்த மனமாயை மனிதர்களிடம் எவ்வாறு நிலைபெற்று எப்படி தன்னை வெளிப்படுத்துகிறது என்பதையும் உணர்ந்தறிய முடியும். மனிதர்கள் அனைவரும் தங்களின் மன மாயை அடிமைத்தனத்திலிருந்து விடுதலை அடைந்தால் மட்டும் தான் மனித உயிர்களாகிய நாம் உண்மையான சுதந்திரத்தை அடைவோம்; சுதந்திர உணர்வையும் பெறுவோம். அச்சுதந்திர உணர்வை ஒரு மனிதர் பெற்றால் மற்ற சக மனிதர்களையும் அச்சுதந்திரம் அடையச் செய்வதற்காகச் செயலாற்ற தொடங்குவார்கள்.

மன மாயை அவ்வளவு எளிதாக தன் மீது விரிசல் ஏற்படச் செய்ய அனுமதித்திடாது. பாதுகாப்பு கவசம் போல் தொடர்ந்து பாதுகாத்துக்கொண்டே இருக்கும். ஒரு மனிதர் விழிப்படைந்து மனிதத்தை உணர்ந்து சுதந்திர உணர்வை உணர்ந்திடக் கூடாது என்பதற்காக மனித இனத்தை வட்ட இலக்கை நோக்கி வேகமாக ஓடும் பந்தயக் குதிரைகளாக இம்மன மாயையானது வைத்திருக்கிறது. நம்மை அறியாமையின் சுழற்சி ஓட்டத்திற்கு உட்படுத்தி தான் இருக்கிறேன் என்பதையே அவ்வளவு எளிதில் தெரியப்படுத்திடாது. தரணியில் பிறந்த, பிறக்கும், பிறக்கப் போகும் அனைத்து மனித உயிர்களும் தங்களின் மனதில் குடியிருக்கும் சாத்தானியத்தின் மன மாயை கோட்டையைக் கண்டிப்பாகத் தகர்த்தெரிய வேண்டும். அதுதான் ஒட்டுமொத்த மனித இனத்திற்கு மிக மிக முக்கியம்.

மன மாயை என்று நாம் ஒற்றை சொல்லை மேற்கோள் காட்டினாலும், அதனுள் இருக்கும் உட் பிரிவுகள் பல்வேறு வகையான மன மாயைகளை உள்ளடக்கியது. அவற்றில் ஒரு சில மன மாயைகள் நம் சிந்தனைகளின் மூலம் தானாகவே மறைந்து விடும். அதனால்தான் மனிதர்களை நேசிக்கும், மற்ற சக உயிர்களை நேசிக்கும், சக மனிதர்களுக்கு உதவிகள் செய்து மனிதத்தைப் போற்றும், மனிதத்தை வளர்க்கும் மனிதர்கள் என்று மாயை பற்றி அறிந்திடாத பல மனிதர்கள் எல்லாக் காலகட்டத்திலும் தரணியில் பிறந்து வாழ்ந்துக் கொண்டே இருக்கிறார்கள்.

நம் சிந்தனைக்கு ஏற்ப மன மாயையின் உட்கூறுகள் நம்மிடம் இருந்து மறைந்தாலும் மீதம் உள்ள பெரும்பான்மையான மன மாயைகள் வெளிப்படுத்தும் காரியங்கள் நம்மிடம் தவறான நம்பிக்கைகளையும், பற்றுதலையும் காலப்போக்கில் ஏற்படுத்தியவாறு இருக்கும். அதன் விளைவுதான் மன மாயையிலிருந்து வெளிவந்த பலர் மனிதத்தைப் போற்றினாலும் அவர்கள் மனிதர்களிடையே பிரிவினை ஏற்படுத்தும் மதத்தின் அடிப்படையில் பயணிப்பதற்கு ஓர் முக்கிய காரணமாகும். அந்த நபர் நீங்களாகவும் இருக்கலாம். தவறான வழிகாட்டுதலின்படி தவறான முறையில் மன மாயை தகர்க்கப்பட்டால், அது முழுவதும் இறை சார்ந்து தவறான பற்றுதலை

நம்மிடம் ஏற்படுத்தும். அதன் வெளிப்பாடுதான் மதத்தினை சார்ந்த பல ஆன்மிக வாதிகள் உருவாகுவதற்கும், மதத்தின் வேடத்திலிருந்து மதத்தினை பரப்புவதற்கும், மதத்தினை தாங்கி பிடிப்பதற்கும் முக்கியக் காரணமாகும்.

• 44 •

8

மனித வாழ்க்கை

தரணியில் மனித இனம் சிந்திக்கத் தொடங்கிய காலத்திலிருந்து இன்றைய காலம் வரை தரணியும், மனித இனமும் பல்வேறு விதமான மாற்றங்களுக்கு உள்ளாகி-யுள்ளதை நாம் நம் கண் முன்னே பார்க்கிறோம். மனித இனம் சிந்திக்கத் தொடங்-கிய பிறகே மனித இனத்தின் வாழ்க்கை முறையில், வாழ்வியலில் பல மாற்றங்கள் ஏற்பட்டுள்ளன என்பதையும் நாம் அறிகிறோம்.

அன்று மனித இனம் சிந்திக்கத் தொடங்கியபொழுது ஏற்பட்ட மாற்றம்தான் தரணியை பல மாற்றங்களுக்கு உள்ளாக்கியுள்ளது. மனிதன் சிதிக்க தொடங்கி-யதால் தரணியில் பல்வேறு விதமான கலாச்சார வாழ்வியல் முறைகளும், வாழ்-வியல் கோட்பாடுகளும், வாழ்க்கை நெறிமுறைகளும் என பல கட்டமைப்புகளை மனித இனம் தரணி முழுவதும் தனக்கேற்றவாறு உருவாக்க முடிந்துள்ளது. அவ்-வாறு மனித இனம் பல கட்டமைப்புகளை உருவாக்கி இனக்குழுக்களாக, வெவ்-வேறான கலாச்சார வாழ்வியலில் வாழ்ந்தாலும் மனித வாழ்க்கையின் மைய ஓட்-டம் குடும்பத்தின் மையப் புள்ளியைச் சுற்றியும், அக்குடும்பத்தின் ஆசைகளைச் சுற்றி மட்டுமே வட்டமடித்து சுழல்கிறது. அது காட்டில் வாழும் பழங்குடியின மக்-களாக இருக்கட்டும், நவீன நகரங்களில் வாழும் மக்களாக இருக்கட்டும் இந்த இரண்டை சுற்றி மட்டும்தான் மனித இனத்தின் வாழ்வியல் மையம் சுழன்று வரு-கிறது.

குடும்பம் எனும் கூட்டமைப்பிம் வாயிலாகதான் நம்முடைய மனித சமூகத்தில் பல மாற்றங்கள் நிகழ்ந்துள்ளன. குடும்ப அமைப்பில் இருந்த எந்த மனிதராலும் தப்பிக்க இயலாது. எனக்கும் குடும்பம் உண்டு, குடும்பத்திற்காக வாழ்வதில் எனக்-கும் மகிழ்ச்சி உண்டு. நானும் என் குடும்பத்தில் ஒரு உறுப்பினராகதான் இருந்து வருகிறேன். ஆதலால் அடுத்தடுத்து என் மனம் குடும்ப உறவுகளை பற்றி, குடும்ப வாழ்வியலை பற்றி முன் வைக்கும் கூற்றுகள் அனைத்தும் என் விழிப்பு நிலை

பார்வையின் கோனத்திலிருந்து முன் வைக்கக்கூடிய கருத்துகள் ஆகும். அதை நாம் ஏற்று கொள்வதும் கடினம். ஆதலால் இப்படி ஒன்று உள்ளது என்று சொல்லாமல் இருந்திட முடியாது. அதனால் இத்தரணியில் நம் மனித இனத்தின் குடும்ப வாழ்க்கையில் இப்படி ஒரு கோணம் உள்ளது என்பதை உங்களிடம் தெரியப்படுத்தவே இத்தலைப்பு.

நாம் பிறந்து குடும்ப உறவுகளுடன் வாழும்பொழுது குடும்ப உறவுகளின் அன்பும், ஆசைகளும்தான் லௌகீக வாழ்க்கையில் நம்முடைய மைய நீரோட்டமாக மாறுகிறது. அதாவது குடும்பத்தின் மீதான அன்பினால் குடும்பத்தினரின் ஆசைகளைச் சுமந்து கொண்டு இந்த லௌகீக வாழ்க்கையில் பயணிக்க வேண்டும் என்கிற கட்டாயத்தை மனித இனம் தனக்கு தானே கட்டமைத்து வைத்து சுழன்று கொண்டிருக்கிறோம்.

நாம் ஒவ்வொருவரும் குழந்தை பருவத்திலிருந்து நம் குடும்ப உறவுகளிடம் அன்போடும், பாசத்தோடும் வளர்வதாலும், மனதிற்குப் பிடித்த நபர்களோடு பழகுவதினாலும் நம் மனம் அவர்களுடன் பின்னி பிணைக்கப்படுகிறது. அதனால் நாம் சிந்திக்கும் சிந்தனைகள் தானாகவே நம் குடும்பத்தினரும், நம் மனதிற்குப் பிடித்தவர்கள் மட்டுமே துன்பங்கள் ஏதும் இல்லாமல் தங்களின் ஆசைகளை நிறைவேற்றி மகிழ்ச்சியாக வாழ வேண்டும் என்கிற எண்ணத்தை நம்மிடம் மறைமுகமாக ஆயிரம் மரங்களின் ஆணிவேர் போல் வலுவாக ஊன்ற வைக்கிறது. அது நம் மனதிற்கு பிடித்த நபர்கள் மாற மாற அதுவும் மாறிகொண்டே வருகிறது. நம் மனதிற்குப் பிடித்த மனிதர்கள் மகிழ்ச்சியாக வாழ்ந்தால் போதும் என்கிற மன நிலையைதான் மனித இனத்தின் ஒவ்வொருவரின் மனதிலும் சாத்தானிய மாயை பதிய செய்கிறது. அதை நாம் ஒப்புக்கொண்டாலும் சரி, ஒப்புக்கொள்ளாமல் போனாலும் சரி. இந்த மறைமுக எண்ணம் சாத்தானின் அரூபமான மாயையை வளர்க்கப் பெரும் உதவி செய்து நம் மனதில் அதைப் பாதுகாக்கும் பெரிய கேடயமாக உருமாறி நிற்கிறது.

நம் மனதிற்குப் பிடித்தவர்கள் மட்டுமே மகிழ்ச்சியாக வாழ வேண்டும் என்று நாம் சிந்திப்பதோடு மட்டும் நிற்காமல் இக்கட்டமைப்பின் அழுத்தத்திற்கு ஏற்ப வேண்டாத பல செயல்களையும் செய்ய தூண்டி விடுகிறது. அதாவது தரணியில் பிறந்த மனிதர்களில் பெரும்பான்மையானோர் தங்கள் குடும்பத்தினரின் மன மாயை ஆசைகளை நிறைவேற்ற வேண்டும் என்பதற்காகவே மனித வாழ்வில் வேகமாக ஓடுகிறார்கள். அதன் தொடர்பில் வளரும் அடுத்தடுத்த தலைமுறைகள் தன் குடும்பத்தின் மாயை ஆசைகளை நிறைவேற்றுவதே தரணியில் சிறந்த பணி என்றும், அதுவே மனித இனத்தின் வாழ்க்கை என்றும் எடுத்துக்கொள்கிறார்கள். நாளை அவர்களின் மணமும் தங்கள் குடும்ப உறுப்பினர்களின் ஆசைகளுக்காகவும், தன் மனதிற்குப் பிடித்த நபர்களின் ஆசைகளுக்காகவும் இன்னும் தீவிர-

மான பார்வையற்றவர்களாக ஓட தொடங்குகிறார்கள். நாம் அந்த தேவையில்லாத ஆசைகளை நிறைவேற்ற அதனைப் பின்தொடர்ந்து செல்லும் தருணத்தில் மனம் அதுவாகவே மாற்றமடைந்து ஏன்? என்றே தெரியாமல் ஓடவும் பழகி கொள்-கிறோம். அது மாற்று சிந்தனைகளும், மாற்று கேள்விகளும் மனித இனத்திடம் தோன்றாதபடி காவல் காக்கிறது.

நம்முள் இருக்கும் மாயை மனம் நம் அனைவரையும் குடும்ப ஆசைகளின் பின் ஓட செய்துவிட்டு நம்மிடம் மாற்று சிந்தனைகள், மாற்று கேள்விகள் ஏற்ப-டாமல் தடுப்பதற்கு முக்கிய காரணம் தன் மன மாயை கோட்டையின் மீது சிறிய விரிசலும் ஏற்பட்டுவிடக் கூடாது என்பதற்குதான். நம் மனதில் உள்ள மாயை கோட்டையின் மீது சிறிய விரிசல் ஏற்படத் தொடங்கினாலும் அது மெல்லப் பரவி மன மாயை கோட்டையை மெல்லத் தகர்த்துவிடும். அப்படி ஒரு நிகழ்வு ஏற்படா-மல் இருக்கத்தான் மன மாயை நம்முடைய குடும்ப உறவுகளையும், நம் மனதிற்-குப் பிடித்த மனிதர்களையும் ஒரு கேடயமாகப் பயன்படுத்துகிறது. அதாவது ஒரு குடும்பம் தன் குடும்ப வாழ்க்கையை நடத்துவதற்காக மேற்கொள்ளும் வாழ்க்கை போராட்டமும், குடும்ப உறவுகளின் தேவையில்லாத ஆசைகளும், என அக்கு-டும்பத்தில் உள்ள மனிதர்கள் சிந்திக்கும் சிந்தனைகள்தான் மன மாயை கோட்-டையின் கேடயங்களாக உள்ளன.

குடும்ப உறவுகளில் ஒவ்வொருவருக்கும் தனிப்பட்ட ரீதியாகப் பல ஆசைகள் இருக்கும். அது எல்லாம் மொத்தமாக இணைத்து குடும்பத்தின் பொதுவான ஆசையாகவும், குடும்பத்தின் தேவையில்லாத தேவையாகவும் மாறும். இதுதான் சமூக கட்டமைப்பில் தேவையில்லாத பணத்தேவை கடனாக மாறுகிறது. ஒரு சிறு ஆசை தேவையில்லாத பணத் தேவையாக மாறுகிறது. அது தேவையற்ற பண கடனை உருவாக்குகிறது. அதன் காரணத்தால் மனித இனத்தில் பெரும்பான்மை குடும்பங்கள் பணத்திற்கு பின்னால் ஓட வேண்டிய கட்டாய சூழல் ஏற்படுகிறது. அதற்கே நாம் அனைவரும் இன்று அவரவர் அறிந்த வழியில் ஓடிக்கொண்டிருக்-கிறோம்.

இந்த லௌகீக வாழ்க்கையில் உங்களின் வாழ்க்கைக்கான நோக்கம், வாழ்நாள் நோக்கம் என்னவென்று இந்த நொடி உங்களை நீங்களே கேள்வி கேட்டு சிந்தனை செய்து பாருங்கள். அவை பெரும்பாலும் நம்முடைய குடும்ப வாழ்க்கையைச் சார்ந்தும், நம்முடைய தனிப்பட்ட விருப்பு வெறுப்புக்கான ஆசைகளைச் சார்ந்-துமே இருக்கும். மன மாயையின் ஆசைகளின்படி மனித இனத்தின் வாழ்க்கை என்றாலே அது லௌகீக வாழ்க்கையாக மாற்றப்பட்டுவிட்டது. இன்று நாம் அனைவரின் வாழ்க்கையும் இந்த லௌகீகத்தின் வாழ்க்கையில் உள்ளடக்கியதாகப் பின்னிப் பிணைக்கப்பட்டிருக்கிறது.

இப்பிணைப்பிற்கு முக்கிய காரணமாக இருப்பது எது? என்றால் அதுதான் நம் வாழ்க்கையில் இருக்கும் மன மாயையின் பல சிக்கல் முடிச்சுகள். அதனால்தான் நம்முடைய வாழ்க்கையை நாம் விரும்பினாலும், விரும்பாவிட்டாலும் லௌகீக வாழ்க்கையைத்தான் வாழ வேண்டிய சூழல் உள்ளது. அதாவது இத்தரணியில் தனி நபர் வாழ்க்கையின் மீதும், குடும்ப வாழ்க்கையின் மீது திணிக்கப்பட்டுள்ள போலியான கட்டமைப்புகள்தான் அந்த முடிச்சுகள். குடும்ப வாழ்க்கையின் கட்டமைப்பு எப்படி மனித சமூகத்திற்கு எதிராக இருக்கும். அது தானே இயற்கை என்றெல்லாம் உங்களுக்குக் கேள்வி எழலாம். குடும்பத்தின் வடிவமைப்பிற்கான காரணம் இயற்கையின் வடிவமாக இருந்தாலும் குடும்ப வாழ்க்கையில் மாயை மனம் போலியான பல கட்டமைப்புகளை உருவாக்கியுள்ளது. அவற்றை நோக்கி நம் சிந்தனை கேள்விகளை எழுப்ப விடமாலும் செய்கிறது. அதுதான் மனித இனத்திடம் பல பிரச்சனைகள் ஏற்படுவதற்கு மிக முக்கிய காரணமாகவும் உள்ளது. அதாவது குடும்ப உறவுகளுக்குள் வாழும் மனிதர்களிடம் தோன்றும் ஆசைகளை நிறைவேற்ற மனிதமனம் பணத்தைப் பற்றி சிந்திக்க வேண்டும். பணத்தின் சிந்தனை தவறாகும் பட்ச‌த்தில் அது எப்படி சக மனிதர்களை பாதிக்கும் என்பதை நாம் அறிவோம். தன் குடும்பத்தின் கவுரவம் என்று இத்தரணியில் எத்தனை மனித உயிர்கள் பலியாகிறது என்பதைக் காண்கிறோம்.

தனி நபரின் நான் என்ற ஆங்காரம் பல கெடுதலான விளைவுகளை ஏற்படுத்தும் என்றால் ஒரு குடும்பத்தில் உள்ள நபர்களின் நான் என்ற ஆங்காரம் எந்த அளவிற்கு விரைவான கெடுதலை இச்சமுகத்தில் சக மனிதர்களுக்கு ஏற்படுத்தும் என்பதை நினைத்துப் பாருங்கள். நம்மைப் பற்றி என்ன நினைப்பார்கள், நம் குடும்பத்தைப் பற்றி என்ன நினைப்பார்கள், நம் குடும்ப உறவுகளைப் பற்றி, நம் குடும்ப கவுரவத்தைப் பற்றி என்ன நினைப்பார்கள் என தேவையற்ற பல சிந்தனை ஓட்டத்தை மன மாயையானது குடும்ப உறவுகளிடம் கட்டமைத்து வைத்திருக்கிறது.

நம்முடைய வாழ்க்கையில் கட்டமைக்கப்பட்டிருக்கும் தேவையில்லாத கட்டமைப்புகளினால் தரணி முழுவதும் பெரும்பாலான குடும்பங்கள் ஏதோ ஒரு வடிவில் தொடர்ந்து பாதிக்கப்படுகிறார்கள். இக்கட்டமைப்பினால் நம் மனதில் எழும் சிந்தனைகள் ஒரு குடும்பத்தைத் தேவையில்லாத வழியில் பல செயல்களை செய்ய வைக்கிறது. அது குடும்பத்தின் கவுரவம் போச்சு, மானம் போச்சு, மரியாதை போச்சு, குடும்ப உறவுகள் என்ன சொல்வார்கள், ஊர் மக்கள் என்ன பேசுவார்கள், இச்சமூகம் என்னச் சொல்லும் என்று அஞ்சி கொலை செய்யும் செயலுக்கும் தற்கொலை செய்து கொள்ளும் செயலுக்கும் இவை பொருந்தும். இது கொலை, தற்கொலைக் மட்டும்தான் அல்ல பல காரியங்களுக்கும் இந்த விடயம் மனிதர்களுக்கு பாதிப்பைத்தான் ஏற்படுத்துகிறது என்பதை நாம் உணர வேண்டும்.

கடன் பெற்ற குடும்பத்தையோ கடன் கொடுத்த வங்கியைச் சார்ந்த நபரோ, தனி நபரோ நச்சரித்து சக மனிதர்களின் முன்பு கோபம் கொண்டு இச்சமூகத்தின் தகாத வார்த்தைகளால் பேசும்போது அதனால் மனமுடையும் குடும்பமும், காத-லித்த காதலர்கள் வீட்டை விட்டு ஓடுவதால் மானம் போச்சு, மரியாதை போச்சு என்று கதறும் குடும்பமும் என இதுபோன்ற பல கட்டமைப்புகளைக் கொண்டு ஒரு குடும்பத்தை மன மாயையானது ஆட்டிப்படைக்கிறது. மனித இனம் மாயையின் கட்டமைப்பிற்குள்ளேதான் சிந்தனைகள் செய்ய வேண்டும், அவர்களின் செயல்-கள் அனைத்தும் அதற்குள்ளேயே அமைய வேண்டும் என்றுதான் மாயை மனம் பல போலி கட்டமைப்புகளை உருவாக்கி மனித இனத்தையே அதனுள் சுழலச் செய்கிறது. நாம் சற்று நின்று தலை நிமிர்ந்து மேலே பார்த்து சுற்றி கவனித்து சிந்திக்க தொடங்கினால் போலி கட்டமைப்புகளுக்கு ஏற்றவாறுதான் நாம் சூழன்-றுக் கொண்டிருக்கிறோம் என்பதை நாம் அறிந்துக்கொண்டால் உடனே விழித்து விடுவோம் நாம் விழித்து விடுவோம். இதன் காரணத்தினால்தான் சமூகத்தின் மீது அமைக்கப்பட்டுள்ள கட்டமைப்புகளின் வாயிலாக நம் மனதிற்குள்ளே வெவ்வேறு வழியில் அதன் கட்டளைகளை மன மாயையானது ஏற்படுத்தி வழங்கி வருகிறது. நாமும் கைப்பாவையாகவே அக்கட்டளைகளுக்கு ஏற்றவாறு செயல்களைக் கச்சி-தமாகச் செய்து முடிக்கிறோம். இன்றும் நாம் அனைவரும் அக்கட்டளைகளுக்குக் கீழ்ப்படிந்துதான் தற்போதைய நம் வாழ்க்கையை வாழ்கிறோம். ஒன்று இல்லை-யென்றால் மற்றொன்று என்ற மன மாயையைத் தூண்டக்கூடிய ஒரு விடயத்தி-லிருந்து நாம் தப்பித்தால் திரும்பும் இடத்தில் மன மாயையைத் தூண்டக்கூடிய வேறொரு விடயம் அங்கு காணப்படுகிறது. இந்த சுழல் கேடயத்திற்காக, மாயை மனம் உடைய மனிதர்களால் உருவாக்கப்பட்டவைதான் தற்போது மனித இனமா-கிய நாம் வாழ்ந்து வரும் பல்வேறு வகையான கட்டமைப்புகள். அதில் முக்கிய-மாகப் பங்கு வகிக்கக் கூடியது குடும்பத்தின் மீது இச்சமூகம் கட்டமைத்து உள்ள போலியான கட்டமைப்புகள்.

அக்கட்டமைப்பினை வேறு வடிவத்தில் பார்ப்போம். ஒரு மனிதர் வாழும் குடும்பமானது கணவன், மனைவி குழந்தைகளுடன் குடும்ப உறவுகளுக்குள் மகிழ்ச்சியோடு தங்கள் உறவுகளின் ஆசைகளைப் பூர்த்தி செய்து வாழ வேண்டும். இச்சமூகம் மதிக்கும் படிப்பு, பணம், பெயர், புகழ், செல்வாக்குடன் வாழ வேண்டும். அதிகம் பணம் ஈட்டும் வேலையில் பணிபுரிந்து, பணத்தை தேடியே ஓட வேண்டும். கூட்டத்தில் நாமும் ஒருவராகக் அவர்களின் வாழ்க்கை முறையில் நாம் நம் வாழ்க்கையை வாழ வேண்டும்.

ஒரு மனிதர் அவருக்கு அடுத்த தலைமுறை வாரிசு இல்லாமல் இறந்து விடக் கூடாது. தன் மனதில் தோன்றும் ஆசைகள் அனைத்தையும் மனிதர்கள் அனு-பவிக்க வேண்டும். பணம் இல்லாதவர்கள் பணம் உள்ளவர்களுக்கு அடிபணிந்து

போக வேண்டும். அதிகாரம் உள்ள மனிதர்களுக்கு எதிராக எந்த செயலையும் அதிகாரம் இல்லாத மனிதர்கள் செய்து விடக் கூடாது. நாமுண்டு நம் வேலை-யுண்டு என நம்முடைய வாழ்க்கையை வாழ வேண்டும். இதெல்லாம் செய்தால்-தான் மனித வாழ்க்கை முழுமை அடையும் என்பதை இதுபோன்ற பல தவறான போலி கட்டமைப்புகளின் வாயிலாக அடுத்த தலைமுறையினருக்கும் இந்த எண்-ணங்களைப் வாழையடி வாழையாக ஒவ்வொருவருக்கும் பதியச் செய்து கடத்துகி-றது. காலத்திற்கு ஏற்று அதனை மாற்றியமைத்தும் நகர்த்துகிறது. அதுதான் இன்று நாம் வாழும் வாழ்க்கையிலும் பிரதிபலிக்கிறது. அது ஒவ்வொரு மனிதரிடத்திலும் பிரதிபலித்து மனித இனத்தின் பெரும்பான்மையானோரை தானுண்டு தன் வேலை-யுண்டு என வாழ வைக்கிறது. அதுதான் மன மாயையின் வலுவான போலி கட்-டமைப்புகளை எதிர்த்து குரல் எழுப்பாத, கேள்வி எழுப்பாத, சிந்தனை செய்ய விடாத ஆட்டு மந்தைகளாக மனித இனத்தை தன் கட்டமைப்பிற்குள்ளாக தக்க வைத்துள்ளது.

போலியாக உள்ள இக்கட்டமைப்புகள் மனித இனத்தின் வாழ்வியலைக் குறு-கிய வட்டத்திற்குள்ளாகச் சுருக்கி ஒவ்வொரு மனிதர்களையும் மனிதம் அற்ற மனித இயந்திரங்களாக மாற்றுவதுதான் பிரதான நோக்கமாகத் திகழ்கிறது. ஒரு மனிதன் இயந்திரமாகச் செயல்படும்பொழுது அவனிடத்தில் மாற்று சிந்தனைக்கோ, கேள்விக்கோ இடமில்லாமல் போய்விடுகிறது. இதற்கு அடுத்து அது செய்ய வேண்டும். அதற்கு அடுத்து இது செய்ய வேண்டும் என்று வரையறை செய்து தீர்-மானிக்கப்பட்ட மனித கணினியாக மனித இனத்தைப் பரிமாணம் அடைய வைக்-கிறது. அப்படிதான் இன்று நாமும் மாறிக்கொண்டிருக்கிறோம்.

மனித இனத்திற்குக் கணினி கீழ்ப்படிவதுபோல் மனித இனத்தின் மாயை மனம் மனிதர்கள் உருவாக்கும் மனிதமற்ற கட்டமைப்பிற்கும் பணத்தைக் கொண்டு சக மனிதனை அடக்கும் அதிகாரம் உள்ள நபர்களுக்கும் தானாகவே நம்மை கீழ்ப் படிய தொடங்க வைக்கிறது. அதனை நோக்கிய பயணத்தைத்தான் மன மாயை ஒரு குடும்பத்தின் வாழ்வியலின் அத்தியாவசிய தேவைகளின் மூலமும், ஆசை-களின் வழியே மனித இனத்தை அழைத்துக் கொண்டு பயணிக்கிறது. நாமும் எதற்குப் பயணிக்கிறோம்? எதனை நோக்கிப் பயணிக்கிறோம்? எதனால் பயணிக்-கிறோம்? என்று அறியாமல் அறியாமையில் பயணித்துக் கொண்டிருக்கிறோம். அன்று மாற்று சிந்தனையற்ற மனித கணினியாக இருப்போம்.

குடும்பத்தைப் போற்றி பேணி பாதுகாக்க வேண்டும் என்பது இயற்கையின் ஓர் மாபெரும் அங்கம். ஆனால் இன்று இருக்கும் மாயை மனிதனின் கட்டமைப்பில் குடும்பத்தைப் போற்றி பேணி பாதுகாக்க வேண்டிய செயல் மனித இனத்தை அறி-யாமையின் மாயையில் தக்க வைக்கும் அரணாக மாறி நிற்கிறது. அது ஆதிக்க அதிகாரம் பணம் உடைய மன மாயை நபர்களுக்குக் கீழ்ப்படிந்து நடக்க வேண்-

டும் என்கிற எண்ணத்தைத்தான் மனித இனத்திடம் போதிக்கிறது. ஒவ்வொருவரும் தனி நபராக இருந்தாலும் குடும்பத்தைப் பின்புலமாகக் கொண்டு குடும்பத்திற்காக இயங்கும் மனிதர்களின் எண்ணிக்கையில் நாமும் ஒரு நபராகதான் இருப்போம்.

குடும்பத்தினரிடம் இருக்கும் மன மாயையால்தான் பல மனிதர்கள் மனித இயந்திரமாகப் பணத்தை எப்படியாவது அடைய வேண்டும் என்கிற வேட்கையுடன் பணத்தை நோக்கி மட்டுமே ஓடிக்கொண்டிருக்கிறார்கள். குடும்பத்தினரின் ஆசை- யும், தனிப்பட்ட ஒருவரின் ஆசையும் பேராசையாக மாறி பணத்திற்காக மனிதமற்ற எந்த செயல்களையும் நாம் செய்யத் துணிந்து விடுகிறோம். மாயை மனதிற்கு ஒரு வாய்ப்பு கிடைத்தால் போதும் நம் மனதில் தெளிவு இல்லை என்றால் பணத்திற்- காக மனித நேயமற்ற செயல்களைச் செய்து விடுவோம். அதுதான் பல ரூபங்க- ளில், பல வடிவங்களில் மனிதர்களை பாதிக்கும் செயல்களாக வெளிப்படுகிறது.

மன மாயையின் லௌகீக வாழ்வின் கட்டமைப்பில் நம் குடும்பத்தினரின் மன மாயை ஆசைகளுக்கும், நம் ஆசைகளுக்கும் ஏற்ப நாம் செய்யும் செயல்கள், வாழும் வாழ்வியல், சிந்திக்கும் சிந்தனைகள் என்று இவை முற்றிலும் மனிதப் பிற- விக்கு மாறுபட்டதாகப் புடவியால் புறந்தள்ளக்கூடிய விடயங்களாக மாறிவிட்டன. மனிதர்கள் அனைவரும் சமம், சமத்துவம், சகோதரத்துவம், சமூக நீதி, பொதுவு- டைமை, இயற்கை வாழ்வு என மனிதத்தை போற்றக்கூடிய வாழ்க்கை முறையைத் தேர்ந்தெடுப்பதற்கு தரணியில் மனிதர்களுக்குத் தேர்வு இருந்தும், நாம் மாயை மனதின் வழிகாட்டல் படி ஒடுக்குமுறை நிறைந்த பிரிவினைவாத வாழ்வியலைத்- தான் தேர்ந்தெடுத்து வாழ்ந்து வருகிறோம்.

தரணியில் மனிதம் போற்றி புடவி வழங்கிய சிறந்த ஓர் வாழ்க்கையை வாழ்- வதற்கு மனித இனத்திற்கு வாய்ப்புகள் இருந்தும், நாம் புடவியும், மனிதமும் புறம் தள்ளும் மன மாயை வாழ்க்கையைத்தான் ஈர்ப்புடன் வாழ்கிறோம். அதற்கும் மூல- காரணம் மனித இனத்திடம் மறைவில் இருக்கும் இந்த மன மாயை திரைதான். மனித உயிர்கள் தரணியில் பிறந்ததும் மாயை திரை மெல்ல மனித உயிர்களை ஆட்கொண்டு மனித பிறப்பை மற்ற சக உயிர்களின் பிறப்பை போல் வெறும் பிறப்பாக மாற்றக்கூடிய தனது நாசக்கார வேலைகளை மன மாயை தீவிரப்படுத்திச் செயல்புரியத் தொடங்குகிறது. அதனில் முக்கியமாக ஒரு குடும்ப வாழ்க்கைக்- குத் தேவையானதை விடுத்து தன் கட்டமைப்புகளின் மூலம் தேவையில்லாத பல ஆசைகளை நம் மனதில் தோன்றச் செய்வது அதன் முக்கிய பணியாக உள்ளது. பிறகு நாமும் அதற்கிணங்க நம் ஆசைகளை நிறைவேற்றக்கூடிய செயல்களை நம்மால் செய்ய முடிந்த அளவு செய்து நம் வாழ்க்கையை வாழ முயற்சி செய்கி- றோம். அதற்கு இடையிலும் மன மாயை தன்னால் ஏற்படுத்தக்கூடிய பல மாயை காரணிகளை உட்புகுத்திப் பல விடயங்களுக்கு மனித இனத்தை தன் அசைவுக- ளுக்கு ஏற்ப பொம்மைகள் போல் மனித இனத்தை இயக்குகிறது. அதுவே மனிதப்

பிறவியில் நாம் வளரும் பருவம் முதல் இறப்பு வரையிலான அனைத்து நிகழ்-வையும் தீர்மானம் செய்து நிகழ்த்துகிறது. அதாவது நாம் அனைவரும் தற்போது வாழும் வாழ்க்கையே ஒரு போலியான மன மாயை வாழ்க்கைதான்.

உதாரணத்திற்கு இன்று நாம் ஒவ்வொரு மனிதர்களும் அவரவர்களுக்குக் கட்-டமைக்கப்பட்டுள்ள நேரத்திற்கு விரைவாக காலை உறக்கத்திலிருந்து கண் விழிக்-கிறோம், விரைவாக எழுந்தும் நேரமின்மை காரணத்தால் அவசரமாகச் சரியான உணவுகள் உட்கொள்ளாமல், அன்றைய ஓட்டத்திற்கும் தயாராகுகிறோம். பிறகு நாம் பயணிக்க இருக்கும் தொடர்வண்டிகளையோ அல்லது மற்ற வாகனங்க-ளையோ நேரத்திற்குப் பிடிக்க வேண்டும் என்று எறும்பைப் போல் மாறி முட்டி மோதி அவசரமாக அன்றைய நாள் பயணத்தைத் தொடங்குகிறோம். தினமும் இப்படித் தொடங்குகிற பயணம் அவரவர் விரும்பாத கட்டாயமாக்கப்பட்டுள்ள வேலைகளை அவரவர் நேரத்திற்கு விரைவாக செய்து முடிக்கிறோம். மீண்டும் எறும்பைப் போல் மாறி முட்டி மோதி இரவு வீட்டை அடைகிறோம். இந்த சுழற்-சியின்படியே அவரவர் வேலை நாட்களுக்கு ஏற்ப வாரத்தின் நாட்களைக் கடக்-கிறோம்.

ஏழாவதாகத் தரப்படும் அந்த ஒரு நாள் விடுமுறையை நிம்மதி என்று சொல்-லிக்கொள்ளும் காரியங்களைச் செய்து நிம்மதியில்லாத நிம்மதி அடைந்த திருப்தி-யில் அந்த நாளை கடத்துகிறோம். இந்த சுழற்சி முறையில்தான் பெரும்பாலான மனிதர்கள் தங்கள் வாழ்நாள் வாழ்க்கையைக் கரும்பு சார் எடுக்கும் இயந்திரத்தில் மாட்டிக்கொண்ட கரும்பினை போல் மாயை கட்டமைப்பில் லௌகீக ஆடம்பரத்-திற்கான, ஆசைகளினுள் சிக்கி வாழ்க்கையில் இருக்கும் அனைத்து இனிப்பை-யும் இழந்துவிடுகிறோம். இறுதி கட்டமாக கரும்பு சக்கையைப் போல் வாழ்க்-கையும் சுவையில்லாமல் மாறிவிடுகிறது. வயது முதிர்வால் இனிப்பற்று செயல் இழந்த மனிதர்களாகப் புறக்கணிக்கப்படுவார்கள். பின் பெற்ற பிள்ளைகளின் பண இருப்பைக் கொண்டும், அன்றைய தினம் கடவுளே துணை என்று நம்பி மரணத்-தினை நோக்கி எதிர்பார்த்துக் காத்துக் கொண்டிருப்போம். மாயை கட்டமைப்பில் வாழும் சாமானிய மனிதனாக. மனித வாழ்க்கையின் நோக்கம் என்ன, தனித்துவம் என்னவென்று அறிந்து கொள்ளாமலே பிறந்தோம், வளர்ந்தோம், உயிர் பிழைத்-தோம், வயது முதிர்வு அடைந்தோம் என்று இறந்து விடுவோம். குழந்தையாகப் பிறந்து வளர்ந்து முதிர்வு வரும் வரை உள்ள இடைப்பட்ட வாழ்க்கையில் இறை-வனே அனைத்தையும் படைத்தான், அவன் செயல் படியே அனைத்தும் நடக்கும் என்று நம்பிக்கொண்டிருப்போம். இல்லையென்றால் நம்முடைய மனித பிறப்பைச் சாதாரண மற்ற உயிரினங்களின் பிறப்பைபோல் கருதி மரணிப்போம்.

மாயை மனிதர்கள் உருவாக்கி வைத்துள்ள மாயை கட்டமைப்பில் சக மனிதர்-களிடம் போராடி மனித வாழ்க்கையை வாழ்ந்து நம் அனைத்து ஆசைகளையும்

பூர்த்தி செய்ய முயன்று பின் முதிர்வு அடைந்து இறப்பதுதான் மனித வாழ்க்கை-யின் சுழற்சி நோக்கம் என்றும், அதுவே இறைவன் செயல் என்றும், அனைத்தும் அறிவியலின் விளைவுதான் என்றும் தொடர்ந்து மன மாயை தன் கட்டமைப்புக-ளின் மூலமாக மனித எண்ணங்களில் தொடர்ந்து பதியச் செய்கிறது. நாமும் அந்த எண்ணங்களுக்கு ஏற்ற வகையில் மன மாயை ஆசைகளை லட்சிய இலக்காக வைத்து நம் வாழ்க்கையை வாழ முயல்கிறோம்.

முதலில் இந்த எண்ணங்களிலிருந்து நாம் கட்டாயம் வெளிவர வேண்டும். மனித இனம் தரணியில் பிறப்பதே அவர்களின் ஆசைகள் அனைத்தையும் பூர்த்தி செய்து லௌகீக வாழ்வில் மகிழ்ச்சியாக, ஆனந்தமாய் வாழ்வதற்காகத்தான் என-பதை மறுக்க வேண்டும். நாம் இறைவனைத் துதிக்கவே மண்ணில் பிறந்துள்ளோம் என்று நம்புவதும், நாம் பிறந்ததற்கான காரணம் நம் வாழ்க்கையில் அடைய வேண்டிய இலக்கை லௌகீக வாழ்வில் இருக்கும் என்றும், நாம் செய்யும் வேலை-களில் இருக்கும் என்றும் நம்புவதை நிறுத்த வேண்டும். இதுபோன்று நம் மனதில் விதைக்கப்பட்ட, விதைக்கப்படுகிற எண்ணங்கள்தான் நம் மனித வாழ்க்கையை நோக்கமற்ற சுழற்சியில் சுழலச் செய்கிறது. இது நோக்கமற்ற வாழ்க்கை என-பதை அறிந்திடாமல் பார்த்துக் கொள்ளக்கூடிய இந்த எண்ணங்கள் தான் மன மாயைக்கு முக்கிய பங்காற்றுகிறது. சற்று சிந்தித்தால் இந்த எண்ணம் நம் ஒட்டு-மொத்த மனித இனத்திடமும் ஏதாவது ஒரு வடிவில் இருக்கிறது என்பதை நாம் அறியலாம்.

ஒரு குடும்பத்தில் எவ்வளவு நபர்கள் இருக்கிறார்களோ அந்த அளவிற்கு அக்குடும்பத்தின் மன மாயையின் ஆதிக்கம் அதிக அளவில் அவர்களிடத்தில் இருக்கும். குடும்பத்தின் மன மாயை அதிகமாக இருந்தால் அந்த மாயை மனம் உண்டாக்குகிற ஆசைகளின் பின், தேவையற்ற விருப்பங்களுக்கு அக்குடும்பம் ஓட வேண்டிய சூழல் தானாகவே ஏற்படுகிறது. தேவையில்லாத ஆசைகளை குடும்ப நபர்கள் பின் தொடர்ந்து ஓடுவதால் போலியான வாழ்க்கையைத்தான் மனித இனமாகிய நாம் வாழ்கிறோமா என்பதை உங்கள் மன புடவியிடம் நீங்களே கேள்விகள் கேட்டு ஆராயத் தொடங்குங்கள் பதில் கிடைக்கப்பெரும்.

9

மன மாயையின் குடும்ப கட்டமைப்பு

நம்மால் இன்று ஒட்டுமொத்தமான மன மாயையின் உட்பிரிவுகளையும் தகர்த்து அதிலிருந்து முழுவதும் வெளிவர முடியாவிட்டாலும் நம் குடும்பத்தின் மீது கட்டமைக்கப்பட்டுள்ள கட்டமைப்பின் சுழற்சியிலிருந்ததாவது நாம் அனைவரும் வெளிவர வேண்டும். குடும்பத்தின் மீதான கட்டமைப்பின் சுழற்சியிலிருந்து மட்டும் வெளிவருவதால் என்ன மாற்றம் நிகழப்போகிறது என்று உங்களின் கேள்வியாக இருக்கலாம். குடும்பத்தின் மீதான கட்டமைப்பின் சுழற்சி என்பது ஒரு குடும்பம் இந்த கட்டமைப்பில் எப்படி இருக்க வேண்டும், எப்படி வாழ வேண்டும், எதன் அடிப்படையிலான செயல்களைச் செய்து வாழ வேண்டும் என்ற பல தவறான கட்டமைப்புகளை திணிப்பதே குடும்பத்தின் மீதான கட்டமைப்பின் சுழற்சி பணியாக காணப்படுகிறது. அது குடும்ப உறவுகளுக்கு மட்டும் அல்ல கூட்டாக வாழும் அனைத்து மனிதர்களையும் உள்ளடக்கியதுதான்.

ஒரு நபர் முழுவதும் பொது நலன் கருதுபவராக, அனைவரின் மேலும் அன்பு செலுத்துபவராக இருக்கவே கூடாது என்பதும். குடும்பம் என்று வரும்போது அதற்கு சில விடயங்களுக்கு வளைந்து கொடுக்க வேண்டும் என்பதும். நாமும் மற்ற மனிதர்களைப்போல் லௌகீக வாழ்வில் வாழ்வதே தெரியாமல் வாழப் பழக வேண்டும் என்பதும். நம் குடும்பத்தைச் சார்ந்த மனிதர்கள், உற்றார் உறவினர்-கள், நண்பர்கள் என்று நம் மனதிற்கு நெருக்கமானவர்கள் எது செய்தாலும் சரி என்று சொல்லவைப்பதும்தான் குடும்ப உறவுகளின் மீதும், தனிப்பட்ட ஒரு மனி-தரின் மீதும் திணிக்கப்படுகிற கட்டமைப்புகள். இந்த கட்டமைப்பின் சுழற்சிக்கேற்ப மனித இனம் சுழன்று மனிதத்தின் உணர்வைப் பெறாமல் மாயை மனதின் உணர்-வோடு வாழ வேண்டும் என்பதுதான் அந்த கட்டமைப்புகளின் காரணம்.

ஒரு குடும்பத்தின் வாழ்வியலை அக்குடும்பத்தின் மன மாயையின் ஆசைகள்-தான் தீர்மானம் செய்கிறது என்பதை முன்பு பார்த்தோம். அதனால் குடும்பம் இல்லாதவர்களின் வாழ்வியலை மன மாயை தீர்மானிக்கவில்லையா என்றால் அப்படி இல்லை. லௌகீக தரணியில் தனி மரமாக வாழ்பவர்களை விட குடும்ப உறவுகளிலிருந்து வாழக் கூடியவர்களின் எண்ணிக்கைதான் மிக அதிகம். அதனால் மன மாயையின் தீவிரத்தின் தாக்கம் குடும்பத்தினரிடத்திலே மிக அதிக அளவில் இருக்கும். அதுவே குடும்பத்தின் மீதுள்ள கட்டமைப்பின் சுழற்சியின் மீது நாம் கண்முடித்தனமான பற்றை வைப்பதற்கு ஒரு முக்கிய காரணமாக அமைகிறது. குடும்பத்தின் மீதான பற்றின் தீவிரமும் சேர்ந்துதான் மனிதர்களைப் பெரும் சுயநல வாதிகளாகவும், பண அரக்கர்களாகவும் மாற்றும் நிலைமையை உண்டாக்குகிறது. அது நாம் மற்றும் நம்மைச் சார்ந்தவர்கள்செய்யும் குற்றத்தையும், தவறையும் சுட்டிக் காட்டவே மறுக்கிறது. தவறு என மனிதத்தின் மனம் சுட்டிக் காட்ட முயன்றாலும் நம் மாயை மனம் அதனை நியாயப்படுத்தவே முயற்சிக்கும். குடும்ப உறவுகளும், நண்பர்களும் எப்படிப்பட்ட தீங்கான குற்றச் செயல்களை செய்திருந்தாலும் கூட நம் மாயை மனம் அவர்களின் பக்கமே துணைப்போகத் தூண்டிவிடும். நாமும் அப்படியே துணை போவோம். அது பெரிய காரியங்களுக்கு மட்டும் அல்ல சிறிய காரியங்களாக இருந்தாலும் நம் மனம் அவர்களுக்கே துணைபோகும்.

இது போல் நாம் விரும்பியவர்கள் செய்யும் சிறு சிறு குற்றங்களுக்கு நாம் துணைபோவதால் அவர்கள் நாளை மக்களுக்காகக் கடமைகள் செய்யும் பொறுப்பை ஏற்கும்போது அவர்கள் மக்களுக்குக் குற்றச் செயல்கள் அல்லது தவறான செயல்கள் செய்வதற்கு நாமும் ஒரு காரணமாக இருப்போம். உண்மை, நேர்மை என்பதை சட்டத்திடமும், அரசு அதிகாரிகளிடம் மட்டுமே நாம் எதிர்பார்க்கக் கூடாது. அது நம்மிடமும், நாம் வெளிப்படுத்தும் உணர்வுகளிலுமே எதிர்பார்க்க வேண்டும். முக்கியமாக அடுத்த தலைமுறையினரான வளரும் குழந்தைகளிடமும் உண்மை, நேர்மையை எதிர்பார்க்க வேண்டும். அதற்குப் பொதுவுடைமை, சமத்துவம், சகோதரத்துவத்தை மறுக்கும் நம் குடும்பத்தின் மீதுள்ள அதீதப் பற்றை நம் மனதிலிருந்து தகர்க்க வேண்டும். குடும்பத்தின் மீதான அதீதப் பற்றை தகர்ப்பது என்றால் குடும்ப உறவுகளின் மீது பந்தபாசம் இல்லாமல் உதிரவிடுவதோ, புறக்கணிப்பதோ அல்ல. குடும்ப உறவினர்கள் எது செய்தாலும் சரி என்று அவர்களுக்கு துணைபோகும் கண்மூடித்தனமான பற்றைதான் நாம் தகர்த்தெரிய வேண்டும். அதாவது குடும்ப உறவுகள் செய்யும் குற்றங்களோ, தவறுகளோ, அது சிறியவையோ பெரியவையோ அந்த செயல் சக மனிதர்களுக்கு வருத்தத்தையும், காயத்தையும், தீங்கையும் ஏற்படக்கூடியதாக இருந்தால் அச்செயலுக்குத் துணை போகாமல் இருப்பதற்கே குடும்பத்தின் மீதான அதீத பற்றுகளிலிருந்து வெளிவர வேண்டும் என்று சொல்வதற்கு முக்கிய காரணம்.

குடும்பம், உற்றார் உறவினர்கள், நண்பர்களின் மீதான பார்வையையும் பொது-வான பார்வையில் பார்க்கும்போது அவர்களிடத்திலும் பொதுவுடைமை என்பது காண்பிக்கப்படுகிறது. ஆக நம் மனதிற்கு நெருக்கமானவர்கள் மீது நாம் கண்மூடித் தனமான அதீத பற்றுதலை வைக்காமல் அந்த கட்டமைப்பின் சுழற்சியிலிருந்து நாம் வெளிவர வேண்டும். இவ்வாறு அந்த கட்டமைப்பின் சுழற்சியிலிருந்து வெளியேறிய பல தலைவர்கள் தங்கள் குடும்ப உறவுகளிடமும், மனதிற்கு நெருக்-கமானவர்கள் இடத்திலும், மக்களிடத்திலும் எவ்வாறு சமத்துவத்தை நிலை நாட்டி உள்ளார்கள் என்பதை நம் வரலாற்றின் வாயிலாக அறிய முடிகிறது.

ஒரு மனிதர் வாழ்வதே குடும்பத்திற்காகத்தான் என்ற இந்த மன மாயையுடைய சுழலில் இன்று தங்களின் குடும்பங்களிலும், மனதிற்கு நெருக்கமானவர்களிடத்தி-லும் பொதுவுடைமை, சமத்துவத்தை நிலை நாட்டும் நபர்கள் நாளை தவிர்க்க முடியாத அதிகார நாற்காலிகளில் அமர்ந்தால் அன்று பொதுவுடைமையும், சமத்-துவமும் தரணி முழுவதுமே நிலை நாட்டப்படும். அன்று மட்டும்தான் மனிதத்திற்-குப் பொருந்தாத கட்டமைப்புடைய இத்தரணியில் மனித உயிர்களுக்கான நல்ல மாற்றங்கள் ஏற்படத் துவங்கும். அதன் அடிப்படையில் பொதுவுடைமையாளர்க-ளாக இருந்த பல மேதைகளும், புரட்சியாளர்களும், மக்களின் அரசியல் தலை-வர்களும் தரணி முழுவதும் பல நல்ல மாற்றங்களை ஏற்படுத்தியும் சென்றிருக்கி-றார்கள்.

அன்று மக்களின் புரட்சியாளர்கள், தலைவர்கள் தன் மன மாயையின் தூண்-டுதலில் குடும்ப உறவுக்குள்ளாக சுருங்கி தான் உணடு, தன் குடும்பம் உண்டு என இருந்திருந்தால் என்ன நிகழ்ந்திருக்கும். இன்று இத்தரணியில் ஏற்பட்டிருக்கும் பல நல்ல மாற்றங்கள் நிகழ்ந்திருக்குமா என்றால் கட்டாயம் நிகழ்ந்திருக்காது. அதன் காரணத்திற்காகத்தான் நமக்கு அடுத்து இத்தரணியில் வாழப் போகும் தலைமுறை-யினரிடம் நாம் குடும்பத்தின் கட்டமைப்பின் மீதான அதீத பற்றுதலைத் தகர்த்து குடும்ப கட்டமைப்பின் சுழற்சியிலிருந்து அவர்களை வெளியேற வைக்க வேண்-டும். அதற்கு இன்று நாம் குடும்ப உறவுகளிடமும், நம் மனதிற்கு நெருக்கமா-னவர்களிடமும் அதீத பற்று வைக்காமல், அடுத்த தலைமுறையினர் முன்பு நாம் அனைவரும் பொதுவுடைமை வாதியாக, சமத்துவ வாதியாகச் செயல்பட்டு இயங்க வேண்டும். எங்கும் அதை பார்த்து வளரும் குழந்தைகளிடம் பொதுநலத்தையும், சமத்துவத்தையும், சகோதரத்துவத்தையும் அவர்களின் மனதில் அது பதியச் செய்-யும். அந்த பதிவு மன மாயையின் வலுவை எதிர்த்து அவர்களின் மனதில் போரா-டும் போது அதனை விழிப்புநிலை வெற்றியடையச் செய்யும்.

எந்த மனிதர்கள் இவற்றை தங்கள் குழந்தைகளிடம் சாத்தியப்படுத்துவார்கள் என்றால் யார் தன்னிடம் இருந்த மன மாயையை மறைத்திருக்கிறார்களோ, மனிதத்தோடு உள்ளார்களோ அந்த மனிதத்தின் மனம் உடைய மனிதர்களால்

மட்டும்தான் இச்செயல் சாத்தியமாகும். அதனால் அடுத்த தலைமுறையினரின் வாழ்க்கையில் வரும் மனிதர்களாகட்டும், கல்வி பாடத்தை போதிக்கும் மனிதர்களாகட்டும், அவர்களுக்கு தங்கள் அறிவை போதிக்கும் மனிதர்களாகட்டும், இப்படி அடுத்த தலைமுறையினரின் வாழ்வில் வரும் அனைவருமே மன மாயையை மறையச் செய்து விழிப்படைந்த மனிதராக, மனிதம் போற்றும் மனிதராக இருத்தல் என்பது மிக அவசியமானதாகும்.அதற்காக அடுத்த தலைமுறையினர் பொதுவு-டைமை வாதியாக, சமத்துவ வாதியாக மட்டும் இருந்துவிடக் கூடாது. அவர்க-ளும் தங்களின் சாத்தானியத்தின் மன மாயையை மறைத்து விழிப்படைந்தாகத்-தான் வேண்டும். கடந்த பத்திகளில் பார்த்தவை எல்லாம் மனித இனம் லௌகீக வாழ்க்கையில் இத்தரணி கட்டமைப்பில் எது செய்தால் அனைத்து மக்களும் நல்-லபடியாக, ஏற்ற தாழ்வுகள் ஏதும் இல்லாமல் சமத்துவமாகப் பிரச்சனைகளின்றி வாழலாம் என்ற நிலைப்பாடுதான்.

லௌகீகத்தின் தீவிரம் நிறைந்த இன்றைய காலகட்டத்தில் அதற்கு ஏற்றாற்-போல் செயல்கள் செய்து நம் மாயை மனதைக் குழப்பாமல் ஆன்மீக வாழ்வைத் தரணியில் நம்மால் வாழ முடியாது. இப்படிப்பட்ட ஒரு சூழலை மனித இனம் தனக்-குத் தானே தீவிரமாகக் கட்டமைத்து விட்டது என்றுதான் சொல்ல வேண்டும். அதாவது லௌகீகத்தின் கட்டமைப்புக்குள் மனிதர்கள் ஒருவருக்கொருவர் நன்மை-கள் செய்துகொண்டு நலமாக லௌகீகத்தின் வாழ்வை வாழ்வதற்காகத்தான் இந்த விளக்கம்.

இது லௌகீக வாழ்வு என்றால் அப்போது எது நம் வாழ்க்கை என்ற கேள்வி நம்மிடம் எழும். நம் வாழ்க்கை எது என்றால் மனித இனமாகிய நாம் விழிப்ப-டைந்து மனிதத்தை உணர்ந்தால் எது நம் வாழ்க்கை என்கிற உணர்வுகள் நமக்கே தெரிய வரும். அதுவே மனித இனத்தின் வாழ்க்கை. அதற்கு நாம் எந்த பற்றுத-லும் இல்லாமல் விழிப்படைந்திருக்க வேண்டும்.

லௌகீகத்தின் கட்டமைப்பிற்கு ஏற்றவாறு நம் மன மாயையைக் குழப்பி வாழ்ந்-தாலும் நம் மன மாயையைத் தகர்த்து மறையச் செய்து விழிப்படையாமல் நம் மனித வாழ்க்கையை வாழ்ந்திடவே கூடாது. இத்தரணியில் பிறக்கும் ஒவ்வொரு உயிரும் கண்டிப்பாக மன மாயையைத் தகர்த்து மறையச் செய்து அனைத்து உயிர்களும் விழிப்படைந்தே தீரவேண்டும். அதுதான் மனித வாழ்க்கையின் மறு-பக்கத்தை உணர்த்தி நம் முன் காட்சிப்படுத்தும். அன்று மனிதனைச் சுற்றி மன மாயை நிகழ்த்தும் மனித மனதின் மாயை அரசியலையும், மாயையின் ஆன்மீக அரசியலையும் நாம் அறிவோம். இதனை உணர்ந்தறிந்தால் தான், " தரணி ஒரு நாடக மேடை அதில் நடித்திடும் நடிகர்கள் நாம் " என்பது தெள்ள தெளிவாக புரியும்.

10

இது நம் வாழ்க்கையா

தரணியில் அன்றும், இன்றும், என்றும் மனிதர்களில் ஆண் பெண் சேர்ந்து குழந்-
தைகளை ஈன்றெடுத்து அவர்களைப் பராமரித்து, பாதுகாத்து, அன்பு செலுத்தி
வளர்க்கிறோம். குழந்தைகள் வளரும் பருவத்தின் போதே அவர்களுக்கு நாம்
பேசும் மொழியைப் பழகச் செய்து, நாம் வாழும் கலாச்சார வாழ்வியலையும் பழகச்
செய்கிறோம்.

நாம் வாழும் நாட்டில் என்ன கல்வி முறை இருக்கிறதோ அந்த கல்விமு-
றையில் அக்குழந்தைகளைச் சேர்த்துவிட்டு லௌகீக அறிவு நிரப்பும் பாடத்திட்-
டங்களின் கீழ் உள்ள படிப்புகளைப் பயிலச்செய்கிறோம். அது அக்குழந்தைகள்
நன்றாகப் படித்து கல்வி பாடத்தில் தேர்ச்சி பெற வேண்டும் என்பதற்காக அவர்க-
ளின் மனதில் மீதம் இருக்கும் மாயாஜாலக் கேள்வி சிந்தனைகளையும், கற்பனை-
களையும் மறையச் செய்து விடுகிறது. பின் கல்வி முறை மெல்ல பாட நூல்களின்
வாயிலாகவும், கட்டமைப்பின் வாயிலாகவும் லௌகீக அறிவை வளரும் குழந்தை-
களிடம் மெல்ல புகுத்து தொடங்குகிறது. அதற்கடுத்து பணத்தினை கடன் பெற்று
இந்த சமூகம் கட்டமைத்து வைத்துள்ள உயர் பள்ளி மற்றும் கல்லூரிகளில் நம்மு-
டைய லௌகீக அறிவால் அவர்களின் லௌகீக அறிவு வளர அக்குழந்தைகளை
பயிலச் செய்வோம். பள்ளி, கல்லூரிகளில் பயின்று முடித்த பிறகு ஊர் போற்ற
வேண்டும் என்பதற்கும், உயர் படிப்புக்கு வாங்கிய கடனை அடைக்க வேண்டும்
என்பதற்கும் ஏதாவது ஒரு பணியில் அவர்கள் சேர்ந்தாக வேண்டும். பிறகு குடும்-
பத்தின் கடனை அடைத்து குடும்பத்தின் ஆசைகளையும் தன் ஆசைகளையும்
நிறைவேற்ற வேண்டும் என்பதற்கு ஓட வேண்டும்.

லௌகீக வாழ்வில் பணம் சார்ந்து அனைத்தும் பெற்ற மனிதராக வாழ வேண்-
டும் என்பதற்காக குறிப்பிட்ட வயதிற்குள் அதிகம் ஊதியம் பெறக்கூடிய ஏதாவது
பணிக்கு மாற கட்டாயப்படுத்துகிறோம். இதையெல்லாம் பெற்றோர்கள் திணிக்-

வில்லை என்றாலும் நமக்குள் திணிக்கப்பட்டிருக்கும் லௌகீக அறிவால் அவர்-
களே அந்த செயல்களை செய்வதற்காக பணம் அதிகம் ஈட்டும் வேலையை
தேடி ஓடுவார்கள். பிறகு அவர்களும் மன மாயையின் சூழ்ச்சியால் மன மாயை
வாழ்க்கையின் சுழற்சி கட்டமைப்பில் தன்னை அறியாமலே இணைந்து கொள்-
வார்கள். பின் இக்கட்டமைப்பிற்கு ஏற்றவாறு தன்னை முழுவதுமாக மாற்றிக்-
கொள்ளத் தொடங்குவார்கள். பிறகு அவர்களும் லௌகீகத்தின் வாழ்க்கையை
வாழ்வதற்கு பணத்தைத் தேடி பந்தயக் குதிரைகளாக ஓட்டின் இலக்கு தெரியா-
மல் ஓடத்தொடங்குவார்கள். இப்படி தன் குடும்பத்தின் தேவைக்கும், குடும்பத்தின்
ஆசைக்கும், தன்னுடைய தேவைகளுக்கும், தன்னுடைய ஆசைகளுக்கும் லௌகீக
வாழ்க்கையில் ஓடிக்கொண்டிருப்பவர்களைப் பிடித்து ஆண் பெண் இருபாலருக்கும்
திருமணம் செய்து வைக்கிறோம். பெற்றோர்கள் திருமணம் செய்து வைக்காமல்
போனாலும் இச்சமூக கட்டமைப்பு ஏற்கனவே இந்த வயதில், இந்த சூழ்நிலையில்
திருமணம் செய்ய வேண்டும் என்கிற எண்ணத்தை அவர்களின் மனதில் திணித்து
வைத்திருக்கிறது. அதன்படி பெற்றோர்கள் திருமணம் செய்து வைக்க வில்லை
என்றாலும் அவர்களே ஒரு கட்டத்தில் திருமணம் செய்து கொள்வார்கள்.

திருமணம் செய்து அவர்கள் ஒரு குடும்பமாக மாறிய பிறகும் மீண்டும்
பணத்தை நோக்கி ஓடும் வாழ்க்கையில் குழந்தைகளைப் பெற்று, வளர்த்து, அன்பு
செலுத்தி கடன்கள் வாங்கி படிக்க பிள்ளைகளை படிக்க வைப்பர். அவர்களின்
உயர்கல்விகள் முடிந்ததும் அவர்களும் ஏதோ ஒரு வேலையில் நுழைவார்கள்.
பிறகு அவர்களும் அவர்களின் குடும்பத்தின் லௌகீக தேவைக்கும், தங்களின்
கடனை திருப்பி செலுத்துவதற்கும், செல்வம் சேர்ப்பதற்கும், பெயர் சேர்ப்பதற்கும்,
தன் குடும்பத்தின் ஆசைகளை நிறைவேற்றவும், தங்கள் ஆசைகளை நிறைவேற்-
றுவதற்கும் தங்களுடைய மன மாயையின் வழிகாட்டலை பின் தொடர்ந்து பணத்-
தைத் தேடி ஓடுவார்கள். இப்படியே மனித இனத்தின் மன மாயை கட்டமைத்து
உருவாக்கி வைத்திருக்கும் வாழ்க்கை சக்கரத்தினால் மனித உயிர்களாகிய நாம்
முடிவற்ற உயிர்களாகச் சுழன்று கொண்டுதான் இருக்கிறோம். மாயை மனம் உரு-
வாக்கிய கட்டமைப்பை இயற்கையின் கட்டமைப்பு என்று நம்பியும் ஏற்றுக்கொள்-
கிறோம்.

நீங்களே சற்று எண்ணிப்பாருங்கள் மனித இனத்தின் வாழ்வியல் முறைகளும்,
உயிர்ப் பிழைக்கும் முறைகளும், போராட்ட முறைகளும் தான் அவரவருக்கு ஏற்-
றவாறு மாறுகிறது, மற்றபடி மனிதர்கள் பிறந்து வளர்ந்து அன்று உள்ள மனித
கட்டமைப்பில் சுழன்று, ஒரு குடும்பமாக மாறி அடுத்த உயிரைப் தரணியில் பெற
வேண்டும். அடுத்து அவர்களை வளர்த்தெடுத்து மனதின் ஆசைகளை நிறை-
வேற்றி இறுதியில் வயது முதிர்வினாலோ, விபத்திலோ, நோய் வாய்ப்பட்டோ, இச்-
சமூகத்தின் கட்டமைப்பால் கொலை செய்யப் பட்டு இறந்து போவதுதான் மனித

வாழ்க்கையில் ஆண்டாண்டு காலமாய் தொடர்ந்து நடைபெற்று வருகிறது. எப்படி என்று தெரியாமல் இப்படி முடிந்து போகும் வாழ்க்கைக்குத்தான் சதை உடலோடு ஆயிரம் ஆண்டுக்காலம் வாழப்போவது போல் பணத்திற்காகவும், தன் பற்றுதலுக்-காகவும் சக மனிதர்களுக்கு துன்பங்களைச் செய்து, பாவச் செயல்களைச் செய்து வாழ்கிறோம். அதில் குறிப்பிட்ட சிலர் இந்த நொடியும் மனிதர்களின் இறப்பிற்கு முக்கிய காரணமாக விளங்கும் பணத்தை தன் ஆசைக்கு குவித்து வைத்துள்ளனர்.

பணத்தினை அதிகமாக சேகரிக்கும் தீவிரத்தில்தான் நான் என்ற ஆணவத்திற்-கும், ஆங்காரத்திற்கும், ஆடம்பர கவுரவத்திற்காகவும், சாத்தானிய மன மாயை-யின் தூண்டுதலால் இயற்கை வளங்களை அழிக்கவும் செய்கிறார்கள். இயற்-கையை அளிப்பது தன்னைத்தானே மனித இனத்தையே அழிப்பதற்குச் சமம் என்பதை உணராமல், பணம் மட்டுமே அவர்களின் பார்வை என்பதால் இயற்கை வளங்களை அழிக்கும் நாசக்கார வேலைகளைத் தரணியெங்கும் மனிதர்கள் செய்-துகொண்டேதான் இருக்கிறார்கள். அர்களின் மாயை மனதின் திருப்திக்காக மட்-டுமே மனிதர்கள் இது போன்ற பல இன்னல்களை, பிரச்சனைகளைத் தரணிக்கு ஏற்படுத்தியும் மனித இனத்திற்கு ஏற்படுத்தியும் வாழ்கிறார்கள். இறுதியில் சக மனித உயிர்களை வஞ்சித்து, கொலை செய்யும் பணத்தைச் சேர்த்து தேக்கி வைத்து மனித வாழ்வியல் பற்றிய புரிதலே இல்லாமல் ஏக்கத்தோடு மரணித்து விடுவார்கள்.

இவற்றைப் பணத்தின் மீது தீராத ஆசை உடைய பண முதலைகள் மட்-டும்தான் செய்கிறார்களா என்றால் அதுதான் கிடையாது. இது அவர்களின் மன மாயை தீவிரத்தின் தூண்டலால் அவர்கள் தகுதிக்குச் செய்ய முடிந்த துன்பங்-களைத் தான் மனித இனத்திற்கு, இத்தரணிக்கும் விளைவிக்கிறார்கள். இதே நாளை நம்மில் யார் பணப் பைகளாக மாறினாலும் நம்முடைய மன

மாயையின் தூண்டுதலில் நாமும் அதையேதான் செய்வோம். நம் மன மாயை தீவிரத்திற்கு ஏற்ப நம்மால் எப்படிபட்ட இன்னல்களை சக மனிதர்களுக்கு செய்ய முடியுமோ அதை செய்துதான் நாம் அனைவரும் இறந்து போகிறோம். தனிப்-பட்ட ஒரு நபரின் மாயை மனதிற்கு வாய்ப்புகள் கிடைக்காத வரை நாம் எந்த தீங்கும் செய்யாமல்தான் இருப்போம். அதுவரை நம் மாயை மனதின் தீவிரத்-தைப் பொறுத்து நம் சக மனித உயிருக்கும், தரணிக்கும் தீங்குகள் செய்கிறோம். இவற்றை படிக்கும் பெரும்பாலானோருக்கு முரண்பாடான கருத்துகள் ஏற்பட்டி-ருக்கலாம். இது தானே மனித வாழ்க்கை, இது தானே வாழ்க்கையின் சுழற்சி, இது தானே மனித வழக்கம், இது தானே கட்டமைப்பு, இது தானே நிதர்சனம் என்றெல்லாம் கேள்விகளும் எழும்பும். மனிதர்கள் பிறந்து உயிரோடு இருப்பது மட்டும்தான் இயற்கையின் கட்டமைப்பாக இருக்கிறது. மற்றபடிப் பிறந்து வளரும் போது மனதில் திணிக்கப்பட்ட செயல்கள் முதல் நம் இறப்பிற்குப் பிறகு செய்யப்

போகும் சாங்கிய சடங்குகள் வரை அனைத்துமே சிலரின் ஆதாயத்திற்காக மன மாயையால் அரங்கேற்றப்பட்ட நிகழ்வுகளாகதான் இருக்கிறது. சில மனிதர்களின் ஆதாயத்திற்காக உருவாக்கப்பட்ட கட்டமைப்பு விடயங்கள்தான் இன்று தரணியில் பெரும் மனித கட்டமைப்புகளாக மாற்றமடைந்து சக மனிதர்களை அடிமைப்படுத்தி வைக்கக்கூடிய மன மாயையின் கட்டமைப்பு அரணாக வளர்ந்திருக்கிறது.

தரணியில் பிறந்து உயிர்பிழைத்து அடுத்த உயிரையும் பிறக்கச் செய்து ஒன்றும் புரியாமல் மரணிப்பதுதான் இயற்கையின் சுழற்சி முறை. ஆனால் அந்த சுழற்சி முறை மனித இனத்தினை தவிர்த்து மற்ற உயிர்களுக்கு மட்டுமே முழுவது- மாக பொருந்தகூடியது. ஏனென்றால் மற்ற உயிர்களுக்கு மட்டுமே எதற்குப் பிறந்- தோம்? எதற்கு வாழ்கிறோம்? எதற்கு இந்த செயல்களைச் செய்கிறோம? எதற்காக மரணிக்கிறோம்? என்று தெரியாமலே அடுத்த உயிரைப் தரணியில் பெற்று இறந்து போகிறோம். அதனால் அந்த இயற்கை சுழற்சி முறையில் மனிதர்கள் முற்றிலும் பொருந்தியவர்கள் அல்ல. மனித பிறப்பு என்பது ஒரு மகத்துவமான, தனித்துவ- மான பிறப்பு என்பதை நாம் அனைவருமே ஒப்புக்கொள்ள வேண்டும். அதனை வரலாற்றில் மகான்களும், மேதைகளும் என பலர் சொல்லிச் சென்றிருக்கிறார்கள். குறிப்பாக ஒரு வாக்கியத்தைச் சொல்ல வேண்டுமானால் " அரிது அரிது மானி- டராய் பிறத்தல் அரிது " என்ற சங்ககாலப் புலவர் ஒளவையின் இந்த வாக்கியம் மனித இனத்தின் தனித்துவதை பறைசாற்றும் வாக்கியமாகும். இது போன்று பலர் மனித பிறப்பு பற்றிய தனித்துவத்தை எடுத்துரைத்துள்ளனர். அந்த மனித பிறப்- பின் தனித்துவத்திற்கான காரணங்களை உணர்ந்தறிய விடாமல் மாயை திரையிட்டு மறைக்கும் பணியைச் செய்வதுதான் நம் மனதில் உள்ள சாத்தானிய மன மாயை- யின் ஓய்வில்லா பணியாக உள்ளது.

எல்லையற்ற புடவியில் சிறு ஒரு புள்ளியில் பிறந்த தனித்துவம் வாய்ந்த மனித உயிர்கள்தான் தரணி மாயையின் லௌகீக வாழ்வியலுக்காகச் சுழன்று ஆசை, ஆடம்பரம், பணம், காமம், கோபம், வேலை, பற்று, பிரிவினை பிரச்சனைகள் என இவைகளுக்கு பின்னால் நம் மனதை ஓடச் செய்து நம் பிறப்பு பற்றிய புரிதல்களே இல்லாமல் வாழ வைக்கிறது. இதனை மட்டும் புரிந்து கொள்வோம் இயற்கை படைப்புகளில் போராடி வாழ்வது மட்டும்தான் மனித வாழ்க்கை. மனி- தப் படைப்புகளில் மனிதர்களுக்கு எதிராக போராடி வாழ்வது ஒரு போதும் மனித வாழ்க்கையாகாது.

மனித வாழ்க்கை பற்றிய சரியான புரிதல்கள் நம்மிடத்தில் இருந்தால் போதும் நாம் பிறந்து விட்டோம் போகிற போக்கில் வாழ்க்கையை வாழ்ந்துவிட்டு இறுதியாக இறந்து விடுவோம் என்கிற மன நிலையோடு ஒரு போதும் வாழ மாட்டோம். மற்ற உயிர்களின் சுழற்சி முறையினை நம் வாழ்க்கையின் சுழற்சி முறையாகவும் ஏற்று மனித வாழ்க்கையை வாழ மாட்டோம். லௌகீக வாழ்வியலுக்கு பதிலாக

ஆறறிவு திறனோடு இயற்கை வாழ்வியலோடு பின்னிப் பிணைந்த வாழ்வியலை-தான் வாழ்ந்துகொண்டிருப்போம். அதிலும் உள்முகத் தேடல் உடைய மனித உயி-ராகத்தான் தரணியில் வாழ்ந்து மரணிப்போம்.

மனித இனத்தின் வாழ்க்கை நோக்கத்தைக் கண்டறிய வேண்டியது நம்முடைய மாற்று சிந்தனைகளில் மட்டும்தான் உள்ளது. அதுவே மனித இனத்திற்கான வாழ்-வியல் நோக்கம். அதனால் தான் '' சிந்தனையே மனித வாழ்க்கைக்கான திற-வுகோல் ''. ஆனால் நாம் இன்று நம் லௌகீக வாழ்வின் அறிவிற்கு ஏற்ப மன மாயையின் கட்டுப்பாட்டின் கீழ் நமக்கு உரித்தான அறிவின் தன்மைக்குத் தகுந்-தவாறு பணத்தினை சம்பாதிக்கக்கூடிய, மன மாயையைத் திருப்திப்படுத்தக்கூடிய நோக்கங்களைத்தான் நம் வாழ்வியல் நோக்கங்களாக, இலக்காக வைத்திருக்கி-றோம். சிலர் அதுவே பிறவிப் பயன் என்றும் கருதிக் கொண்டிருக்கிறார்கள்.

நம்முள் இருக்கும் மாயை மனம் தன்னை திருப்திப் படுத்திக்கொள்ள உரு-வாக்கப் பட்டவைதான் லௌகீக வாழ்வின் வாழ்க்கை லட்சியங்கள், நோக்கங்கள். நம் மனதின் லட்சிய இலக்கை அடைந்ததும் நம் மனம் திருப்தி அடையுமா என்-றால் கண்டிப்பாகத் திருப்தி அடையாது. ஒரு இலக்கு முடிந்ததும் மீண்டும் ஏதா-வது ஒரு இலக்கை மாயை மனம் நம் மனதில் புகுத்தி விடும். நாமும் நிறைவடை-யாத மாயை மனதின் இலக்குகளை அடையும் வரை ஏதாவது ஒரு காரணத்தை சொல்லி பின் தொடர்ந்தவாறே இருப்போம். மொத்தத்தில் லட்சியம், நோக்கங்கள் இல்லாமல் இருப்பது நம் மனதிற்கு வருத்தம் அல்ல. மனித இனம் மன ஓட்-டம் இல்லாமல் அமைதியாக இருந்துவிடக் கூடாது என்பதுதான் மன மாயையின் லட்சியம்.

எப்பொழுதும் நாம் மன ஓட்டத்தோடு வாழ்ந்து கொண்டிருக்கும் காரணத்தி-னால்தான் நம்மால் சிறிது நேரம் கூட ஓர் இடத்தில் சிந்தனைகள் செய்யாமல், எந்த வித என்ன ஓட்டமும் இல்லாமல் அமைதியாக உட்கார முடியாத நிலைக்கு காரணம். ஏதாவது ஒன்றை நம் மனம் தொடர்ந்து அசைபோட்ட படியே இருந்து கொண்டிருக்கிறது. அதுதான் நாம் மரணித்துப் போகும் தருணம் வரையிலும் தொடர்கிறது. நாம் சற்று அமைதியாக உட்கார்ந்து நம் எண்ணத்தைக் கவனித்தால் போதும் மாயை மனம் ஏன் அத்தருணத்தில் இல்லாமல் எதிர்காலத்திற்கும், இறந்த காலத்திற்கும் அலைபாயுகிறது என்பது புரிய வரும். நம் உடலுக்கு மூளை இருந்-தாலும் நம் மூளையுடன் பிணைப்பில் இருக்கும் நம் மனம்தான் பெரும்பாலும் மூளையாகச் செயல்புரிகிறது. அதுதான் சிந்தனையே மனித வாழ்க்கைக்கான திற-வுகோலாக உள்ளது. அதே தருணம் நம் மாயை மனதின் சிந்தனைதான் மனித இனத்திற்கு வருத்தங்கள், துன்பங்கள், துயரங்கள் ஏற்படுவதற்குக் காரணமாகவும் அமைக்கிறது.

நாம் பார்த்துப் பழகிய, அன்பு செலுத்திய, நம் கண் முன் உயிருடன் இருக்கும் மனிதர்கள் சிறு நேர இடைவெளியில் உயிருடன் இருப்பதில்லை. ஏதோ ஒரு காரணத்தால் மரணித்து விடுகிறார்கள். இது போன்று இறப்பவர்களைப் பார்க்கும் போது நம் வாழ்க்கை எவ்வளவு குறுகியது, காலையில் நல்லா இருந்த நபர் இப்போது உயிரோடு இல்லை. அவ்வளவுதான் நம் வாழ்க்கை என்று இறப்பின் போது மட்டும்தான் நம் மனிதத்தின் மனம் வெளிப்பட்டு மனித வாழ்க்கை எவ்வளவு குறுகியது என்பதை சிந்துப்போம். இறப்பினை கடந்து ஒரு இரண்டு மூன்று நாள்கள் கடந்ததும், நாம் மாயை மனதின் உணர்வில் இருக்கும்போது மனித வாழ்க்கை குறுகிய வாழ்க்கை, நேற்று இருப்பவர்கள் இன்று இருப்பதில்லை என்பதையெல்லாம் மிக எளிதாக மறந்து விடுவோம். மீண்டும் வழக்கம் போல் நம் லட்சியம் நிறைவேறவில்லை, என் ஆசைகள் நிறைவேறவில்லை, இந்த பொருள்கள் கிடைக்க வில்லை, என் லட்சிய வேலை கிடைக்க வில்லை, இவை கைக்கூடவில்லை என்று நம் மாயை மனதின் தூண்டலுக்கு வருத்தம் அடைந்து கொண்டிருப்போம்.

தரணியில் மனித வாழ்க்கை குறுகிய வாழ்க்கை என்பதையும் மறந்து சக மனிதர்களுக்குத் தீங்கு ஏற்படும் காரியங்களைச் செய்து கொண்டிருப்போம். இன்னும் சிலர் கடந்த பத்தியில் உள்ள பட்டியலில் உள்ளவை ஏதேனும் கிடைக்கப் பெறவில்லை என்றால் நம் உயிரையும் பறிக்கும் எண்ணத்தை இந்த மன மாயையானது நம்மிடம் தோன்றச் செய்துவிடும். அந்த தருணம் நம்முள் இருக்கும் மனிதத்தின் மனம் சற்று சாத்தானின் மாயை மனம் மீது சாய்ந்தாலும் மாயை மனம் உண்டாக்கக்கூடிய போலியான உணர்ச்சி பெருக்கில் நாம் கண்டிப்பாகத் தற்கொலை செய்துகொள்வோம். அதாவது நம்முள் இருக்கும் சாத்தானின் மாயை மனமே நம்மைக் கொன்று விடும்.

அப்படி ஒரு எண்ணத்தை நம் மாயை மனம் நமக்கு ஏற்படுத்தும் போதெல்லாம் இதை மட்டும் நினைவில் வைத்துக்கொள்ளுங்கள். தற்போது நாம் வாழும் தரணி வாழ்க்கையில் நம்முடைய ஆசை, கனவுகள், லட்சியங்கள், நோக்கங்கள் நிறைவடையயவில்லை என்று வருந்திக்கொண்டிருக்கும் இந்த கணமும் தரணியில் எங்கோ ஒரு மூலைகளில் பல மருத்துவமனைகளில் தான் மனிதப் பிறவி என்றே அறியாத பல கைக்குழந்தைகள் பிறந்த உடனே இறந்து விடுகிறது. பல குழந்தைகள் இறந்தும் பிறக்கிறது என்பதை நினைவில் வைப்போம். இப்படிப்பட்ட சூழல் இருக்கும் தரணியில் நாம் உயிருடன் பிறந்து வாழ்கிறோம் என்பதே பெரும் தவம். ஆனால் நாம் மாயை மனதின் வீண் ஆசைகளுக்கும், போட்டி, பொறாமை, பகை, வஞ்சகம், பெயர், புகழ், பணம் என்று இதற்குப் பின்னால் ஓடி நம் மனித வாழ்க்கையை இழக்கிறோம் அல்லது மன மாயையின் தூண்டுதலில் நாமே நம் வாழ்க்கையை முடித்துக் கொள்கிறோம்.

எது நம்முடைய வாழ்க்கை நோக்கம் என்பதை நாம் தான் நம்முடைய சிந்-தனைகளின் மூலம் உணர்ந்தறிய வேண்டும். நம் மனிதத்தின் மனதின் சரியான சிந்தனைகளும், சரியான கேள்விகளும்தான் மனித வாழ்க்கைக்கான திறவுகோல். அதனைச் சரியாகப் பயன்படுத்தினால் ஒட்டுமொத்த மனித இனத்திற்குப் புடவி ஏற்படுத்திய நோக்கத்தை நாம் உணர்ந்தறிவோம். அவற்றைத் தவறாகப் பயன்-படுத்தினால் சில மனிதர்களின் மன மாயையின் செயல்களுக்கும், நம் மனதின் மாயைக்கும் அடிமையாகி அது உருவாக்கிய கட்டமைப்பிற்கு ஏற்று மனித பிரி-விளைகளை உள்ளடக்கி பணத்தைத் தேடி மட்டும் சுயநலமாக ஓடிக்கொண்டிருப்-போம்.

எது நம் வாழ்க்கை என்பதை தீர்மானிக்க வேண்டியது நமக்குள் இருக்கும் மனிதத்தின் மனமாக தான் இருக்க வேண்டுமே தவிர மனித இனத்தை விழுங்க நினைக்கும் சாத்தானியத்தின் மன மாயையாகவோ அல்லது மற்ற மனிதர்களின் மன மாயையாகவோ இருக்கக் கூடாது. இது நம் வாழ்க்கையா என்பதை நம் மனிதத்தின் மனம்தான் உணர்ந்தறிய வேண்டும். அதற்கு நாம் அனைவரும் விழிப்படைய வேண்டும்.

11

புரியாத மாயாஜாலம் அறியாத மனிதர்கள்

இத்தலைப்பை பார்த்ததும் மாயாஜாலமா அது என்ன அறிவியலுக்கு எதிராக உள்-ளது என்று நம் பகுத்தறியும் மனம் கேள்வி எழுப்பலாம். மாயாஜாலம் என நான் இந்த தலைப்பில் கூறி உள்ளது நாம் ஒரு விடயத்தை எந்த கோனத்திலிருந்து பார்த்து அதை அனுகுகிறோம் என்பதை பொறுத்து அதன் சிந்தனைகள் நம்மிடம் மாற்றம் அடையும். அப்படி நம்முடைய சிந்தனையை மாற்றுவதற்கு தான் இத்த-லைப்பு. அதனால் இத்தலைப்பு அறிவியலுக்கு எதிரானது இல்லை, அறிவியலை வேறு ஒரு கோணத்தில் அனுகி நம்மிடம் உள்ள மாற்று சிந்தனைகளை தூண்டு-வதே இத்தலைப்பின் நோக்கம்.

நம் வாழ்க்கையில் மாயாஜாலங்களை சிறு வயது முதல் இன்று வரை நேரிலோ அல்லது திரைப்படங்களின் வாயிலாகவோ ஒரு முறையாவது பார்த்தும், கேட்டும் இருப்போம். கருப்பு நிற ஆடை உடுத்திய ஒருவர் தலையில் கருப்பு தொப்பியுடனும், கையில் கருப்பு மந்திர குச்சியுடன் மாயாஜாலங்கள் நிகழ்த்துகிறார் என்றும், வாயில் நுழையாத வார்த்தைகளைச் சொல்லி கையில் இருக்கும் குச்-சியை ஆட்டி தொப்பியிலிருந்து முயல்கள் மற்றும் புறாக்கள் எடுக்கிறார் என்றும், நாணயங்களை மறையச்செய்வதும், ஒன்றும் இல்லாத கையிலிருந்து பல வண்ண நிற காகிதங்கள் எடுப்பது போன்ற பல மாயாஜாலங்களை நிகழ்த்துகிறார் என்-பதை கேள்விப் பட்டிருப்போம் அல்லது நேரில் பார்த்திருப்போம். அந்த மாயாஜா-லங்கள் அனைத்தையும் அவர்கள் நன்கு கற்றுத் தேர்ந்த திறமையால் கண்கட்டி தந்திரத்தின் மூலமே செய்திருப்பார்கள். ஆனால் நாம்தான் அவற்றை மாயாஜா-லங்கள் என்று கருதிவந்திருப்போம். நாம் வளர்ந்து ஆராய்ந்து அறியும் போது-தான் அவர்கள் நிகழ்த்திய மாயாஜாலங்கள் அனைத்துமே கண்கட்டி தந்திரங்கள்

என்று விளங்கும். நாம் சிறு வயதிலிருந்து இன்று வரை பார்த்து, கேள்விப்பட்ட இவை அனைத்தும் உண்மையான மாயாஜாலங்கள் இல்லையென்றால் பின் எதுதான் உண்மையான மாயாஜாலங்கள் என்ற எண்ணம் நம்மிடத்தில் தோன்றக் கூடும்.

உண்மையான மாயாஜாலங்கள் எவை என நாம் தேட தொடங்கினால் அச்சிந்தனைக்குத் தீனி போடும் வகையில் சக மனிதர்களால் திரைப்படங்களில் காட்சிப் படுத்தப்பட்டவையான ஒரு நபர் திடீரென்று மறைவதும், ஆகாயத்தில் பரப்பதும், ஒரு பொருளை மறைய வைப்பதும் போன்ற செயல்களே உண்மையான மாயாஜாலங்கள் என்று விடை கிடைக்கும். இதனால் எது உண்மையான மாயாஜாலம் என்ற கேள்விக்கு? சக மனிதனால் நிகழ்த்த முடியாத மனித செயலுக்கு அப்பாற்பட்டதை யார் ஒருவர் செய்கிறாரோ அதுவே மாயாஜாலம் என்று நம் சிந்தனைகள் முற்றுப் பெறுகிறது.

புராணக் கதைகளில் சொல்லப்பட்டுள்ள மனித செயலுக்கு அப்பாற்பட்ட நிகழ்வுகள்தான் உண்மையான மாயாஜாலங்கள் என்ற எண்ணமும் சிலரின் மனங்களில் இருக்கும். மனித செயலுக்கு அப்பாற்பட்டும், புராணக் கதைகளில் சொல்லியிருப்பது போன்றும் நிகழ்ந்தால் மட்டும்தான் உண்மையான மாயாஜாலங்கள் என்று பலர் நம்பிக் கொண்டிருப்போம். திரை ஊடகங்களின் வாயிலாகவும், புராணக் கதைகளின் வாயிலாகவும் காட்சிப்படுத்தப்பட்ட பெரும்பாலான மாயாஜாலங்கள் ஒரு அதிசய சக்திமிக்க மனிதர்கள் நிகழ்த்துவது போன்றே காட்சிப்படுத்தப் பட்டிருக்கும். அதன் தாக்கம் போலி மாய பிம்பமாக நம் அனைவரின் மனதிலும் சக்தி மிக்க அதிசய மனிதர்களால் மட்டுமே மாயாஜாலங்களை நிகழ்த்தமுடியும் என நம்முடைய ஆழ்மனங்களில் பதிவாகி இருக்கிறது.

உண்மையான மாயாஜாலங்கள் என்று நாம் எதை நம்புகிறோமோ அதையே அடுத்த தலைமுறையினரின் மனதிலும் வலுவாகப் பதியச்செய்கிறோம். அவர்களும் அவர்களின் அடுத்த தலைமுறையினர் மனதிலும் அப்படியே பதியச்செய்வார்கள். அவையே உண்மையான மாயாஜாலம் என்று தொடர்ச்சியாக வெவ்வேறு வடிவங்களாக அடுத்தடுத்த தலைமுறையினருக்குக் கடத்தப்பட்டு கொண்டே இருக்கும். இப்படி சக மனிதர்களினால் செய்ய முடியாத மனித திறனுக்கு அப்பாற்பட்ட செயலை யார் ஒருவர் செய்கிறாரோ அந்த செயலே மாயாஜாலம், அந்த நபரே மாயாஜால மனிதர் என்று நம் அனைவரின் மனதில் பதிவாகி உள்ளன.

தந்திரம் செய்யும் ஒரு நபர் புதியதாக ஒரு தந்திரத்தை நம் முன்பு செய்து காண்பிக்கும்போது அது எவ்வளவு வியப்புக்குரிய நிகழ்வாக இருக்கும் என்று சிந்தித்துப் பாருங்கள். அத்தந்திரக் கலையை அந்த நபர் நம்மிடம் திரும்ப, திரும்பச் செய்துகாட்டினால் அது எப்படிப்பட்ட தந்திர செயலாக இருந்தாலும் அது சாதாரண வேடிக்கை பார்க்கும் நிகழ்வாகவே மாறிவிடும். முதலில் அத்தந்திரத்தை

பார்த்தபோது அடைந்த ஆச்சரியமும், சுவாரசியமும் இடைவிடாமல் பார்ப்பதால் அந்த தந்திரத்தின் மீது சுவாரசியமோ, வியப்பு நிகழ்வாகவோ இருக்காது. இந்த யுக்தியைத்தான் மனித இனத்தின் மன மாயையும் அனைத்து மனித உயிர்களிடமும் பயன்படுத்துகிறது. அதற்கு ஓர் உதாரணத்தைப் பார்ப்போம். அதனை உங்களின் அகத்தினால் புரிந்துகொள்ள முயலுங்கள்.

தந்திரங்கள் செய்யும் நபர்கள் நம் கண் முன்னால் ஒரு கால்பந்தையோ அல்லது வேறு ஏதாவது ஒரு பொருளையோ காற்றில் சில நொடிகள், சில நிமிடங்கள் மிதக்க வைத்தால் அப்பொழுது நம் மனம் வெளிப்படுத்தும் உணர்வுகள் எப்படிப் பட்டதாக இருக்கும். உடனே நாம் ஆச்சரியங்களின் உச்சிக்கே சென்றுவிடக் கூடும். உடனே இது எப்படி சாத்தியம், அவரால் அது எப்படிச் செய்ய முடிந்தது என ஏகப்பட்ட எண்ணங்களும், கேள்விகளும் நம்முடைய மனதில் ஏற்படும். அந்த எண்ணங்கள்தான் இரவின் படுக்கை அறை முழுவதுமே நிரம்பி இருக்கும். அடுத்து அது போன்ற தந்திரங்களை எங்குப் பார்த்தாலும் உடனே கால்பந்தைப் பறக்க வைத்த அந்த நிகழ்வுதான் நம் நினைவிற்கு வரக்கூடும். அந்த அளவிற்கு இத்தந்திரமானது நம் மனங்களில் தாக்கங்களை ஏற்படுத்தியிருக்கும்.

நாம் அனைவருமே இந்த நிகழ்வில் ஒன்றைப் புரிந்துணர வேண்டும். தந்திரம் செய்யும் ஒரு நபர் நம் கண் முன்னால் சிறு பந்தையோ, ஏதாவது ஒரு பொருளையோ தான் தன் தந்திரத்தின் மூலம் சில நொடிகள் அல்லது சில நிமிடங்கள் மட்டுமே காற்றில் மிதக்க வைத்திருப்பார். அதற்கு நாம் வெளிப்படுத்தக்கூடிய ஆச்சரியங்களும், கேள்விகளும், எண்ணங்களும் பல கோடி ஆண்டுகளாக ஆகாய உள் வெளியில் புடவியில் மிதந்து கொண்டிருக்கும் நாம் வாழும் இத்தரணியையோ, சூரியனையோ நிலவையோ, நட்சத்திரங்களையோ பார்த்து ஆச்சரியம் அடைந்து கேள்விகளை எழுப்பியதில்லை. அந்த ஆச்சரியத்தையும், வியப்பையும், கேள்வியையும் மன மாயையுடைய வளர்ந்த மனிதர்களிடத்தில் வர விடாமல் பார்த்துக் கொள்ளும் பணியையும் மன மாயையானது சிறப்பாக செய்து வருகிறது. மன மாயையானது இவ்விடத்தில்தான் அந்த யுக்தியைப் பயன்படுத்துகிறது. அனைத்தையும் பார்த்துப் பார்த்துப் பழகிப்போகச் செய்து அனைத்தையும் ஒன்றுமில்லாமல் இதுதானே என்ற சாதாரண நிகழ்வாக மாற்றுவதுதான் அந்த யுக்தி. அதாவது முதல் நாள் சுவாரசியமாகவும், இரண்டாம் நாள் ஆச்சரியமாகவும், மூன்றாம் நாள் சாதாரணமாகவும், நான்காம் நாள் வேடிக்கையாகவும் நம்மை மாற்றுகிறது.

உடனே தரணி, சூரியன், கோள்கள் போன்ற மற்ற நட்சத்திரங்கள் ஆகாயத்தில் மிதப்பது மாயாஜாலங்கள் என்று கூறியிருப்பதைப் படித்துவிட்டு இந்நேரம் உங்களுக்கு அந்நிகழ்வுகளுக்குப் பின்னால் அறிவியல் காரணங்கள்தான் உள்ளன அது எப்படி மாயாஜாலமாகும் என்ற எண்ணம் உங்கள் மனதில் எழலாம். கண் முன்

தெரியாமல் நேரமில்லாமல் ஓடிக்கொண்டிருக்கும் லௌகீக வாழ்க்கையின் சிந்-தனைகள் உடைய மன மாயை மனிதர்களுக்கு இது மாயாஜாலம் என்பதைப் புரிந்து கொள்வது கடினம்தான். அறிவியல் நிகழ்வுகள் எப்படி மாயாஜாலமாகும் என்பதை அவர்கள் அறிந்துகொள்ள வேண்டுமானால் அவர்கள் தங்களின் மன மாயையைத் தகர்த்து மறையச் செய்தால் மட்டும் தான் அதனை உணர்ந்தறிய முடியும்.

அனைத்தும் மாயாஜாலங்கள் என்று உணர்ந்தறிவதற்கு தற்போது உள்ள சூழ்-நிலைகளில் மனிதர்கள் நாம் யாரும் எந்த வித உழைப்பும், பணச் செலவும் செலுத்த வேண்டிய அவசியமே இல்லை. நம் சிந்தனைகளும், கேள்விகளும் தான் மனித அறியாமையைப் போக்கி மன மாயையை மறையச் செய்து அனைத்தும் மாயாஜாலம் என்று அறிவதற்கான திறவுகோல். அதாவது குறிப்பிட்டுச் சொல்ல வேண்டுமானால் நான் யார்? என்ற மிகப் பெரிய கேள்வியின் பதிலுகாக நாம் சிந்திக்கும் மாற்று சிந்தனைகளும், கேட்கும் மாற்று கேள்விகளும்தான் அதற்கான திறவுகோல்.

உணர்வுடன் நான் யார்? என்ற தேடலுக்கான உந்துதல் நம் அனைவருக்குமே ஏற்படுமா என்றால் கட்டாயம் ஏற்படாது. ஒருவர் எப்படிப்பட்ட சிந்தனைகள் செய்து, எப்படிப்பட்ட கேள்விகளை தனக்குள் கேட்டு, வளர்த்து, வாழ்ந்து வரு-கிறாரோ அதைப் பொறுத்துதான் நான் யார்? என்ற தேடலுக்கான உந்துதல் அவர்களிடத்தில் தோன்றும். அதாவது நான் யார்? என்ற தேடலுக்கான உந்துதல் தோன்ற வேண்டுமானால் முதலில் நம் சிந்தனைகளிலும், நாம் எழுப்பக்கூடிய கேள்விகளிலும் மிகப் பெரிய மாற்றத்தை ஏற்படுத்த வேண்டும்.

மாற்று சிந்தனைகள், மாற்று கேள்விகள் என்றதும் இன்று நாம் லௌகீக வாழ்க்கை சார்ந்து சிந்தனைகள் செய்து கேள்விகள் எழுப்பிக் கொண்டிருப்பதை வேறொரு ஒரு மாற்றுப் பார்வையில் மாற்று கோணத்தில் மேற்கொள்வதல்ல. தரணியில் பிறக்கும் ஒவ்வொரு மனிதர்களும் தன்னுடைய வாழ்வில் ஒரு முறை-யாவது சிந்தித்த எண்ணங்களும், கேட்ட கேள்விகளும்தான் அவை. ஆனால் நாம் தான் அதனை உதாசீனப்படுத்திக் கடந்து வந்திருப்போம். அதாவது எதற்கு தரணியிலும், புடவியிலும் நிகழக்கூடிய நிகழ்வுகளை அறிந்து மனித இனம் அது என்ன? அது எதற்கு? என்று கேள்வி கேட்கக்கூடிய அறிவோடு மனித இனம் இத்தரணியில் பிறக்க வேண்டும்? பல உயிர்கள் வாழும் இத்தரணியில் மனித இனம் மட்டும் ஏன் தனித்துவத்தோடும் அந்த தனித்துவத்தை அறிந்து ஒப்-பீடு திறனுடனும் இருக்க வேண்டும்? எதற்கு சூரியன்? எதற்கு நிலவு? எதற்கு தரணியைக் காக்கும் பாதுகாப்பு வளிமண்டலங்கள்? ஏன் உயிர்களின் உடலையும், தரணியையும் சமநிலைப்படுத்த இரவு பகல் நிகழ வேண்டும்? இவை மாயாஜா-லமா? இல்லை அறிவியலா? என இது போன்ற முக்கியமான சிந்தனைகள் செய்து

கேள்விகள் கேட்டு நாம் நம் மனதளவில் ஆராய்ந்தாலே போதுமானது.

இச்சிந்தனை கேள்விகள் நான் யார்? என்ற தேடலை உணர்வு ரீதியாகி ஏற்-படுத்தி நம்மை விழிப்படையும் பாதையை நோக்கி அழைத்துச் செல்லும். நாம் விழிப்படைந்தால் மேலே குறிப்பிட்டிருந்த அனைத்தும் வெறும் அறிவியலா அல்-லது நம் தற்போதைய அறிவுத் திறனுக்கு அப்பாற்பட்ட மாயாஜாலமா என்ற விடையினை நம் எண்ணத்தில் உணர்வுகளின் வாயிலாக வெளிப்படும். நாம் மாற்று சிந்தனைகள் செய்து, மாற்று கேள்விகள் கேட்டுச் சரியான வழியில் சென்-றாலே அது கட்டாயம் ஏதோ ஓர் வழியில் மனித உயிர்களை விழிப்படையச் செய்து அனைத்தும் மாயாஜாலம் என்று உணர்ந்தறிய வைக்கும்.

இன்று சமூகம் கட்டமைத்துள்ள லௌகீக வாழ்க்கையின் கட்டமைப்பைத் தாண்டிய மாற்று சிந்தனைகள், மாற்று கேள்விகள் மேற்கொள்வதே வீணானவை என்ற கருத்துகள்தான் நம்மில் பெரும்பாலான மனிதர்களிடத்தில் உள்ளது. சில-ருக்கு இச்சிந்தனைகள், கேள்விகள் மேற்கொள்வதால் தன் லௌகீக வாழ்க்கை சார்ந்து என்ன லாபம் கிடைக்கப்போகிறது என்று எண்ணி பலர் மாற்று சிந்தனை-களையும், மாற்று கேள்விகளையும் முற்றிலும் தவிர்த்து விடுகிறார்கள். இன்னும் பலரிடம் மாற்று கேள்விகள், மாற்று சிந்தனைகள் எழுந்தால் அவர்கள் அறிவிய-லின் கூற்றை நாடி தரணியிலும், புடவியில் நிகழும் அனைத்து நிகழ்வுகளுக்கும் அறிவியல் மட்டுமே மூல காரணம் என்று சொல்லி கடந்து விடுவார்கள்.

விழிப்படைவதற்கு முன்பு தற்போது கூறியது போல் வேறு யாரவது என்னிடம் கூறியிருந்தார்கள் எனில் இக்கூற்றை எந்த மாற்று கேள்வியும் இல்லாமல் இதற்-கெல்லாம் அறிவியல் மட்டுமே காரணம் என்று என் மாயை மனமும் கடந்திருக்-கும். ஆக உண்மையான மாயாஜாலம் என்பது இத்தரணியில் இல்லாமல் இல்லை. நமக்குதான் மாயாஜாலம் எப்படி எதுவாக நிலைபெற்றிருக்கிறது என்று புரியாமல், உணர்ந்தறியப்படாமல் இருக்கிறது. அதை உணர்ந்தறிந்து மாறாக புரிந்து கொள்ப-வர்கள்தான் அதற்கு வெவ்வேறு பெயர்களை தரணியில் வைத்திருக்கிறார்கள்.

உண்மையான மாயாஜாலத்தை உணர்ந்தறிந்து சரியாக புரிந்துகொள்ள வேண்-டுமானல் மனித இனம் தன் மாயை மனம் கட்டமைத்து வைத்திருக்கும் லௌகீக வாழ்வின் கட்டமைப்பைத் தாண்டிய மாற்று சிந்தனைக்கு உள்ளாக வேண்டும். நம் மனதில் மாற்று சிந்தனைக்கு உள்ளாகி நம் அறியாமையின் மாயை வெளிச்சத்தை மறையச் செய்து விழிப்படைந்தால் மட்டும்தான். இந்த கணம் மனித புலன்களுக்கு எட்டி எட்டாமல் நிகழ்ந்து கொண்டிருக்கும் அனைத்து நிகழ்வுகளுமே மாயாஜா-லங்கள் என்று நம் மனிதத்தின் மனம் காட்சிப்படுத்தும். அதே தருணம் மன மாயை விடயத்தில் நாம் மிகுந்த எச்சரிக்கையோடு, விழிப்புணர்வோடு இருக்க வேண்டும். காரணம், சிந்தனை மாற்றம் அடைந்து நம் மனதின் மன மாயையை மறையச்செய்து அறியாமையை நீக்கி விழிப்படையும் போது நம் மனம் எந்த மதத்-

தைச் விரும்புகிறதோ அல்லது நம் மனம் எந்த மதத்தின் கடவுளை நம்புகிறதோ நம்முள் இருக்கும் மாயை மனம் அவற்றை நோக்கி நம்மை தள்ளிவிடும். அதா-வது விழிப்படையும் மனிதர்கள் மதங்கள் கொண்டுள்ள இறை தத்துவத்தின் புரி-தலை பெறுவதால் மதம் என மாயையில் அதன் பக்கம் ஈர்க்கப்படுவார்கள். இந்த இடத்தில்தான் நாம் ஒவ்வொருவரும் தெள்ளத் தெளிவாக மிகுந்த விழிப்புணர்-வோடு இருக்க வேண்டும்.

விழிப்படைந்து நாம் மதத்திற்குள்ளாக சிக்கிக்கொண்டால், காலம் செல்ல செல்ல நம் மனதில் மறைந்திருக்கும் மன மாயை மிக எளிதாக மீண்டும் நம்மை ஆட்கொண்டு விடும். நாம் விழிப்படைந்திருந்தாலும் நம்முள் அழிக்கப்-படாத மனமாயை நம்மை அறியாமையில்தான் வைத்திருக்கும். நாம் முழுவதும் மனமாயை அழித்து விழிப்படைந்து விட்டோம் இனிமேல் நம்மிடம் எப்படி மனமாயை இருக்க முடியும் என விழிப்படைபவர்களை நம்ப செய்து மனமாயை அவர்களை தன் கட்டுபாட்டின் அறியாமைலையே வைத்திருக்கும். அதை பலரும் உணராமல் இருப்பதுதான் விழிப்படைந்தவர்கள் தவறான பாதையில் போவதற்கான காரணமாகும். அதுதான் " நெற்றிக்கண் திறப்பினும் குற்றம் குற்றமே " காரணம், அவர்களும் முழு மனமாயை அழித்தவர்கள் அல்ல. அதனால் நாம்தான் மிகுந்த விழிப்புணர்வோடு மாற்று சிந்தனைகள் செய்து, மாற்று கேள்விகள் கேட்டு இந்த கணத்தில் நடக்கும் புடவியின் மாயாஜாலத்தை உணர முயற்சி செய்ய வேண்டும். மாயாஜாலத்தை உணர்ந்த பின்பும் மனமாயையில் கவனமாக இருக்க வேண்டும்.

12

உணர்த்தப்படும் மாயாஜாலம்

முந்தைய தலைப்பின் தொடக்கத்தில் சொன்ன அதே விளக்கம் தான் இந்த தலைப்புக்கும். நாம் வாழும் இத்தரணியில் நம்மை சுற்றி எப்படிப்பட்ட நிகழ்வுகள் நிகழ்கிறது என்பதை பெரும்பாலும் கவனிப்பதே இல்லை, கவனித்தாலும் அதுபற்றி சிந்திப்பதில்லை. நம் சிந்தனையும், நம்முடைய கவனமும் முழுக்க குறுகிய வட்-டத்தில் சுருங்கி விட்டது. அதனை தெரியப்படுத்தவே இத்தலைப்பிற்கான விளக்-கம்.

புடவியின் மாயாஜாலமே லௌகீக வாழ்வின் சூழலுக்கு ஏற்ப தன்னை அவ்-வப்போது மனிதர்களிடத்தில் தெரியப்படுத்த மாயாஜாலத்தை வெளிப்படுத்தும். ஆனால் நாம்தான் நம் அவசர வாழ்க்கையில் அந்த நிகழ்வுகளையெல்லாம் ஒரு பொருட்டாகவே மதிப்பதில்லை. மதித்தாலும் நம் மத கடவுளுக்கு நன்றி சொல்லி சென்றிடுவோம். அதாவது ஆச்சரியத்துடனும், ஏன் இந்த தேவையில்லாத எண்-ணம்? தேவையில்லாத நிகழ்வுகள் என்றும், இதை அரங்கேற்றம் செய்த மத கடவு-ளுக்கு நன்றி என்றும் வழக்கம் போல் அவற்றை சாதாரணமாகவே கடந்து விடு-வோம். பிறகு அந்த நிகழ்வுகள் ஏன் நடந்தன? எதற்கு நடந்தன? என்பது பற்றி நாம் ஆராய்வதே கிடையாது எப்படியோ கடவுளால் நிகழ்ந்தது என்று சும்மா இருந்து விடுவோம் அல்லது கடவுளிடம் பிராத்தனையை தொடருவோம்.

ஏன் அந்த மனிதர் எனக்குச் சரியான நேரத்தில் என் எண்ணத்தை உணர்ந்தது போல் அவர் எனக்கு உதவவேண்டும்? அவர் ஏன் சரியான நேரத்தில் எனக்கு உதவி செய்ய அங்கு இருக்க வேண்டும் அல்லது வர வேண்டும்? நாம் ஏன் இந்த நேரங்களில் அடிக்கடி கண்விழிக்க வேண்டும்? நாம் மனதில் நினைக்கும் ஒரு நபரை ஏன் ஆப்பொழுது பார்க்க வேண்டும்? நம் மனதில் நினைத்து கொண்டி-

ருக்கும் பாடலையோ, திரைப்படத்தையோ நாம் ஏன் அந்த அன்று கேட்க வேண்-
டும்? பார்க்க வேண்டும்? அதாவது மனம் சிந்தித்த ஒரு விடயம் ஏன் சில வினா-
டிகளில், சில நிமிடங்களில், சில மணி நேரங்களில் நடக்க வேண்டும்? அல்லது
பார்க்க வேண்டும்? புடவியுடன் இணைக்கப்பட்டிருக்கும் நம்முடைய மூச்சுக் காற்-
றின் பிணைப்பு இல்லாமல் போகும் தருணம் நாம் ஏன் மரணிக்க வேண்டும் என
இவ்வாறு புடவியின் மாயாஜாலமானது மனிதர்களின் சிந்தனைகளின் வாயிலாக-
வும் வேறு ஏதோ ஓர் விடயத்தின் வாயிலாகவோ தன்னை உணர்ந்தறிவதற்கும்,
மனிதர்கள் நான் யார்? என்று அறிவதற்கும் புடவி மனிதர்களிடத்தில் வாய்ப்புகள்
வழங்கிக் கொண்டே இருக்கிறது. நாம்தான் அவற்றை இன்றுவரை அலசி ஆரா-
யாமல் கடந்து வந்திருப்போம்.

நாம் எத்தனை முறை புடவியின் தூண்டுதலை உதாசீனப்படுத்தினாலும் புடவி
மீண்டும் மீண்டும் நமக்கு அதன் மாயாஜாலத்தை உணர வாய்ப்புகளை வழங்-
கிக் கொண்டுதான் இருக்கும். நாம்தான் அந்நிகழ்வுகளையெல்லாம் மிக எளிதாக
மறந்தும், அறியாமையில் கடந்து விடுவோம். அது அனைவரின் வாழ்க்கையி-
லும் பல முறை நடந்திருக்கக்கூடும். நாம் கவனமாக சிந்தித்தால் நம் வாழ்வில்
நடைபெற்ற அந்த நிகழ்வுகள் என்ன என்பது நம் அக கண்ணில் தெரிந்திருக்கும்.
அதனால் நம்மைச் சுற்றி நடக்கும் சில ஆச்சரியமான நிகழ்வுகளை ஆராய்ந்து
அலசி சிந்தனை செய்தால் போதும், அதுவே மாற்று சிந்தனை, மாற்று கேள்வி-
களாக மாறி நம் மனதிலிருந்து மன மாயையை மறையச் செய்யும். நம் அறியா-
மையை நீக்கி விழிப்படையச் செய்து இப்புடவியின் மாயாஜாலத்தை உணர செய்-
யும்.

புடவியால் உணர்த்தப்படும் மாயாஜாலமானது நாம் பிறந்து வளரும் பருவத்தில்
உணர்த்தப்படக் கூடியது. ஆனால் அதற்கு முன்பே இத்தரணியில் நிகழும் ஒட்-
டுமொத்தமான மாயாஜாலங்களும் எந்த ஆசைகளும் இல்லாத நிலையில் மனம்
என்ற ஒன்று இயங்க தொடங்குவதற்கு முன்பு நமக்கே தெரிந்திருக்கும். அதாவது
நாம் குழந்தைகளாக இருந்த சமயத்தில் அனைத்தும் மாயாஜாலமாகவே நமக்குத்
தெரிந்திருக்கும். புதியதாக பிறக்கும் குழந்தை உயிர்களுக்கு தரணியும், தரணியில்
நடக்கும் நிகழ்வுகள் அனைத்துமே பிரமிப்பை ஏற்படுத்தி அனைத்தும் மாயாஜால-
மாகவே காட்சித்தரும். ஆனால் குழந்தைகளாக நாம் வளரும் பருவத்திலே மாயை
மனம் நம் மனதைச் சிறைப்பிடிக்க தொடங்கிவிடுகிறது.

நாம் வளரும் பருவத்தில் சுயநலமாகக் கட்டமைக்கப்பட்டுள்ள இந்த வாழ்க்கை
முறையினாலும், அறிவுப்பூர்வமான பதில்களினாலும், தூண்டப்படும் ஆசைகளி-
னாலும் குழந்தைப் பருவத்திலே நமக்கு தெரியும் மாயாஜாலங்கள் நம் மனிதத்தின்
மனதில் குழிதோண்டிப் புதைக்கப்படுகிறது. அதாவது மாயை மனம் நம் மனித
மனதை ஆட்கொள்வதற்கு முன் மாயாஜாலமாக தெரிகிற தரணி நாளடைவில்

மாயையின் தீவிரத்தில் கண் முன் காட்சியளித்த மாயாஜாலங்கள் அனைத்தும் மறைந்து அவை நாளடைவில் வாழ்வின் பகுதிகளாக, அறிவியல் விடயங்களாக, சாதாரண விடயங்களாக மாறுகிறது. அதோடு மன மாயையும் தன் வலுவிற்கு ஏற்ப நம் மனதில் வலுப்பெற்று விடும். பின் நாம் வளர்ந்த பிறகு

நம்முடைய வாழ்க்கையில் மாயாஜாலங்கள் என்பது மாயை மனமுடைய மனி-தர்களால் நிகழ்த்தப்படும் கண்கட்டி தந்திரங்களாகவும், புராணக் கதைகளாகவும் மட்டும்தான் இருக்கும். தற்போது படித்ததை நம் மனம் ஆராய்ந்தால் "குழந்தை-யும் தெய்வமும் ஒன்று" என்ற வாசகத்தின் முக்கியமான விடயத்தையும் நாம் உணர்ந்தறியலாம். இத்தரணியில் பிறக்கும் மனித உயிர்கள் குழந்தைகளாக இருக்-கும் தருணத்தில் எந்த வித சாத்தானின் மாயை மன சிந்தனை ஓட்டமும் இல்லா-மல் இருக்கும். அதாவது நான் என்ற உணர்வு இல்லாத மனித உயிர் ஆற்றலாகப் பிறந்திருக்கும். அந்த உயிர் ஆற்றலின் தன்மைதான் தெய்வத்தோடு ஒப்பிடப்படு-கிறது. குழந்தைகள் எவ்வளவு நாள்கள் வரை மன மாயையில் சிக்காமல், லௌகீக சிந்தனையில் முழுகாமல் இருக்கிறார்களோ அன்று வரை அக்குழந்தைகள் குழந்-தையும், தெய்வமும் ஒன்றுதான் என்பது என் புரிதலின் கற்றல் ஆகும்.

அக்காலகட்டத்தில் புறத்தின் வெளியே நம் கண் பார்வையால் தூண்டப்படும் மன மாயை தீவிரம் என்பது குறைவாக இருந்தது. அதனால் பிறந்து வளரும் குழந்தைகள் குறிப்பிட்ட சில வயது வரையாவது மன மாயை பிடியில் சிக்காமலும், சிந்தனை ஓட்டத்தில் முழுகாமலும் அனைத்தையும் கவனித்தபடி அந்த கணத்தி-லிருந்தார்கள். அதாவது இறை நிலையிலிருந்தார்கள் என்று வைத்துக்கொள்வோம். ஆனால் தற்போது நாம் என்ன செய்கிறோம் பிறந்த உடனே குழந்தைகளுக்கு மன மாயையைப் புகுத்த தொடங்கி விடுகிறோம், லௌகீக சிந்தனை அறிவை திணிக்கத் தொடங்கி விடுகிறோம். இக்கட்டமைப்பிற்குள் விரைவாக அவர்களை பொருத்தி விடுகிறோம். மன மாயையிலும், லௌகீக சிந்தனையிலும் வளரும் மனித இனம் சாத்தானின் அழிவை நோக்கித்தான் நகரும்.

நாம் பிறந்தபொழுது தெரிந்த மாயாஜாலம் மறைந்த பிறகும், நம் வளரும் பருவத்தில் உணர்த்தப்படும் மாயாஜாலத்தை கண்டு கொள்ளாமல் விட்ட பிறகும் இறுதியாக மீண்டும் ஒரு வாய்ப்பு புடவியால் நமக்கு வழங்கப்படுகிறது. அதாவது மனித உயிருக்கு தெரிந்த மாயாஜாலமும், உணர்த்தப்படும் மாயாஜாலமும் மறைந்-தாலும் மனிதர்கள் முதிர்வு அடைந்த பிறகு மாயாஜாலம் மீண்டும் காட்சி கொடுக்-கும். வயது முதிர்வின் லௌகீக வாழ்க்கை பாடமும், வாழ்க்கையின் அனுபவமும் ஏற்படுத்திய சிந்தனை மாற்றம்தான் அதனை நிகழ்த்தும்.

தரணியில் அனைத்தும் மாயாஜாலம் என்பதை நம் வாழ்க்கையின் சலிப்பும், நம் வயது முதிர்வின் எண்ணங்களும் உணர்த்தும். அப்பொழுதுதான் இந்த மாயா-ஜால தரணி எப்படி இயங்குகிறது, நான் யார்? எதற்கு இத்தனை ஆண்டுகள்

ஓடினேன் போன்ற கேள்விகளும், சிந்தனைகளும் மாற்றம் அடைந்து அவற்றை அறியவே முதிர்வு அடைந்த வயதில் மதங்கள் போதிக்கும் ஆன்மிகத்தை நோக்-கிப் பயணிக்கத் தொடங்குவோம்.

சிலருக்கு குழந்தைப் பருவத்தில் தோன்றி மறைந்த ஆச்சரியமான மாயாஜா-லங்கள் வளரும் பருவத்திலே அவர்களுக்கு ஏற்பட்டு லௌகீக வாழ்வின் சிந்-தனைகளும், கேள்விகளும் மாற்றம் அடைந்து வயது முதிர்வு அடைவதற்கு முன்பாகவே மாயாஜாலங்களை உணர்வார்கள். அதாவது தங்கள் மனமாயையை மறைய செய்து விழிப்படைவார்கள்.அதன் காரணத்தினால், பிறக்கும் குழந்தைக-ளுக்கு இருக்கும் மாயாஜாலத்தையும், பிரமிப்பையும் அவர்கள் வளரும் பருவத்-தில் அப்படியே இருக்குமாறு கடத்திவிட்டால் போதும் அது அவர்களின் மன மாயையைச் சுலபமாக மறையச் செய்து வயது முதிர்வடைவதற்கு முன்பாகவே விழிப்படையச் செய்திடும். அது அவர்களிடம் மனித பற்றையும் உயிர்ப் பற்றையும் போதித்து போற்றி வளர்க்கும்.

பிறந்த குழந்தைகள் வளரும் பருவத்தில் அவர்களின் பெற்றோர்களிடமோ, உறவினர்களிடமோ, மற்ற மனிதர்களிடமோ அவர்கள் பார்ப்பவற்றை எல்லாம் கேள்விகளாகக் கேட்பார்கள். அப்பொழுது அக்கேள்விகளுக்கான பதில்களை மட்-டும் நாம் அவர்களிடத்தில் சொல்லக் கூடாது. குழந்தைகள் ஒரு நிகழ்வைப் பற்-றியோ, ஒரு பொருளைப் பற்றியோ உங்களிடத்தில் கேள்விகள் கேட்கும்பொழுது நீங்கள் அந்த கேள்விகளுக்கான பதில்களை மட்டும் சொல்லாமல் பதில்களுடன் சேர்த்து அது ஒரு பொருளாக இருந்தால் அது எப்படி உருவாகியது அதற்குப் பின்னால் இருக்கும் மனித உழைப்பு ஆகியவற்றைச் சேர்த்துச் சொல்லுங்கள். அப்போது குழந்தைகளுக்குக் கேள்வி கேட்கும் எண்ணங்கள் அதிகமாகும். கேள்வி கேட்கும் எண்ணங்கள் அதிகமாவதால் குழந்தைகளின் சிந்தனைத் திறனும் வளரும்.

அதற்கடுத்து குழந்தைகள் இயற்கை சம்பந்தமான கேள்விகளை நம்மிடம் ஆச்சரியத்துடன் கேட்கக் கூடும். அப்பொழுது அந்தக் கேள்விகளுக்கான பதில்-களை அறிவியல் பூர்வமாக மட்டும் விடையளிக்காமல் அவர்கள் கேட்ட அதே ஆச்சரியத்துடன் அவர்களுக்குப் பதில்கள் சொல்ல வேண்டும். அது இயற்கையின் கட்டமைப்பில் நிலைபெற்றிருக்கக் கூடியவையாக இருந்தால் அது ஏன் இருக்க வேண்டும் என்பதையும் அதே தருணம் எதற்கு இங்கு இருக்க வேண்டும்? என்று யாருக்கும் தெரியவில்லை என்கிற உண்மையையும் ஆச்சரியத்துடன் குழந்தைக-ளிடத்தில் பதில் சொல்ல வேண்டும். இதுபோன்று நாம் விடை அளிப்பதால் அக்-குழந்தைகளின் சிந்தனைத் திறனும், கேள்வி எழுப்பும் திறனும் பெரிய அளவில் மாற்றம் அடைந்து இயற்கை பற்றிய தேடல்களின் சிந்தனை கேள்விகள் அவர்க-ளிடத்தில் அதிகமாகும்.

உதாரணத்திற்கு குழந்தைகள் ஏன் சூரியன் இருக்கிறது? யார் அதை அங்கு வைத்தனர்? போன்ற வினாக்களை ஆச்சரியங்களுடன் கேட்பார்கள். அப்பொழுது அதற்கு அறிவியல் பூர்வமான பதில்களைச் சொல்லிய பிறகு இது ஏன் இருக்கி-றது? எதற்கு நமக்கு வெளிச்சத்தைச் சுழற்சி முறையில் தந்து கொண்டிருக்கிறது? என்ற கேள்விகான பதில் யாருக்கும் தெரியவில்லை? என்பதை ஆச்சரியங்க-ளுடன் நாம் அந்த கேள்விகளுக்கான பதில்களை வெளிப்படுத்தினால் போதும். அந்த பதில்கள் அக்குழந்தைகளின் சிந்தனையை விசாலம் அடையச் செய்து பிர-மிப்பையும் ஏற்படுத்தும்.

மனித மனதில் இயற்கை பற்றியும், தரணி பற்றியும், புடவி பற்றியும், மனிதர்-களைப் பற்றியும் ஏற்படும் ஆச்சரியங்களும், கேள்விகளும், தேடுதல்களும், சிந்-தனைகளும் மிக முக்கியம். அது ஒரு குழந்தைக்கு அதிகமாவதால் அக்குழந்தை-கள் மிக விரைவாகவே மன மாயையை மறையச் செய்து அறியாமையிலிருந்து விழிப்படைந்து மாயாஜாலத்தின் மூலத்தை உணர்ந்தறிந்த மனிதம் போற்றும் மனி-தர்களாக வளர்வார்கள்.

இன்று நாம் மாயாஜாலம் என்று கருதிக்கொண்டிருப்பது எல்லாமே திரை ஊடகத்தின் உளவியல் ரீதியான திணிப்பும், புராணக் கதைகளின் உளவியல் திணிப்பும்தான் என்பதை முன்பே பார்த்தோம். பிறகு எதுதான் உண்மையான மாயாஜாலம் என்றால்? அனைத்துமே மாயாஜாலம்தான். அதாவது புடவியே ஒரு மாயாஜால இருள் அறை தான். அதனில் மிதக்கும் தரணி முதல் மற்ற கோள்கள் வரை அனைத்தும் மாயாஜாலம்தான். தரணி முதல் புடவி வரை நிகழும் ஒவ்-வொரு நிகழ்வுமே மாயாஜாலம்தான். அதில் மனித இனமும், மனித உடலும் மிகப் பெரிய மாயாஜால நுட்பம்தான்.

நம்மை அறியாமல் நம் கவனம் இல்லாமலே நம் உடல் உறுப்புகள் இயங்குகி-றது என்றால் அது மாயாஜாலம் தான். வெளியில் இருக்கும் காற்றை நம் உடல் உள் இழுத்து வெளியே விடுவதால் நாம் உயிருடன் இருக்கிறோம் என்றால் அந்-நிகழ்வு ஒரு மாயாஜாலம் தான். நம் உடலை இயக்கும் நம் உயிர் உடலில் எங்கு உள்ளது என்பதை அறியாமல் இருக்கிறோமே அதுவே ஒரு மாயாஜாலம் தான். நம் தலை முடிகளின் இடையில் இருக்கும் கழிவில் நம்மை அறியாமல் உருவா-கும் பேண் ஒரு மாயாஜாலம் தான். அதே போன்று தரணி மண்ணில் உருவாகும் ஒவ்வொரு உயிரும் மாயாஜாலம்தான். புடவியே மாயாஜால இருள் அறை என்று சொல்லிய பிறகு இங்கு எது மாயாஜாலம் இல்லாமல் போகும், வெட்ட வெளி முழுக்க அனைத்துமே மாயாஜாலமாக இருக்கும்போது அதில் உருவாக்கப்படுவது எப்படி மாயாஜாலமாக இல்லாமல் போகும்.

தற்சமயம் உங்களில் பலருக்கு மன மாயையை மறையச் செய்து அறியாமை நீக்கி விழிப்படைந்து மாயாஜாலத்தை உணர்ந்தறிவது என்பது முன் ஜென்ம கர்ம

வினையின் படிதான் நடக்கும் என்று மதங்கள் கூறுவதையும், மாயை மனதால் மாற்றப்பட்டுள்ள நூல்கள் கூறுவதையும் நம்பி கொண்டிருக்கலாம். அதனால் ஒட்டு மொத்த மனித இனமே மன மாயையை மறையச் செய்து அறியாமை நீக்கி விழிப்படைந்து மாயாஜாலத்தை உணருதல் எப்படி சாத்தியமாகது என்ற கேள்வி உங்களுக்குள் இருக்கலாம்.

ஒருவர் விழிப்படைந்து மாயாஜாலம் உணர்ந்தறிய வேண்டுமானால் அவருக்கு முன் ஜென்ம பலன் இருக்க வேண்டும் என்று மதம் கூறுவது இந்த பிறப்பில் சாத்தியப்படாத விழிப்புநிலை அடுத்த பிறப்பில் சாத்தியப்படுவதற்கு பொருந்தக் கூடியதாக மட்டும்தான் இருக்கிறது. மற்றபடி இப்பிறப்பில் உயிருடன் இருக்கும்போது விழிப்புநிலை அடைவது முன் ஜென்ம பாக்கியம் என்று சொல்லி விழிப்படைதலைக் குறிப்பிட்ட மக்களுக்கு மட்டுமே உரித்ததாக மாற்றுவது அது முற்றிலும் திட்டமிட்ட மாயை மன சதி என்பதையும் முன்பே பார்த்துள்ளோம். அது மனித இனத்தின் தவறான புரிதலே ஆகும்.

மனிதப் பிறவி எடுத்த அனைத்து உயிர்களுக்குமே புடவி தன் மாயாஜாலத்தை உணர்ந்துகொள்ளத் தொடர்ந்து வாய்ப்புகளை வழங்கிக்கொண்டே தான் இருக்கிறது. விழிப்புநிலை கர்ம வினையை மட்டும் சார்ந்தது என்றால் புடவி விழிப்படைவதற்கான வாய்ப்பினை ஒட்டுமொத்த மனித இனத்திற்கும் வழங்க வேண்டிய தேவையே இல்லையே. மாற்று சிந்தனைகளை மாற்று கேள்விகளை மனித மனங்களில் தோன்றாமல் செய்திருக்கலாமே. சித்தர்களும் மனமாயை பற்றி, விழிப்புநிலை பற்றி தங்கள் பாடல்களின் மூலம் மனிதர்களுக்கு சொல்லியிருக்க வேண்டிய தேவையே இல்லையே. அனைத்தும் கர்ம வினைப்படியே நடக்கட்டும் யார்? யார்? விழிப்படைவார்களோ அவர்களே விழிப்படையட்டும் என்று பாடல் எழுதாமல் சென்றிருக்கலாமே. இங்குதான் கயவர்கள் தன் சதி வேலைகளைச் செய்துள்ளார்கள். மன மாயையை மறையச் செய்து விழிப்படைந்து உணர்ந்தறிவதும், மாயாஜாலத்தின் மூலத்தை உணர்வதும் கர்ம வினையால் மட்டுமே நிகழ்கிறது என்றும், குறிப்பிட்டவர்களுக்கு மட்டுமே சாத்தியமாக கூடியது என்றும் கூறி மக்களை அறியாமையில் வைத்திருக்கிறார்கள். சித்தர்கள், மகான்கள் கூறியதாக கூறப்படும் கூற்றும் மாயை மனதால் புகுத்தப்பட்டதாகவே இருக்கும். காரணம், முன்பு சொன்னதுதான் விழிப்படைவதை சித்தர்கள், மகான்கள் தங்கள் பாடல்களின் மூலம் மனிதர்களுக்கு சொல்லியிருக்க வேண்டிய தேவையே இல்லையே. அனைத்தும் கர்ம வினைப்படி என்று விட்டிருக்கலாம்.

கர்ம வினைக்கும் இப்பிறவியில் மனிதர் ஒருவர் மன மாயை மறையச் செய்து அறியாமையிலிருந்து வெளியேறி விழிப்படைந்து மாயாஜாலத்தை உணர்ந்தறிவதற்கும் எந்த வித தொடர்புமே இல்லை. மனித உயிராகப் பிறக்கும் அனைவருமே மாயாஜாலத்தை உணர்ந்தறிய முடியும். அனைத்து மனிதர்களும் மாயாஜா-

லத்தை உணர்ந்தறியாமல் இருப்பதற்கு இதுபோன்று பல நிகழ்வுகளில் கயவர்கள் பல பொய் சொருகல்களையும், செயல்களையும், மாறுதல்களையும் செய்துள்ளார்கள். அதனால் புடவியின் மாயாஜாலத்தை உணர்ந்தறிந்து விழிப்படைய எந்த கர்ம வினையும், மாயை கட்டுப்பாடும் மனித இனத்திற்குத் தேவையே இல்லை. இவற்றையும் மீறி நீங்கள் விழிப்படைவதைக் கர்ம வினைதான் தீர்மானிக்கும் என்று நம்பினால் மனிதர்கள் விழிப்படைய வேண்டும் என்று சித்தர்கள், மகான்கள் வழங்கிய கூற்றுகளைத் தூக்கி எறிந்து விடலாம். அதாவது கர்ம வினைதான் ஒருவரின் விழிப்புநிலையை, கடவுளுடன் நெருக்கத்தை ஏற்படுத்தும் என்றால் மகான்கள் எதற்கு விழிப்படைவதற்கும், விழிப்படைந்த பிறகு எதைச் செய்ய வேண்டும் என்பதற்கும் கூற்றுகளை வழங்கியிருக்கப் போகிறார்கள். சிந்தியுங்கள்!

சித்தர்கள், மகான்கள் சொல்லியிருக்கிறார்கள் என்று சில கூற்றுகளை உங்கள் மனம் முன்வைத்தால் ஒன்று அதில் மன மாயையுடைய மனித கரம் அதனைப் புகுத்திருக்கும் அல்லது அந்த கூற்றுக்குத் தவறான விளக்கத்தை கட்டமைத்திருக்கக்கூடும். இதில் ஒன்றுதான் நடந்திருக்கும். மற்றபடி கர்ம வினைக்கும் விழிப்படைதலுக்கும் தொடர்பேதும் இல்லை. முன்பு பார்த்தது போல் லௌகீக வாழ்வின் கட்டமைப்பைத் தாண்டிய மாற்று சிந்தனைகளும், மாற்று கேள்விகளும் மனித இனத்தின் மனதிலிருந்தால் போதும். நாம் விழிப்படைவோம்.

13

மனிதர்களைச் செதுக்கும் தனிமை

இன்றைய காலகட்டத்தில் மக்களின் தனிமை என்பது இணையதள செயலிகளில் பதிவு போடும் காணல் செயலாக மாறிவிட்டன. எது தனிமை என்று தெரியாமல் நான் தனிமையில் இருக்கிறேன் தனிமையை உணர்கின்றேன் என்று அனைவ- ருக்கும் தெரியப்படுத்துகிறார்கள். எனக்கு அன்பு செலுத்த யாரும் இல்லையென்- றும் அதனால் நான் தனிமையை உணர்கிறேன் என்று அவர்களே தனிமையின் வெறுப்பிற்கும் ஆளாகிறார்கள். இப்படிப்பட்டவர்களின் வாழ்க்கையில் உண்மை- யில் அன்பு செலுத்த உயிர்களிருந்தும் அந்த அன்பர்களை முட்டாளாக்குவது- போல் பிம்பத்திற்காக மட்டுமே நான் தனிமையில் இருக்கிறேன் என்று சொல்லி அறிவிப்பு செய்கிறார்கள். ஆனால் அவர்கள் மீது உண்மையாக அன்பு செலுத்- தும் நபர்கள் அவர்களை சுற்றித்தான் இருப்பார்கள்.

இன்று நாம் வாழும் வாழ்வியல் முறை தனிமையை முற்றிலுமாக மாற்- றியமைத்து விட்டது. அன்றைய காலகட்டத்தில் பொழுதுபோக்கு என்பது சக மனிதர்களுடன் அமர்ந்து கலந்துரையாடக்கூடிய நிகழ்வாக இருந்தது. அதனால் தனிமை என்பது அவர்களுக்குப் பல எண்ணத்தை மேற்கொள்ளும் வாய்ப்பாகவும், மனம் அமைதி பெறக்கூடிய சூழலாகவும் அமைந்தது. இக்காலகட்டத்தில் நம்மு- டைய பொழுதுபோக்கு என்பது மணிக்கணக்காகக் கைப்பேசியில் உரையாடுவதும், இணைய விளையாட்டுகள் விளையாடுவதும், சமூக ஊடகங்களை பயன்படுத்துவ- துமாக மாறி உள்ளன. அதாவது இணையதள செயலிகள் வெளிப்படுத்தும் சிந்- தனைக் குவியலில் நம் மனதை முழுக செய்து தேவையற்ற சிந்தனைகளால் நம்- முடைய மனம் பாதிப்படைவதையே நேரத்தைக் கடத்தும் நிகழ்வுகளாக உள்ளது.

கைப்பேசி உரையாடல்களும், கைப்பேசியின் இணையதள விளையாட்டுகளும், இணையதளங்களைப் பயன்படுத்துதலும், திரை நிகழ்ச்சிகளும் என இவை அனைத்தும் சலித்த பிறகு தனிமையின் வெறுப்பிற்கு நாமே ஆளாகிறோம். அப்பொழுது இவற்றின் மீது ஏற்படுகிற சலிப்பு நம் மனதில் பொய்யான தனிமையை உருவாக்கி அதன் ஊடாக நம்மிடம் ஒரு பொய்யான மன வருத்தத்தினையும் ஏற்படுத்துகிறது. அதனால் அத்தருணத்தில் தோன்றக்கூடிய எண்ணங்கள் சாதாரணமாக தோன்றக்கூடிய சிந்தனைகளை தவிர்த்து மனிதர்களைப் பல தவறான தீய செயல்களைச் செய்யத் தூண்டும் சிந்தனைகளை நம் மாயை மனம் நம் மனதில் தோன்றச் செய்கிறது.

ஒரு மனிதருக்கு சக மனிதர்கள் ஏற்படுத்தும் தனிமை என்பது ஒருவருடைய தனிப்பட்ட எண்ணத்தின் செயல்களைச் சார்ந்து ஏற்பட கூடியதாக உள்ளது. ஒரு மனிதரைச் சுற்றியுள்ள மனிதர்களும், அவருடன் பழகி வந்த மனிதர்களும் திடீரென்று அந்த நபரின் குணங்கள் மற்றும் செயல்கள் பிடிக்காமல் அவரிடம் பேச மறுத்து புறக்கணிப்பார்கள். அந்த செயலை வைத்து அம்மனிதர் தனிமைப்படுத்தப்படுகிறார் என்பதை நாம் அறிந்துகொள்ளலாம். இது நம்மில் பலரின் வாழ்க்கையிலும் ஒருமுறையாவது நடந்திருக்கக் கூடும். அதாவது நாம் ஒருவரை விட்டு விலகியிருப்போம் அல்லது மற்ற மனிதர்களால் நாம் விலக்கப்பட்டிருப்போம்.

நாம் சக மனிதர்களால் தனிமைப் படுத்தப்படுகிறோம் என்பதை உணரும் தருணத்தில், அவர்கள் யார் என்னிடம் பேசாமல் இருப்பது, நான் அவர்களிடம் பேசாமல் விலகிச் செல்கிறேன் என்று வீம்பு கொள்ளக்கூடாது. நேராகவே அவர்களிடம் சென்று நான் என்ன தவறு செய்தேன், என்னிடம் என்ன தவறான குணாதிசயங்கள் உள்ளன என்று நம்மைத் தனிமைப் படுத்துபவர்களிடம் வெளிப்படையாகக் கேட்க வேண்டும். ஏனென்றால் பெரும் குற்ற நிகழ்வுகளில் ஈடுபடும் ஒவ்வொரு மனிதர்களுக்கும் அவர்கள் எப்பொழுதுமே நல்லவர்கள் தான். உண்மையானவர்கள்தான். அதனால் நம்மிடம் இருக்கும் தவறான குணங்கள் நமக்குத் தெரியாமல்தான் நம்மிடம் இருக்கும். அதை நாம்தான் நம்மைப் பகுப்பாய்வு செய்து கண்டறிய வேண்டும்.

நம் மாயை மனம் நம்மைப் பற்றிய பகுப்பாய்வில் நமக்குச் சாதகமாகத்தான் தீர்ப்பைத் திணிக்கும். அதனால்தான் மற்ற மனிதர்கள் நம்மைத் தனிமைக்கு உள்ளாக்கும் போது அவர்களின் மூலம் நம்மை பகுப்பாய்வு செய்து அறிந்துகொள்ள வேண்டும். நம்மிடம் உண்மையில் ஏதாவது தவறான குணங்கள் மற்றும் செயல்கள் இருந்தால் அவற்றினை ஏற்றுத் திருத்திக்கொள்வது நம் வாழ்க்கைக்குச் சிறப்பு. அதே மற்றவர் அதற்கான காரணத்தை நம்மிடம் கேட்கும்போதும் நாம் வெளிப்படையாக பதிலளிப்பதும் மிகச் சிறப்பு.

ஒரு சிலர் நம்மை விட்டு விலகிச் சென்றால் அது தவறல்ல அந்த எண்-ணிக்கை அதிகமாகித் தொடரும் பொழுதுதான் நம்மிடம் ஏதோ தவறான குணமோ, செயலோ உள்ளது என்று அர்த்தம் ஆகிறது. அதனால் நாம் சக மனி-தர்களிடம் சென்று அல்லது நம்மை நாமே சக நபராகக் கருதி நம் எண்ணத்தை-யும், நம் செயல்களையும் பகுப்பாய்வு செய்துகொள்ள வேண்டும். அது நம்மிடம் என்ன தவறான குணங்கள் உள்ளன என்பதைத் தெரியப்படுத்தும்.

முதலில் நம்மிடம் உள்ள அந்த குணநலன்கள் உண்மையில் தவறானவை தானா என்பதையும் உறுதிப் படுத்திக்கொள்ள வேண்டும். காரணம், நல்லது செய்-வதும், நல்லவராக இருக்க முயற்சிப்பதும் தவறான குணமாகவே பலரால் பார்க்-கப்படுகிறது. உண்மையில் தவறான குணநலன்கள் நம்மிடம் ஏதாவது இருப்பின் அவற்றை சக மனிதர்கள் ஏற்படுத்தும் தனிமையைப் பயன்படுத்தி நல்ல சிந்தனை-களின் மூலம் அந்த குணத்தை மாற்ற முயற்சி செய்யலாம்.

பிறர் ஏற்படுத்தும் தனிமையை நம்முடைய வாய்ப்பாகக் கருதி அவற்றைப் பலமாக மாற்ற விரும்பினால் அதற்கு முக்கிய தேவை நல்ல சிந்தனைகள் மட்டும்-தான். அது சுயநலமில்லாத நல்ல செயல்கள் சார்ந்த சிந்தனைகளாக இருந்தாலும் மிகச் சிறப்பே. அதுவும் கடந்த தலைப்புகளில் பார்த்து வந்தது போல் நம் சாத்தா-னியத்தின் மன மாயை மறையச் செய்யக்கூடிய மாற்று சிந்தனைகளாக இருந்தால் இன்னும் மிகச் சிறப்பு.

ஒருவர் தனிமையில் நல்ல சிந்தனைகளை தொடர்ந்து சிந்திக்கக்கூடிய நபராக இருந்தால் அது கண்டிப்பாக அவரின் வாழ்க்கையில் பிரதிபலித்து மனதிலும், செயல்களிலும், வழ்க்கையிலும் நல்ல மாறுதல்களை உண்டாக்கும். அதற்கு ஒவ்-வொரு தனி மனிதரும் அவர்களுடைய தனிமையில் நல்ல சிந்தனைகளை, நாம் அறிந்த அனைத்து வழிகளிலும் சிந்தித்துப் பார்க்க வேண்டியது அவசியமாகிறது. அதற்கு நம் சிந்தனை எந்த வித அளவு கோலும் இல்லாமல் எப்படிப்பட்டவையா-கவும் நிறைவேறக் கூடாதவையாகவும் இருக்கலாம். ஆனால் நல்லபடியாக இருத்-தல் என்பதுதான் மிக மிக முக்கியம்.

நாம் சிந்திக்கும் சிந்தனைகளை யாரும் தடுக்கப் போவதும் இல்லை, யாரும் பார்க்க போவதும் இல்லை. அதனால் நம்மால் எப்படியெல்லாம் நல்ல சிந்-தனைகளைச் சிந்தனை செய்து பார்க்க முடிகிறதோ அப்படியெல்லாம் சிந்தித்-துக்கொண்டே இருப்போம். அது நடக்கக் கூடியவை, நடக்கக் கூடாதவை அது இரண்டாம் கட்டம். முதலில் நாம் அனைவரும் சிந்தித்துப்பார்க்க வேண்டும் நல் மனதாய்.

ஒரு தனிப்பட்ட மனிதரின் சிந்தனை ஓட்டம் எப்படிப்பட்டவையோ அப்படிப்-பட்ட அறிகுறிகளையேதான் அந்த தனிப்பட்ட மனிதர் தன் வாழ்க்கையில் காண்-பார். ஒரு தனி மனிதரின் எண்ணம் ஒருவரின் வாழ்வியல் சூழலையும், அந்த

வாழ்வியல் சூழலுக்கான செயல்களையும் தீர்மானிக்கக் கூடியது. அதில் தவறான எண்ண ஓட்டத்தின் செயல்களினால் பல மனிதர்கள் இன்று வரை மண்ணில் கொலைசெய்து புதைக்கப் பட்டிருக்கிறார்கள் என்பதை மனித இனத்தின் வரலாற்றில் நாம் அறியலாம்.

ஒருவரின் சிந்தனை நல்ல விதமாக இருந்தால் அவர் நல்லதை மட்டுமே பார்த்துக் கொண்டிருப்பார். ஒருவரின் சிந்தனை எதிர்மறையாக உள்ளது என்றால் அவரை சுற்றி நல்ல செயல்கள் இருந்தாலும் கூட எதிர்மறையான சிந்தனையின் பார்வையால் அவற்றில் இருக்கும் கெட்ட செயலை மட்டுமே தனியாகப் பார்ப்பர். ஒருவரின் சிந்தனைகள் என்னவோ அதுதான் சூழலைத் தவிர்த்து பெரும்பாலும் அவர் பார்க்கும் பல நிகழ்வுகளின் பார்வையாக அவரிடத்தில் வெளிப்படுகிறது. நல்ல சிந்தனைகளின் வாயிலாக ஒருவர் நல்ல செயல்களை மட்டுமே பிரத்தியேகமாகத் தொடர்ந்து பார்க்கும்போது அவருடைய சிந்தனையில் மிகப் பெரிய மாறுதலை அது ஏற்படுத்தியே தீரும். அப்பொழுது ஏற்படக்கூடிய சிந்தனை மாற்றம் அவருடைய தனிப்பட்ட வாழ்க்கைக்கான நல்ல மாறுதலாக மட்டும் இல்லாமல் பிறர் வாழ்க்கையை மாற்றக்கூடிய நல்ல சிந்தனை மாறுதலாகவும் அது அமையும். அது அவர்களிடத்தில் மறைந்துள்ள மனிதத்தை வெளிக்கொணரும். மனிதம் நம் மனதில் வெளிப்படுகிறது என்றாலே நம்மிடம் இருக்கும் சாத்தானியத்தின் மன மாயை ஏதோ ஒரு விதத்தில் குறிப்பிட்டுத் தகர்க்கப் பட்டிருக்கும் என்பதே அதன் அர்த்தம். அப்படி மனிதத்தோடு இருக்கும் நபர்கள் மிக எளிதாகவே தன் மன மாயையை மறையச்செய்து விழிப்படைந்தவராக மாறி விடுவார்கள். ஆதலால், நமக்கு ஏற்படும் தனிமையில் நாம் நம்மை செதுக்கி கொள்வோம் சிந்தனைகளால்.

சிந்தனையால் ஏற்படும் தனிமை என்பது ஒருவரின் சிந்தனையும், புரிதலும் மற்றவர்களிடம் இருந்து வேறுபட்டு வழக்கத்திற்கு மாறானதாக இருக்கும். தரணியில் பெரும் கூட்டம் ஏன் ஓடுகிறேன் என்று தெரியாமல் ஓடிக்கொண்டிருக்கும் போது ஒரு சிலர் மட்டுமே சிந்தனையால் வேகம் குறைந்து ஒரு கட்டத்தில் நின்று சுற்றிக் கவனிக்கத் தொடங்குவார்கள். அவர் சுற்றி கவனிக்கும்போது அம்மனிதரைச் சுற்றிய அனைவருமே வேகமாக ஓடிக்கொண்டிருப்பார்கள். அத்தனிமை இப்புடவியால் ஏற்படக் கூடியது. அத்தனிமை புடவியால் பேரானந்தமாகவும் அமையும்,

இத்தரணியின் லௌகீக வாழ்க்கைக்கு ஒரு சிந்தனை வடிவம் உள்ளது, செயல்கள் உள்ளது, எழுதப்படாத சட்டங்களும் உள்ளது. நாம் அனைவரும் அதற்குள் கட்டுப்பட்டுத்தான் நமக்கே தெரியாமல் இயங்கி கொண்டிருக்கிறோம். இக்கட்டமைப்பில் சுழலும் மனித கூட்டத்தில் ஒரு சிலர் இக்கட்டமைப்பைத் தாண்டி சிந்திக்க தொடங்குவார்கள், இந்த லௌகீக வாழ்க்கையை வேறு விதத்தில் பார்க்கத் தொடங்குவார்கள். அவர்களின் சிந்தனைகள் என்பது இக்கட்டமைப்பி-

லிருந்து மாறுபட்டதாகவே இருக்கும். அவர்களுக்கு மனிதர்கள் ஏற்படுத்தும் தனி-மையை விட மன மாயையின் இக்கட்டமைப்பு உண்டாக்கும் தனிமை சொல்-லமுடியாத வருத்தத்தினுடையது. ஆனால் அந்த வருத்தம் அவர்களுக்கானதாக, அவர்களின் செயல்களுக்கானதாக இருக்காது. அவர்களின் சிந்தனை புரிதலைப் புரிந்து கொள்ளக்கூடிய மனித கூட்டம் இக்கட்டமைப்பில் இல்லையே என்பதிலே அவர்களின் சிந்தனைக்கான வருத்தம் இருக்கும். சில நேரம் மன மாயை உண்-டாக்கும் இந்த வருத்தத்திற்கான மருந்தும் அதே அவர்களின் சிந்தனை புரிதல்-தான் வழங்கும். இந்த மூன்று தனிமையிலும் முக்கிய பங்காற்றுவது நம் சிந்தனை-யாகத்தான் உள்ளது. ஆக யார் தன் சிந்தனையை சரியாகக் கையாள்கிறார்களோ அவர்கள்தான் தன்னை தானே செதுக்கிக் கொள்கிறார்கள்.

நம் மனதின் எண்ணம்தான் தனிமையை நாம் எப்படி எடுத்துக் கொள்கிறோம் என்பதைத் தீர்மானிக்கிறது. வாழ்க்கையின் தனிமையை உணர்ந்தவர்களுக்கும், தனிமையில் தன் எண்ணத்தைச் சரியான வழியில் ஆளத்தெரிந்தவர்களுக்கும் தனிமை இங்கு வரமாகிறது. கைப்பேசியில் பழகி அதனில் சிந்தனையை புகுத்தி வாழ்ந்து தனிமையைப் புரிந்து கொல்லாதவர்களுக்குத் தனிமை சாபமாக மாறுகிறது என்பதுதான் உண்மை.

14

வாழ்க்கையை வரமாக்கும் தனிமை

நமக்குத் தனிமையில் தோன்றக்கூடிய சிந்தனைகள் ஆழ்மனதில் பதியக்கூடியவை-யாக இருப்பதால் நாம் அனைவரும் தனிமையில் நல்ல சிந்தனைகளைச் சிந்திப்-பது மட்டும்தான் மிக மிக நல்லது. நம்மால் தொடர்ந்து நல்ல சிந்தனைகளைத் சிந்திக்க முடியாவிட்டாலும் கெட்ட நிகழ்வுகள், கெட்ட உணர்வுகளை ஏற்படுத்-தக்கூடிய சிந்தனைகளை சிந்தித்து விட கூடாது. நாம் எவ்வளவு கவனத்தோடு இருந்தாலும் கெட்ட நிகழ்வுகள் சார்ந்த சிந்தனைகள் தனிமையில் ஏற்படத்தான் செய்யும். நாம் தான் முடிந்த அளவு நம் மனதில் கெட்ட சிந்தனைகள் எழாதபடி பார்த்துக்கொள்ள வேண்டும். ஏன் என்றால் தனிமையில் நம்மிடம் தோன்றக்கூ-டிய மிக ஆழமான தவறான சிந்தனைகளின் செயல்கள் அந்த கணம் நம்மிடம் வெளிப்படாமல் போனாலும் வேறொரு தருணத்தில் அது நம்மிடம் வெளிப்படும். இவ்வாறு பல கெட்ட சிந்தனைகளின் செயல்கள் நம் அனைவரிடமும் ஏதா-வது ஒரு தருணத்தில் வெளிப்பட்டிருக்கும். நாம் சற்று பின்னோக்கி சிந்தித்தால் அதனை அறியலாம்.

தனிமைதான் சிந்தனைகளின் கூடாரமாக இருந்து வருகிறது. ஒரு மனிதர் சக மனிதருடன் இருக்கும் தருணத்தில் சிந்திக்கும் சிந்தனையின் அளவை விடத் தனிமையில் சிந்திக்கும் சிந்தனைகளின் அளவுதான் மிக அதிகம். நாம் தனி-மையில் சிந்திக்கும் சிந்தனைகள் பெரும்பாலும் நம் லௌகீக வாழ்வில் இருக்கும் குறைகளை நினைத்தும், வரப் போகிற குறைகளை நினைத்தும், ஏற்பட்ட இழப்பு-களை நினைத்துமே இருக்கிறது. அதாவது தனிமையின் சிந்தனைகள் பெரும்பா-லும் நம் மனதினை வருத்தமடைய வைக்கும் நினைவுகளை தூண்ட கூடியதாகவே அமைகிறது. அந்த தேவையற்ற சிந்தனைகள் நம் மனதினை வருத்தம் அடைய

மட்டுமே செய்யும்.

நம் மனதைத் தேவையில்லாத சிந்தனைகளுக்கு வழிநடத்தும் சிந்தனைகள் மாயை மனதிற்குக் கூடுதல் வலு சேர்க்கும் சிந்தனைகளாக மாறுகிறது. நம் மனதை வருத்தம் அடையச் செய்யும் நிகழ்வுகள் பற்றி நாம் தொடர்ந்து சிந்திப்ப தன் வாயிலாக அது நம் மனதின் அடி ஆழத்தில் பதிந்து நம்மிடம் வாய் வார்த்தையாகவோ, செயலாகவோ வெளிப்படக் காத்துக் கொண்டிருக்கும். அது எப்படிப்பட்ட நிகழ்வை ஏற்படுத்தும் என்றால் கெடுதலான நிகழ்வைத்தான் ஏற்படுத்தும். தேவையில்லாத சிந்தனைகளை உண்டாக்குவதும் மன மாயைதான், அதற்கேற்ற கெடுதல் செயலைச் செய்ய வைப்பதும் மன மாயைதான். அதன் காரணத்தால் நமக்கு எப்பொழுது தனிமை ஏற்பட்டாலும் மாயை மனம் நம் மனதைப் பலவீன படுத்தக்கூடிய சிந்தனைகளைத் தூண்டி விடும்.

பலர் மன வருத்தம் ஏற்படும்பொழுது தனிமையைத் தேடி சென்றுதான் தன் மனதின் வருத்தத்தை சிந்தனையாகவோ, அழுகையுடனோ போக்கிக்கொள்ள முயல்கிறோம். ஆனால் அத்தனிமையில் நம் மன வருத்தத்தைப் போக்கி கொள் வதோடு மட்டும் நின்றுவிட்டால் பிரச்சனையே இல்லை. நமக்கு தனிமை ஏற்படும் போது மீண்டும் மன வருத்தத்தை ஏற்படுத்தும் சிந்தனையைத் தான் நம் மாயை மனம் சிந்திக்க வைக்கிறது. நாமும் அந்த சிந்தனையை தொடர்ந்து மன வருத்தத்திற்கு உள்ளாவோம். அதேபோல் தனிமையில் சிந்திக்கும் சிந்தனைகள் நம் வாழ்க்கையில் ஏற்படும் நல்ல மாற்றத்திற்கான காரணமாகவும் இருக்கிறது. அதே தருணத்தில் பலரின் தற்போதைய வாழ்க்கையை முடித்து விடுவதற்கான காரண மாகவும் இருக்கிறது. அதனால் நமக்கு நாமே ஏற்படுத்திக் கொள்ளும் தனிமையி லும் பிறர் ஏற்படுத்தும் தனிமையிலும் நல்ல செயல்களின் சிந்தனைகளை மட்டுமே சிந்திக்க தொடங்குவோம்.

நாம் குடும்பமாக வாழும் வீடுகளில் ஆனந்தமும், மகிழ்ச்சியும் நிறைந்து இருந்தால்தான் குடும்ப வாழ்க்கையை நம்மால் ஆனந்தமாய் வாழ முடியும். அது போல்தான் நம் செயல்களின் சிந்தனையின் இருப்பிடமான நம் மனதில் நமக்கு ஏற்படும் தனிமையின் மூலம் நல்ல நிகழ்வுகளை பற்றி சிந்தனை செய்து நம் மனதில் நிரப்பிக் கொள்வது மனிதர்களை எப்பொழுதும் ஆனந்தமாய் இருக்கச் செய்யும். தனிமையில் நல்ல சிந்தனைகளைப் பதிவு செய்வதுதான் நம் மன இருப் பிடத்தில் பதிவாகும். நம் மன இருப்பிடத்தில் பதிவாகுவதுதான் நம் வாழ்க்கை இருப்பிடத்தில் வெளிப்படும். ஒருவர் தொடர்ந்து நல்ல சிந்தனையை மட்டுமே சிந் திப்பதால் அவர்களை மகிழ்ச்சியான மன நிலையிலேயே அது வைத்திருக்கும்.

நல்ல சிந்தனைகள்தான் நல்ல செயல்களை உருவாக்கும். நல்ல செயல்கள், நல்ல குணங்களை உருவாக்கும். நல்ல குணங்கள் நல்ல மாற்றங்களை ஏற்ப டுத்தும். நல்ல மாற்றங்கள் அனைவரின் வாழ்க்கையிலும் ஏற்படும்பொழுது அது

அவர்களின் செயல்களின் வாயிலாக மற்றவர்களுக்கு ஏற்படும்பொழுது அவை தரணியில் நல்ல மாற்றங்களை ஏற்படுத்தும். மொத்தத்தில் ஒரு தனிப்பட்ட மனி-தரின் சிந்தனைகள்தான் ஒரு மனிதரின் ஒட்டு மொத்த வாழ்க்கையையும் எப்படி இருக்க வேண்டும் என்பதைத் தீர்மானிக்கிறது. ஆகவேதான் தனிமையைப் பயன்-படுத்தி நல்ல சிந்தனைகளின் ஊடாக நம்மை நாமே செதுக்கிக்கொள்ள முயற்சி செய்வோம். நமக்குத் தனிமையில் தோன்றும் சிந்தனைகளை நாம் எப்படி மாற்றிக்-கொள்கிறோம் என்பதைப் பொறுத்தே தனிமை ஒரு நபருக்கு வரமாகவும், சாபமா-கவும் மாறுகிறது. அதில் வாழ்க்கையின் தனிமையை உணர்ந்தவர்களுக்குத் தான் தனிமை எப்பொழுதும் வரமாக இருக்கும்.

மனித இனம் எந்த சிந்தனையும் இல்லாமல் அந்த கணத்தில் வாழ வேண்டும் என்பதுதான் மிக முக்கியம். இன்றைய தீவிர மன மாயையில் அது மிக மிக கடி-னமான காரியமாக மாறியுள்ளது. இந்த சூழலில் நம் மாயை மனதினை எதிர்த்துப் போராடக்கூடிய விடயம்தான் நாம் சிந்தனையை நல்ல விதமாக, நல்ல செயல்க-ளைப் பற்றிச் சிந்திக்கச் சொல்வதற்கு மிக முக்கிய காரணம். தனிமையில் நல்ல சிந்தனைகளை மேற்கொள்வதன் பலனாய் நம்மிடம் கண்டிப்பாக நல்ல குணங்கள் வளரும், நல்ல செயல்கள் அதிகரிக்கும், நல்ல மாற்றங்கள் ஏற்படும். ஆனால் நாம் இவற்றோடு மட்டுமே நம் சிந்தனைகளைச் சுருக்கிக்கொண்டு முடித்துக் கொள்ளக்கூடாது. அடுத்ததாக நம் சிந்தனையை லௌகீக வாழ்க்கையை கடந்து இரண்டாம் கட்டத்திற்கு அழைத்துச் செல்ல வேண்டும். நான் யார்?

நான் யார்? என்ற சிந்தனையை ஒரு புரிதலே இல்லாமல் நாம் எடுத்தவுடன் தொடங்கி விடவும் முடியாது. அது சிந்தனைகளின் தூண்டுதல் மூலம் நம் உணர்-வின் தூண்டுதலால் நம்மிடம் ஒரு புரிதலோடு உணர்வு ரீதியாகத் தோன்றக்கூடிய விடயம் என்பதை முன்பே பார்த்தோம். நான் யார்? என்ற சிந்தனை பெரும்-பாலும் நம் அனைவருக்கும் தனிமையில்தான் தோன்றியிருக்கும். அதாவது நம்-மைச் சுற்றி நிகழும் மாயாஜாலங்கள் எப்படி நிகழ்கிறது என்பதை தனிமையில் நாம் ஒரு முறையாவது எண்ணிப்பார்த்திருப்போம். அதுதான் நம்மிடம் நான் யார்? என்கிற தேடலுக்கான தூண்டுதலின் முதல் படி. நீங்களே சற்று பின்னோக்கி சிந்தித்துப்பாருங்கள் தனிமையில் இந்த சிந்தனைகள் உங்களைக் கண்டிப்பாக ஒருமுறையாவது ஆட்கொண்டிருக்கும். அப்படித் தோன்றிய சிந்தனைகளை நம்-மில் பெரும்பாலானோர் கடந்து சென்றிருப்போம். நம்மில் ஒரு சிலர் மட்டும்தான் அந்த சிந்தனைகளை அவர்களுக்கு தனிமை கிடைக்கும் போதெல்லாம் சிந்தித்-துப்பார்த்து அதற்கான விடையை நோக்கிப் பயணிப்பார்கள். அவர்கள் ஒரு கட்-டத்தில் வாழ்க்கையின் உண்மையான தனிமையை உணரவும் தொடங்குவார்கள். அப்பொழுது அவர்களுக்கு தனிமை என்பது பெரும் வரமாகும்.

மனிதர்களாகப் பிறந்த நாம் ஒவ்வொருவரும் நமக்குத் தனிமை ஏற்படும் போதெல்லாம் நான் யார்? என்ற சிந்தனையின் மூலம் வாழ்வின் தேடலைத் தொடங்கி வாழ்க்கையின் தனிமையை வரமாகப் பெற வேண்டும். அத்தருணம் நாம் உணரும் வாழ்க்கையின் தனிமையானது வெற்றிடத்தால், செயலால் இருக்காது அது ஒரே சிந்தனையால் ஆன வெறுமையின் மனதால் ஆனது என்பதை உணருவோம். அத்தனிமை மனித இனத்தை நல்ல மாற்றத்தை நோக்கி அழைத்துச் செல்லும். அதனால் நாம் அனைவரும் வாழ்க்கைத் தனிமையை உணர முயற்சிப்போம் இல்லையென்றால் தனிமையை வரமாக்குவோம்.

புடவியை மனிதர்கள் கண்டுணர்ந்த காலத்திலிருந்து இன்று வரை நாம் வாழும் இத்தரணியைப் போன்று வேறு தரணிகள் புடவியில் இருக்குமா என்ற கேள்விகள் மனிதர்களிடம் காலம் கடந்து இருந்து வந்திருக்கிறது. நம்மில் பெரும்பாலானோருக்கும் அந்த கேள்விகள் கண்டிப்பாக இருக்கக்கூடும். புடவியில் வேறொரு தரணி இருக்கும் என்றால் அங்கு மனித இனத்தைப் போன்ற மனிதர்கள் இருப்பார்களா, அவர்களின் வாழ்வியல் எப்படி இருக்கும் என்ற வினா நம் அனைவரிடத்திலும் இருக்கும். அடுத்து அவர்கள் மனித உருவத்தில் இல்லையென்றால் அங்கு உயிர் வாழும் உயிர்கள் எப்படி இருக்கும், எந்த உருவங்களில் இருக்கும் போன்ற பல சிந்தனை கேள்விகள் நம் மனதில் இருக்கும்.

புடவியில் மனித உயிர்கள் போன்று ஆறறிவோடு வாழும் உயிர்கள் கண்டிப்பாக இருக்கக் கூடும் என்றும், நம்மை போன்று வேறு உயிரினம் புடவியில் இருக்காது என்றும் காலத்தின் தொடர்ச்சியாகத் தொடர் வாதங்கள் நடைபெற்று வந்திருக்கிறது. மாற்றுத் தரணி பற்றி உறுதியான அறிவியல் ஆதாரங்களும் இன்றுவரை இல்லாததால் அறிவியலாளர்களில் பலரின் கூற்று வேறொரு தரணி இருக்காது என்றே இருக்கும். அறிவியளார்கள் மத்தியிலும் கட்டாயம் இருக்கக்கூடும் என்று நம்பும் அறிவியலாளர்களும் இருக்கிறார்கள். இதே கூற்றுகள்தான் மக்களிடத்திலும் அப்படியே பிரதிபலிக்கவும் செய்யும்.

தரணியைப் போன்றே பல கோள்கள் இப்புடவியில் எங்கு வேண்டுமானாலும் இருக்க வாய்ப்புகள் அதிகம் உண்டு என்பதுதான் அறிவியல் கோட்பாட்டின் கூற்றாக உள்ளது. ஆனால் மாற்று தரணி உள்ளது என்று உறுதியான அறிவியல் ஆதாரங்கள் கண்டறியப்படாதவரை அறிவியலாளர்களாகட்டும், மக்களாகட்டும் நாம் மாற்று தரணி புடவியில் இருக்கக்கூடும் என்ற கருத்தை முழுமையாக ஏற்றுக்கொள்ள மாட்டோம். செவிச் செய்தியாகவே கடந்து விடுவோம். கிட்ட தட்ட மாற்று தரணி புடவியில் இருக்கக்கூடும் என்கிற கூற்றும் கடவுளின் கூற்று போலத்தான். ஒன்று இருக்கலாம் அல்லது இல்லாமலும் போகலாம். இந்த நிலைப்பாடுதான் பெருமக்களின் இறுதி முடிவாகவும் இருக்கக் கூடும் என்று கருதுகிறேன். புடவியின் கட்டமைப்பைப் பார்த்தால் தரணியைப் போன்றே

மற்ற கோள்கள் புடவியில் கட்டாயம் இருக்கக்கூடும் என்பதே நம் பகுத்தறிவின் வெளிப்பாடு.

தரணி உயிர்களைத் தவிர்த்து வேறு உயிர்கள் வாழும் வேறொரு தரணி முடி-வில்லாத புடவியில் இடம் பெறாமல் நாம் வாழக்கூடிய இந்த தரணி மட்டும்தான் புடவியில் உள்ளது என்று எடுத்துகொள்வோம். இது உண்மை எனில் மனிதர்களா-கிய நாம் அனைவருமே புடவியின் பரிசோதனை எலிகள் என்பது நூறு விழுக்-காடு உறுதியாகி விடும். ஆனால் அது அப்படி அல்ல என்பதை தான் புடவியின் கட்டமைப்பு காட்சிப்படுத்துகிறது. இதன் அடிப்படையில் தான் பல மதங்கள் மக்-களை ஏமாற்றுவதற்குப் புனித நூல்கள் என்று சொல்லப்படும் நூல்களில் மாற்றுத் தரணியைப் பற்றி திரித்துக் கோர்த்துச் சித்தரித்துள்ளனர் என்பதை நாம் புரிந்து-கொள்ளலாம்.

மனித இனத்தில் பெரும்பான்மையான மனிதர்கள் ஏதாவது ஒரு மதத்தையும் அம்மதத்தின் கடவுளையும் ஏற்றுக் கொண்டு பின் தொடரும் மனிதர்களாகத்தான் வாழ்ந்து வருகிறோம். கடவுள் இல்லையென்று கூறும் கடவுள் மறுப்பாளராகவும் வாழ்கிறோம். இவர்களில் கடவுளை ஏற்றுக் கொண்டு மதத்தைப் பின்பற்றக் கூடி-யவர்கள்தான் தரணியில் அதிக அளவில் நிறைந்து இருக்கிறார்கள். நம் மனம் ஏற்றுக் கொண்டு பின்பற்றும் மத கடவுளின் போதனைகள் என்று பல வாக்கியங்-கள், கோட்பாடுகள், கூற்றுகள் மதத்தின் வாயிலாக நம் அனைவரிடமும் போதிக்-கப் பட்டிருக்கிறது. இல்லையென்றால் நாமே நம் பற்றுதலின் காரணத்தால், தேட-லின் காரணத்தால் அவற்றை அறிந்து வைத்திருப்போம்.

மதம் போதித்திருப்பதில் மாற்றுத் தரணி பற்றிய தகவல்கள் வேறொரு கோணத்தின் வடிவில், வேறொரு தன்மையில், வேறொரு விளக்கத்தில் கண்-டிப்பாக இடம் பெற்றிருக்கும். மாற்றுத் தரணி என்று நேரடியாகச் சொல்லாமல் சூட்சும தரணிகளாகச் சொல்லியிருப்பார்கள். அவற்றை நாம் மாயை தங்கத்தால் ஆன கோட்டையில் அழிவில்லாமல் வாழும் கூற்றை எடுத்துக் கொண்டாலும் சரி. மாயை மனம் ஆசைப்படும் அனைத்தும் பெற்று தேவ தூதர்களோடு வாழும் சொர்க்கமாக எடுத்துக் கொண்டாலும் சரி. அழிவில்லா தவம் பெற்று வாழும் தேவ முனிவர்கள் வாழும் நந்தவனமாக எடுத்துக் கொண்டாலும் சரி. இவை அனைத்துமே புடவியில் வேறொரு தரணியின் இருப்பை உணர்ந்து குறிப்பிட்டுத்-தான் மிகைப்படுத்தி கூறியிருப்பார்கள் என்பதை நாம் அறியலாம்.

புடவியில் நிலைபெற்றிருக்கும் தரணியைத்தான் சித்தர்களும், மகான்களும் சூட்சுமமாகச் சொல்லிச் சென்றுள்ளார்கள் என்பதையும் நாம் விழிப்பு நிலை அடையும் போது உணருவோம். அப்படிச் சொல்லப்பட்ட, எழுதப்பட்ட, போதிக்-கப்பட்ட தரணிகள்தான் இன்று அவைகளுக்குப் பல கூட்டுக் கட்டுக் கதைகள் உருவாக்கப்பட்டுப் பல சாயங்கள் பூசப்பட்டு புனித தரணியாக உருவாக்கி கூறிவ-

ருகிறார்கள் என்பதையும் நாம் விழிப்படைந்தால் உணர்ந்தறியலாம்.

புடவியின் கட்டமைப்பைப் பார்த்து மக்கள் சிந்தனை செய்து அலசி ஆராயத் தொடங்கினால் போதும் மாற்றுத் தரணி பற்றிய நம்பிக்கை மக்களிடத்தில் தானா- கவே தோன்றிவிடும். மக்களின் அந்த நம்பிக்கையையும் தன் வசப்படுத்ததான் இன்று மதங்களில் மாற்றுத் தரணி பற்றிய கூற்றுகளை புனித தரணியாக உரு- வகப்படுத்தி கூறி வருகிறார்கள். இத்தரணியிலே மனிதம் இல்லாமல் ஒருவ- ருக்கொருவர் அன்பு செலுத்தாமல் ஆசை லௌகீகத்தில் வாழ்கிறோம். நம்மு- டைய இறப்பிற்குப் பின் நாம் எப்படி மதம் கூறும் புனித தரணியில் மாயை மனம் உண்டாக்கும் ஆசையில், தங்கக் கோட்டையில், பொன், பொருள் சூழ அசைக்கு வாழ்வோம். அதுவும் மன மாயையை திருப்திப்படுத்தக்கூடிய அனைத்- தையும் பெற்ற லௌகீக வாழ்க்கையை நம் இறப்பிற்குப் பின் எப்படி வாழ முடியும் என்பதை நாம்தான் ஆராய வேண்டும். அதனால் மதங்களில் சொல்லப்படுகிற மாற்று தரணிகள் மனித தனித்திறனால் அறிந்து மனமாயையயால் சில உள்ளீடு- கள் புகுத்தப்பட்டு ஆதாயத்திற்காகச் சொல்லப்பட்டுள்ளவை மட்டும்தான். அதா- வது நம்மை மதத்திற்குள் கட்டிப்போடச் சொல்லப்படும் காரணங்கள்தானே தவிர அவை வேறொன்றும் இல்லை. வேறொன்றாக இருந்தாலும் அது இன்று நமக்கு தேவையில்லாத ஒன்று.

மதங்களில் மாற்றுத் தரணி என்று சூட்சுமமாகச் சொல்லப்படும் அனைத்துமே நல்ல விடயத்தைக் கூறி முன் மொழியப்பட்டிருந்தாலும் இன்று அவை மதத்தின் நம்பிகையை, மத கடவுள் நம்பிக்கையைக் கூட்டுவதற்காக மட்டும்தான் சொல்- லப்படுகிறது. அதாவது இந்த லௌகீக வாழக்கையில் அனைத்தும் பெற்று மக்கள் மன மகிழ்ச்சியாய் வாழ்வது கடினமான ஒன்றாகிறது. அதனால் மக்களிடம் நீங்கள் இந்த மத கடவுளை வணங்கினால் இத்தரணியில் நீங்கள் பெறுவதை விட மரணத்திற்கு பிறகான வாழ்க்கையில் மாற்றுத் தரணியில் அனைத்து மாயை செல்- வத்தையும், அனைத்து இன்பத்தையும் பெற்று மாயை மன மகிழ்ச்சியாக வாழ- லாம் என்று கூறுகிறார்கள். மக்களும் அதை அப்படியே நம்பி தன் வாழ்க்கையை வீணாக்கி மரணித்து விடுவார்கள்.

இதே மதம் போதிக்கும் ஆன்மிகத்தில் நாட்டம் உள்ளவர்களுக்கு மாயை மனம், லௌகீகம் பற்றிய புரிதல் இருக்கும். அவர்களிடத்திலும் மக்களுக்குச் சொன்ன அதே கூற்றைக் கூறி விட முடியாது. அதனால் அவர்களின் புரிதலுக்கு வேராகவும், மக்களுக்கு வேராகவும் இரண்டையும் சேர்த்து சோடித்துக் கூறப்பட்- டுள்ளவைதான் சொர்கம், நந்தவனம், தங்கக் கோட்டை, நகரங்கள், ஆன்மிக உலகம் போன்ற கூற்றுகள். மத கடவுள் பற்றுள்ளவர்கள் யாரேனும் இந்த கூற்றை அணுகும் போது அவர்கள் கற்றறிந்தவர்களாக இருந்தாலும் " புடவி " கட்- டமைப்பில் மாற்று தரணி இருப்பதற்கான சாத்தியக்கூறு உள்ளதால் சொர்க்கம்

போன்ற கூற்றை ஏற்பார்கள். அதை மதங்கள் தங்களுக்கானதாக பயன்படுத்திக்-
கொள்கிறது.

15

மாற்றுத் தரணி

புடவியை மனிதர்கள் கண்டுனர்ந்த காலத்திலிருந்து இன்று வரை நாம் வாழும் தரணியைப் போன்று வேறு தரணிகள் புடவியில் இருக்குமா என்ற கேள்விகள் மனிதர்களிடம் காலம் கடந்து இருந்து வந்திருக்கிறது. நம்மில் பெரும்பாலானோருக்கும் அந்த கேள்விகள் கண்டிப்பாக இருக்கக் கூடும். புடவியில் வேறொரு தரணி இருக்கும் என்றால் அங்கு மனித இனத்தைப் போன்ற மனிதர்கள் இருப்பார்களா, அவர்களின் வாழ்வியல் எப்படி இருக்கும் என்ற வினா நம் அனைவரிடத்திலும் இருக்கும். அடுத்து அவர்கள் மனித உருவத்தில் இல்லையென்றால் அங்கு உயிர் வாழும் உயிரினங்கள், எந்த உருவங்களில் இருக்கும் என இது-போன்ற பல சிந்தனை கேள்விகளும், கற்பனையும் நம் மனதில் இருக்கும்.

புடவியில் மனித உயிர்களை போல் ஆறறிவோடு வாழும் உயிர்கள் கண்-டிப்பாக இருக்கக்கூடும் என்றும், நம்மை போன்று வேறு உயிரினம் புடவியில் இருக்காது என்றும் காலத்தின் தொடர்ச்சியாகத் தொடர் வாதங்கள் நடைபெற்று வந்திருக்கிறது. மாற்றுத் தரணி பற்றி உறுதியான அறிவியல் ஆதாரங்களும் இன்-றுவரை இல்லாததால் அறிவியலாளர்களில் பலரின் கூற்று வேறொரு தரணி இருக்காது என்றே இருக்கும். அறிவியனாளர்கள் மத்தியிலும் மாற்று தரணி கட்டா-யம் இருக்கக்கூடும் என்று நம்பும் அறிவியலாளர்களும் இருக்கத்தான் செய்கிறார்-கள். இதே கூற்றுகள்தான் மக்களிடத்திலும் அப்படியே பிரதிபலிக்கும்.

தரணியைப் போன்றே பல கோள்கள் இப்புடவியில் எங்கு வேண்டுமானாலும் இருக்க வாய்ப்புகள் அதிகம் உண்டு என்பதுதான் அறிவியல் கோட்பாட்டின் கூற்-றாக உள்ளது. ஆனால் மாற்று தரணி உள்ளது என்று உறுதியான அறிவியல் ஆதாரங்கள் கண்டறியப்படாதவரை அறிவியலாளர்களாகட்டும், மக்களாகட்டும் நாம் மாற்று தரணி புடவியில் இருக்கக்கூடும் என்ற கருத்தை முழுமையாக ஏற்றுக் கொள்ள மாட்டோம். செவிச் செய்தியாகவே கடந்து விடுவோம்.

மாற்று தரணி புடவியில் இருக்கக்கூடும் என்கிற கூற்றும் கடவுளின் கூற்று போலத்தான். ஒன்று இருக்கலாம் அல்லது இல்லாமலும் போகலாம். இந்த நிலைப்பாடுதான் பெருமக்களின் இறுதி முடிவாகவும் இருக்கக்கூடும் என்று கருது-கிறேன். புடவியின் கட்டமைப்பைப் பார்த்தால் தரணியைப் போன்றே மற்ற கோள்-கள் புடவியில் கட்டாயம் இருக்கக்கூடும் என்பதே நம் பகுத்தறிவின் வெளிப்பாடு.

தரணி உயிர்களைத் தவிர்த்து வேறு உயிர்கள் வாழும் வேறொரு தரணி முடி-வில்லாத புடவியில் இடம் பெறாமல் நாம் வாழக்கூடிய இந்த தரணி மட்டும்தான் புடவியில் உள்ளது என்று எடுத்துக்கொள்வோம். இது உண்மை எனில் மனிதர்களா-கிய நாம் அனைவருமே புடவியின் பரிசோதனை எலிகள் என்பது நூறு விழுக்-காடு உறுதியாகி விடும். ஆனால் அது அப்படி அல்ல என்பதை தான் புடவியின் கட்டமைப்பு காட்சிப்படுத்துகிறது. இதன் அடிப்படையில் தான் பல மதங்கள் மக்-களை ஏமாற்றுவதற்குப் புனித நூல்கள் என்று சொல்லப்படும் நூல்களில் மாற்றுத் தரணியைப் பற்றி திரித்துக் கோர்த்துச் சித்தரித்துள்ளனர் என்பதை நாம் புரிந்து-கொள்ளலாம்.

மனித இனத்தில் பெரும்பான்மையான மனிதர்கள் ஏதாவது ஒரு மதத்தையும் அம்மதத்தின் கடவுளையும் ஏற்றுக் கொண்டு பின் தொடரும் மனிதர்களாகத்தான் வாழ்ந்து வருகிறோம். கடவுள் இல்லையென்று கூறும் கடவுள் மறுப்பாளராகவும் வாழ்கிறோம். இவர்களில் கடவுளை ஏற்றுக் கொண்டு மதத்தைப் பின்பற்றக் கூடி-யவர்கள் தான் தரணியில் அதிக அளவில் நிறைந்து இருக்கிறார்கள். நம் மனம் ஏற்றுக் கொண்டு பின்பற்றும் மத கடவுளின் போதனைகள் என்று பல வாக்கியங்-கள், கோட்பாடுகள், கூற்றுகள் மதத்தின் வாயிலாக நம் அனைவரிடமும் போதிக்-கப் பட்டிருக்கிறது. இல்லையென்றால் நாமே நம் பற்றுதலின் காரணத்தால், தேட-லின் காரணத்தால் அவற்றை அறிந்து வைத்திருப்போம்.

மதம் போதித்திருப்பதில் மாற்றுத் தரணி பற்றிய தகவல்கள் வேறொரு கோணத்தின் வடிவில், வேறொரு தன்மையில், வேறொரு விளக்கத்தில் கண்-டிப்பாக இடம் பெற்றிருக்கும். மாற்றுத் தரணி என்று நேரடியாகச் சொல்லாமல் சூட்சும தரணிகளாகச் சொல்லியிருப்பார்கள். அவற்றை நாம் மாயை தங்கத்தால் ஆன கோட்டையில் அழிவில்லாமல் மனித உயிர்கள் வாழும் கூற்றை எடுத்துக்-கொண்டாலும் சரி. மாயை மனம் ஆசைப்படும் அனைத்தும் பெற்று தேவ தூதர்-களோடு வாழும் சொர்க்கமாக எடுத்துக் கொண்டாலும் சரி. அழிவில்லா தவம் பெற்று வாழும் தேவ முனிவர்கள் வாழும் நந்தவனமாக எடுத்துக் கொண்டாலும் சரி. இவை அனைத்துமே புடவியில் வேறொரு தரணியின் இருப்பை உணர்ந்து குறிப்பிட்டுத்தான் மிகைப்படுத்தி கூறியிருப்பார்கள் என்பதை நாம் அறியலாம்.

புடவியில் நிலைபெற்றிருக்கும் தரணியைத்தான் சித்தர்களும், மகான்களும் சூட்சுமமாகச் சொல்லிச் சென்றுள்ளார்கள் என்பதையும் நாம் விழிப்பு நிலை

அடையும் போது உணருவோம். அப்படிச் சொல்லப்பட்ட, எழுதப்பட்ட, போதிக்கப்பட்ட தரணிகள்தான் இன்று அவைகளுக்குப் பல கூட்டுக் கட்டுக் கதைகள் உருவாக்கப்பட்டுப் பல சாயங்கள் பூசப்பட்டு புனித தரணியாக உருவாக்கி கூறிவருகிறார்கள் என்பதையும் நாம் விழிப்படைந்தால் உணர்ந்தறியலாம்.

புடவியின் கட்டமைப்பைப் பார்த்து மக்கள் சிந்தனை செய்து அலசி ஆராயத் தொடங்கினால் போதும் மாற்றுத் தரணி பற்றிய நம்பிக்கை மக்களிடத்தில் தானாகவே தோன்றிவிடும். மக்களின் அந்த நம்பிக்கையையும் தன் வசப்படுத்ததான் இன்று மதங்களில் மாற்றுத் தரணி பற்றிய கூற்றுகளை புனித தரணியாக உருவகப்படுத்தி கூறி வருகிறார்கள். இத்தரணியிலே மனிதம் இல்லாமல் ஒருவருக்கொருவர் அன்பு செலுத்தாமல் ஆசை லௌகீகத்தில் வாழ்கிறோம். நம்முடைய இறப்பிற்குப் பின் நாம் எப்படி மதம் கூறும் புனித தரணியில் மாயை மனம் உண்டாக்கும் ஆசையில், தங்கக் கோட்டையில், பொன், பொருள் சூழ சாத்தானியத்தின் அசைக்கு வாழ்வோம். அதுவும் மன மாயையை திருப்திப்படுத்தக் கூடிய அனைத்தையும் பெற்ற லௌகீக வாழ்க்கையை நம் இறப்பிற்குப் பின் எப்படி வாழ முடியும் என்பதை நம்முடைய ஆன்மீக பகுத்தறிவோடு நாம்தான் ஆராய வேண்டும். அதனால் மதங்களில் சொல்லப்படுகிற மாற்று தரணிகள் மனித தனித்திரனால் அறிந்து மனமாயையால் சில உள்ளீடுகள் புகுத்தப்பட்டு ஆதாயத்திற்காகச் சொல்லப்பட்டுள்ளவை மட்டும்தான். அதாவது நம்மை மதத்திற்குள் கட்டிப்போடச் சொல்லப்படும் காரணங்கள்தானே தவிர அவை வேறொன்றும் இல்லை. வேறொன்றாக இருந்தாலும் அது இன்று நமக்கு தேவையில்லாத ஒன்று.

மதங்களில் மாற்றுத் தரணி என்று சூட்சுமமாகச் சொல்லப்படும் அனைத்துமே நல்ல விடயத்தைக் கூறி முன் மொழியப்பட்டிருந்தாலும் இன்று அவை மதத்தின் நம்பிகையை, மத கடவுள் நம்பிக்கையைக் கூட்டுவதற்காக மட்டும்தான் சொல்லப்படுகிறது. அதாவது இந்த லௌகீக வாழக்கையில் அனைத்தும் பெற்று மக்கள் மன மகிழ்ச்சியாய் வாழ்வது கடினமான ஒன்றாகிறது. அதனால் மக்களிடம் நீங்கள் இந்த மத கடவுளை வணங்கினால் இத்தரணியில் நீங்கள் பெறுவதை விட மரணத்திற்கு பிறகான வாழ்க்கையில் மாற்றுத் தரணியில் அனைத்து மாயை செல்வத்தையும், அனைத்து இன்பத்தையும் பெற்று சாத்தானியத்தின் மாயை மனதின் மகிழ்ச்சியாக வாழலாம் என்று கூறுகிறார்கள். மக்களும் அதை அப்படியே நம்பி தன் வாழ்கையை வீணாக்கி மரணித்து விடுவார்கள்.

இதே மதம் போதிக்கும் ஆன்மிகத்தில் நாட்டம் உள்ளவர்களுக்கு மாயை மனம், லௌகீகம் பற்றிய புரிதல் இருக்கும். அவர்களிடத்திலும் மக்களுக்குச் சொன்ன அதே கூற்றைக் கூறி விட முடியாது. அதனால் அவர்களின் புரிதலுக்கு வேராகவும், மக்களுக்கு வேராகவும் இரண்டையும் சேர்த்து சோடித்துக் கூறப்பட்டுள்ளவைதான் சொர்கம், நந்தவனம், தங்கக் கோட்டை, நகரங்கள், ஆன்மிக

உலகம் போன்ற கூற்றுகள். மத கடவுள் பற்றுள்ளவர்கள் யாரேனும் இந்த கூற்றை அணுகும் போது அவர்கள் கற்றறிந்தவர்களாக இருந்தாலும் " புடவி " கட்-டமைப்பில் மாற்று தரணி இருப்பதற்கான சாத்தியக்கூறு உள்ளதால் சொர்க்கம் போன்ற கூற்றை ஏற்பார்கள். அதை மதங்கள் தங்களுக்கானதாக பயன்படுத்திக் கொள்கிறது.

16

மனித இனத்தைக் கொல்லும் பற்று

மனித இனம் நாகரிகம் அடைந்து வளரும்போது மனித இனத்திடம் இருந்த சாத்-தானிய மன மாயையை வலுப்படுத்தும் விடயங்களும் வளர்ந்து வந்திருக்கிறது என்றுதான் சொல்லவேண்டும். அதனால் மனித இனத்திடமிருந்த சிற்றறிவின் பிரி-விளை குணமும் பல கிளைகளாக வளர்ந்திருக்கிறது. அந்தப் பிரிவினைகள் மனித இனத்திடம் ஆண்டாண்டு காலமாய் இருந்து மன மாயையின் தூண்டுதலில் பல வடிவங்களில் பல பிரிவினைளை உருவாக்கி வைத்திருக்கிறது.

வேட்டையாடி உயிரினமான சிங்கமும், புலியும் எப்படி தன் சக உயிரினத்-திடமே சண்டையிட்டு மோதுமோ அப்படி தான் அன்று மனித இனம் குழுக்க-ளாக, குடும்பங்களாகத் தனியாக வாழ்ந்திருக்கக் கூடும். தனித்தனி குழுக்களாக மனித இனம் வாழ்ந்த பகுதியில் திடீரென்று ஒரு மனிதனை புதியதாக காணும்-போது சண்டைகள் நிகழ்ந்திருக்கும். அதில் வெற்றி பெற்ற மனிதனோ, குழுவோ அந்த இடத்தை அதிகாரம் செய்ய தொடங்கியிருக்க வேண்டும். பின் அவர்கள் ஒரு குழுக்களாக சண்டையிட்டு தங்களுக்கான நிலப்பகுதியைக் கட்டமைத்திருக்க வேண்டும்.

குழுக்களாக அதிகாரத்தின் ருசி கண்ட மனிதர்களை மன மாயை விழுங்கி யார் வீரன் யாருக்கு அந்த பகுதி உரிமை என்று பிரிவினைகளை வளர்த்திருக்-கும். காலம் கடந்து படி படியாக மாயையின் பிரிவினை வளர்ந்து தற்பொழுது மதம், சாதி, நிலம், நிறம், நாடு, இனம், மொழி போன்ற பல பிரிவினைகளாக வளர்ந்திருக்கிறது. இதனை நாம் ஆறறிவற்ற சக உயிரினங்களின் வாழ்வியல் போராட்டத்தை பொதுவாக ஆராயும்போதே நமக்குத் தெரிய வருகிறது. ஆறறி-வின் பயன்பாட்டை மனித இனம் எட்டாத போது இருந்த பிரிவினை மெல்ல

வளர்ச்சியடைந்து யாருக்கு எந்த நிலப்பகுதிகள் என்று தொடங்கிய பிரிவினைதான் மனித இனத்தின் மாயையால் இன்று சாபக் கேடாக உடன் பழகும் மனிதனையே பிரிவினை படுத்தும் பல பிரிவினைகளாக வளர்ந்து நிற்கிறது. அதாவது பிரிவினைகள் மனிதர்களுடன் சேர்ந்து பிறந்த குணமல்ல,

ஆண்டாண்டு காலமாய் பிறக்கும் குழந்தைகளின் எண்ணத்தில் பதிய வைக்கப்படுகிற ஒரு முட்டாள் தனமான மூட செயல் என்பதை நாம் பகுத்தறியும் போதுதான் அறிய முடிகிறது. அறியாமையில் தன் மன மாயையின் பசிக்குத் சுயநலத்திற்காக உருவாக்கிய இந்த பிரிவினைகள்தான் இன்று வரை பல கோடி மக்களைக் கொலை செய்து வருவதற்கு முக்கிய காரணம். இப்பிரிவினைகளை ஏற்படுத்தும் மக்கள் அவர்களின் மாயையால் அவர்களுக்கென்று ஒரு பொய்யான நீதியை வகுத்துக் கொள்கிறார்கள். அம்மாயை மனிதர்கள் அதனை அப்படியே சக மனித மனங்களிலும் திணித்து விடுகிறார்கள். இந்த நிறத்தில் பிறந்தவர்கள் அடிமைகளாகவும், இந்த இனத்தில் பிறந்தவர்கள் சாபக்கேடானவர்களெனவும், இந்த நிலத்தில் பிறந்தவர்கள் விரோதிகளாகவும், இந்த மொழி பேசுபவர்கள் அடக்கு முறையானவர்களாகவும், இந்த நாட்டில் பிறந்தவர்கள் எதிரிகளாகவும் தீர்மானித்து விட்டனர். இந்த மதத்தில் பிறந்தவர்கள் விரோதிகளாகவும் இந்த சாதியில் பிறந்தவர்கள் தீண்டத்தகாதவர்களாகவும் நிறம், இனம், நிலம், மொழி, நாடு, மதம், சாதி ஆகிய பிரிவினைகளைக் கானல் நீராக மனித இனம் தன் வாழ்வில் பருகுகிறது. அது கானல் நீர் என்று பகுத்தறிந்தவர்கள்தான் அறியாமையிலிருந்து வெளி வருகிறார்கள். அதே கானல் நீர் என்று தெரியாதவர்கள் அதே அறியாமையில் மன மாயையோடு அவர்களின் தீய தாகத்திற்குப் பிரிவினையைச் செய்து மன மாயையின் தாகத்தைத் தீர்த்துக் கொள்கிறார்கள். அந்த தீய தாகத்தின் தனிவுதான் பல மனித உயிர்களின் கொலையாக மாறுகிறது.

அன்றைய காலத்தில்தான் அவ்வளவு பிரிவினைகள் இருந்தது இந்த காலத்தில் அவ்வளவாகப் பிரிவினைகள் இல்லை. நாம் மிகவும் நவீன நாகரிகம் அடைந்து விட்டோம், நவீனத்துவம் பெற்று விட்டோம், தொழில்நுட்ப வளர்ச்சி உச்சம் நோக்கிச் செல்கிறது, இன்னும் சில வருடங்களில் அறிவியலின் மைல் கல்லை எட்டப் போகிறோம் என தரணி முழுவதுமே பெருமைப்படுகிறோம். ஆனால், இன்று வரை அனைத்து நாடுகளிலும் மக்கள் ஏதாவது ஒரு பிரிவினையால் நம் பார்வைகளுக்குத் தெரிந்தும், தெரியாமலும் இறந்து கொண்டேதான் இருக்கிறார்கள். அதாவது கொலை செய்யப்படுகிறார்கள். தரணியில் இப்படி ஒரு சூழல் நிழலும்போது நாம் எவ்வளவு நவீனத்துவமும், அறிவியலின் எல்லையை அடைந்தாலும் அனைத்து காரியங்களும் மனித இனத்திற்கு வீண் தான். காரணம், அன்றும் நான் இவன், நீ அவன், நான் ஆண்டவன், நீ அடிமையாக இருந்தவன், நான் உயர்ந்தவன், நீ தாழ்ந்தவன் என்று சொல்லி அறியாமையில்

பற்று மோதல்களில்தான் நாம் ஈடுபட்டுக் கொண்டிருப்போம். இவற்றிற்கு எல்லாம் முக்கிய காரணம் மன மாயை மனித இனத்திடம் பொய்யான பற்று நிலையைக் காலூன்றச் செய்ததுதான். அன்றும் இன்றும் என்றும் பெரும்பாலான மனிதர்கள் நிறப்பற்று, இனப்பற்று, மொழிப்பற்று, நாட்டுப்பற்று, மதப்பற்று, சாதிப்பற்று என ஏதாவது ஒன்றின் மேல் நம் மனம் பற்றுடன் இருக்க வைக்கப்படுகிறது. அது நமக்கே தெரியாமல் அது இல்லையென்றால் இது, இது இல்லையென்றால் வேறொன்று என்று ஏதாவது ஒரு விடயத்தின் மீது நம்மைப் பற்றுடன் இருக்க வைக்கிறது. நாம் அறிந்தே ஒரு விடயத்தின் மீது வைக்கும் பற்றும் நாம் அறியாமல் ஒரு விடயத்தின் மீது வைத்திருக்கும் பற்றும் சேர்ந்துதான் மன மாயையோடு தரணியில் மனித இனத்தைப் பிரிவினைவாதிகளாகவும், குற்றம் மற்றும் தீய செயல் செய்யும் உயிரினமாகவும் மனித இனத்தைத் தக்கவைத்திருக்கிறது.

ஏதாவது ஒன்றின் மீது பற்று வைத்துள்ள நாம் அனைவருமே நம்மை அறி-யாமலேயே பிரிவினை செயல்களில் ஈடுபட்டுக் கொண்டிருக்கிறோம். நான் இதன் மீது தீராத பற்றுள்ளவன் என்று பெருமை கோரும் ஒவ்வொரு மனிதர்களும் புரிந்-துகொள்ள வேண்டிய ஒரு விடயம் என்னவெனில் நீங்கள் வைத்திருக்கும் அதே பற்றைத் தான் மற்ற மனிதர்களும் அவர்களின் நாடு, மொழி, இனம், மதம், என இவற்றின் ஏதாவது ஒன்றின் மீது வைத்துள்ளனர். நீங்கள் உங்கள் பற்றுகளின் பெயரில் சக மனிதர்களை வஞ்சித்து கொலை செய்யும் போது அது உங்களுக்கு சரியெனப்படும். அதே காரணம்தான் மற்ற பற்றுகாரர்கள் அவர்களின் பற்றின் பெயரில் உங்களையும், உங்களைச் சார்ந்தவர்களையும் வஞ்சித்து கொலை செய்-யும் போது அது தவறாகவும், குற்றமாகவும் உங்களிடம் மாறுகிறது. பின் அவர்-களைப் பழி தீர்த்துக் கொலை செய்ய வேண்டும் என்கிற சிந்தனையும் மாயை மனதால் உங்களிடம் தூண்டப்படும்.

நாம் ஒரு விடயத்தின் மீது வைத்துள்ள அதே பற்றை தான் சக மனிதர்களும் அவர்களின் மாயை மனம் விரும்பியதன் மீது வைத்துள்ளனர். நீங்கள் செய்வது உங்களுக்குச் சரி என்றால், அவர்கள் செய்வதும் அவர்களுக்குச் சரிதான். இது அனைத்து பிரிவினைகளுக்கும், குற்றச் செயல்களுக்குமே பொருந்தும். ஆக நாம் எந்த மதத்தில், எந்த நிறத்தில், எந்த நாட்டில் பிறக்கிறோம் என்பதைப் பொறுத்-துத்தான் அதற்கேற்ற நம்முடைய மாயை மனதின் பற்று நிலை தீர்மானிக்கப்-டுகிறது என்பதை நாம் அனைவரும் சிந்தித்து உணர வேண்டும். பற்று என்பது நம் மனம் சார்ந்து இயங்குகிறது என்பதையாவது அறிவியல் பூர்வமாக அறிந்து-கொள்ள வேண்டும். பின் இந்த விடயங்களின் மீதான பற்று நம்மை நாமே முட்-டாளாக்கும் செயல் என்பதை உணர வேண்டும்.

அடுத்து நாம் ஒரு முக்கியமான மன மாயையின் தீவிரத்தின் மூடத்தனமான பிரிவினையைப் பற்றி பார்ப்போம். மனித இனத்திலே ஒரு முட்டாள் தனமான

மனமாயை நோய் எது என்றால் அது சாதிய பிரிவினையாகத்தான் இருக்கக் கூடும். உடனே மற்ற பிரிவினைகள் சரி என அர்த்தம் எடுத்துக்கொள்ள வேண்டாம். மற்ற பிரிவினைகளுக்கு ஏதாவது மன மாயை தூண்டுதலுக்கான அடையாளங்கள் நம் கண் முன் காட்டப்படுகிறது. அவர்கள் வேறு நாட்டை சார்ந்தவர்கள், வேறு மதத்தைச் சார்ந்தவர்கள், வேறு இனத்தைச் சார்ந்தவர்கள், வேறு நிறத்தில் உள்ளவர்கள், வேறு மொழி பேசுபவர்கள் என அடையாளங்கள் மன மாயையை மிக எளிதாகவே தூண்டி விடும்.

ஆனால், இந்த சாதிய பிரிவினையால் பாதிக்கப்படக்கூடிய மக்கள் ஒரே நாட்டை சார்ந்தவர்களாகவும், ஒரே இனம், நிறம், மொழி, மதம் என்று உங்கள் அருகில் உங்களில் ஒருவராகத்தான் வாழ்ந்து வருகிறார்கள். உங்களின் நாடு என்னவோ அதுதான் அவர்களின் நாடு. உங்களின் கலாச்சாரம் என்னவோ அதுதான் அவர்களின் கலாச்சாரமும். உங்களின் மொழி என்னவோ அதுதான் அவர்களின் மொழி. உங்களின் நிறம் என்னவோ அதுதான் அவர்களின் நிறமும். இக்கட்டமைப்பில் நீங்கள் யாரோ அதுதான் அவர்களும். இவற்றில் ஏதாவது ஒன்றிலிருந்து உங்கள் உடன் வாழும் மனிதர்கள் மாறுபடுகிறார்களா என்றால் இல்லை. பிறகு எப்படி மனித மனதில் சாத்தானியத்தின் மன மாயையின் பிரிவினை நோய் தோன்றியிருக்கும் என்று அலசி பாருங்கள். சாத்தானியத்தின் மாயை மனிதர்களின் சூழ்ச்சிகள் புரியும்.

சாத்தானியத்தின் சாதிய பிரிவினையை மனித மனதில் மாயையின் தீவிர தூண்டுதல் இல்லாமல், மனிதர்களை மூளைச் சலவை செய்யாமல் அவ்வளவு எளிதில் மனிதர்களிடம் சாதி நோய் பரவியிருக்காது. அதற்கு துணையாகத்தான் கடவுள் பற்றை கையிலெடுத்து, போலி புராணக் கதைகளின் வாயிலாக மனிதர்களை முட்டாள் ஆக்கி, மூளைச் சலவை செய்து அவர்களின் மனதில் விதைத்துள்ளார்கள் என்பதை அறிய முடிகிறது. கடவுள் பற்றையும், போலி புராணக் கதைகளையும் மையமாக்க கொண்டுதான் ஆண்டாண்டு காலமாக ஒவ்வொரு தலைமுறையும் மூளைச் சலவை செய்து, அவர்களிடம் சாதிய நோய் கடத்தப்பட்டு இன்றும் இந்தியா முழுக்க பெரும்பாலான மக்கள் சாத்தானியத்தின் சாதி நோய் பிடித்த மாயை மனிதர்களாக வாழ்கிறார்கள்.

சாதியை ஏற்பவர்கள் அவர்களை அவர்களே நாங்கள் பிறப்பால் உயர்ந்தவர்கள், ஆண்டபரம்பரை எனக் கூறிக்கொண்டு தங்களைத் தானே முட்டாளாக்கி கொள்கிறார்கள். அதோடு சாத்தானிய மாயையின் நேரடி வளர்ப்பு பிள்ளையாகவே மாறிவிடுகிறார்கள். அவர்கள் சாதிய மன நோயால் பாதிக்கப்பட்டதோடு இல்லாமல் அவற்றை தங்களின் வாரிசுகளுக்குத் தொற்று நோய்கள்போல் பரப்புகிறார்கள். சாதிய உணர்வைத் தூண்டும் போதனைகள் செய்து அவர்களின் வாரிசுகளையும் மூளைச் சலவை செய்கிறார்கள். பிறந்து வளரும் குழந்தைகளின் மூளைச்

சலவை செய்யப்படவில்லை என்றால் எந்த குழந்தையும், நபரும் சாத்தானியத்தின் சாதிய நோயால் பாதிக்கப்படப் போவதே இல்லை.

சாதி மனிதர்கள் மீதான சாத்தானியத்தின் நேரடி தாக்குதல் என்பதால் மாயைக்கு மயங்கி மக்கள் அதிலிருந்து வெளி வர மறுக்கிறார்கள். பல நூறு ஆண்டுகள் மாயையால் ஏற்றப்பட்ட போதையை, முத்தி போன நோயைச் சரி செய்வதற்கு சில நூறு ஆண்டுகள் கண்டிப்பாகத் தேவைப்படும். அவர்களில் யார் விரைவாகப் பகுத்தறிந்து மனிதம் உணர்கிறார்களோ அவர்களுக்குச் சாதிய நோய் சீராகித் தெளிவு பெறுகிறார்கள். அதே போல் தன் சாதி நோயைப் பகுத்தறியக் கூடியவர்கள் தெளிவடையக் கூடாது என்பதற்காக சாத்தானியத்தின் மன மாயை சூழ்ச்சிகள் செய்து அவர்களிடம் குடிப் பெயரைச் சொல்லி, கலி காலம் என்று சொல்லி அவர்களை ஆறுதல் அடைய செய்கிறது. அவர்கள் சாத்தானியத்தின் நேரடி பிள்ளை என்பதால் அக்கூற்றை ஏற்று மன நோயால் அவர்களை அவர்-களே முட்டாள் ஆக்கிக் கொள்கிறார்கள்.

போலியான விடயத்தை ஏற்றுக் கொண்ட நபர் அவர்களைச் சார்ந்த குடும்-பத்தார் இடத்திலும், நட்பு வட்டாரத்திலும் தன்னை சார்ந்த அனைவரிடத்திலும் சாதி, மதம், இனம், நாடு, நிறம், மொழி என்ற பிரிவினை உணர்வுகளை ஊட்டு-கிறார்கள். அது அனைவரின் மூளையிலும் உளவியல் ரீதியாக மன மாயையின் வலுவோடு வலுவாகப் பதிந்து விடுகிறது. சிலர் மனிதம் உணர்ந்து அந்த உளவிய-லைத் தகர்த்தாலும், நம்மில் பலர் அந்த உளவியலில் என் மனம் இல்லை என்று கூறிக்கொண்டு நமக்குத் தெரியாமலே மனிதர்களை பிரிவினை படுத்தும், பிரிவி-னையைத் தூண்டும் செயல்களில் ஈடுபடுவோம். நாம் அப்படி இல்லை என்பதை உறுதிப்படுத்த அனைவருமே மனிதம் சார்ந்து நம்முடையச் செயல்களையும், சிந்-தனைகளையும் பகுப்பாய்வு செய்து திருத்திக்கொள்ள வேண்டும். இல்லையென்-றால் இத்தரணியின் வாழ்நாள் இறுதிவரை ஒரு சாத்தானியத்தின் மாயை நோயா-ளியாக இருந்துதான் மரணிக்க வேண்டும்.

மீண்டும் சாதிய மூடத் தனத்திற்கு வருவோம் நீங்கள் யாராவது சாதியை ஏற்-றுக் கொள்பவராக இருந்தால் இந்த கணம் உங்களை நீங்களே கேள்வி கேட்டு சிந்தனை செய்து பாருங்கள். நீங்கள் சாதியை என்றைக்காவது எந்த ஒரு அடி-மைத்தனமும் இல்லாமல் உண்மையாக உணர்ந்தது உண்டா? உங்கள் பெற்றோர் உறவினர் திணித்ததைத் தவிர்த்து நீங்கள் சாதியை ஏற்பதற்கு என்ன காரணம் உள்ளது என்று ஆராய்ந்தது உண்டா? நீங்கள் எப்படி சாதியத்தின் மீது பற்றுள்ள நபராக மாறினீர்கள் என்று சிந்தனை செய்து பாருங்கள் யாரோ ஒருவர் உங்கள் உளவியலில் விதைத்ததாகதான் இருக்கும்.

சக மனிதர்களைப் பற்றி அவர்கள் இப்படித்தான் இருக்க வேண்டும், அவர்கள் இந்த வேலை செய்யக்கூடியவர்கள், அவர்கள் இந்த செயல் செய்யக்கூடியவர்கள்,

இந்த செயல் செய்ய கூடாதவர்கள், நம் விரோதிகள் என்றெல்லாம் சொல்லித்தான் உங்களிடம் சாதிய பற்றை ஏற்படுத்தியிருக்கக் கூடும். போலியான ஒரு விடயம் மனித சமூகத்தில் போதித்து தினிக்கப்பட்டு, உளவியல் ரீதியாகத் தாக்கத்தை ஏற்-படுத்தியதால் தாய் தந்தையாய், அண்ணன் தம்பியாய், அக்கா தங்கையாய், நண்-பர்களாய் பழகி ஒன்றுபட்டு இணக்கமாய் அன்பாய் வாழ வேண்டிய நம் மனித சமூகத்தை இன்று எவ்வளவு பகையுணர்வுடன், பிரிவினையில் பிரித்தாளும் சூழ்ச்-சியில் நம்மைக் கட்டுப்படுத்துகிறது என்பதை நாம் ஒவ்வொருவருமே பகுத்தறிந்து அலசி ஆராய வேண்டும்.

புடவி அதன் நிலையில் ஒட்டுமொத்த சூரியக் குடும்பத்தையே ஒரு சில நிமி-டத்தில் சாம்பலாக மாற்றிவிடும் வல்லமையுடையது. இத்தரணியே இருந்த இடம் தெரியாமல் சிதறிப்போகச் செய்து நான் என்ற உணர்வில்லாமல் ஆக்கக் கூடியது. மனித இனத்தின் அறிவிற்கு எட்டாத இப்படி ஒரு கட்டமைப்பில் வாழ்ந்துகொண்டு நாங்கள் மேலே பிறந்த உயர சாதி, ஆண்ட சாதி, ஆளப் போகிற சாதி, வீர பரம்பரை என இவ்வாறெல்லாம் மார்தட்டி, தொடையைத் தட்டிப் பேசும் செயல் எவ்வளவு மூடத்தனம் நிறைந்த செயல் என்பதை நீங்கள்தான் சிந்தித்துப் பார்க்க வேண்டும்.

உடனே இது எங்களுடைய முன்னோர்களின் வழி வந்தது உண்மையாகத்தான் இருக்க கூடும், அதனை ஏன் நீங்கள் காயப்படுத்துகிறீர்கள் என்று ஆத்திரம் எழலாம். நீங்கள் ஏன் எங்களின் தனிப்பட்ட நம்பிக்கையை, கலாச்சாரத்தை, வாழ்வியலை கெடுக்க வேண்டும் என நினைக்கிறீர்கள் என்று ஆத்திரமும் எழலாம். இந்த பற்று நிலையை பொறுத்தமட்டில் லௌகீக வாழ்க்கையில் அது அவர்களின் தனிப்பட்ட நம்பிக்கையோடு மட்டுமே இருந்திருந்தால் சக மனிதர்-களுக்கு எந்த ஒரு பிரச்சனையும் வரப் போவது இல்லை. ஆனால் அந்த நம்-பிக்கை மனித சமூகத்தில் சக மனிதர்களுக்கு எதிரான செயல்களைத்தான் செய்து வருகிறது. அது மனித வாழ்க்கையை சாத்தானியத்தின் பாதையில் அலைத்துச் செல்கிறது. அதனால் இத்தரணியில் வாழும் மனிதர்களுக்கு எவ்வளவு தீமை-கள், கொடுமைகள் நடைபெற்று மனித உயிர் இழப்புகள் ஏற்பட்டுள்ளன என்பதை அலசி ஆராய்ந்து சிந்தித்து பாருங்கள். இவற்றையெல்லாம் பார்த்து நம்மால் சக மனிதனாகக் கடந்து செல்லவும் முடியவில்லை, அவர்கள் அவர்களுடைய நம்பிக்-கையில் அறியாமையில் உள்ளார்கள் என்று உதாசீனப்படுத்தவும் முடியவில்லை. காரணம், அவர்களின் அறியாமையும், மூடத் தனமும் அவர்களின் நம்பிக்கை-யும் சக மனிதர்களைப் பாதிக்காமலிருந்தால் அனைவரும் கண்டும் காணாமல்-தான் சென்றிருப்போம். ஆனால் இந்த அறியாமையின் பின் உள்ள செயல்கள் அனைத்தும் சக மனிதர்களை அடக்கி, ஒடுக்கி தன் கட்டுக்குள் கொண்டுவந்து அடிமையாக்கி அவர்களை வஞ்சிப்பதற்காக உருவாக்கியதாகவே இருக்கிறது.

சாத்தானியத்தின் மாயைக்கு நேரடி அடிமையான மாயை மனிதர்கள் சக மனிதர்களை எதன் வழியில் எல்லாம் தாழ்த்தி நமக்கு அடிமையாக, சேவகம் செய்பவர்களாக வைத்துக்கொள்ள முடியும் என்று அலசி ஆராய்ந்திருக்கிறார்கள். அப்பொழுது சாத்தான் மனம் வழங்கிய சிந்தனைதான் சாதிய வர்ணம். இதன் அடிப்படையில் சக மனிதர்களைத் தாழ்த்தி, வஞ்சித்து, தீண்டதகாதவர்களாக மாற்றி கொலைசெய்து காலம் கடந்து வந்திருக்கக் கூடியதுதான் இந்த சாதி. சாதி தற்போது மன மாயையால் குடிப் பெயரில் உட்புகும்பொழுதும் நம்மால் அவற்றைச் சாதாரணமாகக் கடந்து செல்ல முடியாது. அறியாமையில் இதையெல்லாம் செய்-கிறார்கள் என்று விடவும் கூடாது. அது இன்னும் கூடுதலான ஆண்டுகளுக்கு சாத்தானிய மனம் சாதிய நோயைப் பரவச் செய்திடும்.

அவர்கள் தங்களை உயர்ந்தவர்கள் என்று கருதும் போதும், தங்கள் பிறப்பு உயர்ந்த பிறப்பு என்று கருதும் போதும் அவர்களின் மாயை மனம் ஒரு வித உணர்வு தூண்டலுக்கு உள்ளாகி போதையை ஏற்றி விடுகிறது. அதனால் ஆதா-யம் அடையும் நபர்கள் மக்களிடம் மேலும் சாதி உணர்வைத் தூண்டக்கூடிய வீர, தீரக் கதைகளைச் சொல்லி மக்களைச் உளவியல் ரீதியாக அடிமையாக்கி வைத்-திருக்கிறார்கள். அதற்கு வலுசேர்க்கும் விதமாக மக்களுக்குச் சாதிய உணர்வைக் குறையாமல் பார்த்து கொள்ளத்தான் சாத்தானிய மனிதர்கள் சாதியை ஆதரித்து ஊடகத்தில் வரும் பேச்சுகளும், திரையில் வரும் படங்களும் செயல்படுகிறது.

சாத்தானின் சாதிய பெருமை பேசி உணர்வைத் தூண்டும் திரைப்படங்களை-யும், தொடர்களையும் மக்கள் பார்ப்பதன் மூலம் இன்னும் கூடுதலாக அவர்களின் மனநோய் முத்திபோகச் செய்கிறது. இது பல பற்று பிரிவினையிலும் இப்படிதான் செயல்படுகிறது. சிலரின் சுயத் தேவைக்காக மனிதத்திற்கு எதிராக, சமத்துவத்திற்கு எதிராக இப்படிப்பட்ட பல நிகழ்வுகள் இன்னும் கூடுதலாகவே செய்து கொண்டே-தான் இருப்பார்கள். மனிதம் போற்றும் மனிதர்கள்தான் மக்களிடத்தில் தொடர்ந்து விழிப்புணர்வு ஏற்படுத்திக்கொண்டே இருக்க வேண்டும்.

சாதியை ஆதரிப்பவர்கள், மன மாயையால் சாதிய தீண்டாமை வேண்டாம் குடியாக ஏற்போம் என்பவர்கள் என சாதியை ஏற்பவர்கள் அனைவருமே ஒன்றை விளங்கிக்கொள்ள வேண்டும். தரணியில் மற்ற உயிர்களைத் தவிர்த்து மனித உயி-ராகப் பிறக்கும் அனைவருமே உயிர்களில் உயர்ந்தவர்கள்தான். உங்களின் உளவி-யலில் உள்ளதுபோல் இந்த மனிதர்களுக்குப் பிறந்தவர்கள் தாழ்ந்தவர்கள், அந்த மனிதர்களுக்குப் பிறந்தவர்கள் உயர்ந்தவர்கள், அதனில் பிறந்தவர்கள் வீரர்கள், இதனில் பிறந்தவர்கள் கோழைகள், இவர்கள் தான் இந்த வேலைகள் செய்ய வேண்டும் என்று சொல்வது மன நோயாளிகள் சொல்வதற்கு சமமானது. அதைத்-தான் சாதிய உளவியல் நோய் என்று குறிப்பிடப்படுகிறது.

மூளை பாதிக்கப்பட்டவர்கள் நான் ராஜா, நான் மந்திரி, நான் போர் வீரன் என்று சொல்பவர்களிடம் நீங்கள் நினைத்துக் கொண்டிருப்பது பொய்யான ஒரு விடயம் என்று சொன்னால் அவர்கள் ஆத்திரத்தில் நம்மைத் தாக்கக்கூடும். அது போல் தான் இந்த அனைத்து பிரிவினைகளும், முக்கியமாகச் சாதிய பிரிவினை. இல்லாத ஒன்றை ஏற்று பிரிவினையில் செயல்படுகிறார்கள். இந்த சாதிய பிரிவினையை மற்ற நாடுகளில் வாழ்பவர்கள் மட்டும் அல்ல புடவியிலிருந்து வேறு உயிர்கள் வந்தாலும் சாதியை ஏற்று பிரிவினையில் செயல்படுபடும் மனிதர்களை பார்த்து குழப்பத்தோடு அவர்களை மூட்டாள்கள் என நினைத்து செல்லும்.

லெளகீகத்தால் சுயநலமாகக் கட்டமைக்கப்பட்டுள்ள இன்றைய வாழ்க்கை முறையில் மனிதர்களுக்கு வாழ்வியல் சார்ந்தும், வாழ்வாதாரம் சார்ந்தும் பெரும் பிரச்சனைகள் இருந்து வருகிறது. இவற்றிற்கு இடையில்தான் பொய்யான பற்று களின் பிரிவினைகளால் மனித இனம் தன்னைத் தானே அழித்துக்கொள்கிறது. அவர்கள் தன் பற்றை திடகாத்திரமாக நம்பும்போது அந்த பற்று பிரிவினைகளை தங்களின் அடுத்த தலைமுறையினருக்கும் எளிதாகக் கடத்தி விடுகிறீர்கள். பிரி வினை என்பது இப்படிதான் பல தலைமுறை தாண்டியும் மனித மனங்களில் பயணிக்கிறது. நீங்கள் கடத்துகிற இந்த மன நோய்களால் பாதிக்கப்பட்டு மரணிக் கப் போவது மற்ற மனிதர்களின் மகன்,பேரன் மட்டும் அல்ல உங்களின் வாரிசு குழந்தைகளையும் சேர்த்துத் தான் மரணித்துப் போவார்கள். எல்லா நிலையிலும் எல்லா நேரத்திலும் நான் தான் உயர்ந்தவன் என்று சொல்லிக்கொண்டு மனி தனைக் கொல்லும் மனிதர்கள் இருந்து கொண்டுதான் இருக்கிறார்கள். அவர்க ளில் யாராவது ஒரு மனிதரிடத்தில் உங்கள் வாரிசுகள், பிள்ளைகள் அடங்கித் தான் போக வேண்டும். ஏன் அவர்களால் கொலை செய்யவும் படலாம். அது எப்படி நிகழும் என்பதை நாம் பகுத்தறிவு சிந்தனையோடு மனிதம் சார்ந்து சிந் தனை செய்தாலே நாம் அறியலாம் சிந்தியுங்கள்.

நம்முடைய மாயை மனதின் பற்று எதன் மீது நாட்டம் கொண்டுள்ளதோ அது மாயை மனதைத் திருப்திப்படுத்த பற்று நிலையை தூண்டுதல்களுக்கு உள்ளாகச் செய்கிறது. அப்போது நாம் பல தீங்கான செயல்களைச் செய்ய துணிந்து விடுகி றோம். அச்செயலுக்கு பிறகு மன மாயை மட்டும் தான் அங்குத் திருப்தி அடை யும். அதனால் உயிர் இழப்புகளோ, உறவுகளின் முறிவுகளோ போன்ற இழப்புகள் மட்டும்தான் அங்கு மிஞ்சும். மன மாயையின் திருப்திக்காக ஒன்றுமே இல்லாத விடயங்களுக்கு நம் மனதில் குழப்பத்தையும், காயத்தையும் உண்டாக்கி அதற்கு நாம் செய்யும் எதிர்வினைகளைப் பார்த்து ரசிப்பதில்தான் சாத்தானியத்தின் மன மாயை ஆனந்த கூத்தாடுகிறது.

இன்னும் சரியாக விளங்கவில்லை என்றால் நீங்கள் எதன் மீதாவது வைத்தி ருக்கும் பற்றுதலை மனிதத்தோடு உண்மையாக ஆராய்ந்து நீங்கள் ஏன் அதன்

மீது பற்றுடன் இருக்கிறீர்கள் என்பதற்கான உண்மை தன்மையை ஆராயுங்கள். நீங்கள் ஏற்கனவே விழிப்புநிலையை நோக்கிய பயணத்திலிருந்தால் உணர்வீர்கள். இல்லை அதனை அறிய நீங்கள் மேற்கொள்ளும் தேடுதலும், கேள்விகளும், சிந்தனைகளும் உங்களின் பற்றுகளின் மேல் உள்ள சாத்தானிய மாயையைக் காட்சிப்படுத்தும். அன்றுதான் நாம் வைத்திருக்கும் பற்றுகள் ஒன்றுமில்லாத சாத்தானிய மாயையின் கானல் நீர் விளையாட்டு என்பதை நீங்கள் புரிந்துணர்வீர்கள்.

அப்படிச் செய்தும் உங்களுக்கு புரிந்துணர முடியவில்லை எனில் இந்த பற்றுகள் அனைத்தும் பொய்யானவை என்பதை உணர்ந்துகொள்ள உங்கள் பற்று ஏற்படுத்தும் பிரிவினையால் யார் பாதிக்கப்படுகிறார்களோ அந்த பிரிவினையில் பாதிக்கப்படக்கூடிய நபராக உங்களை நீங்களே உருவகப் படுத்திக் கொள்ளுங்கள். உணர்வு ரீதியாக நான் உயர்ந்தவன், மேலானவன், ஆண்டவன் என்று உருவகப்படுத்தும் பொழுது அவற்றால் பாதிக்கப்படக்கூடிய நபராகவும் நம்மால் உணர்வு ரீதியாக உருவகப்படுத்த முடியும். பாதிக்கப்படுபவர்களின் உணர்வு நிலையை நாம் புரிந்துகொள்ள முயன்றால் போதும் அதன் மாயை தகர்க்கப்படலாம். அப்படி இத்தனை ஆண்டுக்கால மனிதக் குல வரலாற்றில் மாயை மனதின் பற்றால் சக மனிதர்கள் அடைந்த துயரங்களையும், வலிகளையும், வேதனைகளையும் உங்களுக்கு ஏற்படுவதாக உணர்வுப்பூர்வமாக உருவகப்படுத்தி சிந்தனை செய்து பாருங்கள். அப்பொழுது நாம் வைத்திருக்கும் பற்றும் அதன் பிரிவினைகளும் எவ்வளவு கொடூரமான மனிதமில்லாத மூடத்தனமான செயல்கள் என்பதை உணர்ந்தறிய முடியும். இதனை ஒப்பிட்டு நினைத்துப் பார்க்கவே உங்கள் மனம் தயங்குகிறது என்றால் நீங்கள் மாயையின் மிகச் சிறந்த அடிமையாக உள்ளீர்கள் என்றுதான் அர்த்தம்.

இதனை நாம் அடுத்து யாருக்காவது பற்றுதல் சார்ந்து தீங்கு செய்யும் முன் நினைத்து, உணர்ந்து பார்க்க மாட்டோம். அதற்கும் காரணம் இன்று நம்முடைய மன மாயையின் வலிமைதான். மனித இனம் இன்றும் தன்னுடைய தவறுகளை உணர்ந்து மாயைகளை மறையச் செய்து விழிப்படைந்து மனிதத்தை ஏற்றுப் போற்றவில்லை என்றால் மனிதர்களால் மனிதர்களுக்கு ஏற்படப் போகும் அழிவு என்பது வரலாற்றில் இல்லாத அளவிற்குப் பேரழிவாக இருக்கும். அப்பொழுது நாம் வைத்து கொண்டிருக்கக்கூடிய மதப்பற்று, நாட்டுப்பற்று, இனப்பற்று, நிறப்பற்று, மதப்பற்று, சாதிப்பற்று, மொழிப்பற்று போன்ற பற்றுதல்களினாலும், ஏன் மனிதர்களை படைத்தார் என்று மனித இனம் நம்பும் அந்த மதக் கடவுள்கள் நினைத்தாலும் மனித அழிவை யாராலும் தடுக்க முடியாது.

நாம் ஆராய்ந்து பார்த்தால் தரணியில் இயற்கையாக மரணம் அடைந்த மனிதர்களை விட மனிதப் பற்றினால் ஏற்பட்ட மரணங்கள்தான் மிக அதிகமாக இருக்கும். நாம் அனைவரும் தேவையில்லாதவற்றின் மீது வைத்திருக்கும் பற்றை

கைவிட்டால் மட்டும்தான் மனித அழிவுகள் ஏற்படாமல் இருக்கும். அதற்கு முதலில் நாம் அனைவரும் நம் மாயையிலிருந்து விடுபட்டு விழிப்படைந்திருக்க வேண்டும். நாம் வைத்துள்ள பற்றுகள் எவ்வளவு கொடூரமானவை என்பதைச் சிந்தனை செய்து உணர வேண்டும். இப்பற்றுகளினால் ஏற்படும் பிரிவினைகளும், வன்முறைகளும், மனித அடக்குமுறைகளும் இல்லை என்றால் தரணி முழுவதும் மனிதமும், அன்பும் நிறைந்து இருக்கும் என்பதை உணர முயற்சி செய்ய வேண்டும்.

இன்னொரு முக்கியமான விடயம் மக்களைக் கொலை செய்யும் இதே பற்று நிலைதான் மக்களை அடக்கி ஒடுக்கி வஞ்சிக்கும் பொழுதும் அவர்களுக்கு எதிராக மக்கள் ஒன்று திரண்டு போராடவும் தேவைப்படுகிறது. இதற்கும் தேவைப்படும் பற்றுதலை வைத்து சில போலியான பற்றாளர்கள் தங்கள் வசதிக்காகவும், தங்களின் தேவைக்காகவும் மதப்பற்றையும், இனப்பற்றையும், மொழிப்பற்றையும், நாட்டுப்பற்றையும் போன்ற பற்றுகளைக் கையில் எடுத்து பிம்பம் காண்பித்து மக்களை ஏமாற்றுவதுதான் வருத்தத்திற்குரிய விடயம். இதற்கு ஒரு சிறந்த வாசகம் உண்டு, கத்தியின் கூர்மை ஒன்றுதான் ஆனால் அது உயிர்களைக் காக்கப் பயன்படுகிறதா பிறர் உயிர்களைப் பறிக்கப் பயன்படுகிறதா என்பதில்தான் சாத்தானிய மனம் அடங்கியுள்ளது.

உயிர்களைக் காக்கும் கருவியாகப் பற்று இருந்தால் இங்கு யாருக்கும் எந்த ஆபத்தும் இல்லை. ஆனால் உயிர்களை எடுக்கும் சாத்தானிய மன மாயைக்கு அடிமையாக உள்ள மனிதர்களும் அதே பற்றுதல் பெயரில்தான் அதைச் செய்கிறார்கள். இன்று உயிரைக் காக்கத் தேவைப்படும் பற்று நாளை அதைச் சொல்லியே பிறர் உயிரை எடுக்கவும் பயன்படும். காரணம், நாம் மாயை மீது விழிப்போடு இல்லையென்றால் சாத்தானின் மாயை மனம் அதற்கேற்றது போல் மாற்றிக்கொள்ளும். அதற்கு எந்த பேதங்களும் இல்லாமல் ஒட்டுமொத்த மனித இனத்தில் உள்ள ஒவ்வொருவருமே வைத்துள்ள அனைத்து தேவையில்லாத பற்றுகளையும் கைவிட்டு உண்மையான பற்றான மனித பற்றையும், உயிர் பற்றையும், தரணிப் பற்றையும் போற்றி வளர்க்க முயல வேண்டும். அது ஓர் சிறந்த தரணியை இப்புடவியில் உருவாக்கும் என்பதை நாம் அனைவரும் உணர்ந்தறிந்து இந்த லௌகீக வாழ்க்கையில் செயல்பட வேண்டும்.

17

பண அரக்கன்

உணவிற்காக வேட்டையாட சென்றதுதான் மனித இனத்தின் முதன் முதல் வேலையாக இருந்திருக்கக் கூடும். பிறகு உணவிற்கு வேட்டையாடுவதுடன் பழங்கள் மற்றும் காய்கறிகள் பறிப்பது போன்றவை அவர்களுடைய அன்றாட வேலைகளாக இருந்திருக்கும். அன்று உணவிற்காக மேற்கொண்ட உடல் உழைப்புதான் மனித இனத்திற்கு பெரும் வேலையாக இருந்திருக்கிறது. அதனுடன் வெயிலிலிருந்தும் தன்னைப் பாதுகாத்துக்கொள்ள குடிசைகள், குகைகள் போன்ற பாதுகாப்பான இடங்களை வடிவமைப்பதற்கும் மனித இனத்தின் உழைப்புகள் மாற்றம் அடைந்திருக்கிறது. பிறகு வேட்டையாடி உண்பதைத் தவிர்த்து பயிர்களைப் பயிரிட்டு அவற்றின் விலை நிலங்களை உழுவது போன்ற இயற்கை விவசாயம் சார்ந்து மனித இனத்தின் வேலைகள் பரிணாமம் அடைந்துள்ளது என்பதையும் நாம் வரலாற்றின் மூலம் அறிய முடிகிறது. அதுதான் நாகரிகம் அடைந்த மனித இனத்தினுடைய பிரத்தியேகமான வேலைகளாகவும் மாற்றம் அடைந்துள்ளது என்பதையும் நாம் அறியலாம். அதன் தொடர்ச்சியாக மனிதர்கள் ஏதாவது ஒரு வகை தானியத்தையோ, பொருட்களையோ வைத்திருந்தால் அவர்கள் தங்களுக்குத் தேவையான பொருட்களைப் பெறுவதற்கு தாங்கள் வைத்திருந்த பொருட்களைக் கொடுத்து வாங்கும் பண்ட பரிமாற்று முறை மனிதர்களின் தேவைக்கான வேலைகளாக இருந்துள்ளது. இதுபோல் மனிதர்கள் மேற்கொண்ட வேலைகள் அனைத்தும் அவர்களுடைய உணவின் தேவைக்காகவும், தேவையின் தேவையாகவும் இருந்து வந்துள்ளது. ஆக அன்று மனிதர்கள் செய்த வேலைகள் அனைத்துமே இந்த மண்ணையும், இயற்கையைச் சார்ந்தே இருந்துள்ளது என்பதை நாம் விளங்கிக்கொள்ளலாம்.

நிலத்திற்குத் தேவையான உழைப்பை மனிதர்கள் கொடுத்தால் மனிதர்களுக்குத் தேவையான உணவை நிலம் கொடுத்தது. நிலத்திற்கும், மனித இனத்தின்

உணவிற்கும் இருந்த நேரடியான தொடர்பினை அறிவியலின் நவீனத்துவ கால-கட்டமும் மற்றும் வாழ்வியல் முறைகள், மன ஆசைகள் எல்லாம் ஒன்று கூடி முற்றிலும் மாற்றி அமைத்து விட்டன. இன்று நிலத்தில் விளைந்த உணவு-களை மனித இனம் உட்கொண்டு வரும் சூழல் நாளை அறிவியலும் நவீனத்துவ வளர்ச்சியில் வரும் காலத்தில் இல்லாமல் ஆகிவிடுமா என்ற அச்சத்தைதான் ஏறப்படுத்துகிறது. எதிர்வரும் காலத்தில் உருவாக்கப்படும் உணவுகள் கண்டிப்பாக உடலுக்கு ஆரோக்கியத்தைக் கொடுக்கும், செரிமானமும் அடையும், ஏன் ருசியா-கவும் இருக்கும், மனித இனத்தின் உணவு தேவைகளை முழுவதுமாக பூர்த்தியும் செய்யும் அதில் மாற்றுக் கருத்தே இல்லை. ஆனால் அது மனித மனதின் மாயை-யின் தீவிரத் தன்மையை அதிகரிக்கும் செயலாக மனித இனத்தினை மாற்று சிந்-தனைகளே இல்லாத முழு இயந்திரமாக மாற்றிவிடுமோ என்ற அச்சத்தைதான் ஏற்படுத்துகிறது.

மண்ணில் விளைந்த உணவுகளை விடுத்து நாளை மாயை மனம் கண்டறியும் மூலக்கூறுகள் மாற்றிய உணவுகளை உட்கொள்ளும் பொழுது நம்மை முழுவதுமாக மன மாயை பிடியிலே தக்க வைக்கும் சூழல் ஏற்பட்டு விடும். இன்று நாம் உணவுக்காகத்தான் நேரமற்று ஓடுகிறோம் என்ற பொய்யான பெயரில் நம் மன ஆசைகளுக்கும், இச்சமூகத்தின் கட்டமைப்பின் அழுத்தத்திற்கும் ஓடிக்கொண்டி-ருக்கிறோம் என்று தெரியாமல் இருக்கிறதோ. அதே தான் நாளைய உணவுகளின் பரிணாமும் இன்னும் நான் என்ற உணர்வையே மறந்து நம் மன ஆசைக்கும் மாயை மனிதர்கள் உண்டாக்கி வைத்திருக்கும் இலக்கைத் தேடி ஓடும் சூழலை ஏற்படுத்திவிடும். இதைத்தான் தரணியின் மண்ணை சாராத, விளையாத உணவு-கள் நிழத்தும்.

நாம் தலைப்பிற்கு வருவோம், ஏன் வேலைக்குச் செல்கிறோம் என்ற காரணங்-களைச் சற்று சிந்தித்து அலசிப்பாருங்கள். சிலருக்கு நான் நன்றாக வாழவேண்-டும் என்றும், நல்ல உணவு, இருப்பிடம், ஆடம்பர வாழ்க்கை முதலியவற்றிற்காக வேலைக்குச் செல்ல வேண்டும் என்றும் தோன்றும். சிலர் கடன்களை அடைக்க வேண்டும் அதற்காக வேலைக்குச் செல்ல வேண்டும் என்றும். சிலர் அவர்கள் வேலைசெய்யவே இப்பிரம்மாண்ட புடவி தரணியில் பிறந்திருப்பதாக நினைத்துக் கொண்டு அந்த நிறுவனத்தில் வேலை செய்வதுதான் என்னுடைய கனவு என்-றும் தோன்றும். நம்முடைய உணவுகளுக்காகவும், உயிர்வாழ்வதின் தேவைக்காக-வும் செய்த வேலைகள்தான் இன்று இத்தனை வகைகளாக, வடிவங்களாக மாற்றம் அடைந்துள்ளன.

மண்ணிற்கும் உணவிற்கும் நேரடியாக இருந்த வேலைகள்தான் இன்று இடை-யில் இறுதியாக பணம் என்ற ஒரு காகிதத்தை உருவாக்கி நமக்கான தேவை என்ற பெயரில் ஆசைகளையும், ஆடம்பரத்தையும் உருவாக்கி வைத்திருக்கிறோம்.

தேவையின் பயன்பாட்டுக்கென்று இருந்த மதிப்பினை காகிதப் பணத்திற்குக் கொடுத்து, பிறகு அனைத்து மதிப்பையும் அந்த காகித பணத்தின் மீது திணித்து விட்டோம். இப்படி பணத்தைத் தேடி மட்டுமே நாம் அனைவரும் ஓடிக் கொண்டிருக்கக்கூடிய சூழலுக்கு மனித இனத்தின் மாயை மனமும், மாயை மனிதர்களும்தான் காரணம். இந்த பணத்தைத் தேடிய ஓட்டம் தான் நம்மையும் நம் வாழ்வியலையும் சற்று அதற்கேற்றாற்போல் வளைத்து, தீய எண்ணங்களையும், செயல்களையும் செய்ய வைத்து விடுகிறது. பணம்தான் அனைத்தையும் தீர்மானிக்கிறது பணம்தான் அனைத்துமே என்று உளவியல் ரீதியாக நம் அனைவரின் மனதிற்குள்ளும் திணிக்கவும் படுகிறது.

பணம் இன்றைய காலகட்டத்தில் மிக முக்கிய தேவையாக மாற்றப்பட்டு திணிக்கப்பட்டதால் தரணி வாழ்வில் மனித இனத்திடம் இன்றைக்கு இருக்கும் ஒரு முக்கிய பிரச்சனை இந்த பணமாகத்தான் இருக்கிறது. எந்த மனிதரையாவது அழைத்து அவர்களிடத்தில் என்ன பிரச்சனை உள்ளது என்று கேட்டால் இந்த பணம் தான் அவர்களின் கடைசி பிரச்சனைகளாக இருக்கும். அதாவது பணம்தான் இக்காலகட்ட மனிதர்களின் பிரச்சனைகளுக்கு மூலமாக இருக்கும். பணமுடையவர்களின் பிரச்சனைகள் முற்றிலும் மாறுபட்டதாக இருக்கும் அது வேறு.

மக்களிடம் இன்றைக்கு மனிதம் குறைந்து, நற்குணங்கள் குறைந்து, மனித வாழ்வியல் பற்றிய புரிதல் இல்லாமல் வாழ்கிறோம் என்றால் அதற்குப் பணம் மிக முக்கிய காரணமாகும். எப்பொழுது பணத்தின் இருப்பை கொண்டு தனித் தனி மக்களாக வர்க்க பிரிவுகள் உருவானதோ அன்றே மனித சமூகத்தில் மாயையின் ஆதிக்கம் அதிகரித்து ஏற்ற தாழ்வுகள் தீவிரமாக ஏற்படத் தொடங்கியிருக்கும். பணத்தின் அடிப்படையில் மக்களைத் தரம் பிரிக்கும் கட்டமைப்பை மாயை மனம் உருவாக்கி வைத்திருந்தாலும் அதற்குள் இருக்கும் காரணங்களை அலசும் போது அதற்குப் பல காரணங்கள் நம் முன் காட்டப்படுகிறது.

பணத்தின் இருப்பு எவ்வளவு அதிகமாக உள்ளது என்பது முக்கியமில்லை. பணத்தின் தேக்கத்தின் அளவிற்கு ஒப்பாக நாம் நம் மனதின் ஆசைகளைத் தீர்த்துக் கொள்கிறோமா, அதனுடன் பணத்தை பணம் ஈட்டும் முதலீடுகளில் முதலீடு செய்துள்ளோமா என்பதுதான் முக்கியமாகிறது. அக பணத்தின் தேக்கம் ஒரு ஆசையை உருவாக்க வேண்டும், அதற்கு பணத்தை ஈட்ட வேண்டும், அதை வைத்து ஆசைகளை நிறைவேற்ற வேண்டும், பணத்தை ஈட்ட பணத்தினை முதலீடு செய்ய வேண்டும் அதற்கு பணத்தை நோக்கி மக்கள் அறியாமையோடு ஓட வேண்டும் என்பதே பணத்தின் நோக்கம். பணம்தான் தரணியை ஆதிக்கம் செலுத்துவது போன்று தோன்றும் ஆனால் இதற்கு பின்னால் உள்ள மாயை மனங்கள்தான் அனைத்தையும் ஆதிக்கம் செலுத்துகிறது.

நான் இப்படி இவ்வளவு பணியாட்களுடன், இவ்வளவு ஆடம்பரத்துடன், அதி- காரத்துடன், புகழ் பெயருடன், தங்கள் ஆசைகளை நிறைவேற்றிக்கொள்ளும் வாழ்க்கையை வாழ வேண்டும் என்பதுதான் மனித இனத்தில் பெரும்பான்மையா- னோரின் நோக்கமாகும். இந்த ஆசைக்கான நோக்கத்தில்தான் பெரும்பான்மை- யான மனித மனங்கள் பயணிக்கும். ஆனால் அதில் எத்தனை மனிதர்கள் அதை அடைகிறார்கள் என்று பார்த்தால் விரல் விட்டு என்னும் அளவில்தான் இருப்- பார்கள். மற்ற மனிதர்கள் அனைவரும் அப்படி ஒரு வாழ்வை வாழ வேண்டும் என பணத்தினை தேடி ஓடி, அதனை அடையாமாலேயே மரணித்து போவார்கள்.

ஒரு மனிதருக்கு தன்னை இயந்திரமாக மாற்றி கடுமையாக உழைக்க வைக்- கும் பணத்தினை செலவு செய்வது முக்கியமில்லை. பணம் ஈட்ட வேண்டும், விலையுள்ள வாகனம், வீடு, வைத்திருக்க வேண்டும், ஆடம்பரமாக வாழ வேண்- டும், தன் ஆசைகளை உடனே நிறைவேற்றிக்கொள்ள வேண்டும் என்பதுதான் முக்கியமாகப்படுகிறது. அதில்தான் மிகப் பெரிய வேறுபாடுகளும் உருவாக்கப்ப- டுறது. இங்கு நாம் மீதிவண்டி வைத்திருக்கிறோமா, இருசக்கர வாகனம் வைத்- திருக்கிறோமா, நான்கு சக்கர வாகனம் வைத்திருக்கிறோமா என்பதுதான் வர்க்க கட்டமைப்பாகிறது. இதனை நாம் அறிவோம், ஆனால் இதற்கு பின்னால் உள்ள மாயை மனதின் சூழ்ச்சிகளை நாம் அறிந்திருக்க மாட்டோம். வர்க்கத்தின் ஒவ்- வொரு படி நிலைக்குப் போகும்போது அங்கு நம் மனதிற்கேற்ற மன மாயை உரு- வாக்கப்படுகிறது. அதில்தான் நாம் அனைவரும் சிக்கிக்கொள்கிறோம். தேவைக்கு மீறிய பணம் கிடைக்கும் என்றால் சூழ்ச்சி செய்ய தயார் என்று சொல்லும் மனித மனம் தான் தரணியில் அதிகம் உள்ளது. அதனால், மக்களிடம் தேவையில்லாத பல தேவைகளையும், ஆசைகளையும் உருவாக்கி பணத்தினை படைத்து சூழ்ச்- சிகள் செய்து ஆதிக்கம் செலுத்தி கொண்டிருப்பவர்கள் தான் பண முதலைகள். ஆக நாம் வாழும் இந்த லெளகீக வாழ்க்கையில் ஆசை மனம் உண்டாக்கும் பணத்தின் சுழற்சிக்கு உருவாக்கப்பட்டதுதான் பணத்தின் வர்க்க கட்டமைப்பும்.

ஒரு பொருளை புதியதாகக் கண்டறிவதும், உருவாக்குவதும் மனிதர்கள்தான். அதற்கு முதலீடு செய்வதும் மனிதர்கள்தான். அந்த பொருட்களை வைத்துத் தான் நம் மாயை மனமானது மனிதர்களுக்குள் பிரிவினையை உண்டாக்கி வருகிறது. அது எதைப் பொருத்து என்றால் நாம் வைத்திருக்கக்கூடிய அந்த பொருளின் பண மதிப்பை வைத்து, ஆசையை வைத்து. அந்த பணத்தின் மதிப்பை யார் உருவாக்கியது என்றால் அதுவும் மனிதர்கள்தான். மனித இனத்தின் மாயை மனம் உண்டாக்கும் ஆசைக்கு அடிபணிந்து பண மதிப்பிற்கு மனித இனம் வர்க்க வேறு- பாட்டில் வாழ்வதுதான் இந்த பணத்திற்கு வெற்றியாகப் பணம் படைத்த மாயை மனிதர்களின் வெற்றியாக மாறுகிறது. பணத்தின் வெற்றிக்கு மனித இனம் வர்க்க வேறுபாட்டிலிருந்தே தீர வேண்டும்.

இந்த பணம் மனிதர்களுக்கு மட்டும்தான் ஆபத்தை விளைவிக்கிறதா என்றால் இல்லை. நாம் ஏன் நம் உடலில் வளர்ந்த தலை முடியை எந்த ஒரு தயக்கமும் இல்லாமல் மாதம் ஒரு முறை அல்லது நினைத்தவுடன் வெட்டுகிறோம் என்றால் அது அடுத்த சில நாட்களில் வளர்ந்து விடும் என்று அடிப்படை நம்பிக்கை இருப்பதால்தான். ஆனால் இத்தரணியில் ஒரு மலை உருவாக்கத்திற்கு எத்தனை லட்ச ஆண்டுகள் ஆகின என்று தெரியவில்லை. இந்த பணப் பைகளின் இலக்கு பணம் மட்டுமே என்று இருப்பதால் எளிதாக காடுகளையும், மலைகளையும், நீர் நிலைகளையும் வெட்டி தீர்த்து அழித்து விடுகிறார்கள். இதற்குப் பண முதலை-களும், பணப் பைகளும் மனித இனத்தின் தேவைக்கான பல காரணங்களை சொன்னாலும் அதை ஏற்கவே முடியாது. இதிலிருந்து நாம் என்ன புரிந்துகொள்ள வேண்டுமென்றால் பணத்தின் ஆதிக்கத்திற்காக அவர்கள் உயிர்வாழும் இத்தரணி-யையே அழிக்கிறார்கள் என்றால் அதே விடயத்திற்காகதான் சக மனிதர்களையும் அவர்கள் அழிக்கிறார்கள்.

அதிகப் பணம் வைத்திருப்பவர்களுக்கும், மூன்று வேலை நல்ல உணவு சாப்-பிட வேண்டும் என்று உழைக்கும் அடித்தட்டு ஏழை எளிய மக்களுக்கும் இருக்கும் ஒற்றுமை என்னவென்றால் பணம் ஈட்ட வேண்டும் என்பதுதான். அதில் பணத்-தின் தொகைகளுக்கு எவ்வளவு பெரிய இடைவெளி என்றால் மலைகளில் வாழும் கம்பளி ஆடுகளுக்கும் கசாப்புக் கடைகளுக்காக வளர்க்கப்படும் ஆடுகளுக்கும் இருக்கும் வேறுபாடு. அவற்றில் எத்தனை வேறுபாடுகள், மாறுபட்ட சிந்தனை-கள், மாறுபட்ட கேள்விகள், மாறுபட்ட தேவைகள், மாறுபட்ட ஆசைகள் உள்ளன என்பதை நாம் உணர வேண்டும்.

பணம் மனித வாழ்க்கையில் வந்தது முதல் மக்களின் சிந்தனைகளும், செயல்-களும் ஆசைகளும், ஒட்டு மொத்தமாக அதனை நோக்கியே மாற்றப்பட்டு விட்-டது. மேல் தட்டு மக்கள் சிந்திக்கும் சிந்தனைகளை அடித் தட்டு மக்களால் ஒரு போதும் சிந்திக்க முடிவதில்லை. ஒவ்வொரு படி நிலையில் உள்ள மக்களுக்கு அவர்களின் வாழ்க்கை குறிக்கோளும், ஆசைகளும் முற்றிலும் மாறுபட்டதாகவே இருக்கிறது, இருக்க வைக்கவும் படுகிறது. இதன் அனைத்திற்கும் இந்த பணத்தின் மீதான மன மாயைதான் மிக முக்கிய காரணமாகும்.

மக்களின் பண இருப்பை கொண்டு அனைத்து மக்களும் அடையாளப் படுத்-தப்பட்டதன் விளைவாக மக்களின் மனதில் ஒரு வித பண உளவியல் தாக்கங்-கள் ஏற்பட்டு விட்டன. ஏழை எளிய மக்களிடம் இதை நீங்கள் செய்யக் கூடாது, இங்கு வரக் கூடாது, இதற்கு ஆசைகள் படக் கூடாது, இதையெல்லாம் சிந்திக்-கவே கூடாது என்று அவர்களை அவர்களே தாழ்த்திக்கொள்ளும் உளவியலை மட்டும்தான் பணம் ஏற்படுத்தி கொண்டே இருக்கிறது. இதே அதிகம் பணம் வைத்-துக்கொண்டு மேல் வர்க மக்கள் என்று சொல்லிக்கொள்ளும் மக்களிடம் அவர்-

களே உயர்ந்தவர்கள், மேலானவர்கள் என்ற மாய பிம்பத்தை பணம் அவர்களுக்கு ஏற்படுத்துகிறது. எப்படி இந்து மதத்தில் நாங்கள் தான் கடவுளுக்கு நெருக்கமா னவர்கள், அனைவராலும் கடவுளை நெருங்கி விட முடியாது என்று பொய்கள் சொல்லி மக்களை நம்ப வைத்தார்களோ அது போல். இந்த உளவியல் ஓட்-டுமொத்த மனித இனத்தையே பெரிதும் பாதிக்கிற ஒரு விடயமாக, தரணியை அழிக்கக்கூடிய விடயமாகவும் மாறி உள்ளது. இவற்றினால் பெரிதும் பாதிப்படை-வது யார் என்றால் பணம் இல்லாத மக்களும், அடித்தட்டு மக்களும் தான். இம்-மக்களிலிருந்து ஒரு சிலர் அவர்கள் கற்ற கல்வியால் அவர்களிடம் இருந்த பண உளவியல் தாக்கத்தைத் தகர்த்து இச்சமூகத்தில் சமத்துவத்தை நோக்கி மேல் ஏறி வந்தால் பணத் தேவைகளும், பண முதலைகளும் இணைந்து மீண்டும் அவர்க-ளைப் பண உளவியல் தாக்கத்திற்கு ஆளாக்கக்கூடிய செயல்களைத்தான் செய்-கிறது. இவற்றையும் மீறிப் போராடுபவர்கள் மட்டும்தான் அவர்கள் விரும்பியதை அடைந்து லௌகீக வாழ்க்கையில் அடுத்த கட்டத்தை நோக்கிச் செல்கிறார்கள். சமத்துவம் கிட்டியதா என்றால் இல்லை. அந்த ஆதிக்க மாயை மனம் உடைய மக்கள் அவற்றோடு நிறுத்திக்கொள்ள மாட்டார்கள். இச்சமூகத்தின் படிநிலையி-லிருந்து மேல் ஏறி வரும் மக்களை மீண்டும் அடக்குவதற்கு தொடர்ந்து முயற்சி செய்து காயப்படுத்திக் கொண்டு தான் இருக்கிறார்கள்.

இதைத்தான் இச்சமூகம் தரணியில் தொடர்ந்து அடித்தட்டு மக்களுக்குச் செய்து கொண்டே வந்திருக்கிறது. இவ்வளவு பிரச்சனைகளையும் மீறி அம்மக்-களிலிருந்து ஒருவர் ஏழை மக்களின் வாழ்வாதாரத்தை உயர்த்த வேண்டும் என மக்கள் அதிகாரியாகி மாறுவார். அன்று தன் கடமையிலிருந்து ஏழை எளிய மக்-களுக்கு ஏதாவது செய்ய முயற்சி செய்தலோ போதும், இச்சமூகம் உடனே அவர்-களின் மீது மறைமுக தாக்குதல்களையும், கெடுபிடிகளையும் ஏற்படுத்த தொடங்-கிவிடும். அதற்கு பண ஆசைகள் உடைய அதிகாரிகளும் துணை சென்று விடுவார்கள்.

என்றைக்குப் பணம் இருந்தால் லௌகீக வாழ்வில் அனைத்தையும் வாங்கிவிட முடியுமென்று மனிதர்களிடத்தில் எண்ணம் வந்ததோ அன்றைக்குப் பணம் மனித இனத்திற்கு அரக்கனாக மாறிவிட்டது. தரணியில் அதிக உயிர்கள் இறப்பதற்கும் மனிதன் இயற்கை வளங்களைச் சுரண்டி இயற்கையை அழித்து பெரும் பாவங்-களைச் செய்வதற்கும், நல்ல எண்ணம் கொண்டவர்கள் தீய செயல்கள் செய்வ-தற்கும், மனித இனம் மனிதத்தை இழப்பதற்கும், ஒரு நாட்டின் அரசு முழுமை-யான நல்லாட்சி தராமல் போவதற்கும் பணத்தின் மீதான ஆசை மாயைத்தான் மிக முக்கிய காரணமாக இருந்து வருகிறது.

ஆசைகள்தான் துன்பத்திற்குக் காரணம் என்பதைப் புத்த மகான் மூலம் நாம் பலர் அறிந்தவை தான். ஆனால் இன்று நாம் எதன் மீதும் ஆசைப்படாமல்

இருந்தாலும் பணம் எனும் அரக்கன் அதன் வேட்டையைத் தொடங்கி, மனித பிணியால் நம்மை விழுங்கி அதன் மாயையில் நம் அனைவரையும் ஜீரணித்துக் கொள்கிறது. நம் தரணியில் அன்னதானம் போன்ற மிகச் சிறந்த பல செயல்கள் செய்யும் மனிதத்தின் மனதை உணர்ந்த மனிதர்கள் இல்லையென்றால் பல மனிதர்கள் பசியின் பிணியாலே மரணித்திருக்க கூடும். இயற்கை வளங்கள் இருக்கும் நம் தரணியில் பண காகிதம் இல்லாமல் நாமே நமக்கான உணவைத் தயாரித்துக்கொள்ள முடியாத நிலையை உருவாக்கி வைத்திருக்கிறோம். அந்த அளவிற்குப் பணத்தின் கட்டமைப்பு மனிதர்களின் வாழ்க்கை முறையில் தவறான பல கட்டமைப்புகளைக் கட்டமைத்துள்ளது.

பணம் என்பது வெறும் உலோகங்கள் மற்றும் நிறங்கள் கலந்த காகிதங்கள் மட்டும் தான். ஆனால் நாட்டினை இயக்கும் சிலர் அவற்றிற்கு பல்வேறு விலைமதிப்புகளைத் தீர்மானித்து அவற்றில் அச்சிட்டு அவற்றை விலைமதிப்பு உடையதாக மாற்றி நம்மை அதனை நோக்கி ஓடச் செய்வதுதான் மாயையின் வெற்றியாக உள்ளது. பண அரக்கனின் வெற்றியாக உள்ளது. மனித இனத்தின் தேவை பயன்பாட்டிற்காக நமக்கு நாமே அச்சடித்துக் கொண்ட பணம் அதாவது அரசாங்கத்தின் வங்கிகள் அச்சடிக்கும் பணம் ஏன் தரணியில் சிறிய குறிப்பிட்ட மக்களிடம் மட்டுமே மிக அதிக அளவில் இருந்து கொண்டு வருகிறது என்பதற்கான விடை யாரிடமும் இருக்காது. ஏன் சில குடும்பங்களின் வருவாய் அந்த நாட்டின் வருவாயை விடவும் அதிகமாக இருக்க வேண்டும். ஒட்டுமொத்த மனித இனத்தின் பயன்பாட்டிற்கும் அச்சடிக்கப்படும் பணம் ஏன்? மக்களை காட்டிலும் குறிப்பிட்ட சில மனிதர்களிடம் மட்டும் பணத்தின் மதிப்பு தேக்கம் அடைந்துள்ளது என்ற கேள்விக்கான சரியான பதில் எவரிடமும் இருக்காது. பதில் சொல்ல வேண்டும் என்பதால் ஏதாவது ஒரு காரணத்தைச் சொல்லிக்கொள்ளலாம்.

இக்கட்டமைப்பின் அரசாங்கமும், பணமுதலைகளும் கொடுத்து வாங்குதல் அடிப்படையில்தான் இவையெல்லாம் ஒரு சுழற்சியாக அதிகப்படியான பணம் அவர்களிடத்திலே சுழன்று கொண்டிருப்பதற்குக் காரணம். எல்லாம் அவர்களின் மன மாயையின் தூண்டுதலின் அடிப்படையில்தான் நிகழும். அதனால் பணம் ஒருபோதும் அனைத்து மக்களின் தேவைகளுக்காக, பயன்பாட்டிற்காக அச்சடிக்கப்படுவதில்லை. மாறாக ஒரு நாடு கட்டமைப்போடு இயங்குவதற்கும் அந்த நாட்டையும், நாட்டு மக்களையும் அடக்கி ஆள்வதற்கும்தான் பணம் அச்சடிக்கப்படுகிறது. அதற்கு அரசு இயந்திரமானது பண முதலைகளுடன், செல்வந்தர்களுடன், அதிகாரத்துடன் இணைந்து ஒருவருக்கொருவர் துணையாகச் செயல்படுகிறது.

நாட்டில் விவசாயம் செய்வதற்கும், அடிப்படைத் தேவைக்கும் வங்கியில் கடன் வாங்கிய மக்களின் கடன்கள் எவ்வாறு வசூலிக்கப்படுகிறது என்பதை நாம் பார்த்து வருகிறோம். அதே போல் பல ஆயிரம் கோடிகள் தன் நிறுவனத்தை உயர்த்திக்

கொள்ள வங்கியில் கடன்கள் வாங்கிய பணப் பைகளுக்கு அரசாங்கங்கள் வழங்குகிற சலுகைகளும், அந்த பல்லாயிரம் கோடிகளைத் தள்ளுபடிகள் செய்வதையும் நாமே நம் கண் முன்னே பார்த்தும் உள்ளோம். இவ்வாறு தேவையற்ற முறையில் பல கோடி பணம் தரணி முழுவதும் வீணாகச் செலவு செய்யப்படும் தருணத்தில்தான் தரணி மக்களில் பலர் தங்களின் அடிப்படை வாழ்வாதார தேவைகளுக்காக போரடிக் கொண்டிருக்கிறார்கள்.

தரணி நாடுகளில் வாழும் மக்கள் பசி, பட்டினி, கல்வி, மருத்துவம் என்று அடிப்படைத் தேவைகள் இல்லாமல் வாழ்ந்தாலும் அரசாங்கத்தில் ஆட்சி பணி புரியும் மக்கள் பிரதிநிதிகள் பல கோடிக் கணக்கில் ஊழல் செய்து சுருட்டிக் கொண்டுதான் இருப்பார்கள். ஒரு நூலில் படித்த ஒரு தகவல்தான் தற்போது நினைவிற்கு வருகிறது. ஒரு நாட்டின் அரசாங்கம் தன் நாட்டில் பணம் இல்லாத காரணத்தால் வெளிநாடுகளிலிருந்து ஆயிரம் கோடிக்குக் கடன்களைப் பெறுகிறது. அதே நேரம் ஆயிரம் கோடிக்குக் கடன் வாங்கிய அந்த நாட்டிலிருந்து ஆயிரம் கோடிக்கு மெல் கருப்புப் பணம் வெளிநாட்டு வங்கிக்கு வரவு வந்திருக்கிறது. மாயை மனம் ஆட்டிப்படைக்கும் மனிதர்களும், பண அரக்கனும் இணையும் போது இந்த செயல்தான் நிகழும். தொகையின் அளவு குறைந்தாலும் இதுதான் தரணி நாடுகளில் நடைபெறுகிறது.

பண முதலைகளுக்கும் அரசாங்கத்திற்கும் எப்படி பட்ட உடன்படிக்கை என்றால் பண முதலைகளுக்கு அரசாங்கம் செலவு செய்யும். அதற்குப் பதில் அரசாங்கத்தை நடத்தும் கட்சிகளுக்குப் பண முதலைகள் நன்கொடைகள் வழங்குவார்கள். அதாவது பணப் பைகளுக்குக் கைமாறு செய்யும் விதமாக அரசாங்கத்திற்குப் பணப் பைகள் செலுத்த வேண்டிய பல கோடி கடன்களை அந்நாட்டு அரசாங்கம் தள்ளுபடி செய்யும். இவ்வாறு பணப் பைகளும் அரசு அதிகாரிகளும் ஒருவருக்கொருவர் மாறி மாறி சலுகைகள் செய்து கொண்டு தேக்கும் பணத்தின் மதிப்பு ஒரு நாட்டின் ஒட்டுமொத்த மக்களின் அடிப்படைத் தேவைகளின் பிரச்சனைகளையும் சரி செய்யும் மதிப்பை விட அதிகமாகவே இருக்கும். இந்த செயல் எந்த நாட்டிலும் நிகழாமல் இருக்காது. எவ்வளவு கட்டுபாடுகள் இருந்தாலும் எப்படியாவது ஏதாவது ஒரு வழியில் சாத்தானியத்தின் மன மாயை மனிதர்கள் அதனை நிகழ்த்தியே தீருவார்கள். காரனம், நாம் மாயை மனமுடைய மனிதர்கள். மொத்தத்தில் பணம் என்ற அரக்கன் மக்களாகிய நம்மை அடக்குவதற்கும், ஆட்டி வைப்பதற்கும் அவர்களால் அச்சிடப்பட்டுப் பயன்படுத்தப்படக்கூடிய மிகப் பெரிய உளவியல் ஆயுதம்தான் இந்த பணம். நாமும் இவை பற்றிய புரிதல்களே இல்லாமல் அப்பணத்திற்கு அடிபணிந்து பணத்தினால் சக மனிதர்களுக்கு என்ன தீங்குகள் செய்ய முடியுமே அந்த தீங்குகளைச் செய்துகொண்டு வாழ்வோம். அதே தருணம் நாமும் அத்தீங்குகளுக்கு உள்ளாகுவோம்.

மன மாயையில் ஒன்றான ஆசை எனும் மாயை வலைதான் பணம் முத-லைகளையும், பெண் பைகளையும், அரசாங்கத்தை ஆள்பவர்களையும், மக்களை-யும் என நாம் ஒவ்வொருவரையும் அதன் பிடியின் கட்டுப்பாட்டில் வைத்துள்ளது. அதனின் உச்சக் கட்டமாகத்தான் அந்த நபர்கள் மக்களை அடக்கி தன் கட்டுப்-பாட்டில் வைத்துக்கொள்ள என்னவெல்லாம் செய்ய முடியுமே அவற்றையெல்லாம் தன்னை அறியாமலே செய்து கொண்டிருப்பார்கள். அதற்கு மாயை மனமும் ஒத்-துப்போகும். நம் மாயை மனமும், ஆசையும் மக்களையும் ஒத்துப்போக செய்யும். அதனின் விளைவுதான் இன்று அரசு நிறுவனம் மற்றும் தனியார் நிறுவனம் என்-றால் இப்படித்தான் இருக்கும் நாம்தான் சகித்துக்கொள்ள வேண்டும் என்ற மன நிலைக்குக் காரணம்.

நமக்கு இருக்கும் மாயையின் அளவிற்கு சக மனிதர்களுக்கு நம்மால் என்ன தீங்குகள் செய்ய முடிகிறதோ அவற்றைச் செய்துதான் நாமும் வாழ்கிறோம். தரணி மனிதர்கள் அனைவருமே பணத்தின் மீதான ஆசையை அறுத்தெறிய வேண்டும். அதற்கு நாம் அனைவரும் நம் மன மாயைகளை தகர்த்து விழிப்படைய வேண்-டும். அந்த மாயை பிடியிலிருந்து மனிதர்களிடத்தில் வெளிப்படுபவை தான் மனி-தர்களால் ஏற்படுத்தப்பட்ட, ஏற்படுகிற, ஏற்படப் போகிற அனைத்து தீய செயல்க-ளுக்கும், குற்றச் செயல்களுக்கும் மூலகாரணம்.

இன்றைய காலத்தில் பணம் ஒரு முக்கிய தேவைதான் ஆனால் அந்த தேவைகள் எதற்கு என்பதில்தான் அந்த பண அரக்கனின் மாயை பெரும் பங்-காற்றுகிறது. மனிதர்களுடைய வாழ்க்கையில் தாங்களும் தங்கள் குழந்தைகள் குடும்பமாக மாறி லௌகீக வாழ்வில் வாழ்க்கையை வாழ்வதற்குத் தேவையான பணத்தைச் சேர்த்து தேக்கம் அடையச் செய்து ஒரு மனிதன் பணம் உண்டாக்-கக்கூடிய பிரச்சனைகள் இல்லாமல் வாழலாம். ஆனால், அவர்கள் குழந்தைக்கும் அடுத்து அவர்களின் குழந்தைக்கு பிறக்கப் போகிற குழந்தைக்கும் என நீடிக்குமா என்று தெரியாத தலைமுறையில் பிறக்கப் போகிற கொள்ளுப்பேரன், கொள்ளு பேத்திகளுக்கும் அதிக அளவிலான பணத்தைத் தேக்கம் அடையச் செய்து வாழ்-வது நம்மை நாமே முட்டாளாக்கிக்கொள்ளும் செயல், சாத்தானின் மாயை செயல் என்றுதான் சொல்ல வேண்டும். அவர்களிடம் பணம் தேங்கிக் கிடக்கும் இந்த தருணத்தில் அனைத்து நாடுகளிலும் ஏழை எளிய மக்கள் பணம் வழங்ககூடிய ஒரு வேளை உணவிற்காகப் போராடிக் கொண்டிருக்கிறார்கள். போதிய மருத்துவ அறுவை சிகிச்சைகளுக்குத் தேவையான பண வசதிகள் இல்லாமல் பலர் இறந்து கொண்டிருக்கிறார்கள். தரணி முழுவதுமே இப்படிப்பட்ட சூழல் தான் பரவலாக உள்ளது ஆனால் நாம் பணத்தை குப்பைகளாக எதிர்காலம் தெரியாதா காலத்தின் விரயத்திற்குச் சேமித்து வைத்திருப்போம்.

நம்மால் தேடிச் சென்று அனைவருக்கும் உதவ முடியா விட்டாலும் நம்மைச் சுற்றி இருப்பவர்களுக்கு உதவினால் போதும். அது நம் செயல் கடந்து தொடரும். இன்னும் ஒன்று முக்கியமாகச் சொல்ல வேண்டும். நம் அனைவராலும் நமக்கு யார் என்று தெரியாதவர்களுக்குக் கூட நம் மனதால் உதவிகள் செய்ய முடியும். அதுவே அவர்கள் நமக்கு வேண்டியவராக, உறவினராக இருந்தாலும் நம்முடன் சண்டைபோட்டவர்கள் என்ற காரணத்திற்காகவே அவர்களது பிரச்சனைகளை நம்மால் சரி செய்ய முடிந்தாலும் நாம் அவற்றைச் சரி செய்யவே மாட்டோம். காரணம், நான் என்ற பகையுணர்வு, ஆங்காரம். இந்த பகையுணர்வையும் மீறி நம்மால் முடிந்தால் அவர்களுக்கு உதவி செய்ய முன்வந்தால் போதும் தரணி-யில் உள்ள அனைவருக்குமே பாகுபாடுகள் இன்றி சமத்துவமாக உதவி செய்யும் மனிதநேய மனதை அச்செயல் உருவாக்கும். ஆதலால் உங்களைச் சுற்றி உள்-ளவர்களுக்கு முதலில் உதவுங்கள். அதற்காகத் தேவையில்லாத செயல்களுக்கும் உதவி செய்திடக் கூடாது.

இறுதியாகச் சொல்ல வேண்டுமானால் தரணி மக்களுக்குப் பணம் மிகப் பெரிய அரக்கனாகத்தான் இருக்கிறது. அந்த பணத்தை நாம் எந்த தேவைகளுக்காகப் பயன்படுத்துகிறோம் என்பதைப் பொறுத்துத் தான் அது தேவதையாகவும், அரக்-கனாகவும் மாறுகிறதா என்பது நம் மனதிடம் இருக்கிறது. பணம் வைத்திருக்கும் அனைவருமே முடிந்த அளவு பணத்தை மனிதத்தின் தேவதையாகப் பயன்படுத்த முயற்சி செய்வோம்.

18

அன்பில் பிரிவினை

பிரிவினை என்றதும் நம் அனைவருக்கும் நினைவில் வருவது கடந்த தலைப்பில் பார்த்த நிறம், இனம் மொழி, சாதி, நாடு, மதம் என இவற்றின் மீது பற்று வைத்து செயல்படும் பிரிவினைதான். இதுபோன்றே பிரிவினைகளைதான் நாம் கேள்விப்-பட்டும், பார்த்தும், அனுபவித்தும் வந்திருப்போம். இப்பிரிவினைகளுக்கு முக்கிய காரணங்களாக இருப்பது நாம் அவற்றின் மீது கொண்ட அதீத பற்றுகள்தான் என்பதையும். இவற்றின் மீது கொண்ட பற்றுகள்தான் நம்மைப் பிரிவினையில் பல தீய செயல்கள் செய்யக் காரணமாக அமைகிறது என்பதை முந்தைய தலைப்-பில் பார்த்தோம். அப்பிரிவினைகளின் தொடர்ச்சியாகத்தான் இன்று நாம் வாழ்ந்து கொண்டிருக்கும் காலக்கட்டத்தில் பிரிவினை என்பது மனிதர்களின் அன்பிலும் மெல்லப் பரவி பிளவு ஏற்பட்டுக் கொண்டிருக்கிறது.

மனிதர்களின் அன்பில் பிரிவினை என்பது சிறிய குழந்தைகளுக்குச் சிரிப்பு காண்பித்து ஊசி குற்றுவது போல் மாயையானது நம்மிடம் மெல்ல மெல்ல சமூ-கத்தின் சுயநல கட்டமைப்புகளின் வாயிலாக ஏற்படுத்துகிறது. அதன் வெளிப்பா-டுகளே உற்றார், உறவினர்களுக்குள் ஏற்படும் பிரச்சனைகளுக்கும், கூட்டுக் குடும்-பம் முறை உடைந்ததற்கும், மனிதர்களிடம் இன்றைய காலத்தில் இருக்கும் பெரிய அளவிலான சுயநல வாழ்விற்குமான காரணத்தில் ஒன்றாக இருக்கிறது.

நாம் சில வருடங்களுக்கு முன்பு பார்த்திருப்போம் நம்முடைய வீட்டில் அல்லது பக்கத்து வீட்டில் எப்பொழுதுமே உறவினர்கள் கூட்டமாய், நண்பர்களின் கூட்ட-மாய் நிறைந்து இருக்கும். ஆனால் இன்று நாம் மற்ற உறவினர்கள் வீடுகளுக்குச் செல்வதாக இருந்தாலும் மற்ற உறவினர்கள் நம் வீடுகளுக்கு வருவதாக இருந்-தாலும் அது நிகழ்ச்சிக்காகவும், தேவைக்காகவும் மட்டும்தான் என்று மாறிவிட்-டது. அன்று உறவினர்களின் வீடுகளுக்குச் செல்வதாக இருந்தால் பைகள் நிறைய உணவு பண்டங்களும், விளையாட்டுப் பொருட்களும் வாங்கிக் கொண்டு செல்-

வோம். அவர்களின் வீட்டில் இரண்டு, மூன்று நாள்கள் அல்லது ஒரு வாரம் வரைத் தங்கி வாய் நிறைய பேசி மகிழலாம் என்று உறவினர்களின் வீடு- களை நோக்கிப் பயணித்தோம். பணத்தைக் கணக்கில் கொள்ளாமல் மனிதர்க- ளைக் கணக்கில் கொண்டு உறவினர்களின் வீடுகளுக்குச் செல்வதும், உறவினர்- களை நம் வீடுகளுக்கு வருவதுமாக நம்முடைய கடந்த கால வாழ்க்கை முறையில் இருந்தது. அதுபோல் இருந்த வாழ்க்கைதான் இன்று ஒவ்வொருவரின் தனிப்பட்ட மனதிலும், வாழ்க்கையிலும் பணம் தான் அனைத்தும் என்று உளவியல் ரீதியா- கத் தாக்கம் ஏற்பட்டிருக்கிறது. அதனால் அனைத்தும் பணமாக மாறி உள்ளன. அனைத்திற்கும் பணம் முக்கிய தேவை என்று எப்பொழுது மனித இனத்தின் மனம் ஒப்புக்கொண்டு விட்டதோ அன்று பல மனிதர்களுடைய வாழ்க்கையில் பணம் சம்பாதிப்பது பெரும் கடினமான செயலாக மாறிவிட்டது. அது இன்னும் கடினமாக மாறிக் கொண்டேதான் இருக்குமே தவிரப் பணம் ஈட்டுவது எளிமையாகாது. கார- ணம் நம் உலக நாடுகளின் கட்டமைப்புகள் அப்படி.

மனித இனத்தில் பெரும்பான்மையான மக்கள் ஓய்வெடுக்காமல் வேலை செய்- தால் தான் பணத்தை ஈட்ட முடியும் என்ற கட்டாயத்திற்குள் உட்பட்டுவிட்டால் இன்று தரணியில் பிறக்கும் மனிதர்கள் தங்களின் வாழ்நாளில் பெரும்பான்மை- யான சிந்தனைகளையும், கேள்விகளையும், அதிக நேரத்தையும், உழைப்பையும் பணத்தை ஈட்டுவதற்கே உபயோகப் படுத்த வேண்டிய சூழல் உள்ளது. இதன் தாக்கம் ஒருவர் தனக்குத் தேவையான விடயத்திற்கு பணத்தைச் செலவு செய்- யவே யோசிக்கக்கூடிய மன நிலையை பணம் உண்டாக்கியுள்ளது. பணம் அதிகம் ஈட்ட வேண்டும், என்னிடம் பணம் இருக்க வேண்டும் அவ்வளவுதான் என்ற மன நிலையில் மனித இனத்தின் ஆயுட்காலத்தைப் பணம் உறிஞ்சி விடுகிறது.

எப்படியாவது பணத்தை மட்டுமே ஈட்ட வேண்டும் என்கிற மன நிலைக்கு நம் மனம் செல்லும்பொழுது ஏன் என்றே தெரியாமலும், எதிர்காலத்தில் என்ன நிகழும் என்றும் தெரியாமல் பணத்தினை மட்டும் தேடி ஓடிக் கொண்டிருப்போம். அதன் ஓட்டத்தின் பயணம் பலரின் மனதைப் போலியாக வருத்தமடையச் செய்துவிடு- கிறது. அதன் காரணத்தால் சிந்திக்காமல் அந்த தருணத்தில் இருக்க வேண்டிய நம் சிந்தனையை முழுவதுமாக எதிர்காலத்தை நினைத்தும், பணத்தை நினைத்- தும், அதனால் ஏற்படும் நிகழ்வுகளை நினைத்தும் எண்ணிக்கொண்டிருக்கும் படி சாத்தானிய மனதால் மடை மாற்றம் செய்யப்படுகிறது.

நாம் நம்முடைய லௌகீக வாழ்க்கைக்குச் செய்யும் சிந்தனைகள் நம் வாழ்வை எப்படி சாத்தானியத்தின் மாயைக்குத் துணையாக மாற்றியுள்ளது என்பதை இதற்கு முன்பு பார்த்துள்ளோம். நம் மனதில் லௌகீக கட்டமைப்புகளுக்கு எதிராக எந்தக் கேள்விகளும், சிந்தனைகளும் எழாதபடி லௌகீகம் சார்ந்து மட்டும் சிந்திக்க வைத்து நம் மனதை மடைமாற்றம் செய்வதில் பணம் முக்கிய பங்காற்றுகிறது.

அதாவது நாம் அமைதியாக இருந்து கட்டமைப்புகளை கவனிக்கத் தொடங்கினால் சாத்தானிய மாயை மனிதர்களுக்கு தெரிந்துவிடும் என்ற காரணத்திற்காக தான் நம் சிந்தனைகளை தொடர்ந்து லௌகீக சிந்தனையில் ஓடிக் கொண்டிருக்க வேண்டும் என்பது மாயை பணத்தின் நோக்கமாகும்.

பணத்தின் சூழ்ச்சியில் சிக்கி மனித இனத்தின் சிந்தனைகளும், செயல்களும் முழுவதுமாக பணம் சார்ந்து சுழன்று வருகிறது. அதனால், நாம் செய்யும் வேலையிலிருந்து எங்கு விடுமுறை எடுத்தால் அந்த நாளுக்கான பண வருமானம் தடைப்பட்டுப் போகுமோ என்று எண்ணி நம்மில் பலர் அன்பிற்கு இடமளிக்காமல் குடும்ப உறவுகளின் நிகழ்ச்சிகளுக்கோ அல்லது மனித உறவுகளைப் பார்க்கச் செல்வதற்கோ நாம் விடுமுறைகளே எடுப்பதில்லை. விடுமுறை எடுத்தாலும் அன்று வீண் செலவுதான் என்ற எண்ணம் அனைவரின் மனதிலும் புகுந்து விட்டது. அதனால் பணமே இலகாகக் கொண்டவர்களும், அப்பணம் ஈட்ட வேண்டும் என்று நெருக்கடிக்கு உள்ளாக்கப் பட்டவர்களும் மனித அன்பைப் பரிமாற உறவினர் வீடுகளை நோக்கிப் பயணிப்பதும் இல்லை, உறவினர்களின் வருகையை எதிர் பார்ப்பதும் இல்லை. அதாவது எதிர்பார்ப்பு இல்லாத அன்பை பரிமாறிகொள்ளும் மன நிலையில் நாமும் இல்லை நம் உறவினர்களும் இல்லை. நம் எதிர்பார்ப்பை பூர்த்தி செய்யாத உறவினர்களுக்காக, நபர்களுக்காக ஏன் விடுமுறை எடுத்து அந்த நாளை வீணாக்க வேண்டும், வேலைக்குச் சென்றால் வருமானமாவது கிடைக்கும் என்ற எண்ணத்தை மாயை மனமும் பணமும் நம் மனதில் ஆழமாக விதைத்து வருகிறது. இன்றளவும் உங்கள் வீடுகளில் எந்த எதிர்பார்ப்பும் இல்லாமல் உறவினர்கள் வீடுகளுக்குச் செல்வதும் உற்றார் உறவினர்களின் வருகையை எதிர் நோக்கியும் உள்ளீர்கள் என்றால் உங்கள் மனதில் மனிதத்தின் ஆதிக்கம் அதிகம் உள்ளது என்று பொருள்.

பணத்தின் மையத்தை நோக்கி மாறுகிற சமுதாய மாற்றமும், பணத்தின் கட்டமைப்பும் மனிதர்களிடம் இருக்கும் மிச்சம் மீதி நல்ல குணங்களையும் வெகுவாக மெல்ல மறையச் செய்துகொண்டே வருகிறது. அதன் தாக்கம்தான் இன்று நாம் ஒரு உதவி செய்கிறோம் என்றால் நாம் உதவி செய்யப் போகும் சக மனிதர்கள் அல்லது உறவினர்களால் நமக்கு என்ன பலன் கிடைத்தது, என்ன பலன் இருக்கிறது, நமக்கு அவர்கள் என்ன செய்தார்கள் நாம் ஏன் அவர்களுக்கு உதவி செய்ய வேண்டும் என்கிற மன நிலையை மாயை மனம் மனித மனதில் பரப்பி வருகிறது.

நம் குடும்ப உறவுகளாகட்டும், நம் மனம் விரும்பும் மனிதர்களாகட்டும் அவர்கள் யாரேனும் பணத்தால் ஏற்படும் துன்பத்திற்கு உள்ளாகியிருந்தாலும், பணத்தினால் உண்டாகும் வறுமையின் பிரச்சனைகளில் சிக்கி இருந்தாலும், நம்மால் அவர்களுடைய பிரச்சனைகளைப் சரி செய்ய முடிந்தாலும் முடிந்த அளவு அவர்களுக்கு ஆறுதலான வார்த்தைகளை மட்டுமே பேசுவோம். இதையேதான் அவர்

களும் மற்ற மனிதர்களுக்குச் செய்வார்கள். இதுபோன்ற வழிகளில்தான் பணத்தின் மாயை மனிதர்களை கட்டுப்படுத்துகிறது.

இன்னும் சில நாள் பிரச்சனையில் இருக்கும்போது யாரும் எனக்கு உதவி செய்யவில்லையே. இன்று என் வாழ்க்கை பிரச்சனையில்லாமல் இருக்கும்போது நான் எப்படி அவர்களுக்கு உதவி செய்வேன் அதெல்லாம் செய்ய முடியாது என்ற மன நிலையில் இருப்பார்கள். இதுதான் சாத்தானியத்தின் மன மாயை நிகழ்த்-தும் யுக்தி இவர்கள் சொல்லும் அதே காரணத்தைத்தான் அவர்கள் இவர்களுக்கு உதவி செய்யாமல் போனதற்கான காரணமாகவும் இருக்கும். இது நம் எல்லோரி-டமே வெளிப்படும். உதாரணத்திற்கு நம் உறவினர்களோ பக்கத்து வீட்டு மனிதர்-களோ அவர்களின் தேவைக்கு ஏற்ப, மன மாயை தூண்டலுக்கு ஏற்ப ஏதாவது செல்வத்தையோ, பொருளையோ வட்டிக்குக் கடன் வாங்கி வாங்கியிருப்பார்கள். இதுபோன்று தான் உறவினர்களும், பக்கத்து வீட்டு மனிதர்களும் கடன் வாங்கி ஏதாவது வாங்கியிருப்பார்கள் உடனே இரண்டு குடும்பமும் ஒருவர் மாற்றி ஒருவர் குறை சொல்லிக் கொண்டிருப்பார்கள். ஆராய்ந்து பார்த்தால் இரண்டு குடும்பமே கடனில்தான் இருக்கும், பல பிரச்சனைகளில் இருப்பார்கள். அல்லது இரண்டு குடும்பத்தினரிடமும் ஒன்றுமே இருக்காது ஆனால் அவர்கள் இவர்களைப் பார்த்து பொறாமைப்பட்டுத் திட்டுவதும், இவர்கள் அவர்களைப் பார்த்துப் பொறாமைப்பட்-டுத் திட்டுவதுமாக இருப்பார்கள். மனதின் மாயையும், பணத்தின் மாயையும் இப்-படிதான் மனித மனங்களில் செயல்படுகிறது.

நமக்குப் பிறர் என்ன செய்தார்கள் அவர்களால் நமக்கு என்ன ஆதாயம் ஏற்-படுகிறது, ஏற்பட்டது என்பதைப் பார்த்து உதவி செய்யும் மன நிலையை மாயை மனம் மனித இனத்திடம் வளர்த்து விட்டது. இதுபோல் மெல்ல சமுதாயத்தின் அழுத்தம், இச்சமூகத்தின் கட்டமைப்பு, பணம் ஈட்டுவதின் கடின தன்மை எனப் பல காரணிகளைக் கொண்டு மனித இனத்தின் அன்பில் கலகங்களை ஏற்படுத்தி அன்பில் பிரிவினையை ஏற்படுத்த தொடங்கி விட்டது சாத்தானியத்தின் மாயை மனம்.

என்று மனித சமூகத்தில் கூட்டுக் குடும்பங்களும் அதன் உறவுகளும் உடைய ஆரம்பித்ததோ அன்றைய காலகட்டத்தில்தான் மனித மனதில் மன மாயை தீவிரம் அடைந்து மனித அன்பில் பிரிவினையை ஏற்படுத்தத் தொடங்கியிருக்கும். ஒரு குடும்பம் கூட்டுக் குடும்பமாகத் தாய் தந்தை, அக்கா தங்கை, அண்ணன் தம்பி, பெரியம்மா பெரியப்பா, அத்தை மாமா என்று ஒரே குடும்பமாக வாழ்ந்தபோது மனித இனத்திடம் இருந்த அன்பு குடும்பங்களுக்குள் அனைவருக்கும் பொதுவாக இருந்தது. கூட்டுக் குடும்ப உறவுகள் மாயை மனதின் தீவிரத்தால் பிளவு பட்டு பிரியத் தொடங்கியபொழுது திருமணமான ஒவ்வொருவரும் தனித் தனிக் குடும்-பங்களாக மாற வேண்டிய சூழலை மாயை மன கட்டமைப்பு ஏற்படுத்தி விட்டது.

தற்போது தனிக் குடும்பமாக மாறிய குடும்பங்களில் இருக்கும் நபர்களின் அன்பானது தனிப்பட்ட அவர்களின் குடும்பத்தைச் சுற்றி மட்டுமே சுழல வைக்கப்படுகிறது.

நாம் முதலில் அதிக பாசம் வைத்திருப்பது நம்முடைய தாய், தந்தை, மற்றும் உடன்பிறந்தவர்கள். பிறகு நமக்குத் திருமணம் நடந்து நம்முடைய குடும்ப வாழ்க்கை ஆரம்பமாகும்போது நாம் பிறந்த குடும்பத்தின் மீது வைத்திருந்த அன்பில் பாதி திருமணம் செய்த கணவனுக்கோ, மனைவிக்கோ சென்றுவிடும். பிறகு நமக்கென்று ஒரு குழந்தை பிறந்து இக்கட்டமைப்பில் தனிக் குடும்பம் என்ற பெயரை பெரும்போது தாய், தந்தை மற்றும் உடன் பிறந்தவர்கள் மீது வைத்திருந்த அன்பின் அளவைவிட அதிக அளவை தன் திருமண குடும்பத்தின் மீது அதிக அன்பு செலுத்த வேண்டிய சூழ்நிலை ஏற்படுகிறது.

காலம் செல்ல செல்ல திருமண குடும்பத்தின் மீது ஏற்படும் பிணைப்பும், தான் பெற்ற பிள்ளைகளின் வளர்ச்சியும் பிறந்த குடும்பத்தில் தாய் தந்தை மற்றும் உடன் பிறந்தவர்கள் மீது வைத்திருந்த அன்பில் பிளவை ஏற்படுத்தும். இதனை மன மாயை கட்டமைப்பு நிகழ்த்தும். அதில் சிக்காமல் இருப்பது அவரவர் மன மாயையின் வலுவை சார்ந்தது. தற்போது கூட்டுக் குடும்ப வாழ்க்கையில் எல்லோரினாலும் உறவுகளுக்குள் ஏற்படும் பிரச்சனைகளை அனுசரித்து, சரி செய்து மன மகிழ்ச்சியாய் வாழ முடியுமா என்றால் மன மாயையின் லௌகீக கட்டமைப்பில் கடினமான ஒன்றாக உள்ளது. மாயை மனதின் லௌகீக கட்டமைப்பை எதிர்த்து நாம் கூட்டுக் குடும்பமாக வாழ வேண்டுமானால் கூட்டுக் குடும்பத்தில் உள்ள மனிதர்களின் மனம் குடும்ப அன்பினால் நிறைந்து இருக்க வேண்டும்.

ஒரு மனிதர் பிறந்து வளர்ந்தபோது தாய் தந்தை உடன்பிறந்தவர்கள் என்று முழுமையாகச் செலுத்திய அன்பில் காதல், திருமணம் போன்ற பந்தத்தால் அன்பில் குறைவு ஏற்படத்தான் செய்யும். இந்த அன்பின் குறைவு என்பது லௌகீக வாழ்வின் சுழற்சியில் அனைவருக்கும் ஏற்பட்டே தீரும். ஆனால் மனிதர்கள் உயிருடன் வாழும் காலம் வரை அன்பில் குறைவு ஏற்படுமே தவிர இல்லாமல் போகாது. அதாவது சக மனிதர்களைத் தவிர்த்து உறவுகளுடன் பிரச்சனைகள் ஏற்படும்பொழுது அன்பில் குறைவு ஏற்படுமே தவிரச் சுத்தமாக இல்லாமல் மறைந்து பிரிவினையை ஏற்படுத்தாது.

இன்று சுயநலமாக உருவாக்கப்படுகிற மனித சமூகத்தின் கட்டமைப்பு மனித இனத்தினுடைய அன்பில் பிரிவினையைப் படர செய்து வளர்த்து வருகிறது. அது மேலும் மனித இனத்தைச் சுயநலமுடையவர்களாக, குறுகிய சிந்தனை உடையவர்களாக மனிதமற்ற மன மாயை மனிதர்களாக மாற்றிக்கொண்டே செல்கிறது. அதாவது அன்பில் பிரிவினை கண்டு, அன்பு இல்லாமல் யார் இருப்பார்கள் என்றால் மூளை பாதிப்படைந்த நபர்களும், முழுமையாக சாத்தானியத்தின் மன

மாயை அடிமையாக மாறும் மனிதர்களும்தான் எவர் மீது அன்பு இல்லாமல் இருப்பார்கள். அன்பில் பிரிவினையோடு இருப்பார்கள்.

மூளை பாதிப்படைந்தவர்களிடமும், மன மாயைக்கு அடிமையான மனிதர்களிடமும் இருந்த அன்பில் பிரிவினையை இக்கட்டமைப்பின் அழுத்தமும், மாயையின் தீவிரமும் நம் மனதில் மெல்ல ஏற்படுத்தி வருகிறது. முன்பு குடும்பம் என்பது நம் தாய், தந்தை மற்றும் அவர்கள் உடன் பிறந்தவர்கள், திருமணம் ஆனவர்கள் என்று குடும்பம் முழுமையாக அனைவரையும் உள்ளடக்கியதாக இருந்தது. சொந்தக்காரர்கள் என்பவர்கள் தூரத்துச் சொந்தக்காரர்களாகவே இருந்தனர். ஆனால் இன்று குடும்பம் என்பது தாய் தந்தை உடன்பிறந்தவர்கள் மட்டுமே என மாறிவிட்டது. மீதம் இருப்பவர்கள் அனைவரும் சொந்தக்காரர்களாக மாறி விட்டனர்.

இத்தரணியில் மற்ற உயிரினங்கள் தன் உடன் பிறந்த உயிர்களைத் தவிர, பழகிய உயிர்களைத் தவிர வேறு உயிர்களிடத்தில் அன்பை வெளிக்காட்டாமல் இருப்பதை நம்மால் புரிந்துகொள்ள முடியும். ஆனால் அன்பிற்கு இலக்கணம், பொருள், விளக்கம், கோட்பாடு, அதன் தனித்துவம் என்று அன்பு பற்றி அனைத்தையும் உணர்ந்தறியும் தனித்துவம் வாய்ந்த மனித இனமும் மற்ற உயிரினங்களின் கட்டமைப்பைப் போல் தன் அன்பை சுருக்கி வெளிப்படுத்துவதைத்தான் மனித அன்பில் பிரிவினை என்று கூறுகிறேன். அதைத்தான் சாத்தானியத்தின் மனம் மாயை ஏற்படுத்துகிறது என்று கூறுகிறேன். அந்த மாயையைத் தகர்க்க வேண்டுமானால் நாம் விழிப்படைந்து மனிதம் உணர வேண்டும். இது லௌகீக வாழ்க்கையில் அன்பை இருக்கப் பிடித்துக்கொள்ளும். ஆனால் மனித இனம் விழிப்படைந்து மனிதம் உணர்ந்தால் மட்டும் போதாது. மனித இனத்தின் இறை அன்பை உணர வேண்டும். நாம் பரந்து விரியும் இறை அன்பை உணர்ந்தறியாமல் இருப்பதற்கு மன மாயையின் லௌகீக கட்டமைப்பு பெரும் கேடயமாக இருக்கிறது. முதலில் நாம் அதை தகர்த்து விழிப்படைய வேண்டும். பிறகு எப்படி மனமாயையின் தீவிரத்தில் சிக்காமல் இறை அன்பை உணர்கிறோம் என்பதுதான் பெரும் சவால். அதனை அடுத்த தலைப்பில் விரிவாகப் பார்ப்போம்.

நம் மனதில் உள்ள மன மாயையைத் தகர்க்காவிட்டால் தற்பொழுது இருப்பதைக் காட்டிலும் எதிர் வரும் காலத்தில் அன்பில் மிகப் பெரிய பிரிவினையை ஏற்பட அதிக வாய்ப்புகள் உண்டு. தன் சுயத்தின் மீது பற்று வைத்து தன் மாயை உணர்வை மட்டும் நேசிக்கும் அன்பாக மனித அன்பு மாறிவிடும். அது மனித இன அழிப்புக்கு இன்னும் கூடுதலான வழியை ஏற்படுத்தும். அப்படி தன் சுயத்தின் மாயைக்கு அடிமையாகி சாத்தானின் உணர்வின் மீது அன்பு வைத்து மக்களைக் கொலை செய்த, கொலை செய்யும் பலரைப் பார்த்திருக்கிறோம். பார்க்கிறோம்.

மக்கள் விரோத அரசுகளினால், தீவிர வாத அமைப்புகளில் மூளை சலவை செய்யப்படும் மனிதர்களின் அன்பு மன மாயையில் சாத்தானியத்தின் மீது மாறு- வதால் அவர்களின் வாயிலாகத் தரணி எங்கும் மனித இனத்திற்கு ஏற்பட்ட அழிவைப் பார்த்திருக்கிறோம். மனித இனத்தின் அன்பு சாத்தானின் மாயைக்கு அடிமையாகும்போது இதுதான் நிகழும். இப்படி ஒரு விளைவை ஏற்படுத்தக்கூடிய அன்பில் பிரிவினை என்பது மனித உயிர்களிடம் ஏற்படவே கூடாது. ஆனால் தற்பொழுது ஏற்படத் துவங்கி வருகிறது. அதனை அடுத்த கட்டத்தினை நோக்கிக் கொண்டு செல்லக் கூடாது. அது நிகழ்ந்து விட்டால் நாம் அனைவரும் மன மாயையின் அடிமையாக மனித இயந்திரங்களாக மாறிவிடுவோம். மன மாயை கட்டளைக்கு அவரவர் செய்ய முடிந்த செயல்களை பகுத்தறிவு இல்லாமல் செய்து கொண்டிருப்போம்.

பிரிவினை என்பது நாடு, மதம், மொழி, இனம், சாதி, நிறத்தால் என இவற்- றால் மட்டும் ஏற்படுவது அல்ல அன்பால் ஏற்பட்டாலும் அது பிரிவினைதான். மனித இனத்திடம் பிரிவினையே இருக்கக் கூடாது என்று தரணியில் வாழும் மனிதர்கள் முழக்கமிட்டுக் கொண்டிருக்கும் காலகட்டத்தில், கண் மறைவில் நம் வாழ்வியல் முறையில் அன்பில் பிரிவினை மெல்ல வளர்ந்து வருகிறது. அவற்றை இன்னும் அதிக வலுவாகப் பரவச் செய்யத் தான் சாத்தானிய மாயை மனம் துடித்துக் கொண்டிருக்கிறது. அன்பில் உண்டாகும் பிரிவினை வலுவாக மனித இனத்தை ஆட்டிப்படைப்பதற்குள் நாம்தான் விழிப்புணர்வுடன் அதைத் தடுக்க வேண்டும். அது நாம் புடவியின் மையத்தால் விழிப்படைந்தால்தான் முடியும்.

இதை மட்டும் விளங்கிக்கொள்ளுங்கள் மனித உறவுகள் பிரச்சனைகளால், கருத்து வேறுபாட்டால் விலகி இருந்தாலும் அவர்கள் மீதான அன்பு நம் மனதில் ஏதோ ஒரு விதத்தில் வெளிப்படுத்தியபடி இருக்கும். ஒட்டுமொத்தமாக நம் மனதி- லிருந்து மறைந்துப் போகாது. அப்படி முழுவதும் நம்முடைய மனதிலிருந்து மறைந்துப்போகிறது என்றால் அன்பில் பிரிவினை வளர்ந்து வருவதற்கு அது ஓர் உதாரணமாகும். ஆக சுய சிந்தனையின் வாயிலாகப் புடவியால் விழிப்படைவோம் மனித அன்பை உணர்ந்தறிய முயல்வோம்.

19

இறை அன்பு

அன்பு மனிதர்களிடம் மட்டுமல்லாமல் அனைத்து உயிரினங்களிடமும் பொதுவாக இருக்கக்கூடிய தன்மை. உயிர்களின் பிறப்பு உடல் மாறலாம் ஆனால் பொதுவான அன்பின் தன்மை ஒருபோதும் மாறாது. அதில் அன்பின் தன்மையை முழுவதும் உணர்ந்தறிவது மனித இனம் மட்டும்தான். மனித இனத்தின் அன்பின் தன்மை சக மனிதர்களோடு மட்டும் அன்போடு இருப்பது இல்லை. அனைத்து உயிர்களும் சமம், எல்லாம் மக்களும் என்னுடைய மக்களே, எல்லாம் எம் உயிரே என்பதே ஆகும். அனைத்து உயிர்களின் மீது அன்போடும் இரக்கத்தோடும் இருப்பதுதான் மனித அன்பின் சிறப்புத் தன்மை. இத்தரணி எப்படி அனைத்து உயிர்களுக்கும் பொதுவானதோ அதேபோல்தான் மனித இனத்தின் அன்பும் அனைத்து உயிர்க-ளுக்கும் பொதுவானது என்பதை மனிதர்களாகிய நாம்தான் உணர்ந்தறிய வேண்-டும்.

எல்லா உயிரும் எம் உயிர்தான் என்று கருதுவதில் படைப்பு சார்ந்து மனித இனத்திற்கும் மற்ற உயிரினங்களுக்கும் பல வேறுபாடுகள் இருப்பதால் நம் மாயை மனம் அதை ஏற்பது கடினமான விடயம். எல்லாம் எம் உயிரே என ஏற்று மனித இனத்தால் வாழ முடியாவிட்டாலும் இத்தரணியில் எல்லா மக்களும் என்னுடைய மக்களே என்று நம்மால் வாழமுடியும். அந்த உணர்வை மனித இனத்திடம் எழா-தபடி சாத்தானிய மன மாயைதான் நம்மிடம் மறைத்து வைத்துள்ளது. அதன் காரணத்தினால்தான் சக மனிதர்களும் என்னைப் போன்ற மனிதர்கள்தான் என்ற சிந்தனையே இல்லாமல் ஒருவருக்கொருவர் மாறி மாறி பல தீமைகளைச் செய்து-கொண்டு வாழ்ந்து வருகிறோம்.

புடவியின் படைப்பில் பொதுவாக வழங்கப்படும் அன்பை எந்த ஒரு மனிதரும் உணராமல் இருக்க வாய்ப்பே இல்லை. ஏதாவது ஒரு வழியில் சக மனிதர்களின் அன்பை ஒரு மனிதர் கட்டாயம் உணர்ந்திருப்பார். காரணம், அன்பு இல்லை

என்றால் மனித இனமே வளர்ச்சி அடைந்திருக்காது. ஏன் இந்த தரணியே மனித இனத்திற்காக இயங்கிக் கொண்டிருக்காது. ஆனால் இன்றைய கால சூழலும், வாழ்க்கை முறையும் நம்மிடம் உள்ள மாயையை அதிதீவிரமாக வலுப்படுத்தி நம் அனைவரையும் அதன் பிடியில் வைத்து மனித அன்பை வெளிப்படுத்த விடாமல் செயலாற்றுகிறது. அவற்றையும் மீறி சக மனிதர்களால் தரணியில் மனித அன்பை வெளிப்படுத்தும் பல நல்ல செயல்கள் ஏற்படுகிறது என்றால் அதற்குத் தனி மனி-தர்களின் மனதில் உள்ள அன்பின் தீவிரம்தான் முக்கிய காரணமாகும். அவை-யும் இன்றைய மாயையின் லௌகீக கட்டமைப்பின் அதிதீவிரத்தால் வெகுவாக மறைந்து வருகிறது.

மனித இனத்தின் அன்பில் இருக்கும் பிரிவினையை, வேறுபாடுகளை மாற்ற வேண்டுமானால் நாம் அனைத்து மனிதர்களின் மீதும் அன்போடு இருக்க முயற்சி செய்தால் மட்டும் போதாது. மனித இனத்திற்கு வழங்கப்பட்டுள்ள முழுமையான அன்பினை உணர்ந்தறிந்து மனித அன்பின் முழுமைத் தன்மையை உணர்ந்தறிய வேண்டும். நாம் மனித அன்பின் முழுமைத் தன்மையை உணரவேண்டுமானால் அதற்கு முதலில் நான் யார்? என்ற தேடுதலை மனிதர்கள் தொடங்கியிருக்க வேண்டும்.

நான் யார்? என்ற தேடலுக்கும் மனித அன்பின் முழுமைத் தன்மைக்கும் என்ன தொடர்பு உள்ளது என்று உங்கள் மனம் கேள்விகளை எழுப்பக் கூடும். நான் யார்? என்ற தேடுதல்களின் தொடர்ச்சியாய் நான் யார்? என்பதை உணர்ந்த-றிந்தால் அன்று மனித அன்பின் முழுமையான அன்பை உணருவோம். அதனின் தொடர்ச்சியாக மனித இனம் தன்னுடைய முழுமையான அன்பை உணர்ந்து கொண்டிருந்தால் இறுதியான புடவி மையத்தின் இறையன்பை நாம் அனைவ-ரும் உணர தொடங்குவோம். இறையன்பை உணர்ந்த மனிதர்களின் அன்பு இந்த இடத்தில் எல்லாம் மக்களும் எம்மக்களே என்பது மாறி எல்லா உயிரும் எம் உயிரே என்பதாக மாறும். அது அனைத்திற்குமான பரந்து விரிந்த அன்பாகப் புடவியின் மையமாக இருக்கும். அதுவே இறையன்பாகும்.

சரியான முறையில் விழிப்படைந்த ஒரு மனிதர் கட்டாயம் இறையன்பை உணர்ந்திருக்கக் கூடியவராக இருக்க வேண்டும். இறை அன்பை உணர்ந்தவர்தான் இறைத் தன்மையை உணர்ந்தவராகவும் இருக்க முடியும். விழிப்படைந்தும் இறை-யன்பை உணராத எவரும் இறைத் தன்மையை உணர்ந்தவர் இல்லை என்பதுதான் என் மனதின் உணர்வாக இருக்கிறது. நாம் விழிப்படைந்து பற்று கலப்பு இல்லாமல் அன்போடு புடவி ஆன்மீகத்தில் பயணிக்கும்போது மனித அன்பு தன் முழுமையை உணர்ந்து இறை அன்பாக மாறும் என்பதில் சந்தேகமே இல்லை.

20

மத அரசியலும் அதன் கயவர்களும்

இன்று நம்மில் பெரும்பான்மையானோர் ஏதாவது ஒரு மதத்தை சார்ந்தவராகதான் இருப்போம். இல்லை என்று சொன்னலும் ஏதாவது ஒரு மதத்தின் வழிமுறைகளையோ நமக்குத் தெரிந்தும், தெரியாமலும் பின்பற்றிக்கொண்டு இருப்பவர்களாகத்தான் இருக்கக்கூடும். அவற்றை நாம் ஏற்றுக் கொண்டாலும் சரி, ஏற்றுக் கொள்ளா விட்டாலும் சரி. நாம் அனைவருமே ஏதாவது ஒரு மதத்தைப் பின்புலமாகக் கொண்டவராகத்தான் இருக்கிறோம். அதனால்தான் இன்று மதங்கள் தரணியில் அழிக்க முடியாத பெரும் மனித கட்டமைப்புகளாக மாறி தரணி மக்கள் அனைவரையும் ஆட்டிப்படைக்கிறது. அதன் வெளிப்பாடு இன்று பிறக்கும் ஒவ்வொரு குழந்தைகளும் ஏதாவது ஒரு மதத்தின் வழிமுறைகளைப் பின்பற்றக் கூடியவர்களின் குடும்பங்களில் தான் பிறந்து உளவியல் ரீதியாக மதம் திணிக்கப்பட்டு வளர்கிறார்கள்.

ஒன்றும் அறியாமல் பிறக்கும் குழந்தைகள் அனைவருமே தங்களின் வளரும் பருவத்தில் அவர்கள் விரும்பினாலும், விரும்பாவிட்டாலும் அவர்களின் பெற்றோர்கள் பின்பற்றுகிற மதத்தைப் பின்பற்ற வேண்டிய கட்டாயத்திற்கு ஒவ்வொரு குழந்தையும் ஆளாக்கப் படுகிறார்கள். பிறகு அவர்களும் வளர்ந்து அந்த மதங்களையே பின்பற்றும் உளவியல் தாக்கம்தான் நம் மனித இனத்திடம் ஏற்படுகிறது.

குழந்தைகள் வளர்ந்த பிறகு அவர்கள் விரும்பக்கூடிய மதத்தைத் தேர்ந்தெடுக்கும் உரிமையை யார் அவர்களின் குடும்ப உறவுகளிடம் பெறுகிறார்களோ அவர்கள் அவர்களுக்கு பிடித்தமான மதத்தைத் தேர்ந்தெடுத்து கொள்கிறார்கள். அல்லது எந்த மதத்தின் கடவுள் உண்மையாக அவர்களின் மனங்களுக்குத் தெரிகிறதோ அந்த மதத்தின் பெயரில் கடவுளை ஏற்று வழிபடத் தொடங்குகிறார்

கள். கடவுள் மீது நம்பிக்கை ஏற்படவில்லை எனில் கடவுள் மறுப்பாளர்களாக-வும் மாறுகிறார்கள். இதுபோன்று பல்வேறு விதமான மதங்கள் இன்று தரணியில் பல பெயர்களிலும், வழிமுறைகளிலும் மனிதர்களால் கட்டமைத்து வைத்துள்ளனர். இன்னும் பல மதங்கள் தரணி மக்களின் பார்வைக்கு எட்டாமல் தரணியின் மூலை முடுக்குகளில் தோன்றியவாறு தான் இருக்கும். அவற்றில் எந்த மதத்தை அதி-கப்படியான மக்கள் ஏற்றுக் கொண்டு நம்பிக்கை வைத்து பின் தொடர்கிறார்-கள் என்பதைப் பொருத்துதான் அந்த மதத்தின் வளர்ச்சியும், அம்மதத்தை நம்ப-லாமா வேண்டாமா என்பதெல்லாம் தீர்மானிக்கப்படுகிறது. அதிகப் படியான மக்கள் மதத்தை நாடி செல்வதற்கும், மதங்கள் மக்களை ஈர்ப்பதற்கும் முக்கிய காரணமாக இருப்பது மனித இனம் தன்னை ஒரு கடவுள் படைத்தார் என்று நம்பும் அதீத நம்பிக்கைதான் காரணமாகும். மதங்கள் மக்களிடம் வலுக்கட்டாயமாக திணிக்கப்-படுவதற்குச் சிலரின் மன மாயையின் சுயநல ஆதாயம் மட்டும்தான் முக்கிய கார-ணமாகிறது.

நாம் வாழும் இந்த தரணி கோளையும், மனித இனத்தையும் படைத்து நம்-மைக் காப்பாற்றுவது ' கடவுள் ' தான் என்ற நம்பிக்கை மனித மனங்களில் ஏற்-படுகிறது. அதனால் இறைவழிபாடு முறையைத் தொகுத்து பிரார்த்தனை, பூஜை போன்ற காரியங்கள் செய்யத் தொடங்கியதுதான் இந்த மதங்கள். அதாவது மனித இனத்தின் மனங்களில் இறை நம்பிக்கை தோன்றும், அதை மதங்கள் மத கடவு-ளின் நம்பிக்கையாக மாற்றமடையச் செய்து மக்களை மதங்களைப் பின்பற்ற வைக்கிறது. இவ்வாறு மனித இனத்தின் படைப்பு பற்றிய நம்பிக்கைதான் இன்று பல கடவுள்களாகவும், பல மதங்களாகவும் மாற்றப்பட்டுள்ளது.

தரணியின் அனைத்து மதங்களுக்கும் பொதுவாக இருக்கும் ஒரு விடயம் என்னவென்றால் அதுதான் " கடவுள் ". மதங்களைப் பின்பற்றும் அனைத்து தரணி மக்களும் கடவுளை அவரவர்களுக்கு அறிந்த வழியில், தெரிந்த மொழியில் அழைத்தாலும் நம்பி வழிபட்டாலும் அதன் மையக்கரு என்பது, ஒரு கடவுளை-யேதான் சாருகிறது. அந்த மையத்தைச் சார்ந்த கடவுள் யாருடைய மதத்தைச் சேர்ந்த கடவுள் என்பதில்தான் இதுவரை மதத்தின் பெயரில் படுகொலை செய்-யப்பட்ட பலகோடி மரணங்களுக்கும் காரணம். இன்று அந்த உண்மையான மைய கடவுள் யாரென்று நிரூபிக்கப்பட்டுத் தீர்மானிக்கப் பட்டுவிட்டால் நாளை மறு-நாளே தரணி மக்கள் அனைவரும் அக்கடவுளை ஏற்றுக்கொண்டு பின்பற்றத் தொடங்கவும் தயாராக இருப்பார்கள். ஆனால் மதங்களைத் தோற்றுவித்தவர்கள், அம்மதங்களினால் ஆதாயம் அடைந்து கொண்டிருப்பவர்கள் வெளிப்படையாக நிரூபிக்கப்பட்டு அநேக மக்களால் ஏற்றுக்கொள்ளப்படும் அந்த ஒரு மைய கடவுளை ஏற்றுக்கொள்வார்களா என்றால் கட்டாயம் ஏற்க மாட்டார்கள். தன் மதத்தைச் சார்ந்த மக்களையும் அக்கடவுளை ஏற்றுக்கொள்ள விட மாட்டார்கள்.

தன் மக்கள் வேறு கடவுளை ஏற்க விடாமல் செய்ய என்னென்ன செய்ய முடி-யுமோ அந்த நிகழ்வுகளை எல்லாம் செய்வார்கள். காரணம், இன்று மக்கள் கடவு-ளுக்கு வழங்குவதாக வழங்கும் நன்கொடைகளையும் காணிக்கைகளையும் வைத்-துத் தனிச் சிறப்பாகவும், அதிகாரத்தோடும், பணம் உண்டாக்கும் துன்பங்கள் ஏதும் இல்லாமல் அவர்கள் வாழ்ந்து வருகிறார்கள். இதே அதிகாரமும், பண செல்வ-மும் பொதுவாக ஏற்கப்படும் அந்த ஒரு கடவுளை ஏற்றுக் கொள்வதன் மூல-மாக மீண்டும் அவர்களுக்குக் கிடைக்குமானால் அனைத்து மதங்களும் என்றோ கலைக்கப்பட்டு ஒரு கடவுள் ஒரு மதமாக மாற்றப்பட்டிருக்கும். ஆனால் அது நிகழாது. தரணி நாடுகளை ஆளும் அரசுகள் மதத்தினையும், பணத்தினையும் அடித்தளமாக வைத்துத்தான் கட்டமைக்கப்பட்டு இயங்கி வருகிறது. அப்படி ஒரு மத கட்டமைப்பிற்குள் வாழத்தான் நாம் வாழ்ந்து கொண்டிருக்கும் இந்திய நாட்டு அரசாங்கமும் பல முயற்சிகளைச் செய்து கொண்டு வருகிறது. அதற்கான முன்-னெடுப்புகளையும் முன்னெடுத்துக் கொண்டிருக்கிறது.

பணத்தை ஈட்ட மதம் ஒரு கருவியாக இருப்பதால் அதன் வாயிலாக ஆதாயம் அடையும் நபர்கள் மதங்களில் நாளுக்கு நாள் அதிகரித்துக்கொண்டேதான் இருக்-கிறார்கள். அந்த கயவர்கள் அனைத்து மதங்களுக்குள்ளும் இருப்பதால் கடவுளின் பெயர்களைக் கொண்டு பல மதங்கள் மக்களிடத்தில் நம்பிக்கையுடன் சேர்த்து பிரிவினைகளையும் சேர்த்து வளர்க்கிறது என்பதை நாம் கண்படக் காணலாம். மற்ற மதத்தை ஒப்பீடு செய்கிறேன் என்ற பெயரில் சில மத போதகர்கள் மனித பிரிவினைகளை மக்களிடத்தில் போதனை செய்து தூண்டுகிறார்கள் என்பதுதான் நிதர்சனமான உண்மை. மத போதகர்களின் போதனைகளுக்குச் சிலிர்ப்பு அடைந்-தும், உணர்ச்சி அடைந்தும் அவர்கள் சொல்வதைத் தெய்வவாக்காக நம்பி மக்கள் தன்னை அறியாமலே பிரிவினைகளில் செயல்படுகிறார்கள் என்பதே உளவியல் சான்று.

மத போதகர்கள் மக்களின் உணர்வுகளைத் தூண்டி அவர்களைப் பிரிவினை-யில் செயல்பட வைத்துவிட்டு அவர்களின் ஆதாயத்திற்காக மற்ற மத ஆட்க-ளுடனும், போதகர்களுடனும் நன்றாகத்தான் பலகுவார்கள், நட்புடன்தான் இருப்-பார்கள். மக்கள் மட்டும்தான் போதர்கள் பேசிய சொற்களுக்கு மயங்கி அவர்கள் போதித்ததை விடவும் இரு மடங்கு மேலே சென்று தங்களுக்கு தெரியாமலே பிரிவினையில் செயல்படுவார்கள். எங்கள் மத போதகரின் வார்த்தைகள்தான் எங்களுக்கு முக்கியம் அதற்கு முன்பு உற்றார் உறவினர்கள் என அனைவ-ருமே இரண்டாம் பட்சம்தான் என்ற மனநிலையை மத போதகர்கள் மக்களி-டத்தில் விதைக்கிறார்கள். இவ்வாறு மக்களின் நம்பிக்கையை வைத்து அவர்க-ளின் மூளையைச் சலவை செய்து ஏமாற்றுகிறார்கள். இதுபோன்ற தொடர்ச்சியாக மூளைச் சலவை பேச்சில் மக்கள் தங்களின் கடவுள்களின் மீதான நம்பிக்கையை

மறந்து மதத்தின் மீதும், போதனையாளர்களின் மீதும் அதீத பற்று கொண்டு மூளைச் சலவை செய்யப்பட்ட நபர்களாக மாறுகிறார்கள். கடவுளைத் தவிர்த்து மதங்களைத் தீவிரமாகப் பின்பற்றக்கூடிய நபர்களாக மாற்றம் அடைகிறார்கள். நீங்கள் மனிதம் போற்றும் மனிதராக இருந்தால் அது நம் மனித சமூகத்தில் எப்படிப் பிரதிபலிக்கிறது என்பது நீங்கள் அறியக்கூடும்.

மக்கள் மதங்களைத் தவிர்த்தும், மத போதகர்களைத் தவிர்த்தும் அவரவர்களின் கடவுள்களை மட்டும் நம்பி அக்கடவுள்களை பின்பற்றினால் போதுமானது. இன்று மதங்களினால் மனித சமூகத்தில் ஏற்படும் கொலைகள் இல்லாமல், மனித உயிர்களைப் பறிக்கக்கூடிய பல பிரச்சனைகள் இல்லாமல் இருந்திருக்கும். மதத்தின் பெயரில் மனிதர்கள் ஏற்படுத்தும் பிரிவினைகள் இல்லாமல் மனித இனம் அன்போடு வாழ்ந்திருக்கும்.

மக்கள் ஏன் தொடர்ந்து மதங்களை பின்பற்றி வருகிறார்கள் என்று ஆராய்ந்தால் நம்முடைய தாய், தந்தையர் மதங்களைப் பின்பற்றக் கூடியவர்களாக இருப்பதுதான் வெளிப்படையான காரணமாக உள்ளது. அடுத்து கடவுளின் மீதான நம்முடைய தனிப்பட்ட நம்பிக்கை அதற்கு ஒரு காரணமாகவும் உள்ளது. நம் பெற்றோர்களிடம் ஏன் இந்த மதங்களை பின்பற்றுகிறார்கள்? என்று கேட்டால் எங்களுடைய தாய், தந்தை இந்த மதங்களை பின்பற்றினார்கள் அதன் தொடர்ச்சியாக நாங்கள் பின்பற்றி வருகிறோம் என்ற விடைகளைத்தான் நாம் பெறுவோம். இன்னும் சிலர் இந்த மதத்தின் கடவுளின் மீது நம்பிக்கை வைத்து வணங்கிய பிறகுதான் எங்களுடைய வாழ்க்கையின் பிரச்சனைகளிலிருந்து வெளிவரமுடிந்தது. அதனால்தான் நாங்கள் இந்த மதத்தை பின்பற்றி அக்கடவுளை வணங்குகிறோம் என்று சொல்வார்கள். குறிப்பிட்ட சிலர் நாங்கள் ஆராய்ந்து உணர்ந்த வரை இந்த மதத்தின் கடவுள் தான் எங்களுக்கு உண்மையாக தெரிந்தார் அதன் காரணத்தால் நாங்கள் இந்த மத்தை பின்பற்றத் தொடங்கினோம் என்று சொல்வார்கள்.

ஆக நம்முடைய சாத்தானிய மாயை மனம் சொல்லக்கூடிய காரணங்களை வைத்துத்தான் நாம் இந்த மதத்தையும், இந்த கடவுளையும் பின்பற்றக் கூடியவர்கள் எனச் சொல்லிக் கொள்கிறோம். நாம் எந்த மதத்தைப் பின்பற்றுகிறோம் என்பது நம்முடைய கடவுள் நம்பிக்கையைச் சார்ந்தும், நம் பெற்றோர்கள் பின்பற்றும் மதத்தைச் சார்ந்தும் தான் அமைகிறது என்பதை நாம் பகுத்தறிந்தால் அறியலாம். உதாரணத்திற்குக் கிறிஸ்துவ குடும்பத்தில் பிறந்த ஒரு குழந்தை சில காரணத்தால் அவர்கள் பெற்றோரைப் பிரிந்து இந்து குடும்பத்தினரால் வளர்க்கப்பட்டால் அந்த குழந்தை இந்து மதத்தையேதான் ஏற்கும். அதனால் நாம் பிறந்து, வளர்ந்த குடும்பத்தைப் பொறுத்துத்தான் எது நம் கடவுள், எது நம் மதம் என்பது மன மாயை கட்டமைப்பால் தீர்மானிக்கப்படுகிறது. பிறகு நாம் குறிப்பிட்ட மத வழிமுறையைப் பின்பற்றும் குடும்பத்தில் பிறந்து, வளர்ந்த பின்பு நம் பார்வையில் எந்த மதத்தின்

கடவுள் உண்மையான கடவுளாகத் தெரிகிறதோ அதனை ஆராய்ந்து நம் மனதிற்-
குப் பிடித்த மதத்தைப் பின்பற்றத் தொடங்குகிறோம். ஆதலால் மதமும், கடவுளும்
நாம் பிறக்கும் குடும்பத்தைச் சார்ந்தும் நம்முடைய மாயை மனதைச் சார்ந்தும்
தான் தீர்மானிக்கப்படுகிறது.

நாம் எந்த மதங்களை பின்பற்றுபவர்களின் வீட்டில் பிறந்தாலும், வளர்ந்தாலும்,
எத்தனை மதங்களுக்கு மாறினாலும் நம் மனம் கடவுளின் மீது வைக்கும் நம்-
பிக்கை தன்மை என்றும் மாறுவது கிடையாது. ஒரு நபரிடம் சென்று நீங்கள் ஏன்
கடவுளை நம்புகிறீர்கள்? என்று கேளுங்கள் அவர்கள் பெரும்பாலும் அது எங்-
களின் நம்பிக்கை முன்னோர்களின் நம்பிக்கை என்று தான் கூறுவார்கள். இந்த
நம்பிக்கை என்ற வார்த்தையைத்தான் அனைத்து கடவுளைப் பின்பற்றக் கூடிய-
வர்களும் கூறுவார்கள். இக்கடவுளின் மீதான நம்பிக்கைதான் மனித இனத்திற்கு
பொதுவான நம்பிக்கையாக இருந்து வருகிறது.

இந்த லௌகீக வாழ்க்கையில் நமக்கு ஏற்படும் இன்பம் துன்பம் அனைத்தும்
கடவுள்தான் நிகழ்த்துகிறார் என்று போதிக்கப்பட்டுள்ளதால் நம் மனமும் அதை
நம்பத் தொடங்குகிறது. அதனால் நமக்கு ஏற்படும் வருத்தத்தைக் கடவுள் நீக்கி
சரி செய்வார் எனப் பிரார்த்தனை செய்கிறோம். சில நாள்களில் வேண்டுதலாக
வைத்த குறைகளும், வருத்தமும் நிறைவடைந்தால் அதனை நாம் பின்தொடர்ந்த
மத கடவுள்தான் சரி செய்தார் என்று நம்பத் தொடங்குகிறோம். இந்த நம்பிக்கைத்
தன்மைதான் மக்கள் மதங்களையும், மத கடவுளையும் பின்பற்றுவதற்கு ஓர் அடித்-
தளமாக இருந்து செயல்புரிகிறது.

கடவுளின் இருப்பை நாம் ஏற்றுக்கொண்டு அக்கடவுளை நம்புகிற அடிப்ப-
டையில்தான் கயவர்கள் மக்களிடம் இந்த மதம் தான் உண்மையான மதம், இந்த
கடவுள்தான் உண்மையான கடவுள் என்று கூறி நம் உணர்வை உணர்ச்சிவசப்படச்
செய்து நம்முடைய மாயை மனதுக்கும் மதத்துக்கும் பிணைப்பை உண்டாக்கி மதத்-
தின் மீதும், அம்மதத்தின் கடவுளின் மீதும் பற்றை உண்டாக்குகிறார்கள். அதன்
காரணத்தினால்தான் கடவுள் மீது அதீத பற்றுள்ள நபர்கள் கயவர்களின் தூண்டு-
தலால் மற்ற மதத்தைப் பின்பற்றும் நபர்களிடம் மூர்க்கமாக சண்டையிட்டு தர்க்-
கத்தில் ஈடுபட்டுக் கொண்டிருப்பார்கள். அவர்களிடம் சென்று கீழ் வரும் விட-
யத்தைக் கேளுங்கள். நீங்களும் மத பற்றால் சண்டையிடும் நபராக இருந்தால்
புரிந்துணர முயற்சி செய்யுங்கள்.

உங்களுடைய மதகடவுள் மட்டும்தான் உண்மையான கடவுளாக இருந்தால்
உங்கள் மதத்தைப் பின்பற்றுபவர்கள் மட்டும்தான் நிம்மதியாகவும், குறையில்லா-
மலும் இருக்க வேண்டும். ஆனால் மற்ற மதங்களைப் பின்பற்றுபவர்களும் கூட
அனைத்து இன்பங்களையும் கொண்டிருக்கிறார்களே ஏன்? (நீங்களும் பார்த்து
இருப்பீர்கள் அது உங்கள் நண்பராகக் கூட இருக்கலாம்) என்று அவர்களிடம்

கேட்டால் எந்த மதங்களைச் சார்ந்தவர்களாக இருந்தாலும் இந்த கருத்தைச் சொல்லிவிடுவார்கள். எங்கள் மதத்தின் கடவுள் அனைத்து மக்களுக்கும் உரித்தானவர் அவரையும் இந்த மதத்தையும் பின்பற்றா விட்டாலும் அவர் உங்களையும் அனைவரையும் பாதுகாப்பார் என்ற பதில்தான் பெரும்பாலும் கிடைக்கும்.

இங்கு தான் நாம் ஒன்றைப் புரிந்துகொள்ள வேண்டும். மதம் சார்ந்து இருக்கும் மக்களுக்கும் மற்றும் மதம் சாராமல் இருக்கும் மக்களுக்கும், கடவுளை நம்பும் மக்களுக்கும், கடவுள் இல்லை என்று நம்பும் மக்களுக்கும் என பொதுவான அனைத்து மக்களுக்குமே துன்பங்கள் ஏற்படத்தான் செய்யும். அனைத்து மனிதர்களுக்கும் துன்பம் ஏற்படுவது போன்றே அனைவருக்கும் அத்துன்பம் சரியாகத்தான் செய்யும். அதுதான் தரணியில் பல மதங்களின் வளர்ச்சிக்கும், மதத்தை நம்புவதற்கும் ஒரு முக்கிய காரணியாக அமைகிறது. ஆகவே நாம் இஸ்லாமியர்களாகவோ, கிறித்துவர்களாகவோ, இந்துக்களாகவோ என்று பல மதங்களாகப் பிளவுபட்டு இருந்தாலும் நம் அனைவருக்குமே துன்பங்கள், இன்பங்கள் பொதுவாகத்தான் ஏற்படும். அதேதான் நாம் எந்த மத கடவுள்களை நம்பினாலும் நம்முடைய குறைகளும், துன்பங்களும், வேண்டுதல்களும் அனைவருக்கும் பொதுவாகத்தான் நிறைவடையும். அதேதான் மனித இனம் தன்னுடைய அகத்தில் காணும் இறை காட்சியிலும் நிகழ்கிறது. இந்த விடயத்தை நாம் புரிந்து நம் ஆழ்மனதிற்குள் கடத்திவிட்டால் போதும் மதத்தின் பெயரில், கடவுளின் பெயரில் சக மனிதர்கள் மீது காண்பிக்கும் மதவெறியும், பிரிவினைகளும் மனித இனத்திடமிருந்து காணாமல் மறைந்து போய்விடும்.

இன்பம் துன்பம் அனைவருக்குமே பொதுவாகத்தான் ஏற்படும் என்பதை பெரும்பாலும் மதத்தில் உள்ளவர்கள் அறிந்து வைத்திருக்கக் கூடும். அதனை அறிந்ததினால்தான் அவர்கள் இன்னும் மக்களை ஏமாற்றி தன்னைத்தானே ஏமாற்றிக்கொள்ளும் கயவர்களாக இருந்து வருகிறார்கள். அதனால் தான் கடவுள் தங்களைத் தண்டிப்பார் என்கிற அச்ச உணர்வு இல்லாமல் அம்மதத்தில் உள்ள கயவர்களே தங்களின் மதத்தின் வழிபாட்டுத் தளங்களில் திருடுகிறார்கள், குற்றம் செய்கிறார்கள், மக்கள் பணத்தைச் சுருட்டுகிறார்கள்.

மத பெயரில் மக்கள் பணத்தைத் திருடும் நபர்கள் மதகடவுள் பற்றி போதிக்கும் போதகர்களாக இருந்தால் அவர்கள் திடிரென்று செல்வந்தர்களாக மாறக்கூடும். அன்று அவர்கள் எப்படி செல்வந்தர்கள் ஆனார்கள் என்று கேள்வி மதம் சார்ந்த மக்களிடம் கண்டிப்பாக எழும். இந்த கேள்வி எப்படியும் மதம் சார்ந்த மக்களிடம் வரும் என்று தெரிந்துதான் அவர்களிடம் அக்கேள்வி தோன்றுவதற்கு முன்பே என்னிடம் இருப்பதெல்லாம் நம் மத கடவுளின் அருளால் நான் சம்பாதித்தது எனச் சொல்லி விடுவார்கள்.

நான் நம் கடவுளை முழு மனதோடு ஏற்றுக்கொண்டு ஆதாரிக்கிறேன், முழு நேரமும் அவரை தொழுகிறேன், நேரத்திற்குப் பூஜை செய்கிறேன் அதன் காரணத்தினால் நம் மதகடவுள் எனக்கு வேண்டிய அனைத்தையும் தேவைக்கு மீறி வழங்கி உள்ளார் என்று கூறுவார்கள். நீங்களும் நம் மத கடவுளை முழு மனதோடு ஏற்றுக்கொண்டால் உங்களுக்கும் கடவுளின் அருள் கிடைக்கும், நீங்களும் அனைத்து செல்வத்தையும் பெறலாம் என்று தன் மதத்தினை பின்பற்றுபவர்களிடம் கூறி கேள்வி எழுப்பாதபடி செய்துவிடுவார்கள். அதனால் மக்களும் ஏதும் கேள்வி எழுப்பாமல் ஆமாம் சரிதான் என்று சொல்லி இன்னும் கூடுதலான அதீத பக்தியைக் கடவுள் மீது செலுத்த வேண்டும் என எண்ணிக்கொள்வார்கள்.

நீங்கள் ஆராய்ந்து பார்த்தால் உங்கள் போதனையாளரைவிடக் கடவுள் மீது தீவிர உண்மையான பக்தியுடைய பலர் உங்களின் மதங்களில் இருப்பார்கள். அவர்களின் வாழ்வியலை பார்த்தால் வறுமையிலும் பிரச்சனைகளிலும் சிக்கி வாடிக் கொண்டிருப்பவர்களாகவே இருப்பார்கள். அது நீங்களாகவும் இருக்கலாம். ஆனால் அந்த போதகர்கள் அவர்களை விடக் கடவுளை நேசிக்காத போற்றாதா நபர் யாருமே இல்லையென்ற தோற்றத்தை மக்களிடத்தில் ஏற்படுத்தியிருப்பார்கள். நாமும் மாற்று சிந்தனையே இல்லாமல் அவர்கள் கூறிய கருத்துகளை அப்படியே ஏற்று கொள்வோம். அதற்குக் கூடுதல் வலு சேர்க்கும் விதமாக அந்த மதத்தில் உள்ளவர்கள் யாரேனும் அவர்களின் தனிப்பட்ட நம்பிக்கையின் செயல்களின் அடிப்படையில் தங்களின் துயரங்களை நீக்கி, மன வருத்தத்தை நீக்கியிருப்பார்கள். உடனே இந்த போதகர்கள் அவர்கள் அடைந்த ஆனந்தத்தையும், பொருளாதார நிலையையும் மக்களிடத்தில் நம் கடவுளின் மீது தீராத பற்று வைத்த காரணத்தினால் இன்று இறைவன் அவர்களுக்கு அருள் புரிந்து அவர்களின் வாழ்வியல் செல்வங்களை வழங்கியுள்ளார் என்று மீண்டும் மீண்டும் வெவ்வேறு குடும்பங்களை முன் மாதிரியாக வைத்து மக்களிடத்தில் பிரகடனப்படுத்துவார்கள். இதன் வாயிலாக மதத்தில் இருப்பவர்களுக்கு மதத்தின் மீது உள்ள கடவுளின் நம்பிக்கையைச் சற்றும் குறையாமல் பார்த்துக் கொள்கிறார்கள்.

மதத்தின் மேல் மக்களின் நம்பிக்கையை வலுப்படுத்தக்கூடிய இதுபோன்ற முயற்சிகளை மதபோதகர்கள் செய்தாலும் பலர் பகுத்தறிந்து கேள்விகள் கேட்டு மதக் குழுவிலிருந்து வெளியேறத் தொடங்குவார்கள். அவ்வாறு மத குழுவில் மதத்தின் கட்டுப்பாட்டில் இருக்கக்கூடிய மக்கள் சிந்தனை செய்து மதக் குழுவின் மீது நம்பிக்கையின்றி பேசினால் போதும், அவர்களின் குடும்பங்களில் பிரச்சனைகள் வரும் வரை காத்திருப்பார்கள். அப்படி ஏதாவது ஒரு பிரச்சனை ஏற்பட்டு விட்டால் உடனே மத போதகர்களும், மதத்தைப் பின்பற்றுபவர்களும் சேர்ந்து நீங்கள் எதிர்த்து கேள்வி கேட்டு நம்பிக்கையின்றி பேசியதுதான் உங்கள் வாழ்க்கையில் ஏற்படுகிற பிரச்சனைகளுக்கு முக்கிய காரணம் என்று குற்றம் சாட்டுவார்கள்.

அதைச் சொல்லி நம்ப வைத்தும் விடுவார்கள். இப்படி குற்றம் சாட்டி அவர்களை மீண்டும் இந்த மதத்தின் கடவுளின் மீது அதீத நம்பிக்கையோடு இருக்கும்படி மாற்றுகிறார்கள். இதைப் பார்க்கும் சக மத பற்றாளர்களின் மனமும் அச்சத்திற்கு உள்ளாகி மத கடவுளின் மீது தீவிர நம்பிக்கை வைக்கத் தொடங்குவார்கள்.

இன்று மனித இனம் பல்வேறு மதங்களாகப் பிளவுபட்டு இருந்தாலும் மேலே குறிப்பிட்டது போல் மனித மனதின் நம்பிக்கையின் மையப்புள்ளியில்தான் அனைத்து மதங்களும் இயங்கும். காரணம், கடவுள் சார்ந்து மக்களிடம் எப்படிப்பட்ட கேள்விகள் தோன்றினாலும் அதற்கான பதிலை காரணத்துடன் ஏதாவது ஒரு வடிவில் மதங்கள் தனக்குள் வைத்திருக்கும். குடும்பத்தின் மத தொடர்ச்சியால் தங்களின் கடவுள் சார்ந்த கேள்விக்கான பதிலை அதே மதத்தில் கண்டறிந்து அம்மதத்திலே இருப்பார்கள். கடவுள் சார்ந்து உள்ள தங்களின் கேள்விக்கான பதிலை பொதுவாக ஆராய்ந்து பார்க்கக் கூடியவர்கள் தங்கள் பதிலைக் கண்டறியும் மதத்தில் இணைந்து கொள்கிறார்கள். இதற்கு முன்பு மதத்தில் இருக்கக்கூடியவர்கள் லௌகீகத்தின் ஆதாயத்திற்கு மதம் உதவுகிறது என்பதைப் புரிந்துதான் மதத்தை வளர்ச்சியடையச் செய்யும் பணியில், மதத்தில் மக்களின் நம்பிக்கையைக் தக்கவைக்கும் பணியில் தன்னை உட்படுத்திக் கொண்டிருப்பார்கள். அதனால் அவர்கள்தான் லௌகீக வாழ்வில் லௌகீக செல்வத்தில் வளர்ந்திருப்பார்கள். இதனைப் பார்க்கும் மக்களின் மாயை மனமும் நாம் ஏன் அதையே செய்யக்கூடாது என்ற தூண்டுதலை ஏற்படுத்தும். மாயை தீவிரமடைந்த மனித மனம் அதை ஏற்றுக்கொண்டு செயல் புரியும்.

உண்மையில் கடவுளை ஏற்றுக் கடவுளின் பற்றாளராக மட்டும் மதத்தைத் தாங்கிப் பிடிக்கும் மனிதர்களும் இருக்கத்தான் செய்கிறார்கள். ஆனால் அவர்களும் ஒரு கட்டத்தில் தன்னை அறியாமல் அறியாமையில் பிரிவினையில் செயல்படுவார்களாக மாறுவார்கள் என்பதுதான் நிதர்சனம். ஆனால் பொதுவான கடவுள் நம்பிக்கையுள்ள மக்கள் தான் கடவுள் பற்றிய எந்த ஒரு புரிதல்களும் இல்லாமல் மதத்திற்குள்ளும், புனித தலங்களுக்குள்ளாகக் கடவுளை அடையாளங்கள் கண்டு தேடி ஓடிக் கொண்டிருப்போம், நம் உடலை வாட்டி வதைப்போம். ஆனால் மதங்களில் போதனை செய்து மக்களை ஏமாற்றும் அந்த சில கயவர்கள் மதகடவுள் இல்லை என்பதை அறிந்து அவர்களின் லௌகீக வாழ்விற்காக மக்கள் அனைவரையும் முட்டாளாக்கி நம்மை அவர்களின் கட்டுக்குள் வைத்து ஆதிக்கம் செலுத்துவார்கள்.

மத தளங்களில் உள்ள கடவுள் சிலைகளைக் கண்டு மக்கள் பக்தியுடன் அஞ்சிக் கொண்டிருக்கும்பொழுது மத கயவர்கள் அந்த மத தளத்திற்குச் சொந்தமான சிலைகளையோ, பழங்கால பொருட்களையோ ஒவ்வொரு நாட்டிலும் ஏலம் விட்டு விற்பனைகள் செய்வார்கள். இவையெல்லாம் செய்யக்கூடாது என்று மக்களுக்குப்

போதித்த செயல்களை எல்லாம் அவர்கள் செய்து கொண்டிருப்பார்கள். மத கடவு-ளின் கட்டமைப்புக்கு மக்கள் வழங்கிய காணிக்கைகளையும், நன்கொடைகளையும் மத போதகர்கள் தங்களுக்குள்ளும் தங்களின் கீழ் இயங்கும் நபர்களுக்குள்ளும் பங்கு பிரித்துக் கொண்டிருப்பார்கள்.

நேர்மையாக மத கடவுளுக்கு அடிபணிந்து கடவுளுக்காகப் போதனை செய்-துகொண்டிருப்பவர்களுக்கும், மத பற்றாளர்களுக்கும் இவற்றைப் படித்து கோபம் கொள்ளலாம். ஆனால் நீங்களே சற்று எண்ணிப் பாருங்கள் உங்கள் மதத்தில் குறிப்பிட்ட சிலருக்கு மட்டும் பணம் எப்படி, எங்கிருந்து எதற்கு வருகிறது என்று ஆராயுங்கள் இவை புரியும். ஏன் நீங்கள் மதம் போதனை குழு சார்ந்து இயங்கக் கூடியவராக இருந்தால் சில நேரம் காரணமில்லாமல் உங்களுக்கு வழங்கப்படும் ஊதியத்திற்கு மீறிய பணம் வழங்கப்பட்டிருக்கும். நாம் நம் பற்றிலிருந்து வெளிவந்து இவற்றையெல்லாம் சிந்தித்தால் மட்டும் போதும் மதத்தின் கயவர்கள் நிகழ்த்தும் மத அரசியலும், பண அரசியலும் எவ்வளவு பெரியதாக சூழ்ச்சியாகச் செயல்படு-கிறது என்பதை நாம் உணர்ந்தறியலாம்.

21

மதத்தின் கட்டமைப்பும் கடவுளும்

பிற மதங்கள் எப்படி மக்களை ஏமாற்றுகிறது என்பதை ஆராய்ந்து அதற்குக் கருத்துகள் தெரிவிப்பதை நிறுத்தி விட்டு முதலில் நம் பின்புலத்தில் இருக்கும் மதம் நம்மை எப்படியெல்லாம் ஏமாற்றுகிறது என்பதை அலசி ஆராய்ந்து தெரிந்துக்கொள்ள வேண்டும். மற்ற மதங்களை போலியானது, மூடத்தனம் நிறைந்தது என்று விமர்சனம் செய்ய முன்வரும் மாயை மனம் நம் பின்புலத்தில் இருக்கும் மதம் என்று வரும் போது அது கேள்விக்குரியதாகவோ, மூடத்தனம் உடையதாகவோ நம்முடைய மாயை மனம் ஏற்றுக்கொள்ள மறுக்கும். மூட நம்பிக்கையானது குறிப்பிட்ட மதத்திற்குள் மட்டும் இருக்கும் விடயம் அல்ல அது அனைத்து மதங்களிலுமே கட்டாயம் இருக்கக்கூடிய விடயம்.

நாம் அனைவரும் கடவுள் நம்பிக்கையோடு இருந்தாலும் சரி, இல்லாவிட்டாலும் சரி இத்தரணியில், இப்புடவியில் நடக்க வேண்டியவை அனைத்தும் சிறப்பாகத் தானாக அதுவாகவே நடைபெறும். அதற்காக நாம் மனித கட்டமைப்புகளில் கடவுளைத் தேடுவதும், கடவுளுக்கான நேர்த்திக்கடன் என்ற பெயரில் நம் உடலை வருத்திக்கொள்வதும், கடவுள் பற்று என்ற பெயரில் மனித உயிர்களுக்குள்ளாகப் பிரிவினை வாதியாகச் செயல்படுவதும் நம்மை நாமே முட்டாளாக்கும் செயல்களாகும். மனித வாழ்வில் ஏற்படக்கூடிய மாற்றங்கள் நம்முடைய தனிப்பட்ட நம்பிக்கையின் சிந்தனை செயல்களினால் ஏற்படக்கூடிய மாற்றங்கள் தானே தவிர நாம் செய்யும் மூட நம்பிக்கை நிகழ்வுகளால் ஏற்படக் கூடியவை அல்ல என்பதை நாம் உணர்ந்தறிய வேண்டும்.

மனித இனம் எதற்குப் புனிதத் தன்மை பார்க்க வேண்டுமோ அதை எல்லாம் புறம் தள்ளி விட்டு மாயை மனதின் குளிர்ச்சிக்காக மனித பிறப்பிலும், பெண்

உடலிலும், நூல்களிலும் என சக மனிதனை தன் மாயை மனதிற்குக் கீழ்ப்படியச் செய்து அடக்கி ஆளும் நிகழ்வுகளுக்கெல்லாம் புனிதத் தன்மையைப் புகுத்தி உள்ளனர். தரணியில் புனிதப்படுத்துதல் என்பது மக்களின் கவனத்தைப் பெறத் தனித்துவ படுத்துவதற்காகவும், மக்களை எதிர் கேள்விகள் கேட்க விடாமல் தடுத்து நிறுத்துவதற்கும், மக்களை அதிகாரம் செய்து கட்டுப்படுத்தி அடக்கி ஆள்வதற்காகவும் தான் பயன்படுத்தப்படுகிறது. இதைத்தான் புனிததன்மைகளும், அனைத்து மதங்களும் வெளிப்படுத்துகின்றன. இதுபோன்று போலியான பல்வேறு கூற்றுகளை சாத்தானிய மனம் அடுக்கடுக்காக மனித சமூகத்தில் உருவாக்கி வைத்துள்ளது. அந்த அடுக்குகளைத் தகர்த்தெறிவது நம்மிடம் உள்ள மனிதத்தின் மனதிடம் மட்டும்தான் உள்ளது.

நமக்குப் பரிட்சியமான மூன்று மதங்களை எடுத்துக்கொள்வோம். கிறிஸ்துவ மதம், இஸ்லாம் மதம், இந்து மதம் இந்த மூன்று மதங்கள்தான் இன்று தரணியில் அதிக நபர்களைக்கொண்ட மத கட்டமைப்புகளாக உள்ளன. இந்த மதங்கள் உரு-வாக்கத்திற்கு முக்கிய காரணமான இருப்பது மதத்தின் கடவுள்கள் மனிதக் குலத்-திற்குச் சொல்லிச் சென்றவையும், வாழ்ந்து காட்டி சென்றவையும், போதித்தவை-யும், இவற்றையெல்லாம் தொகுத்து வழங்கப்பட்ட நூல்களும்தான் இம்மதங்களின் அடித்தளமாக இருக்கின்றன. அதன் கோட்பாடுகளாகவும் உள்ளன. இவற்றினை அடிப்படையாக வைத்து உருவாக்கப்பட்ட மதங்கள்தான் இன்று அவரவர் ஆதா-யத்திற்குப் பல கூற்றுகளை, கோட்பாடுகளை உட்புகுத்தி மாயை மனதிற்கு ஏற்-றவாறு கட்டமைத்து வைத்துள்ளனர். மக்களும் தங்களின் மதத்தின் மூலத்தை அலசி ஆராயாமல் அதை அப்படியே ஏற்றுக்கொண்டு பின்பற்றத் தொடங்குகி-றார்கள்.

ஒன்றை மட்டும் நினைவில் கொள்ளுங்கள் கடவுள் இருக்கிறார் என்று நம்பி நாம் பற்றுதல் வைத்திருப்பது ஒரு சாதாரண விடயத்தின் மீது அல்ல. மனித அறி-விற்குப் புலப்படாத ஒட்டுமொத்த புடவியையும், தரணியையும், சக உயிர்களையும் உருவாக்கியது என்று நம்பும் கடவுளின் மீதுதான் நாம் நம்பிக்கை வைக்கிறோம். அனைத்தையும் உருவாக்கினார் என்று கடவுளின் மீது பற்றுடன் இருக்கும் நாம் எதற்கு அதே கடவுள் படைத்த சக மனிதனைப் பிரிவினை படுத்திப் பார்க்கும் மனதை மனிதர்களுக்கு ஏன் கடவுள் வழங்கியிருக்க வேண்டும் என்பதைச் சிந்-தனை செய்யுங்கள். உங்களை படைத்தது நீங்கள் நம்பும் கடவுள் என்றால் மற்ற கடவுளை வணங்கும் மனிதர்களைப் படைத்ததும் அதே கடவுள் தானே. அந்த பிரிவினையை ஏன் உங்கள் மத கடவுள் உண்டாக்க வேண்டும் என்பதைச் சிந்-திக்கத் தொடங்குங்கள்.

உங்கள் மத கடவுளைத் தவிர்த்து சக மனிதர்கள் ஏன் வேறு மத கடவுளை வணங்குகிறார்கள் என்றால் அதற்கான காரணம் உங்கள் மனம் கடவுள் சார்ந்து

ஏற்றுக்கொள்ளும் சில காரணங்கள் உங்கள் கடவுள் சொல்லியதாக உங்களின் மதத்தில் இருக்கும். இல்லையென்றால் உங்களின் நம்பில்கையை தன்வசப்படுத்துவதற்கான காரணங்களை மத போதகர்களினால் உங்களுக்குள் திணிக்கப்படும். அதேதான் மற்ற மதத்தில் உள்ள நபர்களிடமும் கடவுள் நம்பிக்கை சார்ந்து அவர்கள் மனம் ஏற்றுக்கொள்ளும் சில காரணங்கள் அவர்களின் கடவுள் சொல்லியதாக அந்த மதத்தில் இருக்கும். மத போதகர்களால் அக்காரணங்கள் அவர்களிடம் திணிக்கவும் படும். பிறக்கும் குடும்பத்தைப் பொருத்தும், நம்முடைய தேடலைப் பொறுத்தும் நாம் வணங்கப்படும் கடவுளும், மதமும் மாறும் என்பதை இதற்கு முன்பே பார்த்துள்ளோம்.

நீங்கள் சக மனிதனைப் பிரிவினையோடு பார்க்கக்கூடிய, ஒதுக்கக்கூடிய, வெறுக்கக்கூடிய என்னென்ன காரணங்கள் உங்களின் மதம் உங்களிடம் கூறுமோ அதே காரணங்கள்தான் வேறு வடிவில் வேறு வார்த்தைகளில் மற்ற மதங்களிலும் இருக்கும். நம் கடவுளைத் தவிர்த்து வேறு வேறு கடவுளை வணங்கக்கூடாது, நம் கடவுள் தளத்தைத் தவிர்த்து வேறு கடவுள் தளங்களுக்குச் செல்லக்கூடாது, குறிப்பிட்ட சில வகை உணவுகளை உட்கொள்ளக்கூடாது, இந்த இறைச்சியை மட்டும் சாப்பிடுபவர்கள் பாவிகள், மற்ற கடவுளுக்குப் படைத்த உணவை உட்கொள்ளக்கூடாது போன்ற பல காரணத்தை மக்களைத் தனித்துவப் படுத்தி பிளவுபடுத்த மதங்கள் கடவுள் கூறியதாக உங்களிடம் திணித்திருக்கும். இதனை ஏற்கும் மக்களாகிய நாம்தான் சிந்தனை செய்ய வேண்டும்.

நீங்கள் வணங்கும் கடவுள் மனித சிந்தனைக்கு அப்பாற்பட்ட புடவியில் அனைத்து நிகழ்வுகளுக்கும், அனைத்திற்கும் உரிமையானவர். அப்படிப்பட்ட அவர் மனிதர்களை வேறுபடுத்தக் கூறியதாகக் கூறப்படும் பல கூற்றுகள் போலியானவையே. அதாவது ஒரு மனிதன் சக மனிதனிடம் இருந்து பிளவுபட்டு இருக்க, முற்றிலும் தனி அடையாளத்துடன் தனித்து இருக்க, பிரிவினையோடு இருக்க என இதுபோன்ற செயல்களை செய்து என்னைப் பின்பற்றினால்தான் நான் உம்மை காப்பேன் என்று புடவியைப் படைத்த அனைத்திற்குமான கடவுள் எங்காவது கூறியிருக்க முடியுமா என்று நீங்களே சிந்திக்க தொடங்குங்கள்.

கடவுள் கூறியதாக எந்த ஓர் வடிவத்தில் மனித இனத்தைப் பிளவுபடுத்திப் பிரிவினை படுத்தும் காரியங்கள் வெளிப்படுகிறதோ அது நீங்கள் நம்பிக்கொண்டிருக்கும் உங்களின் கடவுள் கூறிய கூற்றாக ஒரு போதும் இருக்காது. அதையும் மீறி கடவுள் தான் கூறியிருப்பார் என்று நீங்கள் நம்பினால் மக்களைப் பிரிவினைப் படுத்தும் அவர் கடவுளே கிடையாது. பிரிவினை கூற்றுகள் எல்லாம் சாத்தானியத்தின் மாயை மனமுடைய மனிதர்கள் மூலம் உட்புகுத்தப்பட்டவையாகவே இருக்கும். உடனே அவற்றிற்கு வேறு பொருள் இருக்கும், வேறு அர்த்தங்கள் இருக்கும் என்று மாயை மனம் நம்மை அமைதிப்படுத்தத் தொடங்கலாம். அதற்கு அடிப-

ணியாமல் அதை அலசி ஆராய்ந்து அதனை நோக்கி எதிர்க் கேள்வியை முன் வைக்க முயலுங்கள். நீங்கள் நம்பும் கடவுள் மட்டும்தான் உண்மை என்றால் பிற மத கடவுள்கள் இல்லாத போலியான கடவுள்கள் என்பதை நீங்கள் ஏற்றுக்கொள்-கிறீர்களா? அப்படி ஏற்றுக்கொண்டால் இல்லாத கடவுளுக்குக் கட்டப்பட்ட தளங்-களுக்குச் சென்று வந்தால் என்ன மாற்றம் ஏற்படப்போகிறது, இல்லாத கடவுளை வணங்கினால் என்ன குற்றம் நிகழப்போகிறது, இல்லாத போலியான கடவுளுக்குப் படைத்த உணவைச் சாப்பிட்டால் அதில் என்ன நஞ்சு கலக்கப்போகிறது என்று சிந்தியுங்கள். எந்த விடயத்தில் மனித பிரிவினையை கடவுள் பெயரில் தூண்டப்ப-டுகிறதோ அது சாத்தானிய மனம் உடைய மனிதர்கள் உட்புகுத்தி போதித்ததுதான் அது கடவுள் போதித்தது அல்ல என்பதை உணருங்கள்.

இது சரியில்லையே என்று உங்கள் கடவுள் கூறியதாக சொல்லப்படும் கூற்றின் மீதும், மதத்தின் போதகர்கள் மீதும் எப்பொழுது உங்களுக்கு கேள்வி எழுகிறதோ அன்றே சுயமாகச் சிந்தித்து அதனை ஆராயத் தொடங்குங்கள். அதைத் தவிர்த்து அதற்கான கேள்வியையும் உங்கள் மதம் சார்ந்தவர்களிடமே கேட்டால் உங்கள் மனம் ஏற்றுக்கொண்டு ஆமாம் என்று சொல்லும் பதில்தான் உங்களுக்குக் கிடைக்க பெரும். இதுதான் அனைத்து மதத்திலுமே நடக்கும். உங்கள் மதத்தில் நீங்கள் நம்பும் கடவுள் சம்பந்தமாகக் கேள்வி உங்கள் மனதில் எழும் பொழுது அந்த கேள்வியை உங்கள் மதத்திற்குள்ளே உள்ள மனிதர்களிடம் கேட்டு ஆரா-யாமல் நீங்களே மனிதம் சார்ந்து மனிதத்தோடு ஒப்பீடுதல் செய்து ஆராயுங்கள் உங்களுக்கான விடை உங்களுக்கு மெல்லக் கிடைக்கும். அதுதான் கடவுள் பற்றிய போதனைகளுக்கும் பொருந்தும். அதைத் தவிர்த்து யாரிடம் கேள்வி கேட்டாலும் நம் மாயை மனம் அதற்குத் துணையே.

கடவுள் பற்றிய விடயத்தில் ஒரு தகவல் என்னவென்றால் தரணியில் மனித இனம் கடவுள் பெயரில் கடவுளுக்கு எதிரான சாத்தானை உருவாக்கி கடவுளா! சாத்தானா! என ஒரு போராட்டம் நெடுங்காலம் முதல் இன்றுவரை நிகழ்ந்து கொண்டிருக்கிறது. அதற்குத் துணையாக நாம் விரும்பும் கடவுள்களின் வழிபாட்-டுத் தளங்களுக்குள் சாத்தான் வராது, தீய சக்தி வராது, கடவுளின் வாசகங்களைக் கேட்டால் சாத்தான் ஓடோடி போயிருக்கும் என்று சாத்தானையும், கடவுளையும் இப்படிக் கட்டமைத்து வைத்திருக்கிறோம். என்ன சொல்ல முயல்கிறேன் என்றால் சாத்தான் குடிகொண்டுள்ள மனித மனம் உருவாக்கியதுதான் ஒரு கடவுளை ஏற்று நம் பார்வையில் கடவுளை நம்பி நாம் வணங்கிக் கொண்டிருக்கும் கடவுள்கள், மத வழிபாடுகள், மதங்கள். சாத்தானின் முழு உருவமான நம் மாயை மனம் உருவாக்-கிய கடவுளின் இருப்பை சாத்தானிய மனம் நம்ப வைத்திருப்பதுதான் நாம் புரிதல் இல்லாமல் அறியாமையில் வணங்கும் கடவுள்கள். அதாவது நாம் புரிதல் இல்-லாமல் அறியாமையில் கடவுள் பற்றாளர்களாகக் கடவுளை நாடிச் சென்று ஓடிக்

கொண்டிருப்பதற்கு மனித மனதின் சாத்தான்தான் அதற்குக் காரணம். அதாவது மனித இனம் கடவுள் பற்றிய புரிதல் இல்லாமல் கடவுளை வணங்கிக் கொண்டி- ருப்பதற்கு முக்கிய காரணம் நம்முள் இருக்கும் சாத்தானின் மாயை மனம்தான்.

புடவியில் ஒரு புள்ளி தரணிக்குள்ளாக மனித இனம் உருவாக்கிய மதத்தின் கட்டமைப்பிற்குள் கடவுளைச் சுருக்குவது என்பது எவ்வளவு பெரிய மூடத்தனம் என்பதை நாம் சற்று சிந்தித்தாலே அறிந்துகொள்ள முடியும். அவற்றிலும் அனைத்தையும் படைத்தது கடவுள்தான் என்று ஏற்றுக்கொண்டால் பல மொழிகள் பேசும் மனிதர்களைப் படைத்ததும் கடவுள் தானே. அதில் கடவுள் ஒரு மொழி மட்டும் அறிந்து பிற மொழிகள் தெரியாமல் பல மொழி பேசும் மனிதர்களை கடவுள் படைத்தார் என்று கூறுவது முட்டாள் தனத்தின் உச்சபட்சம். இவற்றை மட்டும் ஆராய்ந்து மனதில் வைத்துக்கொள்ளுங்கள். கடவுள் தரணியில் மனிதராக ஒரு போதும் பிறக்க மாட்டார், பிறந்திருக்கவும் மாட்டார். தரணியில் பிறந்த மனி- தர்கள் வேண்டுமானால் நம் கற்பனை சிந்தனைக்கு அப்படிச் சொல்லிக் கொண்- டிருக்கலாம், ஆனால் கடவுள் என்ற பாத்திரம் மனித இனத்தின் கற்பனை சிந்- தனைக்கு அப்பாற்பட்ட பாத்திரம். அந்த கடவுள் தரணியில் பிறந்து வாழ்ந்தார் என்று சொல்வது நம் சிந்தனையின் கற்பனை திறன் மட்டும்தான். அடுத்ததாகக் கடவுள் அவரை வணங்கிப் புகழ் பாடுவதற்காக மட்டுமே மனித இனத்தைத் தரணியில் படைத்தார் என்றால் சுய போற்றுதலுக்கு மனிதர்களைப் படைத்தது என்பது சுய நலத்தின் உச்சபட்சம். அது சாத்தானியத்தின் மன மாயையின் முழு வடிவம். இதற்கு மனித இனத்தைக் கடவுள் படைத்து, பிரச்சனைகளை உண்- டாக்கி, அதனைச் சரி செய்ய அவரை வழிபட மத கட்டமைப்புகளை உருவாக்கி நம்மை வணங்கும்படி செய்திருப்பாரா என்று நீங்களே சிந்தனை செய்து கேள்வி- கள் கேட்டுப் பகுத்தறிய வேண்டும். அதனால் கடவுள் பற்றிய சரியான புரிதலுடன் மதத்தை வழிபடாமல், கடவுளை மட்டும் வழிபடுங்கள். மனிதத்தைப் பின்தொட- ருங்கள்.

மீண்டும் நினைவில் கொள்வோம் நாம் ஒரு கிறித்துவம், இந்து மற்றும் இஸ்- லாம் மதத்தைப் பின்பற்றும் குடும்பத்தில் பிறந்ததினாலும், நம் மனம் அவற்றை ஏற்றுக்கொண்டதினாலும் தான் நாம் இந்துவாகவும், இஸ்லாமியராகவும், கிறிஸ்- துவராகவும் இருந்துகொண்டு வருகிறோம். ஆகவே நாம் வளரும் குடும்பமும், இடமும் நமக்குக் கடவுள் பற்றி எந்த முறையில் போதிக்கப்படுகிறதோ அதையே- தான் நம் மனம் நம்முடைய மதமாக ஏற்கிறது. நம் வாழ்க்கையில் மதம் என்பது கட்டமைக்கப்பட்டதே, தவிர நிலைத்தன்மையானதல்ல. ஆகையால் புரிதல் இல்- லாமல் அறியாமையில் மத கடவுள் மீது நம் சாத்தானிய மாயை மனம் வைக்கும் நம்பிக்கைதான் லௌகீக வாழ்வின் நம் கடவுள், நம் மதம் என்பதை நாம் உணர வேண்டும்.

நாம் அனைவரும் மதத்தில் உள்ள வேற்றுமைகளை நீக்கி கடவுள் மற்றும் மத கட்டமைப்புகள் பற்றிய புரிதலோடு பிரிவினைகள் இல்லாமல் மனித இனத்தின் தனித் தன்மையை ஆராய்ந்து விழிப்படைய வேண்டும். மனிதத்தை உணர்ந்த பின் மதங்களுக்குள் மனித நேயத்தைப் போற்றி வளர்க்க வேண்டும். அதற்குத் தரணியில் பிறக்கும் அனைவரும் நான் யார்? என்ற தேடலை மாற்று சிந்தனை-களின் மூலம் தொடங்கியிருக்க வேண்டும். அது நம்மை வழிநடத்திச் செல்லும். அன்று கடவுளின் கட்டமைப்பை நாம் உணர்ந்தறிய தொடங்குவோம். நாம் எத்-தனை நூல்கள் படித்தாலும், செவியால் கேட்டாலும் நாம்தான் முன்னெடுத்து நம் சிந்தனைகளை மாற்ற வேண்டும். மாற்ற முயல வேண்டும். லௌகீக சிந்தனைகள் மாற்றமடைந்தால் மட்டும்தான் நாம் விழிப்படைவோம். அது மதத்தின் கட்டமைப்-பையும், கடவுளின் கட்டமைப்பையும் உணர்த்தும்.

22

ஏமாற்றும் கயவர்கள்

கயவர்கள் கத்தியைத் தீட்டுவது போன்று புத்தியையும், வார்த்தைகளையும் நன்-
றாகத் தீட்டி வைத்திருக்க கூடியவர்கள். ஆன்மீகம் என்ற போர்வையில் மதத்தின்
சாயத்தை தன் மீது போர்த்திக்கொண்டு குளிர் பிரதேசங்களில் குளிர் காய்வது
போல் போலியான மத ஆன்மிகத்தில் மனித நம்பிக்கையில் குளிர் காய்பவர்கள்.
நாம் கடவுளின் பெயரில் வைத்துள்ள நம்பிக்கையைக் கொண்டு நம்மிடம் பொய்
சொல்லி நம்முடைய உணர்ச்சிகளைத் தூண்டக்கூடிய வார்த்தைகளால் நம்
அனைவரையும் முட்டாள்களாக மாற்றக்கூடிய வல்லமை கொண்டவர்கள்.

கயவர்கள் நடத்தும் நிகழ்ச்சிகளுக்கு நாம் ஒரு முறை சென்று பார்த்தோமா-
னால் போதும் நம் அனைவரையும் அவர்களின் பேச்சிற்கு எதிர்ப்பு தெரிவிக்காத
வகையில் மூளைச் சலவை செய்துவிடுவார்கள். அதாவது அந்த அவர்களின்
போதனைகளும், சொல்லும் கதைகளும், பேசும் சொற்களும், உடல் மொழியையும்
ஒரு வசிகரத்தோடு வெளிப்படுத்தி மக்களை மயக்கக்கூடிய திறனைக் கற்றறிந்-
தவர்கள். அதனைப் பார்க்கும் நாம் அலசி ஆராய்ந்து பகுத்தறியும் மனிதராக
இருந்தால் அவர்கள் சூழ்ச்சியை மிக எளிதில் புரிந்து சுதாரித்துக்கொள்வோம்.
அதே நாம் இந்நூலில் குறிப்பிடும் மாற்று சிந்தனை உடையவராக இருந்தால்
அவற்றில் குழப்பத்தோடு போலி கயவர்களை முழுவதும் ஏற்க மறுத்துவிடுவோம்.
இல்லையென்றால் ஒரு விழுக்காடு கூட ஏற்றுக்கொள்ள மறுத்து விடுவோம். நாம்
சிறிதளவு அவர்கள் பேசும் வார்த்தைகளின் மீது செவி சாய்ந்தாலும் அவர்கள்
பேச்சில் உள்ள உண்மைத் தன்மையின் வாயிலாக அவர்களின் பற்றாளராக மாறி-
விடுவோம். காரணம், அந்த கயவர்கள் முக்கியமாகப் பயன்படுத்தும் மிக முக்கிய
ஆயுதம் மனிதர்கள் கடவுள் மீது வைத்துள்ள நம்பிக்கையும், மத ஆன்மிகமும்
தான்.

"

மனித இனத்தில் அதிகபட்ச மனிதர்கள் ஏதோ ஒரு விதத்தில் கடவுள் மீது நம்பிக்கை உடையவர்களாகத்தான் இருந்து வருகிறார்கள். அதனால் பெரும்பான்-மையான மக்கள் கயவர்களின் பேச்சிற்கு எளிமையாகவே தன்னை அறியாமல் சரணடைந்து விடுகிறார்கள். காரணம், அவர்கள் பேசுவதில் உண்மையும் கலந்-திருக்கிறது என்பதுதான். அவர்கள் பேசுவதில் அவர்களை நம்பும் மக்களுக்கு முரண்கள் ஏற்பட்டாலும் மக்கள் அந்த முரண்களுக்கான கேள்வியை எழுப்ப மாட்டார்கள். ஏன் என்றால் அவர்களின் தொடர் போதனையால் மக்களின் சிந்-தனைகளையும், கேள்விகளையும் முடக்கக்கூடிய பொய்களை வாரி வழங்கியிருப்-பார்கள். அத்துடன் தன்னை ஒரு கடவுள் அவதாரமாகவும் அவர்களை நம்பும் மக்களிடத்தில் காட்சிப்படுத்துகிறார்கள். அதில் மதி மயங்கும் மக்கள்தான் அந்த கயவர்களின் மீது அதீத பற்றுடைய நபர்களாக மாறுகிறார்கள்.

பற்று ஒரு மனிதனை எவ்வாறு ஏமாற்றம் அடையச் செய்கிறது, வஞ்சிக்கிறது, கொலை செய்யத் தூண்டுகிறது என்பதையெல்லாம் நாம் கடந்து வந்த தலைப்பிலே பார்த்தோம். அதனை வைத்து உங்களால் கடவுள் மீதான பற்று எவ்வாறு? எப்படி? மாற்றம் அடைந்து ஏமாற்றம் அடைகிறது என்பதை அறிய முடிந்திருக்கும். அதில் ஒன்றுதான் மக்கள் இந்த கயவர்களை கடவுளாக, அவதாரமாக ஏற்றுக்கொள்ளும் பற்றும்.

தற்போது இந்நூலைப் படிக்கும் நீங்களும் போலி கயவர்கள் ஏமாற்றிக் கொண்-டிருக்கும் பட்டியலில் இருக்கும் ஒரு நபராக இருக்கலாம். நீங்கள் அவர்கள் போலி என்று அறிய அவர்களிடம் ஏதாவது கேள்விகள் கேட்டு அவர்களை மடக்க முயன்றால் போதும். ஆனால் அவர்கள் இது போன்று எதிர்ப்புக் குரல்களும், சந்தேக எண்ணமும் மக்களுக்கு வரும் என்று தெரிந்தே அவர்கள் முன் கூட்-டியே உங்களை மற்றவர்கள் சொல்வதைக் காது கொடுத்துக் கேட்காத நிலை-யில் வைத்திருப்பார்கள். அவற்றை மீறிக் கேட்டாலும் அதனைப் பொய் என்று வாதாடும் நிலையில் அவர்களைப் பின்தொடரும் மக்களின் ஆழ்மனங்களை மாற்-றம் அடையச் செய்திருப்பார்கள். அதனையும் மீறி கேள்விகளை முன் வைத்தால் முன்பே பார்த்தது போல் அந்த கேள்விக்கு ஏற்ற பதில்களும், மாயை மனம் ஏற்-கும் பதில்களும் அவர்களிடத்தில் முன்கூட்டியே இருக்கும். நாம்தான் கயவர்கள் நம்மை மூளைச் சலவை செய்திருப்பது தெரியாமலே இன்றுவரை அவர்களிடத்தில் தொடர்ந்து ஏமாற்றம் அடைந்து கொண்டிருப்போம். இதனைப் படிக்கும் போதே உங்களுக்கு என் மீது கோபமும், எரிச்சலும் உண்டாகலாம். மதம் எப்படி பொய்-யானவை என்பதை நாம் கடந்த தலைப்பில் பார்த்தோம். மதமே இங்கு சாத்-தானியத்தின் மாயை மனதின் பொய்களால் நிரம்பி இருக்கும்போது பொய்களால் கட்டமைக்கப்பட்டிருக்கும் மத கடவுளை நான் கண்டுணர்ந்தேன், எனக்குக் காட்சி கொடுத்தார், நான் அவரிடம் பேசி உரையாடினேன் என்று மதத்தின் ஆன்மிக

கயவர்கள் மக்களிடம் கூறுவது போலியான விடயம் என்பதை நாம் பகுத்தறிந்து சிந்திக்கத் தொடங்கினால் அறிவோம். ஆனால் நாம் அதுபற்றி பகுத்தறிந்து சிந்திக்க மாட்டோம்.

இன்றைய காலத்தில் உண்மையான ஆன்மீகவாதிகளும் மதம் என்ற மாயைக்குள் சிக்கி மதத்தின் ஆன்மிகவாதியாகக் காட்சிப்படுத்த வேண்டும் என்பதுதான் மதத்திற்கு வலு சேர்க்கும் மனமாயை கட்டமைப்பாக உள்ளது. அதனை நாம் புடவியால் விழிப்படையும் போது தானாகவே தெரிந்துகொள்வோம். உண்மையான ஆன்மீகவாதிகள் மத ஆன்மிகத்தின் போலி கட்டமைப்பை உணர்ந்தறிந்து இன்று மக்கள் நலன் சார்ந்தும், இறைத் தன்மையை மக்களுக்குப் போதிப்பதிலும், தங்களின் இலக்கை சார்ந்தும்தான் மதத்தில் பயணம் செய்வார்கள். மதம் தவிர்த்து அதன் சாயத்தில் ஆன்மீகவாதியாகப் பயணம் செய்வார்கள்.

கயவர்கள் ஆன்மிகத்தில் பெயர் புகழ் அடைய வேண்டும் என்று சாத்தானின் மாயை மனதால் மக்களை ஏமாற்றுகிறோம் என்று தெரிந்தே பௌர்ணமி தினத்தில் பெரும் அறியாமை கூட்டத்தை கூட்டி குத்தாட்டம் போடுபவர்கள். தனித் தீவை வாங்கி சாத்தான் மனதோடு உல்லாசமாக இருப்பவர்கள். மதத்தின் புராண பொய்களை வாரி வழங்கி மக்களிடம் வேறுபாட்டை உண்டாக்கி ஆன்மிகத்தை தனக்கானதாக மட்டும் மாற்றக் கூடியவர்கள். DVDயில் கர்த்தரை இறக்கி நூறுக்கும், இருநூறுக்கும் விற்பனை செய்பவர்கள். பிரார்த்தனை என்ற பெயரில் மக்களின் மனதில் உள்ள சாத்தானின் மனதைத் தூண்டி நடனமாடி மக்களைக் குத்தாட்டம் ஆடச் செய்து மக்கள் மதி மயங்கிய மாயை உணர்வில் இருக்கும்போது அவர்கள் வைத்திருக்கும் தங்க நகைகளையும், பணத்தையும் பிடுங்குபவர்கள். இப்படிச் செய்து கொண்டிருப்பவர்களை அலசி ஆராய்ந்தால் அவர்கள் போலி கயவர்கள் என்பதை நாம் அறியலாம்.

சக மனிதர்கள் மீது வெறுப்பையும், பிளவையும், பிரிவினையையும், வேறுபாட்டையும் உண்டாகக்கூடிய எந்த பேச்சும், செயலும் புடவியின் ஆன்மீகமாகாது, அவர்கள் ஆன்மீகவாதியும் அல்ல. பெயருக்கு வேண்டுமானால் மதத்தின் ஆன்மிகவாதியாகச் செயல்படலாம். அடுத்து புராணக் கதைகளையும், உணர்ச்சிவசப்படக்கூடிய கதைகளையும் கூறி போதனை செய்வதும் ஒரு போதும் ஆன்மீகமாகாது. மக்களைக் காக்க மீண்டும் கடவுள் அவதாரம் வரும் என்று சொல்லிப் போதிப்பதும் ஆன்மீகமாகாது. எந்த நேரமும் கடவுளை வணங்கி கொண்டு இருப்பதும் ஆன்மீகமாகாது. கடவுள் வழிபாட்டைக் குறிப்பிட்டு மக்களைப் பிரித்து பேசுவதும் ஆன்மீகமாகாது. இவையெல்லாம் ஆன்மீகம் இல்லையென்றால் இவற்றைப் போதிப்பவர்களும் ஆன்மீகவாதிகள் இல்லை என்பதை நீங்களே உணர்ந்தறிய வேண்டும்.

திருடுபவர்கள், பொய் சொல்பவர்கள், ஏமாற்றுபவர்களால் நமக்கும் நம்மைச் சார்ந்து உள்ளவர்களுக்கும் மட்டும்தான் தவறான மற்றும் தீங்கான செயல்கள் ஏற்படும். ஆனால் போலியாக உருவான கயவர்களும், போலியாக மாறிய கயவர்களும் புடவியின் ஆன்மீக நோக்கத்தையே தவறாக புரிந்துணர செய்து இறைத் தன்மையைத் தவறாக உணரச் செய்கிறார்கள். இதனால் மக்கள் புடவி ஆன்மீகம் தவிர்த்து மதத்தின் ஆன்மிகத்தின் மீது நாட்டம் ஏற்பட்டு அதனில் பயணித்து இறுதியில் வெறுமனே மன மாயையின் அறியாமையில்தான் மரணித்து போவார்கள். அதாவது மத ஆன்மிகத்தில் மக்கள் மனமாயையைத் தகர்த்து மனிதம் உணர்ந்து இருந்தார்கள் என்றால் அது கேள்விக்கே உள்ளாகாது. ஆனால் மத ஆன்மிகத்தில் ஈடுபாடு கொண்டவர்களிடம் சாத்தானின் மனமாயையானது போலி கயவர்களால் தக்கவைக்கப்படுகிறது. இதனால் மனித இனத்தின் ஆன்மீக நாட்டம் தவறாக வழிநடத்தப்பட்டு போலி ஆன்மிக கயவர்களால் மனித பிறப்பு வீணாகிறது.

கயவர்கள் மீது மக்கள் வைத்துள்ள நம்பிக்கை பற்றுதலை அவர்கள் எந்த செயலுக்கு வேண்டுமானாலும் பயன்படுத்தக்கூடிய அபாயங்கள் உள்ளன. இந்த தரணி மக்கள் அனைவருக்குமே தீமைகளை ஏற்படுத்தக்கூடிய வாய்ப்புகள் அதிக அளவில் உள்ளன. பெரும் மக்களைக் கொன்ற மதத்தின் தீவிரவாதிகளும் ஏதோ ஒரு கயவரை நம்பி அவர் மீது பற்றுதல் வைத்து மூளைச் சலவை செய்யப்பட்டவர்கள் தான் என்பதை நாம் மறந்திடக்கூடாது. ஆக கயவர்களின் மீதுள்ள அதீத கண் மூடி தனமான நம்பிக்கையும், பற்றும் பெரும் மனிதர்களை இத்தரணியில் கொன்று குவித்துவிடும். அதற்கான மூலதனமாய் மக்கள் கடவுள் பெயரில் பல மத தளங்களுக்கு வழங்கிய பணத்தைத்தான் அந்தந்த மத போதகர்கள் தன் சுய லாபத்திற்காக கைப்பற்றி பரிமாறிக் கொள்கிறார்கள். அதுதான் தரணியையே பாதிக்கும் பண சுழற்சியாகவும் கைமாறி சுழல்கிறது. இவ்வாறு பல மத போதகர்கள் மக்களை மூளைச் சலவை செய்து பணத்தைக் கையாடல் செய்வதுதான் பல ஆரஞ்சு மதக் கலவரங்களின் படுகொலைகளும், பச்சை மத பற்றாளர்களின் படு கொலைகளும், தரணி நாடுகளில் வெள்ளை மதச் சூழ்ச்சிகளின் படுகொலைகளும் என இவை பின்னிப்பிணைந்துதான் தரணியையும், மனித இனத்தையும் ஆட்டுவிக்கிறது.

தரணி அரசியல் என்பதே இந்த மத அரசியல்தான் அதற்கு மூலம் இந்த தரணி அரசியலின் பண அரசியல். மதங்கள் அதிகப் பணம் ஈட்டக்கூடிய நம்பிக்கை நிறுவனம் என்பதால் தரணியில் பலர் நான் கடவுளை அறிந்து கண்டுணர்ந்து பேசி விட்டதாகக் கூறி ஒரு வித மாய பிம்பத்தை மக்களிடத்தில் ஏற்படுத்தி மதங்களை வைத்து அவர்களின் தீட்டப்பட்ட புத்தியாலும், வார்த்தைகளினாலும் மக்களை அவர்களை நோக்கி எளிதாக ஈர்த்துக் கொள்கிறார்கள்.

தவறான வழிமுறையில் விழிப்படைந்து, சிலவற்றை உணர்ந்து, சில புரிதல்களைச் சிலரிடம் இருந்து பெற்றுக்கொண்டும், சில வித்தைகளை கற்றுக் கொண்டும் அவர்கள் அறிந்தவற்றையெல்லாம் மக்களுக்கு கற்றுத் தருவதாகக் கூறி மக்களின் அறியாமையைப் பயன்படுத்திக் கொள்கிறார்கள்.

கயவர்களில் ஒருசிலர் உண்மையில் இறைத்தன்மையை முன்பு உணர்ந்தறிந்த மனிதர்களாக இருந்தாலும் தற்பொழுது அவர்கள் சாத்தானின் மாயை வலையில் தீவிரமாகச் சிக்கி புடவி ஆன்மீகத்தின் தன்மையை இழந்தவர்கள்தான். அதனால்-தான் போலி ஆன்மிக கயவர்களால் மக்களிடம் நேர்மையானவர்களாக, மனிதத்-தோடும், சமத்துவத்தோடும் இருக்கவே முடியாது. தோற்றத்திற்கு வேண்டுமானால் அது போன்ற பிம்பத்தை ஏற்படுத்தலாம். மக்களை பிளவுபடுத்தும் நிகழ்வுகளைச் செய்தாலே அவர்கள் மக்களை ஏமாற்றும் போலி கயவர்கள்தான்.

கயவர்கள் கடவுளை அறிந்தவர், கடவுளைக் கண்டுணர்ந்தவர், கடவுளுடன் பேசியவர், கடவுளோடு வாசம் செய்பவர் என்றெல்லாம் கூறினாலும் அவர்களால் உங்களில் ஒரு மனிதரையும் கடவுளை அறியச் செய்திருக்க மாட்டார்கள். அப்படி மக்களில் யாருக்கேனும் அவர்கள் கடவுளைப் பற்றி அறிய வைத்து உணர்ந்தறிய வைத்திருக்கிறார்கள் என்றால் இல்லை. மாறாக நீங்கள் உணர்ந்த கடவுள் தன்-மையை அவர்கள் போதிக்கும் கடவுள் தன்மையோடு பொருந்திப் போகச் செய்-திருப்பார்கள். அடுத்து நீங்கள் உணரும் கடவுள் தன்மையை அவர்கள் உணர்ந்த கடவுள் தன்மைதான் என்று உங்களையே நம்ப வைத்திருப்பார்கள். அதாவது நீங்கள் சுயமாக உணரும் கடவுள் தன்மையை வைத்து உங்களை மதப் பற்றா-ளராகவும், தன் பற்றாளராகவும் மாற்றி வைத்திருப்பார்கள். கடவுள் தன்மைக்கு அடுத்தபடியாக தங்களின் உருவத்தினை உங்களுக்கே தெரியாமல் உங்கள் மனதில் பதிவேற்றம் செய்திருப்பார்கள். அதனால் உங்கள் மனதில் அவரே கடவுள் உரு-வமாகவும் காட்சியளிப்பார்கள். இதைத்தான் அனைத்து மத கயவர்களும் செய்கி-றார்கள், செய்து வருகிறார்கள். இது போன்று மக்களின் அறியாமையை அவர்-களுக்குச் சாதகமாகப் பயன்படுத்தி மக்களை முட்டாளாக்கி அவர்கள் வாழ விரும்பிய பொய்யான பிம்ப வாழ்க்கையை வாழ்ந்து கொண்டிருப்பார்கள். உண்-மையான கடவுள்நிலையைத் தேடுபவர்களுக்கும் பகுத்தறிவு கொண்டவர்களுக்கும் யார் அந்த கயவர்கள் என்பது புரியும்.

நாம் பற்றாளராக இல்லாமல் இருந்தால் மக்களை ஏமாற்றும் அந்த கயவர்-களை நாம் எளிதில் அடையாளம் கண்டுகொள்ள முடியும். நாம் அவர்களின் பேச்சின் உண்மைத்தன்மையையும், அவர்களின் செயல்களையும் தூரம் இருந்து பகுத்தறிவு ஆன்மீகத்தோடு மனிதத்தோடு ஆராய்ந்தால் போதுமானது. அவர்களே தாங்கள் போலியானவர்கள் என்று வெளிப்படுத்தி விடுவார்கள். நாம்தான் அதனை உன்னிப்பாகக் கவனிக்க வேண்டும். அப்படிக் கவனித்து சந்தேகம் எழுந்து அது

கேள்வியாக மாறவில்லை என்றால் நாம் பற்றுதலில் அவர்களிடம் சிக்கி உள்-
ளோம் என்பதே அதன் பொருள். இவற்றையும் மீறி இந்நூல் படிக்கும் உங்களுக்கு
அந்த கயவர்களின் மீது நம்பிக்கை தன்மையும் பற்றுதலும் இருந்தால் கீழ் வரும்
செய்திகளை ஆராயத் தொடங்குங்கள். முடிவில்லா இப்புடவியில் பேரறிவுடைய
கடவுள் நிலை எப்படி இருக்கும் என்பதை நீங்களே சிந்தனை செய்து பாருங்கள்.
அந்த கடவுள் நிலையை ஒரு மனிதர் கண்டு, பேசினார் எனில், அந்த மனிதர்
எப்படி இருக்கூடும் என்பதை எண்ணிப்பாருங்கள். அவர் ஒரு போதும் சக மனி-
தர்களைப் பிளவுபடுத்தும் செயல்களை செய்திருக்க மாட்டார், பேசியிருக்க மாட்-
டார். அதை நீங்களே சிந்தித்து பகுத்தறிய வேண்டும்.

ஒட்டுமொத்த தரணி நாடுகளுமே அறியாமையில்தான் இயங்கி வருகிறது.
அதற்கு முக்கியமாக வலு சேர்ப்பவர்கள்தான் தரணியெங்கும் புதிது புதிதாகத்
தோன்றும் கடவுள் அவதார கயவர்கள் மற்றும் கடவுளைக் கண்டுணர்ந்து கடவுளி-
டம் உரையாடிய கயவர்கள். இவற்றை மனதில் வைத்து ஆராய்ந்து அந்த கயவர்-
கள் எப்படிப் பட்டவர்கள், யார்? என்பதை அறிய முயலுங்கள். ஆனால் ஒன்று
இப்படிப்பட்ட கயவர்கள் அனைத்து மதங்களிலும், அனைத்து தரணி நாடுகளிலும்
வாழ்ந்து கொண்டிருப்பார்கள், புதிதாகத் தோன்றியபடி இருப்பார்கள்.

ஒரு நபர் உண்மையில் கடவுள் நிலை அறிந்து, கண்டுணர்ந்து பேசியவரா
என்று நீங்கள் கண்டறிய விரும்பினால் நாம் அவர்களிடம் இந்த கேள்விகள் மட்-
டும்தான் கேட்க வேண்டும். கடவுள் நிலையை ஒருவர் கண்டுணர்ந்தார் எனில்
அவர் முழுவதும் பற்றற்று அன்பு நிலையில் இருக்க வேண்டும். பற்றற்ற அன்பு
நிலையைக் கண்டுணர்ந்த மனிதர்கள் வெளிப்படுத்தும் தன்மை எப்படி இருக்-
கும் என்பதை நம்மால் சாதாரணமாகவே யூகிக்க முடியும். அதாவது பற்றற்ற
அன்பு நிலையைத்தான் அந்த மத போதகரும், கடவுள் நிலை கண்டுணர்ந்தவ-
ரும், தான் கடவுள் அவதாரங்கள் என்று சொல்லிக் கொள்ளும் நபர்களும் பெற்-
றிருக்க வேண்டும், வெளிக்காட்டியிருக்க வேண்டும். மாறாக நாடு, மொழி, இனம்,
மதம் லெளகீக வாழ்க்கை என இவற்றில் ஏதேனும் ஒன்றின் மேல் ஏன் இன்-
றும் பற்றுடன் இருக்கிறீர்கள் என்று கேள்விகளை எழுப்ப வேண்டும். அவர்களின்
பேச்சாற்றல் மற்றும் சொல்லாற்றல் திறனால் கண்டிப்பாக சில பதில்கள் அவர்க-
ளிடம் இருந்து உங்களுக்குக் கிடைக்கும். அவர்கள் மீதுள்ள நம்பிக்கையும், பற்-
றும் அவர்கள் சொல்லும் பதில்களை ஏற்புடையதாக ஏற்றுக்கொள்ள வைக்கும்.
அதனால்தான் நீங்கள் அவர்களின் மீது உள்ள பற்றிலிருந்து விலகி புடவி ஆன்-
மீகத்தின் பகுத்தறிவோடு அந்த பதில்களை நன்கு ஆராய்ந்தால் உண்மை தன்-
மைகள் உங்களுக்குப் புலப்படும். அப்படி இருந்தும் உங்கள் மனம் ஒப்புக்கொள்-
ளவில்லை எனில் மனிதத்தின் பார்வையில் அவர்களின் பதில்களை ஆராயுங்கள்,
ஏமாற்றும் கயவர்களை அடையாளம் காணலாம்.

23

ஏமாற்றும் போதனைகள்

விழிப்படைந்த பிறகு போலியாக மாறும் கயவர்கள் மக்களுக்கு தாங்கள் அடைந்த நிலையை அறிய வைக்க வேண்டும் என்றும், போதிக்க வேண்டும் என்றும், அவர்களை என் நிலைக்கு வர வைக்க வேண்டும் என்றும், அதுதான் தன்னு டைய தரணி பணி என்று கூறி மக்கள் அனைவரையும் முட்டாளாக்க முயல் வர். நாம் மத ஆன்மிகத்தின் மீது நாட்டம் உடைய நபராக இருந்தால் பொது வாக மதத்தின் ஆன்மிகம் பற்றி மக்கள் அறிந்துவைத்திருக்கிற கூற்றுகளுடன் சில பொய் கூற்றுகளைத் திணித்து உண்மை போலவே பூசி முழுகி நம்மிடத்தில் கூறு வார்கள். நாமும் அதனால் மிக எளிதாக அவர்களின் பேச்சில் மதிமயங்கி மதத் தின் ஆன்மிக கயவர்களின் அடிமைகளாக மாறிவிடுவோம். அது நீங்களாகவும் இருக்கக்கூடும் சிந்தியுங்கள்.

நீங்கள் பற்று வைத்திருக்கும் கயவர்கள் உண்மையில் கடவுள் நிலையைக் கண்டுணர்ந்து அனுபவித்தவர்கள் என்று நீங்கள் நம்பினால் அவர்கள் இதுவரை போதித்த பல லட்சம் பேரில் ஒருவர் கூடவா அவர்களுடைய நிலையை அடை யவில்லை. அப்படி அடைந்திருந்தால் அவர்களிடம் போதிக்கும் பணியை விட்டு அவர்கள் உடலால் சமாதி அடைந்து அவர்கள் போதிக்கும் ஆன்மாவாகக் கடவு ளுடன் கலந்து கடவுள் நிலை அடைந்திருக்கலாம். அப்படி கடவுளுடன் கலந்து அந்த நிலையை அடையவில்லை என்றால் நீங்களே புரிந்து கொள்ளுங்கள்.

நீங்கள் பின்பற்றும் போதகர்கள் கடவுள் நிலையைக் கண்டுணர்ந்து அனுப வித்தவர்கள்தான் என்று நீங்கள் இன்னும் திடகாத்திரமாக நம்பினால் அவர்கள் உங்கள் மனதில் பிரிவினையை உண்டாக்கும் விடயத்தைப் போதனை செய்தி ருக்கக்கூடாது. தான் ஒரு அவதாரம் என்று முழங்கியிருக்கக்கூடாது. கர்த்தரும், இறைத்தூதரும், கடவுளும் என்னிடம் பேசினார்கள் என்று சொல்லியிருக்கக்கூ டாது. கடவுள் உருவமாக வந்து எனக்கு இதைக் கூறினார் என்று கூறியிருக்-

கக்கூடாது. மக்களிடம் மன மாயையை மற்றும் மனித பிரிவினையைத் தூண்-
டாத வகையில் போதனை செய்து மக்களை வழிநடத்தி வந்திருக்க வேண்டும்.
அவர்களும் அதற்கான சான்றுகளாய் வாழ்ந்து கொண்டிருக்க வேண்டும். மாறாக
ஆடம்பரத்துடன், லௌகீக செல்வத்துடன் சக மனிதர்களை ஆட்டிவைத்து, அடி-
மையாக்கி மனிதர்களை முட்டாளாக்கி கடவுள் நிலையைப் பற்றிப் போதித்துக்
கொண்டிருப்பார்கள். உங்கள் பற்றிலிருந்து விலகி மனிதத்தோடு ஆராயும்போது
உங்கள் மத போதகர், உங்கள் மத குரு, உங்கள் வழிகாட்டி உண்மையில் உங்க-
ளுக்கு மனிதத்தைத்தான் போதித்திருக்கிறார், ஊட்டியிருக்கிறார், பேசியிருக்கிறார்,
செய்திருக்கிறார் என்றால், நீங்கள் பயன் பெற்றவர்கள்.

மதத்தின் மீதும், கடவுளின் மீதும் அதீத பற்றுடைய மனிதர்கள் மற்ற மதத்தின்
கடவுள்களைப் பொய்யான கடவுள், பொய்யான மதம் எங்கள் கடவுள்தான் உண்-
மையான கடவுள், எங்கள் மதம் தான் சிறந்த மதம் என்று சொல்லி மக்களை
மத மாற்றம் அடையச் செய்யும் பணியில் ஈடுபடுகிறார்கள். அதில் பங்கு பெறும்
மக்கள் தங்களின் மதப் பற்று சார்ந்தும், அம்மதக் கடவுளின் மீது வைத்திருக்கும்
பற்றின் அடிப்படையில்தான் அறியாமையால் மக்களை மதம் மாற்றம் அடையச்
செய்யும் பணியைக் கடமையாகவே பலர் செய்துக் கொண்டிருகிறார்கள். அதற்கு
முக்கிய காரணம் அவர்களின் அறியாமையும், மன மாயையும்தான். தாங்கள் மத
மாற்றம் என்னும் வியாபாரத்தில் ஈடுபட்டுக் கொண்டிருக்கிறோம் என்பதே அவர்-
களுக்குத் தெரிவதில்லை. காரணம் இன்று மத மாற்றமும் கடவுளின் பெயரும்
மிகப் பெரிய மத வியாபார வர்த்தகமாக மாறிவிட்டது என்பதை மக்கள் அறியா-
மல் உள்ளார்கள்.

உங்கள் மதத்தின் கடவுளை ஏற்று மக்களை உங்கள் மதத்திற்கு மாரச் சொல்-
வது என்பது உங்களை நீங்களே முட்டாள் ஆக்கும் செயல்தான். அதோடு மக்-
களை எங்கள் மதத்திற்கு மாரச்சொல்வது ஒரு மாயை வலையிலிருந்து இன்-
னொரு மாயை வலைக்கு மாரச்சொல்வதாகும். நம்பிக்கை பெருகப் பெருக
எண்ணிக்கை அதிகமாகும். எண்ணிக்கை கூடக்கூட காணிக்கை அதிகமாகும்.
காணிக்கை பலமடங்கு வருகையால் கயவர்களுக்கு வசதியும், மாளிகையும் அதி-
கமாகும். இதைத்தான் நீங்கள் உண்மையானவர் இறைவனுக்கு நெருக்கமானவர்
என்று நம்பும் மத மாற்றும் வியாபாரத்தில் உங்களை ஈடுபடுத்திய போதகர்கள்
செய்கிறார்கள். அதேதான் தன் மதத்தினரைத் தூண்டி உணர்ச்சிவசப்படச் செய்து
பல மதக் கலவரங்களைத் தூண்டும் செயல்களைக் கயவர்கள் செய்கிறார்கள்.
இதையே தான் நீங்கள் தனித்து இருக்க வேண்டும், தனி அடையாளத்துடன் குறு-
கிய வட்டத்தில் வாழ வேண்டும், இந்த கட்டுப்பாடுகளுடன் வாழ வேண்டும் என்று
உங்களை மற்ற மதத்தில் உள்ள சக மனிதர்களிடமிருந்து தனித்து இருங்கள் என்று
கூறும் போதகர்கள் செய்கிறார்கள்.

கடவுள் கூறியதாக சொல்லப்படும் போதனைகளை உண்மையாக பின்பற்றி அதன் படியே நேர்மையாக சக மனிதனுக்குத் தீங்கு செய்யாமல் வாழ்ந்து வரும் பல மனிதர்களை நீங்கள் அறிந்திருக்கக் கூடும். ஏன் அது நீங்களாகவும் இருக்கலாம். அப்படி தீவிரமான கடவுள் பற்று உள்ளவர்களுக்குத் தரணி வாழ்வில் எப்படிப்பட்ட துன்பங்கள் ஏற்படுகிறது என்பதை நீங்கள் கண் கூடவே பார்த்து அறிந்திருக்கக் கூடும். கடவுளின் போதனைகளை உண்மையாகப் பின்பற்றும் அவர்களுக்கே அருள் தந்து அவர்களின் பிரச்சனைகளை, துன்பங்களைச் சரி செய்யாத கடவுள். கடவுளின் பெயரில் பிம்பம் கொண்டு உங்கள் கடவுள் போதனைகளை முழுவதும் பின்பற்றிடாத உங்கள் போதனையாளர்களுக்கு கடவுளின் அருள் கிடைத்திருக்குமா என்பதை நீங்கள்தான் சிந்தனை செய்ய வேண்டும்.

அனைவரும் ஒன்றைப் புரிந்துகொள்ள வேண்டும். நம்முடைய நம்பிக்கையின் சிந்தனை செயல்களினால்தான் இன்பம், துன்பங்கள் அனைத்தையும் நாம் பெறுகிறோம். அதை நாம் அறியாமல் இருபதினால்தான் அந்த கயவர்கள் அவர்களின் சிந்தனையால் ஆன செயல்களால் கடவுளின் மீதான நம்பிக்கையை மதத்தின் மீது திருப்பி நாம் வழங்கும் பணத்தில் அவர்கள் விரும்பியதைப் பெற்றுக் கொண்டு லெளகீக வாழ்வில் பண பிரச்சனை இல்லாமல் மக்களை ஏமாற்றி வாழ்கிறார்கள்.

இந்த லெளகீக வாழ்க்கையில் மன மாயையிடம் மண்டியிட்டு கடுமையாக உழைத்து சம்பாதிக்கும் பணத்தை நம் மனதின் இறை நம்பிக்கையில் கடவுளுக்கு வழங்குவதாக நினைத்து போலி போதகர்களின் கயவர்களின் வளர்ச்சிக்குத்தான் வாரி வழங்கி வருகிறோம். இதுதான் தரணியில் மத ஆன்மிக அரசியலாக உள்ளது. மத ஆன்மிக அரசியல் செய்து சுரண்டும் பணத்தைப் போதகர்கள் தங்களுக்கும், தங்களைச் சார்ந்த நபர்களுக்கும், தங்களின் மத தள கட்டுமானங்களுக்கும், மத பற்றாளர்களில் உதவி தேவைப்படும் ஒரு சில குடும்பத்திற்கு என பெரும் தொகையை வரவு செலவு காண்பித்து தன்னை கடவுளை முழுமையாகப் பின்பற்றும் தூயவராக அடையாளப் படுத்திக் கொள்கிறார்கள்.

இப்படிப்பட்ட மத போதகர்களால் நமக்கு என்ன மாற்றம் வந்தது என்று சிந்தனை செய்யாமல் உங்களின் மதத்தைப் பின்பற்றி வறுமையில் வாடும் மக்களுக்கு என்ன மாற்றம் வந்தது என்று சிந்தித்துப் பாருங்கள். சரியான முறையில் நாம் நம்முடைய நம்பிக்கையை பயன்படுத்தினால் அது சக்தியாகும் அதே தவறான முறையில் பயன்படுத்தினால் அது நமக்கு மூட நம்பிக்கையாகவும் மதத்தின் கயவர்களுக்குப் பணமாகவும் மாறுவதே மத ஆன்மிக அரசியல் என்பதைச் சிந்தித்து அறிய முயற்சி செய்யுங்கள்.

மத அரசியல் பண அரசியலுடன் சேர்ந்து பின்னிப் பிணைந்து இன்று தரணி அரசியலாக உருமாறியிருக்கிறது என்றால் அதற்கான முக்கிய காரணம் மனித

இனம் கடவுள் மீது வைத்துள்ள நம்பிக்கை பற்றுதான். இன்றே தரணியெங்கும் கடவுள் பெயரில் பரிவர்த்தனை செய்யப்படும் பணமும், மக்கள் கடவுள் பெயருக்கு வழங்கும் காணிக்கையும் நின்று விட்டால் அன்று மனித இனத்தின் சாத்தானி-யத்தின் மத அரசியல் எப்படி தரணி மக்களை ஏமாற்றி இத்தரணியை இயக்கிக் கொண்டிருகிறது என்பதை நாம் அறிவோம்.

நாம் பிறக்கும் போது மதத்தை பின் பற்றும் குடும்பத்தில் பிறந்தாலும், பிறந்து நாம் வேறொரு மதத்திற்கு மாறினாலும் அனைத்து மதமும் மக்களிடம் பிரிவி-னையை ஏற்படுத்தி சக மனிதன் மீது வெறுப்பை உண்டாகக்கூடிய மன நிலை-யைத்தான் மதங்கள் நம்மிடம் வளர்கிறது. உண்மையில் கடவுள் நிலையை முழு-வதும் கண்டுணர்ந்து அதனுடன் ஒன்றிப்போன பல மகான்கள் நம் தரணியில் இருந்தார்களா என்றால் கண்டிப்பாக இருந்தார்கள். அவர்கள் இன்று கடவுள்-களாக வணங்கப்படுவதும் நாம் அறிந்ததுதான். அவர்கள் பிறகு வரும் மனித உயிர்கள் அவர்கள் கண்டுணர்ந்த அந்த நிலையை மக்களும் கண்டுணர வேண்-டும் என்று பல வழிமுறைகளையும், போதனைகளையும் விட்டுச் சென்றுள்ளனர். ஆனால் மக்களாகிய நாம் சாத்தானிய மன மாயையில் அவை என்னவென்றே அறியாமல் தவறான மாயை மனமுடைய மனிதர்கள் கொடுத்த விளக்கங்களை பின்பற்றி மத பற்றில் வாழ்கிறோம்.

மகான்கள் வழங்கிச் சென்ற போதனைகளுக்கும், கூற்றுகளுக்கும், கட்டுமா-னங்களுக்கும் இன்று மத சிந்தனைகளும், புனைவுகளும் புகுத்தப்பட்டுள்ளன. மகான்களுக்கு மத சாயங்கள் பூசப்பட்ட காரணங்களால் அவர்களின் போதனை-களும், கூற்றுகள் அனைத்தும், அனைத்து மக்களுக்கும் பொதுவாக இல்லாமல் இன்று ஒரு சாரருக்காகத் தனித் தனி அமைப்புகளாகப் பிரிவினை தூண்டும் மத போதனையாக, பிரிவினை வளர்க்கும் மத கோட்பாடுகளாக மாற்றி வைத்து தரணி மக்களை அடிமைப்படுத்துகிறார்கள். அதாவது மகான்களும், முன்னோர்களும் மனித இனத்தின் நன்மைக்கு வழங்கிய போதனைகளும், கூற்றுகளும், கோட்பாடு-களும் பல காலங்கள் கடந்து பல மனித கரங்களுக்கு மாறி வந்ததால் அவற்றில் பல உட்புகுத்தல்கள் புகுத்தப்பட்டு மாயை மனதின் தனிப்பட்ட ஆதாயங்களுக்காக, மத கட்டமைப்புகளாக ஏற்றதாக வடிவமைத்து வைத்திருக்கிறார்கள். அதன் கார-ணத்தால் அந்த கூற்றுகளும், கோட்பாடுகளும், போதனைகளும் பெரும்பான்மை மக்களிடத்தில் பிரிவினையைத் தூண்டக்கூடிய விடயங்களாக மாறிவிட்டன.

மகான்கள் மீது மதத்தின் சாயங்கள் பூசப்பட்டுள்ளதால் அவர்கள் உணர்ந்ததை உணர்ந்தும், அவர்கள் கண்டுணர்ந்ததை உணர்ந்தும் கடவுள் பற்றியும், ஆன்மிகம் பற்றியும் போதிக்கும் பெரும்பாலானோர் ஏதாவது ஒரு மதத்தை சார்ந்தே இருப்-பார்கள் அல்லது மதச் சாயலில் இருப்பார்கள். அது வரலாற்றில் மனிதர்களால் ஏற்படுத்தப்பட்ட மிகப் பெரிய பிழை என்று கூறலாம், சாத்தானியத்தின் மாயை

மனதின் உளவியல் என்றும் கூறலாம். மகான்களின் போதனைகள் என்று மாயை மனிதர்களின் கட்டமைப்புகளாக மாற்றப்பட்டதோ அன்றே இவை மதங்களாகவும், மத பொய்களாகவும் மாற்றமடைந்துவிட்டன. நாம் புடவியின் இறைத் தன்மை யைத் தேடும்பொழுது அவை எவ்வாறு மாற்றப்பட்டுள்ள என்பதை உணர்ந்தறி வோம். ஆன்மீகம் சார்ந்த கூற்றுகளில் கடவுள் சார்ந்த பல பொய்கள் உட்புகுத் தப்பட்டுள்ளதால் இன்று மதம் சார்ந்த அனைத்து கூற்றுகளையும் மனிதத்தோடு ஆராய்ந்து அதில் எந்த மன மாயையின் கலப்பும் இல்லை என்பதை அறிந்து தான் அக்கூற்றுகளை நாம் ஏற்க வேண்டும். இல்லையென்றால் காலம் செல்ல செல்ல அவற்றை ஏற்கும் நம்மிடத்தில் அவை பிரிவினை செய்யத்தான் தூண்டும்.

நீங்கள் இறைத் தன்மையை உணர்ந்தறிய முயலும்போது உங்களுடைய மதத் தின் கடவுளை நினைவில்கொண்டு வழிமுறைகளைப் பின்பற்றாமல் இப்புடவியை மனதில் கொண்டு பின்பற்றத் தொடங்குங்கள். இல்லையென்றால் நீங்கள் உங்கள் மனதில் உணரும் இறைத் தன்மையும், உங்கள் மனதில் காட்சிகொடுக்கும் கடவு ளும் உங்கள் மனதில் திணிக்கப்பட்ட மத கடவுளாகத்தான் காட்சிதரும். குறிப்பிட்ட சிலர் புடவியின் இறைத் தன்மையை உணர்ந்து சரியான புரிதலுடன் மதத்தில் பயணப்பட்டாலும் பெரும்பான்மையான மனிதர்கள் அந்த புரிதலோடு மதங்களில் பயணப்பட வாய்ப்பே இல்லை. அவர்களை மதம் விழுங்கி அவர்களிடத்தில் பிரி வினையைத்தான் வளர்க்கும். அதாவது மதத்தில் உள்ள மகான்களின் போதனைக் கூற்றுகளில் இருக்கும் உண்மைத் தன்மையைப் புரிதல் இல்லாமல் மனமாயை அறியாமையில் ஏற்றுக்கொண்டால் சாத்தானிய மாயையால் மகான்கள்தான் கடவு ளாகத் தெரிவார்கள், உண்மையான கடவுளாகக் காட்சிகொடுப்பார்கள். அது மக் களை மதத்திற்குள் சுருக்கி அவர்களைச் சுற்றிய இடத்திலே சுழலச் செய்து கொண்டிருக்கும். அது மதத்தினை பற்றுக்கொள்ள வைத்து காலத்தின் ஓட்டத்தில் பிரிவினையைத்தான் தூண்டும். இந்த இடத்தில்தான் புடவியால் விழிப்படையும் பலரும் சிக்கியுள்ளார்கள். இதில் சிக்காமல் மனித இனம் சரியான வழிமுறைக ளில் தொடர்ந்து பயணிக்கும்போது மகான்களின் போதனைகளும், மனித இனத் தின் வாழ்க்கை முறையும், உண்மையான கடவுள் யார் என்பதும் மனித இனத் திற்கு விளங்கும்.

நாம் தீங்கான கயவர்களின் தவறான போதனைகளை, வழிமுறைகளைப் பின் பற்றாமல் உண்மையான இறைத் தன்மையை, இறை நிலையைப் போதிப்பவர் களை அடையாளம் கண்டுகொள்வோம். அந்த உண்மை நிலையைப் போதிப் பவர்கள் நாங்கள் மதத்தைச் சாராதவர்கள் என்று உண்மையை சொன்னாலும் நம்முடைய பார்வையில் அவர்கள் கண்டிப்பாகச் சிறிது மத சாயலில்தான் தெரியக் கூடும். அது அவர்களின் தவறல்ல முன்பு பார்த்தது போல் அது வரலாற்றின் மிகப் பெரிய மனித பிழையின் சாத்தானிய வலை. நாம்தான் கவனத்துடன் அதில்

சிக்காமல் விழிப்புணர்வோடு இருந்து மதத்தில் உண்மையான இறைத்தன்மையை போதிப்பவர்களைக் கண்டறிய வேண்டும். அடுத்து மனிதத்திற்கு எதிராகத் தீய மனிதர்களால் புகுத்தப்பட்டுள்ள மற்றும் எழுதப்பட்டுள்ள பொய்யான போதனை-களையும், நூல்களையும் பின்பற்றுவது மனித பிரிவினையைத்தான் ஏற்படுத்தும். ஆகவே அந்த போதனைகள் அனைத்துமே மத சாயலிலிருந்தாலும் அவைகள் மனிதம் சார்ந்து தீங்கு இல்லாமல் மனிதத்தோடு இருந்தால் மட்டுமே அவற்றை பின்பற்றுவது மனித இனத்தின் லௌகீக வாழ்விற்கு நல்லது.

மதத்தில் போதனை செய்யும் பலர் தற்போது கயவர்களாக இருந்தாலும் அவர்களுக்கு மத்தியில் விழிப்படைந்து அம்மத கடவுளை இறைத் தன்மையாக உணர்ந்து மனிதம் போற்றுபவர்களும், இறைத் தன்மையை உணர்ந்தறிந்து கண்-டுணர்ந்தவர்களும் மதத்திற்குள்ளாகவும், மதத்தின் சாயல் கொண்டவர்களாகவும் இருக்கத்தான் செய்கிறார்கள். அவர்களில் தரணி பற்றுகளைத் துறந்தவர்களாக மனிதம் போற்றுபவர்களும் இருக்கிறார்கள். அவர்கள் தாங்கள் உணர்ந்த கடவுள் நிலையைப்பற்றி மனிதர்களுக்குப் போதித்தலும் மனிதர்களின் மாயை மனம் மனித இனத்தைப் பிரிவினையை வாதத்தை நோக்கித்தான் அழைத்துச் செல்லும். மதத்-தின் மீது பற்று அதிகரித்தால் மற்ற மனிதர்களின் மன மாயை தூண்டுதலால் தங்கள் மதத்தினரைத் தவிர்த்துப் பிற மதத்தினரை எதிர்க்கக்கூடிய, விரோத உணர்வோடு பார்க்கக்கூடிய மனநிலைதான் மத பற்றாளர்களிடம் உருவாகும். சாத்-தானியத்தின் மாயை மனதிற்கு பற்று ஒன்று போதும் அது மனிதர்களை சாத்தா-னியத்திற்கு ருத்ரதாண்டவம் ஆடச் செய்துவிடும்.

மதத்தின் ஊடாக விழிப்படைந்து அம்மத கடவுளை உணர்ந்துவிட்டதாக, கண்டு விட்டதாக எண்ணி மக்களுக்கு மதத்தை போதனைகள் செய்யும் போது-தான் மதத்தில் குடிகொண்டுள்ள மன மாயை மெல்ல போத்கர்களிடம் வளர்ந்து அவர்களை மன மாயை உடைய கயவர்களாக மாற்றுகிறது. அப்படிப்பட்டவர்-களில் பலர்தான் தன் மன மாயையின் செயலுக்கு இனங்க தன் ஆதாயத்-திற்குப் பல மாற்றங்கள் செய்து பொய்களைப் புகுத்தி மக்களுக்குப் போதனை செய்யும் கயவர்களாக உருமாற்றம் அடைகிறார்கள். கயவராக உருமாறும் அவர்-கள் லௌகீக வாழ்வில் ஆடம்பரத்தின் மீதும், மதத்தின் மீதும், மத கடவுளின் மீதும் வேறு ஏதாவது ஒன்றின் மீதும் அவர்களுக்கே தெரியாமல் பற்றுடைய மாயை மனிதர்களாக மாறுகிறார்கள். அவர்களின் போதனைகளும் மனமாயையின் அடைமையாகிறது.

உங்கள் மதத்தின் போதகர் மனமாயை மனிதர் என்று தெரிந்தால் உங்களின் மத பற்றைத் தூக்கி எறியுங்கள். உங்கள் போதகர்களின் போதனைகளுக்குச் செவி சாய்க்காதீர்கள். உங்களுக்கும் நீங்கள் நம்பும் கடவுளுக்குமான நெருக்கத்தை அதி-கப் படுத்துங்கள். உங்கள் கடவுளிடம் தரணியின் லௌகீக வாழ்வு சார்ந்து தொடர்

கேள்விகளை முன் வையுங்கள். உங்கள் கடவுளும் நீங்களும் என்று எந்த மனித மனம் உட்புகுத்தலும் இல்லாமல் கடவுள் சிந்தனையில் சிந்தனையாகத் தனித்து இருங்கள். அது போதும் உங்களையும் உங்கள் கடவுளையும் இணைக்க எந்த வித தகவல் தொடர்பாளரும் தேவையில்லை. போதகரும் மனிதர்தான் நீங்களும் மனிதர்தான். நீங்கள் உண்டு உங்கள் கடவுள் உண்டென்று இருங்கள் நடப்பது தானாக நடக்கும். சாத்தானின் மாயை மனமுடையப் போலி போதகர்கள் போதிக்-கும் போதனைகளுக்கு மட்டும் செவி சாய்க்காதீர்கள்.

24

நாட்டின் அரசியலும் அதன் கட்டமைப்பும்

நாடு என்ற சொல்லை நாம் பின்னால் கடந்து சென்று பார்த்தால், ராஜாக்களின் ஆட்சி நடைபெற்ற காலகட்டத்தில்தான் ' நாடு ' என்ற சொல்லாடல் பெரும் பரவலாகப் பேசப்பட்டிருக்கிறது. அதாவது ஒரு அரசரின் கட்டுப்பாட்டின் கீழ் இயங்கும் நில பரப்புகள் ' நாடு ' என்ற அழைக்கப்பட்டிருக்கிறது. இதன் வாயி-லாகவே மக்களும் நாடு என்ற சொல்லை பரவலாக அறிந்து வைத்திருக்க கூடும். உதாரணத்திற்கு வரலாற்றில் இடம்பெற்று நாம் பாட நூல்களில் படித்த சேர, சோழ, பாண்டிய நாடுகள்.

பெரிய நிலப்பரப்புகளை ஆட்சி செய்த அரசர்கள் சிறிய நிலப்பரப்புகளை ஆட்சி செய்த அரசுகளின் மீது போர் புரிந்து, ஆக்கிரமிப்பு செய்து, அவர்களின் உடைமைகளைக் கையகப்படுத்தி அந்நிலப்பகுதிகளையும் தங்களின் கட்டுப்பாட்-டின் கீழ் கொண்டுவந்து அவற்றையும் தன் நாட்டின் ஒரு பகுதி என்று சொல்லிக்-கொள்ளும் செயல்கள்தான் தரணி முழுவதும் நடைபெற்று வந்திருக்கிறது. ராஜாக்-கள் இத்தரணியில் நிலப்பகுதிகளை ஆட்சி செய்தபோது இருந்த கட்டமைப்பு வடிவம்தான் தற்பொழுது தரணி எங்கிலும் அரசாங்கத்தின் ஆட்சி சட்டங்களை அடிப்படையாகக் கொண்டு தரணி நாடுகளாக கட்டமைக்கப்பட்டிருக்கிறது என்-பதை நாம் அறிகிறோம்.

நாடு என்று சொன்னாலே முக்காலத்திலும் நாட்டினை ஆட்சி செய்த ராஜாக்-கள், அவர்களின் வரலாற்றுப் போர்கள், நாட்டு மக்களின் கலாச்சாரமும், வாழ்-வியல் முறைகளும், நாட்டின் பெயரும், நாட்டின் கொடியும், அந்நாட்டு பிந்தைய காலகட்டத்தின் மனிதனைக் கொன்ற வீரதீர சாகசங்களும், நாட்டின் சட்ட திட்-டங்களும், நாட்டின் நிலப்பரப்புகளும், நாட்டின் தேசிய கீதம், நாட்டின் ராணுவ

வீரர்களும், நாட்டின் அரசாங்கமும், நாட்டை ஆட்சி செய்யும் அரசியல் கட்சியும், நாட்டை ஆட்சி செய்யும் மனிதர்களின் குடும்ப பெயர்களும், அவர்களின் வாழ்வியலும் என்று இவற்றில் ஏதேனும் ஒன்றுதான் நம் நினைவிற்கு வந்திருக்கும். இதே நாம் ஏன் நாட்டுப்பற்றுடன் இருக்கிறோம் என்று நம்மை நாமே வினாவினால் நம்முடைய பெற்றோர்கள் இந்நாட்டில் பிறந்தவர்கள் என்பதும். நாம் இந்நாட்டில் பிறந்து வாழ்கிறோம் என்பதும். இந்நாடு நம்மைத் தீய எண்ணம் உடையவர்களிடம் இருந்து சட்டத்தின் வாயிலாக மக்களைப் பாதுகாத்து, குடியுரிமையின் மூலம் பல வாழ்வாதார சலுகைகள் அளிப்பதும்தான் நம்முடைய நாட்டுப்பற்றிற்கான காரணங்களாக நம் நினைவிற்கு வரும். இன்னும் தீவிரமாகச் சிந்தனை செய்தாலும் இவற்றைத் தாண்டிய காரணங்கள் ஏதும் நம் நினைவிற்கு வராது. இவற்றைத் தாண்டிய காரணங்கள் நம் நினைவுக்கு வந்தாலும் நம்முடைய பற்றுதல் சார்ந்துதான்அவை இருக்கும். இதனை வெளிப்படுத்தும் நாட்டுப்பற்றில் இயற்கையின் தரணி வாழ்வியல் சார்ந்தும், அனைத்து மக்களின் நலன் சார்ந்தும், முக்கியமாக மனிதத்தைக் குறிப்பிடும் சிந்தனைகள் நாட்டின் கட்டமைப்பையும் நாட்டின் பற்றையும் அலசும் போது நம்முடைய மனதில் தோன்றியிருக்காது. இந்த எண்ணங்களை வைத்தே நாட்டின் கட்டமைப்பும், நாட்டுப்பற்றும் நம் மனங்களில் எப்படி உருவம் பெற்றிருக்கிறது என்பதை நம்மால் அறிய முடியும்.

ஏன் நாட்டின் மீதான பற்றை பற்றி வினா எழுப்பும்போது வாழ்வியல் கட்டமைப்பைத் தாண்டி அனைத்து மனிதர்களுக்கும் பொதுவான மனிதத்தை வெளிப்படுத்தும் காரணங்கள் ஏதும் இருக்காது. ஏன் என்றால் தரணியில் உள்ள ஒவ்வொரு நாடும் தன் நாட்டு மக்களை முடிந்த அளவிற்கு நாட்டின் மீது அதீத பற்றுடன் வைத்துக் கொள்வதில் மட்டும்தான் குறிப்பாகக் கவனமாகச் செயல்படுவார்கள். அதில் அனைத்து மக்களுக்கான சமத்துவமும், சகோதரத்துவம், பொது நலமும், மனிதமும் இடம் பெறாது. காரணம், மனித இனம் இத்தரணியில் நாட்டின் கட்டமைப்பிற்குள் பிரிந்து பிளவுபட்டு பிரிவினையோடு வாழ்வதற்கு நாட்டுப்பற்று மிக அவசியம்.

மனிதர்கள் ஒரு விடயத்தின் மீது கண் மூடி தனமான நம்பிக்கையையோ, பற்றோ வைத்திருந்தால் மாயை மனம் அவர்களை உணர்ச்சிவசப்பட செய்து மனிதமற்ற செயலைச் செய்ய வைத்திட முடியும். அந்த இடத்தில் மனிதம் என்பது நம் மாயை மனம் ஏற்றுக்கொள்ளும் காரணங்களினால் நம் மனதிற்குள்ளே குழிதோண்டி புதைக்கப்படும். ஒரு நாட்டில் வாழும் மக்களுக்கு எதிரான செயல்களை அந்நாட்டினை ஆட்சி செய்யும் அரசாங்கம் செய்யும்போது அதை மக்களிடத்தில் யார் அம்பலப்படுத்தினாலும் அவர்களின் மீது எளிதாகத் தேச விரோதி என்ற பெயரை அந்த அரசாங்கம் வழங்கிட முடியும். அப்பொழுது அந்நாட்டு மக்களின் நாட்டுப்பற்றைத் தூண்டி அவர்கள் தேச விரோதிகள் என எளிதாகவே மக்களை

ஏற்றுக்கொள்ளும்படி செய்துவிடுவார்கள்.

ஆறறிவுடைய மனித மனம் அடிப்படையில் மனிதத்தை வெளிப்படுத்தும் தன்மையுடையது. அதனால் எப்பொழுது வேண்டுமானாலும் மனித மனங்களில் மனிதம் வெளிப்படும். மனிதம் வெளிப்படும் தன்மையுடைய மனித மனதை இக்கட்டமைப்பின் அழுத்தம் இல்லாமல், மாயை மனதின் தூண்டுதல் இல்லாமல் தொடர் நிகழ்வாக சக மனிதர்களுக்கு எதிராக, மனிதத்திற்கு எதிராக எவராலும் செயல்பட முடியாது, சண்டையிட முடியாது, தாக்குதல் செய்ய முடியாது, போர் செய்ய முடியாது. இதனை மனித மனதால் தொடர் நிகழ்வாகச் செய்து கொண்டிருக்க முடியாது. இவற்றையெல்லாம் மனிதர்கள் நினைத்தவுடன் செய்ய வேண்டுமானால் மனித மனங்களில் சாத்தானியத்தின் மன மாயையைத் தூண்டக்கூடிய விடயங்கள் இருந்துகொண்டே இருக்க வேண்டும்.

மனித இனம் மாயை மனதிலே இருந்தால் சாத்தானின் மாயை மனம் மனித இனத்தை எப்படியெல்லாம் ஆட்டுவிக்கும் என்பதை நாம் கடந்து வந்த தலைப்புகளில் பார்த்திருக்கிறோம். அதில் ஒன்றுதான் இந்த நாட்டுப்பற்றும். அது ஒரு நாட்டின் ஒட்டுமொத்த மக்களையும் கேள்விகளற்ற செயல்களைச் செய்ய வைத்திடும், நம்ப வைத்திடும். அதற்கு நாடுகள் மனித உணர்ச்சிகளைத் தூண்டக்கூடிய வார்த்தைகளைப் பயன்படுத்தி, செயல்களைச் செய்து ஒட்டுமொத்த தரணி மக்களையும் நாட்டின் மீதும், தேவையற்ற விடயங்களின் மீதும் பற்றுடன் வைத்துக் கொள்வதில் மட்டும் கவனமாகச் செயல்படுவார்கள். அதற்கு நாட்டுப்பற்றை நாட்டின் பாதுகாப்புடன் தொடர்பு படுத்தி நாட்டின் பாதுகாப்பிற்கு நாட்டுப்பற்றுத் தேவை என்பதை மூர்க்கமாக நிறுவுவார்கள். இதை தவிர்த்து ஏன் மக்கள் நாட்டின் மீது அதீத பற்றுடன் இருக்க வேண்டும் என்பதற்கான சரியான காரணத்தை எந்த நாடுகளினாலும் சொல்ல முடியாது. அப்படிச் சொன்னாலும் நாட்டின் கட்டமைப்பில் மக்களுக்குச் செய்ய வேண்டிய கடமைகள் சார்ந்துதான் அது இருக்கும். மக்கள் நலன் சார்ந்தும் மனிதம் சார்ந்தும் காரணங்கள் ஏதும் அதில் இருக்காது.

மனிதமற்றதாக கட்டமைக்கப்பட்டிருக்கும் நாடுகளின் கட்டமைப்புக்குள்ளே அக்கட்டமைப்பினை ஆட்சி செய்யும் அரசு அதிகாரத்தில் மனிதம் போற்றும், சமத்துவம் விரும்பும் மனிதர்களை அமர செய்கிறோமா என்றால் இல்லை. அவரவரின் ஏதோ ஒரு மாயை பற்றுதலுக்கு அடிபணிந்து சுய ஆதாயத்திற்காக மனிதம் விரும்பாத, சமத்துவம் விரும்பாத, பண பற்றுடைய மனிதர்களைத்தான் ஆட்சி அதிகாரத்தின் பொறுப்பில் அமரச் செய்கிறோம். நாட்டின் கட்டமைப்பும் மனிதமற்றது, அதை ஆட்சி செய்யும் மனிதர்களும் சாத்தானிய மாயை மனமுடைய மனிதமற்ற மனிதர்கள் எனில் அதன் விளைவுகள் எப்படியிருக்கும்?

நாடுகளின் கட்டமைப்பில் ஒரு அரசாங்கம் தன் நாட்டு மக்களின் நலனுக்காக உண்மையில் நல்ல செயல்களைச் செய்து, மக்களின் மனங்களில் மாயையை

மறையச்செய்து மனிதத்தை எழுச்சிப் பெறச் செய்தார்கள் எனில் எந்த நாட்டின் அரசாங்கமும் தன் நாட்டு மக்களிடத்தில் நாட்டுப்பற்றைத் தேசத்தின் பாதுகாப்பு என்ற பெயரில் திணிக்க வேண்டிய தேவையில்லை. அந்நாட்டு மக்களே மனிதத்தோடு தாங்கள் வாழும் நாட்டின் மீது பெருமைகொண்டும், சக மக்களின் பாதுகாப்பு கருதி விழிப்புணர்வுடன் செயல்படுவார்கள். ஆனால் நாடுகளின் அரசாங்கங்கள் தன் நாட்டு மக்களின் நலன் கருதாமல் மனிதமற்ற முறையில் செயல்பட்டுக் கொண்டிருப்பார்கள்.

மக்களுக்கானது என்று பெயர் கொண்ட அரசு இயந்திரம்தான் முழுவதும் மக்கள் நலன் போற்றாமல் மனிதமற்ற நாட்டுக் கட்டமைப்பிற்கு ஏற்ற பண முதலைகளுக்கு ஆதரவாக தன் நாட்டின் மக்களுக்கு எதிரான செயல்திட்டங்களைத்தான் செய்துகொண்டிருக்கும். அதற்கு நாட்டு மக்களிடம் நாட்டுப்பற்றையும் மற்ற தேவையற்ற பற்றுகளையும் உணர்ச்சி தூண்டல் மூலம் அடிக்கடி மக்களிடத்தில் தூண்ட வேண்டிய தேவை நாட்டின் அரசாங்கத்திற்கு தொடர்ந்து ஏற்படுகிறது.

ஒரு நாட்டின் கட்டமைப்பில் வறுமைக்கோட்டில் வாழும் கடைசி அடித்தட்டு மக்கள் பயன்பெறும் வகையில் மக்களுக்கு வேண்டிய அடிப்படை தேவை வசதிகளை அரசாங்கங்கள் செய்கிறதா என்றால் செய்கிறது. அது பரவலான மக்களிடத்தில்தான் சென்றடைவது கிடையாது. அதற்கான காரணம் யார் என்று அலசினால் அதற்கும் நாட்டின் அரசு இயந்திரம்தான் காரணமாக இருக்கும். தன் கடமையைச் செய்யாத நாட்டின் பிரதம மந்திரி, மத்திய அமைச்சர்கள், மாநிலத்தின் முதல்வர்கள், மாநில அமைச்சர்கள், சட்டமன்ற உறுப்பினர்கள், மாநகராட்சி உறுப்பினர்கள், ஊராட்சி உறுப்பினர்கள், கிடைமட்ட அரசு ஊழியர்கள், கையூட்டு பெற்று கடமை செய்யும் அரசு அதிகாரிகள் முக்கியமாக நாட்டினை ஆளும் அரசின் கட்சிகளைச் சேர்ந்த நிர்வாகிகள். இவர்களுக்கு நெருக்கமான நபர்கள் என அனைவருமே ஏதோ ஒர் விதத்தில் வடிவத்தில் நாட்டில் வாழும் மக்களுக்கு போதிய அடிப்படை வசதிகள் முழுவதுமாக சேர்வதில் தடையாக இருக்கிறார்கள். இவர்களில் யாரோ ஒருவர், ஏதோ ஒர் இடத்தில் தங்களின் சாத்தானிய மன மாயையில் மக்கள் நலத் திட்டத்தை முழுவதும் சேர விடாமல் தடுத்து நிறுத்தி விடுகிறார்கள். இதுதான் தரணியெங்கும் உள்ள அனைத்து நாட்டின் அரசாங்கங்களிலும் நடைபெறும். ஏன் என்றால் அனைவருமே நம்மைப் போன்ற ஆசை மனம் கொண்ட சாத்தானின் மன மாயையின் பிடியில் இருக்கும் மனிதர்கள்தான். அதனால் நாட்டின் கட்டமைப்பில் மக்களுக்குக் கிடைக்கப்பெற வேண்டிய பல அரசு சார் உதவிகள் முழுவதுமாக வளைந்து கொடுக்காமல் கிடைப்பதில்லை.

அனைத்து நாடுகளிலும் பெரும்பான்மையான மக்களுக்கு தன் நாட்டின் அரசாங்கத்தின் செயல்களின் மீது கேள்வியும், வெறுப்பும் ஏற்படும். அது அவர்களுக்குப் பிடித்த அரசியல் கட்சிகள் நாட்டை ஆண்டாலும் சரி, பிடிக்காத கட்-

சிகள் நாட்டை ஆண்டாலும் சரி அவர்களுக்கு அரசாங்கத்தின் மீது கேள்வி-யும், வெறுப்பும் ஏற்படத்தான் செய்யும். அது நீண்டு நாட்டின் மீதும் வெறுப்பை ஏற்படுத்தும் அதற்கு நாட்டின் மீதான நாட்டுப்பற்று உணர்ச்சியையும், மற்ற பற்று உணர்ச்சிகளையும் வலுக்கட்டாயமாகத் திணிக்க வேண்டிய, தூண்ட வேண்டிய தேவையும் நாடுகளுக்கு ஏற்படுகிறது.

நாட்டுப்பற்றின் உணர்வு அந்நாட்டின் பெரும்பாலான மக்களிடத்தில் வெளிப்-பட்டால் மட்டும்தான் நாட்டை ஆட்சி செய்துகொண்டிருக்கக்கூடிய அரசாங்கங்கள் உள்நாட்டு மக்களுக்கு செய்யும் தீங்குகளையும், மற்ற நாடுகளுக்குச் செய்யும் தீங்-குகளையும் கேள்வியில்லாத நாட்டுப்பற்றின் உணர்ச்சியால் மக்களிடத்தில் அச்-செயல்களைச் சரியான செயல்களாக மாற்ற முடியும். அதாவது அச்செயலை மடைமாற்றம் செய்துவிடுவார்கள். இதுபோன்ற காரணங்களுக்கு எந்த நாட்டின் அரசாங்கமும் அவர்கள் நாட்டில் முழு மனிதத்தைப் போற்றுவதும் இல்லை, வளர்ப்பதும் இல்லை. மக்கள் முழுமையான மனிதத்தை உணர்ந்தார்கள் எனில் அவர்களின் நாடு தன் மக்களுக்கும், பிற நாட்டு மக்களுக்கும் செய்யும் தீங்குக-ளும், அழிவுகளும் மனிதத்தின் முன்பு அம்பலப்பட்டு போகும். நாட்டில் வாழும் மக்கள் தங்களின் உரிமைக்காகவும், அடிப்படைத் தேவைக்காகவும் மக்கள் வீதி-களில் போராடிக் கொண்டிருக்கும்பொழுது மனிதம் உணர்ந்த மனிதர்கள் அரசை எதிர்த்து எதிர்ப்புக் குரல் தெரிவிக்காமல் இருக்க மாட்டார்கள். ஏதோ ஒரு வடி-வத்தில் தன் எதிர்ப்பு குரலை வெளிப்படுத்தத் தொடங்குவார்கள்.

அனைத்து மக்களும் தன் நாட்டில் உள்ள மக்கள் விரோத செயல்களுக்கு எதிர்வினை ஆற்றத் தொடங்கினார்கள் எனில் மனிமற்ற கட்டமைப்புகளில் பல நல்ல மாற்றங்கள் உண்டாகும். மக்கள் போராட்டத்திற்கும், மக்களின் கேள்விக்கும் சரியான பதில்களை அரசாங்கங்கள் தெரிவிக்க வேண்டிய சூழல் ஏற்படும். பின் மக்கள் நலன் சார்ந்த மாற்றங்கள் தரணி முழுவதுமே ஏற்படும். அதனால் எந்த நாடும் மனிதத்தைப் போற்றுவதும் கிடையாது, ஆழமாக நெருங்குவதும் கிடை-யாது. காரணம், நாட்டினுடைய கட்டமைப்பு சீர் குலைந்து போய்விடும். ஆனால் ஒவ்வொரு நாடும் எங்கள் நாடு மனிதத்தைப் போற்றக்கூடிய நாடு என்ற பிம்பங்-களை மட்டும் மக்களிடத்தில் வெளிப்படுத்தும்.

25

நாட்டுப்பற்றும் - அரசியலின் மாயை கட்டமைப்பும்

நாட்டின் கட்டமைப்பிலே மனிதம் தோற்றுப் போகும் இடம் எது என்றால் நாடுகள் அமைதி விரும்பும் நாடு என்று சொல்லிப் பாதுகாப்பின் தேவைக்கு பெரும் அழிவை ஏற்படுத்தக்கூடிய அதீத சக்திவாய்ந்த ஆயுதங்களைத் தயாரித்தும், அண்டைய நாடுகளிலிருந்து கொள்முதல் செய்தும் வைத்திருப்பதில்தான் மனிதம் தோற்றுப்போகிறது. நாட்டின் மீது உள்ள அதீத பற்றின் காரணத்தினால் மட்டும்தான் அழிவை ஏற்படுத்தக்கூடிய ஆயுதத்தை நாம் வாழும் நாடு பிற நாடுக-ளிலிருந்து வாங்கும்போதும், அதனை வைத்து பயிற்சி செய்யும்போதும் உடனே நாம் அவற்றை ஏன் என்றே தெரியாமல் பெருமிதம் அடைந்து கொண்டாடுவோம். அந்த ஆயுதங்களைப் பயன்படுத்தினால் அவை கொல்லப்போவது சக மனிதர்க-ளைத்தான் என்பது நம் நினைவில் இருக்காது. அது பற்றிய சிறிதளவு சிந்தனை நம் மனதிலிருந்தாலும் பெரும் கூட்டத்தின் கொண்டாட்டம் அதனையும் மறக்க-டிக்கச் செய்கிறது.

ஏன் எதற்கு இவ்வளவு கொடிய ஆயுதங்களையும், ஏவுகணைகளையும், அணு ஆயுதங்களையும் நாடுகள் வைத்துள்ளது என்று அலசினால் மற்ற நாடுகள் எங்-கள் நாட்டின் மீது போர் தொடுத்தால் என்ன செய்வது என்றும், தீவிரவாதிகள் எங்கள் நாடுகளைத் தாக்கினால் எங்களைப் பாதுகாத்துத் திருப்பி தாக்குவதற்காக இந்த ஆயுதங்களை வைத்துள்ளோம் என்ற பதில்தான் கிடைக்கும். இந்த ஒரு விடயத்தில் மட்டும்தான் அனைத்து நாடுகளும் ஒருமித்த கருத்தில் ஒன்றுபடுவார்-

கள். அதாவது தங்கள் நாட்டின் பாதுகாப்பு, தற்காப்பு என்ற பெயரில் அனைத்து நாடுகளுமே ஒற்றுமையாய் மனிதர்களையும், தரணியையும் அழிக்கக்கூடிய அணு ஆயுதங்களையும், போர் கருவிகளையும் வைத்திருப்பார்கள். நாட்டு மக்கள் வாழ்-வாதார பிரச்சனைகளில் போராடிக் கொண்டிருக்கும்பொழுது எங்கள் நாடுதான் தரணியிலேயே பாதுகாப்பான நாடு, பலமிக்க நாடு என்று கர்வம் கொண்டு மகிழ்ச்சி அடைவோம். இங்குதான் நாம் சிலவற்றை உணர்ந்தறிய வேண்டும். நாம் வாழும் நாடுகள் தயாரித்தும், கொள்முதல் செய்தும் வைத்துள்ள போர் ஆயுதங்-களினால் தாக்குதல் நடைபெற்றால் அந்த போர் ஆயுதங்கள் அதிகம் கொல்-லப்போவது தீவிரவாதிகளின் எண்ணத்தையோ, தீய செயல்கள் செய்பவர்களின் எண்ணத்தையோ அல்ல. அரசு ஆணையிட்டது என்று நாட்டின் மீது உள்ள பற்றின் காரணத்தினால் அவர்களின் தேசத்திற்காக என்று சண்டையிடும் இருத-ரப்பு ராணுவ வீரர்களும், சாதரான பொதுமக்களும்தான் அந்த ஆயுதங்களினால் பெரும்பாலும் மரணிப்பார்கள்.

இரு நாடுகளுக்கிடையே ஏற்படும் தாக்குதலுக்குக் காரணம் என்னவாக இருக்-கும் என்று பார்ப்போம். இரண்டு நாட்டிற்கும் ஒரு மித்த கருத்து இல்லாத கார-ணத்தினாலும், நான் யார்? என்ற ஆங்காரத்தினாலும், எனக்குச் சாதகமான நாட்-டிற்கு ஆதரவாகச் செயல்படுகிறேன் என்பதினாலும் போர் ஏற்படும். அடுத்து நாட்டின் எல்லையைத் தாண்டி இருதரப்பு இராணுவ வீரர்கள் முன்னேறி நிலத்-தைச் சொந்தம் கொண்டாடுவதினாலும், ஒரு நாட்டினை உலவு பார்ப்பதினாலும், நாடுகளுடனான கூட்டணி என்ற பெயரில் குறிப்பிட்ட நாட்டினை அச்சுறுத்த முயல்வதினாலும் போர் சூழல் ஏற்படும். இதற்கு அடுத்து ஒரு நாட்டின் முக்கிய தலைவரை மிரட்டுவதும், கொலை செய்வதும், தன் நாடும் தன் நாட்டு மக்கள் மட்டுமே செல்வச் செழிப்போடு மற்ற நாடுகளை ஆதிக்கம் செலுத்த வேண்டும் என வேறொரு நாட்டினுடைய வளங்களை சுரண்டி திருடிக்கொண்டு அந்நாட்டு மக்களை அடக்க முயல்வதினாலும் போர் சூழல் ஏற்படும். ஒரு நாட்டினுடைய பொருளாதாரத்தைச் சீரழிக்கச் சதித் திட்டங்கள் தீட்டிச் செயல்படுவதால் போர் சூழல் ஏற்படும் அபாயம் உள்ளது. இது போன்ற காரணங்களால்தான் இரு நாடுக-ளுக்கிடையே போர் தாக்குதல் உண்டாகக் கூடும் என்பதை நம் வாழ்வில் பார்க்கி-றோம். இந்த விடயங்களில் இருதரப்பு நாட்டினை சேர்ந்த மக்கள் எங்காவது போர் ஏற்படுவதற்கான முக்கிய காரணமாகவும், மோதலுக்கான காரணமாகவும் இருக்கி-றார்களா என்றால் கட்டாயம் இல்லை. இரு தரப்பினரிடமும் கேட்டால் எங்கள் நாட்டு மக்களின் நலனுக்காகத்தான் இவை அனைத்தும், இந்த எதிர்ப்பும், தாக்-குதலும் என்ற பதில் கிடைக்கும்.

இதே இரு தரப்பின் நாடுகளுக்குள் வாழும் மக்கள் தங்களின் உரிமைக்-காகவும், நலனுக்காகவும், மக்கள் விரோத அரசுத் திட்டத்தையும், செயலையும்

எதிர்த்து அரசாங்கத்திற்கு எதிராகப் போராடுகிறார்கள் என்றால், அன்று அந்த போராட்டம் மக்களின் நலனுக்கானது என்று எந்த அரசாங்கங்களுக்கும் தெரியாது. தெரியாமல் இருந்தால் பரவாயில்லை உரிமைக்காகப் போராடும் மக்களையே சுட்டு வீழ்த்துவார்கள். அதாவது நாட்டு மக்களைக் காக்கும் என்று நம்பப்படும் அரசாங்கமே அந்நாட்டு மக்களைக் கொலை செய்யும். நாட்டு மக்கள் அவர்களின் உரிமைக்காகப் போராடுகிறார்கள் என்ற காரணத்திற்காக அவர்களைத் தாக்கி, துப்பாக்கியால் சுட்டுக் கொலை செய்துவிட்டு தன் நாட்டு மக்களின் நலனுக்காக பிற நாட்டின் மீது தாக்குதல் செய்வதை நாம் எப்படி புரிந்துகொண்டு பார்க்க வேண்டும் என்பது உங்கள் சிந்தனைக்கே.

மனித உரிமை, சம உரிமை, சமூக நீதி கோராத சாத்தானியத்தின் மாயை மனமுடைய தீவிரவாத அமைப்புகளும், மற்ற நாடுகளும் ஒரு நாட்டின் மீது தாக்குதலில் ஈடுபட்டால் உடனே அந்நாட்டின் அரசாங்கம் அதற்குத் தக்க பதிலடி கொடுக்க துரிதமான நடவடிக்கைகளை மேற்கொண்டு செயல்படும். அத்துடன் நாட்டு மக்களின் நாட்டுப்பற்று உணர்ச்சிகளைத் தூண்டக்கூடிய அரசின் அறிக்கைகளும் தொடர்ந்து வெளியிடப்படும். உடனே நாட்டு மக்களாகிய நாமும் உணர்ச்சிவசப்பட்டு அந்த எதிர்முகம் கொண்ட நாடுகளையும், தீவிரவாத அமைப்புகளையும் எதிர்த்து போர் புரிந்து அழிக்க வேண்டும் என்று முழக்கத்தை முன்வைப்போம்.

இத்தருணத்தில் தான் ஒவ்வொரு அரசும் ஒரு யுக்தியைக் கையாளும். எதிரி நாட்டையும், தீவிரவாத அமைப்புகளைச் சேர்ந்தவர்களை பதிலுக்குத் தாக்க வேண்டும் என்று மக்களிடமிருந்து முழக்கங்கள் வந்ததும் சூழலை ஆராய்ந்து அந்த நாட்டின் மீதும், தீவிரவாத முகாம்களின் மீதும் தாக்குதலை ஏற்படுத்தும். அல்லது தாக்குதல் நடத்தியது போல் பிம்பத்தையாவது ஏற்படுத்தும். உடனே நாம் நம்முடைய நாட்டுப்பற்று உணர்வின் முழக்கம் நிறைவடைந்த உற்சாகத்தில் அந்நிகழ்வை நினைத்து கர்வம் கொண்டு மகிழ்ச்சியாகக் கொண்டாடுவோம். இந்நிகழ்வை நாட்டின் அரசாங்கம் தன் கட்சிக்கான ஓட்டு வங்கியாக மாற்ற எங்கள் அரசுதான் எதிரிகள் மீது தாக்குதலை நடத்தியது, நாங்கள்தான் மக்களுக்கான கட்சி, மக்களுக்கான அரசாங்கம் என்பதையும் நாட்டு மக்களாகிய நம் மனதில் பதியச் செய்வார்கள்.

நாம் இந்நிகழ்வை உற்று நோக்கினால்தான் சில விடயங்கள் புரியும். ஒரு நாட்டில் எதிரி நாட்டின் தாக்குதல்களிலும், தீவிரவாத அமைப்புகளின் தாக்குதல்களிலும் இறப்பவர்களின் எண்ணிக்கை குறைவாகவே இருக்கும். உள்நாட்டில் மத கலவரத்தால், நிறக் கலவரத்தால், மொழி கலவரத்தால் கொடியவர்களால், குற்றவாளிகளால், மருத்துவத்திற்குச் செலவு செய்ய வசதி இல்லாதவர்கள், கடமையைச் சரிவரச் செய்யாத அரசு அதிகாரிகள் என இச்செயல்களினால் மரணிப்

பவர்களின் எண்ணிக்கைதான் ஒரு நாட்டில் மிக அதிகமாக இருக்கும். இப்படி உள்நாட்டு மக்களை உள்நாட்டில் வாழும் சாத்தானிய மனமாயை உடைய நபர்கள் கொலை செய்யும் போது அது மீண்டும் நடந்தேறவே கூடாது என்பதற்காக எந்த நடவடிக்கைகளையும் உறுதியான நிலைப்பாட்டையும் எந்த அரசாங்கமும் மேற்-கொண்டிருக்காது.

மக்களின் நலனுக்காக இயங்க வேண்டும் என ஒரு நாட்டின் அரசாங்கம் தீர்க்-கமான முடிவை எடுக்கிறது என்றால் தன் நாட்டில் உள்ள ஊழலையும், தொழில் போட்டியில் மற்றும் அதிகார ஆணவத்திற்கு சக மனிதர்களைக் கொலை செய்ய ஏவி விடும் கூலிப் படையினையும் ஒட்டுமொத்தமாகவே ஒழிக்கக்கூடிய நடவடிக்-கைகளை முழு மூச்சாகச் செயல்படுத்த முடியும். ஆனால் அப்படி ஒட்டுமொத்-தமாக அழித்தொழிக்கக்கூடிய எந்த செயல்களையும், எந்த அரசாங்கமும் திட-காத்திரமாக மேற்கொண்டிருக்காது. அப்படி முடிவெடுத்தது போன்று கண் கட்டி வித்தை மட்டுமே மக்களாகிய நம் முன் காட்சிப்படுத்தப்படும்.

நாட்டின் அரசு அதிகாரத்தில் அமரும் அரசியல் கட்சிகளின் உள்கட்டமைப்-புகளை பொறுத்தவரை ஒரு கட்சியிலிருந்து யார் ஆட்சிப் பொறுப்பிற்கு வந்தா-லும் அவர்களால் எழுபது விழுக்காடு கூட மக்கள் நலனுக்காக முழு மூச்சாக செயல்பட முடியாது என்பதுதான் நாட்டின் கட்டமைப்பாக உள்ளது. அரசியல் கட்சிகளின் கட்டமைப்பாகவும் உள்ளது. ஒரு நாட்டில் அதிக ஊழல் செய்யக் கூடியவர்கள் யாராக இருப்பார்கள் என்று பார்த்தால் கிடை மட்டம் வரை ஆட்சி அதிகாரத்தில் இருக்கக்கூடிய அரசியல் கட்சிகளைச் சேர்ந்த நபர்களாகத்தான் இருப்பார்கள். அவர்களுக்கு வேண்டியவராகவும் இருப்பார்கள்.

அரசியல் கட்சியைச் சேர்ந்த ஒரு நபர் ஆட்சி அதிகாரத்தில் இருக்கும்போது நாட்டில் நடைபெறும் ஊழலை வெளிச்சமிட்டுக் காட்டி நடவடிக்கை மேற்கொள்-ளவே முடியாது. காரணம், ஊழல் ஒழிப்பு நடவடிக்கையால் முதலில் அவர்க-ளின் சுய கட்சியைச் சேர்ந்த பிரமுகர்கள்தான் ஊழல் புகாரில் சிக்குவார்கள். ஆட்சி அதிகாரத்தில் இருக்கும்போதுதான் மனித மனதில் உள்ள சாத்தானியத்தின் மன மாயை தீவிரமாகச் செயல்படும். அது அதிக ஊழலைச் செய்ய வைக்கும். அதனால் ஊழல் ஒழிப்பு நடவடிக்கை எடுத்தால் ஆட்சி நடத்துவதற்கான அதி-கார ஆதரவும், பண ஆதரவும், கட்சியின் உறுப்பினர்களின் ஆதரவும் பறிபோகும். ஏன் ஆட்சிப் பொறுப்பே பறிபோகும். அதாவது ஆட்சிப் பொறுப்பில் இருப்பவர் முழு மூச்சாக ஊழலை ஒழிக்க தீவிரமான நடவடிக்கையை எடுத்தால் எப்படியா-வது தங்களுடைய பதவிக்காலம் முடிவதற்குள்ளும் தனக்குத் தேவையான அரசு நிதியை மக்களுக்கான பணத்தைச் கையூட்டு செய்ய வேண்டும் என்ற எண்ணம் உடைய பல அரசு பொறுப்பாளர்களின் பதவிகளும் பறிபோகிவிடும். இதனால் ஆட்சியே கவிழும் நிலைதான் ஏற்படும். அதையும் மீறி ஒரு அரசு முழுவதுமாக

மக்களுக்கான அரசாக இருந்து தன்னுடைய கட்சி நபர்கள் என்றும் பாராமல், ஆட்சியே போனாலும் பரவாயில்லை என்று நாட்டு மக்களுக்காக நடவடிக்கைகள் எடுக்கிறது என்று வைத்துக்கொள்வோம். தன் நாட்டு மக்களுக்கு மகத்தான பணி செய்த மக்கள் நலன் விரும்பும் அந்த அரசு மீண்டும் ஆட்சியில் அமர்வது மிகக் கடினம்தான். காரணம், மக்களுக்கு மகத்தான பணி செய்த நபரை காட்சியும், கட்சித் தலைமையும் மாற்றி விடும். கட்சித் தலைமையே ஊழல் ஒழிப்பு நடவ-டிக்கை செய்திருந்தால் அடுத்து அக்கட்சி ஆட்சிக்கு வராது. காரணம், ஊழல் ஒழிப்பு நடவடிக்கையால் பாதிப்படைந்தவர்கள் தன் சொந்த கட்சியைச் சேர்ந்த அரசு பதவிகளில் இருப்பவர்களாக இருக்கலாம், அரசு அதிகாரிகளாக இருக்க-லாம், அக்கட்சியில் சுய ஆதாயத்திற்காகச் செயல்படும் மக்களின் மாயை மனதா-கவும் இருக்கலாம்.

இதுதான் அரசியில் கட்சிகளின் கட்டமைப்பாக உள்ளது. இப்படியுள்ள அரசி-யல் கட்டமைப்பில் எந்த கட்சியால் மக்களுக்கு நூறு விழுக்காடு உண்மையாக தங்கள் ஆட்சி கடமையைச் செய்ய முடியும். எழுபது விழுக்காடு மட்டும்தான் நாட்டினை ஆளும் அரசியல் கட்சிகளால் மக்களுக்கானதாக செயல்பட முடியும். அதிலும் பண முதலைகளின் தலையீடுகளும், பணமே ஆசை இலக்காகக் கொண்ட அரசியல் கட்சி ஆட்சி அதிகாரத்தில் இருந்தால் மக்களின் நலனுக்கான செயல்பாடு என்பது அறுபது விழுக்காட்டுக்குக் கீழ் சென்று விடும். அது சர்-வாதிகார ஆட்சியாக இருக்கும். மொத்தத்தில் ஆட்சிப் பொறுப்பில் உள்ளவர்கள் அனைவரும் சாத்தானின் மாயை மனம் இருக்கக்கூடிய மனிதர்கள்தான். அதனால் எவர் ஒருவராலும் யாராக இருந்தாலும் அவர்களின் மனதில் உள்ள சாத்தானி-யத்தின் மன மாயையைத் தகர்க்காமல் நூறு விழுக்காடு மக்களுக்கான ஆட்சியை இத்தரணியில் நடத்திட முடியாது. இதில் ஆட்சிப் பொறுப்பிற்குப் போட்டியிடுப-வர்களில் யார் அதிக விழுக்காடு மக்களுக்கா ஆட்சி செய்வார்கள் என்பதைத்-தான் நாம் கண்டறிந்து ஆட்சிப் பொறுப்பை அவர்களிடத்தில் வழங்க வேண்டும். அதற்கு மக்களாகிய நாமும், அரசியல் கட்சி உறுப்பினர்களும்தான் விழிப்புணர்-வோடு இருக்க வேண்டும். விழிப்படைந்து இருக்க வேண்டும்.

அடுத்து பணத்திற்கு மக்களைக் கொலை செய்யக்கூடிய நபர்கள். இவர்களை ஏன் அரசாங்கத்தினால் முற்றும் முழுவதுமாக ஒழிக்க முடியாது என்றால் இவர்-களுக்கும் அரசு இயந்திரத்தில் ஊழல் செய்யும் அரசு அதிகாரத்திற்கும், அரசு பதவியைத் தவறாகப் பயன்படுத்துபவர்களுக்கும், அரசு அதிகாரத்தில் உயர் பொறுப்பு வகிப்பவர்களுக்கும் இடையே பல தொடர்புகளும், ஆதாயங்களும், பரி-வர்த்தனைகளும் நடைபெறுகிறது. ஒட்டுமொத்தமாகக் குற்றச் செயல்களில் ஈடு-படும் கூலிப்படையினை ஒழித்தால் அரசு தரப்பில் உள்ளவர்கள் அடைந்து கொண்டிருக்கும் ஆதாயங்கள் தடைப்பட்டுப் போகும். அதற்கு முன்பு கூலிப்படை

வாயிலாகச் அரசு அதிகாரம் செய்த குற்றங்கள் அம்பலப்பட்டு போகும். இதனால்-தான் மக்கள் நலனைக் கருதாமல் பணத்திற்காக கொலை சாத்தானியத்தின் மாயை மனமுடைய நபர்களை மொத்தமாக அடக்கி ஒழிக்கப்படாமல் இருப்பதற்கு முக்கிய காரணமாக இருக்கிறது. அவர்களை ஒழிப்பது என்றால் கொலை செய்வது என்று பொருள் எடுத்துக்கொள்ள வேண்டாம். ஒழிப்பது என்றால் அந்த குற்றங்-கள் மீண்டும் நடக்காத வண்ணம் அந்த குற்ற நிகழ்வுகள் ஏற்படாமல் ஒழிப்பது. இவற்றைத்தான் மக்கள் நலன் விரும்பாத அனைத்து அரசுகளும் அவர்களின் நாட்டு மக்களுக்குச் செய்யும்.

அவற்றிற்குச் சான்றாகக் கடந்த காலத்தில் நிகழ்ந்த பல நிகழ்வுகளை நாம் பார்த்துள்ளோம். அரசு அதிகாரிகளின் துணையோடு சட்டவிரோதமான போதைப் பொருள்கள் விற்பனை செய்யப்படுவதைப் பார்க்கிறோம். அரசு அதிகாரத்தின் போட்டியில் நிகழும் கொலைகளைப் பார்த்திருக்கிறோம். அரசு அதிகாரிகளுடன், காவல்துறை பாதுகாப்புடன் கொலைக் குற்றவாளிகளின் திருமணம் நடைபெற்-றதைப் பார்த்திருக்கிறோம், அரசு அதிகாரம் உடையவர்களின் தலையிடு இல்-லாமல் கொடநாட்டில் கொள்ளையும், கொலையும் நிகழ்ந்திருக்காது என்பதை அறிகிறோம். ஆட்சி செய்யும் அரசினை எதிர்த்து கேள்வி எழுப்பிய பத்திரிக்கை-யாளர்கள், தனி நபர்கள் தாக்கப்படுவதையும், சிறையில் அடைத்து துன்புறுத்து-வதையும், மிரட்டப்படுவதையும், ஏன் கொலை செய்யப்படுவதையும் பார்க்கிறோம். இப்படி பல எடுத்துக்காட்டுகள் ஒவ்வொரு நாட்டிலும் இருக்கும். நாம் இன்னும் தீவிரமாக அலசி ஆராய்ந்தால் அரசு அதிகாரம் மக்களுக்கு எதிராகச் செயல்ப-டும் இதுபோன்று மறைக்கப்பட்ட பல நிகழ்வுகளையும் நாம் அறியலாம். இதுதான் சாத்தான் மனமுடைய மனிதர்களின் கையில் அதிகாரம் குவியும்போது நிகழும். தனிப்பட்ட நபரின் மாயை மனதின் தீவிர நிலையைப் பொருத்து அதிகாரம் எப்படி வேண்டுமானாலும் மக்களுக்கு எதிராகப் பயன்படுத்தப்படும் என்பதற்கான சான்று-தான் அவையெல்லாம்.

ஒரு நாட்டில் பண ஆசை பிடித்த, அதிகாரத்தைக் கையில் வைத்திருக்கும், அதிகார போதையில் இருக்கும் சாத்தானிய மனமுடையவர்களினால் வருடத்-திற்குப் பல லட்ச மக்கள் இத்தரணி முழுவதுமே கொலை செய்யப்படுவார்கள். ஆனால் அந்த மரணங்கள் நம் காதுகளுக்கு வெறும் செய்திகளாகத்தான் வந்-திருக்கும், பார்த்திருப்போம். அதே பிற நாடுகள் மற்றும் தீவிரவாத அமைப்புகள் ஒரு நாட்டில் சில மக்களைக் கொன்றால் அது மிகப் பெரிய பேசு பொருளாக அரசாங்கத்தினால் மக்களிடத்தில் பரப்பப்படுகிறது என்பதுதான் அரசியல். நாமும் மிக எளிதாக அந்த அரசியலில் சிக்கி விடுவோம். சக மனிதனின் உயிரைப் பறிக்கும் செயலை யார் செய்தாலும் அது கொலைதான் அதில் மாற்று வாதமே இல்லை. எங்கே நாம் கேள்வி எழுப்ப வேண்டுமென்றால் ஒரு கொலையை மிகப்

பெரிய பேசுபொருளாகவும், மற்றொரு கொலையை வெறும் செய்தியாகவும் பார்க்கும் நம் மாயை மன நிலையைத்தான் நாம் கேள்விக்கு உள்ளாக வேண்டும். அந்த மனநிலைதான் நாட்டின் கட்டமைப்பிற்கும் மூல காரணமாக இருக்கிறது. நாம் அடிமைகள் என்பதை அறியாமல் இருப்பதற்கும் நம்மிடம் உள்ள சாத்தானின் மாயை மனம்தான் காரணமாக இருக்கிறது.

நம்முள் இருக்கும் சாத்தானியத்தின் மாயை மனம்தான் நம் அனைவரையும் நம்முடைய தனிப்பட்ட வாழ்க்கையைப் பற்றி மட்டுமே சுயநலமாகச் சிந்தித்து செயல்பட வைக்கிறது. இதனால் நம்மைச் சுற்றி நடக்கும் மன மாயை நிகழ்த்திக்கொண்டிருக்கும் அரசியல்களை நாம் அறிவதே இல்லை. நாமுண்டு நாம் வேலை உண்டு என்று அனைத்தையுமே கடந்துவிடுகிறோம். அவற்றைச் சாதகமாக பயன்படுத்தித்தான் அரசியல் கட்சிகளும், பல அரசியல்வாதிகளும், பல அரசு அதிகாரிகளும், பண முதலைகளும், பணமுடையவர்களும் மக்களுக்குப் பல குற்றங்களைத் தொடர்ந்து செய்துகொண்டே வருகிறார்கள். அது நம் பார்வைகளுக்குத்தான் தெரிவதில்லை. தெரிந்தாலும் வேறொரு கோணத்தில்தான் தெரியும்.

ஒரு நாட்டின் அரசாங்கத்தின் பொறுப்பாளர்கள் மக்களை மாறி மாறி வதைக்கும் போதெல்லாம் அரசிற்கு எதிராகக் குரல் எழுப்பும் நாம்தான். நம் நாடு மற்ற நாடுகளின் மீது குற்றம் சொல்லும்பொழுதும் தாக்குதலில் ஈடுபடும்பொழுதும் அது சரியாகத்தான் இருக்கும் என்று அவற்றைச் ஏற்றுக்கொள்கிறோம். அவற்றிற்குத் துணையாகத் தொலைக்காட்சிகளில் நமது நாட்டின் எல்லையில் அண்டைய நாட்டை சார்ந்த இராணுவ படையினர் துப்பாக்கிச் சூடு நடத்தினார்கள் என்றும், அவற்றில் நமது நாட்டை சார்ந்த சில இராணுவ படையினர் பலி என்றும் செய்திகள் ஒளிபரப்பாகும். இதைக் காணும் நம் மாயை மனம் அண்டைய நாட்டிற்கு எதிராக நம் நாட்டுப்பற்றை தூண்டி விடும். இதே தான் அண்டை நாட்டில் உள்ள மக்களுக்கு அங்குள்ள அரசாங்கமும், அந்நாட்டு தொலைக்காட்சிகள் ஒளிபரப்பும். அதாவது இந்த நாட்டை சார்ந்த இராணுவப் படைகள் நம் நாட்டுப் படைகளின் மீது துப்பாக்கிச் சூடு நடத்தியதில் நம் நாட்டினை சார்ந்த சில இராணுவ படையினர் மரணம் அடைந்தனர் பதிலுக்கு நாம் நாட்டு இராணுவ படைகளும் பதிலடிக்குத் தாக்கினார்கள் என்று இவற்றைத் தான் அனைத்து நாடுகளுமே தங்கள் நாட்டில் ஒளிபரப்பு செய்யும், மக்களிடத்தில் கூறவும் செய்வார்கள்.

இது போன்ற செயல்களை பொறுத்தவரை அந்தந்த நாடுகளில் வாழும் மக்களிடம் இப்படித்தான் அந்த நாட்டு அரசாங்கம் கூறியாகவேண்டும். நாமும் அதை ஏற்போம். அண்டைய நாட்டு மக்களும் அதைத்தான் ஏற்பார்கள். இங்கு தான் நாம் அனைவரும் சிந்தனை செய்ய வேண்டும். உள்நாட்டு மக்கள் மீதே இறக்கம்கொள்ளாமல் மக்களை வஞ்சிக்கும் பல செயல்கள் செய்து, பல திட்டங்களை நடைமுறைப் படுத்திய அரசு பொறுப்பாளர்கள்தான் அண்டைய நாட்டு மீது குற்-

றம் சாட்டும்போதும், அந்நாட்டைச் சேர்ந்த மனிதர்களைக் கொல்லும்பொழுதும் நாம் மனிதத்தை மறந்து நாட்டுப்பற்றினால் அரசு அதிகாரிகள் எடுக்கும் முடிவை அப்படியே ஏற்றுக்கொண்டு நாமும் பிரிவினை முழக்கமிடுவோம். அதில் தீவிர நாட்டுப்பற்றாளர்கள் போர் முழக்கத்தையும் முன் வைப்பார்கள். இப்படி தான் நம்முடைய கண்மூடித்தனமான நாட்டுப்பற்று மனிதமற்ற செயல்களுக்குப் பயன்படுத்த படுகிறது. இந்த இரு நாடுகளுக்குள் ஏற்படும் தாக்குதல் இரண்டு அரசுகளுக்குள் நின்று விடாமல் இரு நாட்டுத் தரப்பின் மக்களிடத்திலும் மறைமுக மனித விரோத எண்ணத்திற்கும், செயல்களுக்கும் அடிப்படையாக அமைகிறது.

இதுவரை தரணி நாடுகளுக்கு இடையே நடந்த போர்களையும், நடக்கும் வர்த்தக போர்களையும் நாம் உற்று கவனித்தால் அது பண முதலைகளின் ஆதாய நோக்கத்திற்காகவும், அந்த நாட்டின் வருமானத்தைப் பெருக்கும் காரியத்திற்காகவும், அதிகாரத்தில் இருக்கும் ஒரு சிலரின் தனிப்பட்ட முடிவாகவும்தான் இருக்கும். ஆனால் அது இரு தரப்பின் பெரும்பான்மை மக்களுடைய முடிவாக இருக்காது என்பதையும் நாம் முன்பே பார்த்தோம். இரு நாடுகளின் தக்குதலுக்கு பிறகுதான் இரு நாட்டு மக்களிடமும் நாட்டுப்பற்று தூண்டப்பட்டு பிரிவினையாக மாறி மக்கள் விரோதமாக மாறுகிறது. நாட்டு மக்களிடம் நாட்டுபெற்று தூண்டப்படாத வரை எந்த நாட்டினுடைய மக்களும் நாடுகளுக்கு இடையே ஏற்படும் போர்களை ஏற்பதும் இல்லை ஆதரிப்பதும் இல்லை. அவர்களின் நாட்டுப்பற்று தூண்டுதல்தான் மக்களை ஆயுதங்கள் ஏற்க வைத்து, போர் தாக்குதல்களை ஏற்றுக்கொள்ளச் செய்கிறது.

இரு நாடுகளுக்குப் போர் ஏற்படும்பொழுது நீ என் நாட்டில் உள்ள லட்ச மக்களைக் கொன்றால் நான் உம் நாட்டின் பல லட்ச மக்களைக் கொல்வேன் என்று மக்களைக் கொல்வதே போட்டியாக மாறுகிறது. நாட்டின் வளங்கள் எவ்வளவு சேதம் அடைந்துள்ளன என்றும், நம் நாட்டில் ஏற்பட்ட மரணத்தை விட எவ்வளவு மரணம் எதிரி நாட்டில் ஏற்பட்டுள்ளன என்பதைத்தான் பட்டியலிடுகிறார்கள். போர் தாக்குதலில் ஏற்பட்ட சேதங்களிலிருந்து மீண்டு வருவதற்கு எதிரி நாடுகளுக்கு எவ்வளவு ஆண்டுகள் ஆகும் என்றும்தான் கணக்கெடுக்கச் செய்வார்கள். நாம் அந்தந்த நாட்டினை சார்ந்தவர்களாக இருந்தால் நாட்டுப்பற்றில் நாமும் இவை அனைத்திற்கும் துணை நிற்போம். இறுதியாக மீதம் இருப்பது மனிதர்களின் கண்ணீரும், கதறலும், ரத்தமும், சதையும், உயிர் இழந்த உடல்களும் தான்.

இரு நாட்டின் போர்களுக்கு முக்கிய காரணமாக விளங்கிய ஆட்சியாளர்களும், அதிகாரிகளும் ஒருபோதும் போர் தாக்குதல்களினால் மரணிக்கப் போவதில்லை. அதாவது ஆயுத போராகட்டும், வர்த்தக போராகட்டும் அவர்கள் நாட்டிற்காக தங்கள் உயிரை இழக்க மாட்டார்கள், பொருளாதாரத்தின் வீழ்ச்சி

ஏற்படுத்தும் பாதிப்புக்கு உள்ளாகவும் மாட்டார்கள். மாறாகப் போர் தாக்குதலுக்குக் காரணமில்லாத நாட்டின் மீது அதீத பற்றுக்கொண்டு இராணுவத்தில் சேர்ந்த மனிதர்களும், உயிர் பிழைக்க வேறு வழியில்லாமல் பொருளாதாரம் கருதி இராணுவத்தில் சேர்ந்தவர்களும், நாட்டின் மக்களும்தான் தங்களின் உயிர்களையும், உடைமைகளையும் இழப்பார்கள். பொருளாதார வீழ்ச்சியால் பெரிதும் பாதிக்கப்படுவார்கள். இன்று இருக்கும் நவீன சூழலில் தாக்குதலுக்கும், போருக்கும் காரணமானவர்கள் தாக்குதல் ஏற்படுவதற்கு முன்பே நாட்டை விட்டு பறந்து விடுவார்கள். அடைக்கலம் தேடி அண்டைய நாட்டில் மக்கள் பணத்தோடு தஞ்சம் புகுந்து விடுவார்கள். அதையும் வரலாற்றில் பார்த்துள்ளோம்.

இன்று வல்லரசு என்று சொல்லிக்கொள்ளும் நாடுகள்தான் அவர்களின் நாட்டு வளர்ச்சிக்காகவும், சுய ஆதாயத்திற்காகவும், தன் நாட்டின் பலத்தை மற்ற நாடுகளுக்குத் தெரியப்படுத்தவும் சிறிய நாடுகளைத் தாக்கி அந்த நாட்டு வளத்தைச் சுரண்டி ஆக்கிரமிப்பும் செய்கிறார்கள். ஒரு நாடு பிற நாட்டின் மீது ஆக்கிரமிப்பு செய்து தாக்குதலை நடத்த என்ன காரணம் என்று அலசினால் வளர்ந்த நாட்டு மக்கள் நலமாக இருக்க வேண்டும், வளத்தோடு இருக்க வேண்டும், லௌகீகத்தில் செல்வச் செழிப்போடு இருக்க வேண்டும் என்ற காரணம்தான் வெளிப்படுகிறது.

பொருளாதாரத்தில் வளர்ச்சியடைந்த நாடுகள் தங்கள் நாட்டின் ஆதாயத்திற்கு மற்ற நாட்டின் மக்கள் எப்படி வாழ்ந்தால் என்ன, எப்படி மரணித்தால் என்ன என்ற மனிதமற்ற பார்வையில்தான் சிறிய நாடுகளின் மீது தாக்குதல் நடத்தி ஆக்கிரமிப்பு செய்து அவர்களை அடக்கி ஆள முயல்கிறார்கள். இது எதைக் கூறுகிறது என்றால் தரணியில் ஒரு நாடு வளர்ச்சியடைந்த செல்வச் செழிப்பான நாடாக இருக்கிறது என்றால் அந்த நாடு மற்ற நாட்டின் மக்களிடம் சூழ்ச்சிகள் செய்து அந்நாட்டின் வளத்தைச் சுரண்டியிருக்க வேண்டும் என்பதைத்தான் வளர்ச்சியடைந்த நாடுகளின் செயல்கள் தெரியப்படுத்துகின்றது. ஒரு நாட்டினுடைய மக்கள் செல்வத்தைப் பெற்று, லௌகீக வாழ்வில் இன்பமாக, மகிழ்ச்சியாக வாழ்வதற்கு வேறு சில நாட்டை சார்ந்த குறிப்பிட்ட மக்கள் தன் உயிர்களை இழக்க வேண்டும் என்பது நாடுகளின் கட்டமைப்பாக இருக்கிறது. ஒரு நாடு தன் நாட்டின் செல்வ வளத்திற்காக மற்றொரு நாட்டின் மக்களைக் கொன்று குவித்து அதனால் அந்நாடு மக்கள் செல்வச் செழிப்போடு இருக்கிறார்கள் என்றால் அந்நாட்டில் வாழும் மக்களும் அக்கொலைகளுக்கு ஒரு வித காரணமாகிறார்கள் என்பதும் அதில் வெளிப்படுகிறது.

மக்கள் இதுபற்றி ஏதும் அறியாமல் நம் நாடு போரில் ஈடுபடும்போது எதிரி நாட்டு ராணுவப் படைகளும் மக்களும் இறந்தால் இனிப்புகள் வழங்கி அதைக் கொண்டாடுவார்கள். இது அனைத்து நாட்டின் போர்களுக்கும் பொருந்தும், மக்களுக்கும் பொருந்தும். நாம் வாழும் நாட்டின் இராணுவத்தினர் மரணித்தால் மட்-

டும்தான் அது இழப்பாகவும், வருத்தமாகவும், கண்ணீராகவும் அமைகிறது. இதே எதிரி நாட்டினுடையஇராணுவத்தினர் மரணித்தால் அது ஆனந்தமாகவும் கொண்-டாட வேண்டிய செய்தியாகவும் மாறுகிறது. நாம் நம் நாட்டுப்பற்றில் எப்படி மனி-தத்தை இழக்கிறோம் என்பதற்கு இதுவே ஒரு உதாரணம். இந்த மனிதம் இல்லாத மனநிலையையைத்தான் ஒவ்வொரு மனிதர்களிடமும் சாத்தானியத்தின் மன மாயை-யானது நாட்டுப்பற்றின் வாயிலாக மறைமுகமாக விதைக்கிறது.

ஆங்கிலேயர்கள் பல நாடுகளைப் பல ஆண்டுகளாக அடிமைப் படுத்தி வஞ்-சிக்காமலிருந்திருந்தால் மனிதத்தைக் கொல்லும் நாட்டுப்பற்று மக்களிடத்தில் பரவ-லாக இருந்திருக்காது. இன்று நாடு என்று சொல்லும் பல தரணி நாடுகளும் இருந்திருக்காது. பன்முகம் உடைய இந்திய நாடும் இருந்திருக்காது. பன்முகத் தன்மையுடைய இந்திய நாட்டினை இன்று குறிப்பிட்ட மதத்திற்குள், குறிப்பிட்ட மொழிக்குள், குறிப்பிட்ட கலாச்சாரத்திற்குள் அடக்கும் சூழலும் இருந்திருக்காது. ஆங்கிலேயர்கள் மக்களை அடிமைப்படுத்தி வைத்திருந்த காலத்தில், மக்கள் பல பிரிவுகளாகப் பிளவு பட்டு இருந்தனர். அக்காரணத்தினால் மக்களிடத்தில் நாட்-டுப்பற்றைப் போதித்து மக்களை எழுச்சி பெறச் செய்தனர்.

ஆங்கிலேயர்களிடமிருந்து மக்கள் விடுதலை பெறவும், மக்களை ஒன்று திரட்-டவும் நாட்டுப்பற்று என்பது தவிர்க்க முடியாத ஒன்றாக இருந்தது. அது போன்-றுதான் தரணி முழுக்க மற்ற நிலப் பகுதியில் வாழ்ந்தவர்களை ஆங்கிலேயர்கள் அடிமைப்படுத்தி வைத்திருந்தபோது அவர்களுக்கு எதிராக மக்களை ஒன்று திர-ளவைக்க நாட்டுப்பற்று என்பது வெவ்வேறு பெயர்களில் தூண்டி வளர்க்கப்பட்டி-ருக்கக்கூடும். ஆக அக்காலத்திலிருந்த சூழலுக்குக் கண்டிப்பாகத் தேவைப்பட்ட ஒரு விடயம்தான் நாட்டுப்பற்று. சுதந்திரம் அடைந்த பிறகும் அதே தீவிரமான நாட்டுப்பற்றை மக்களாகிய நாம் வைத்திருந்ததுதான் மன மாயையின் தூரணாக வளர்ந்து நிற்கிறது. அன்று சுதந்திரம் பெற உதவிய நாட்டுப்பற்று தான் இன்று தீய வினையாக மாறி மனிதத்தை இழக்கும் பற்றாக மனமாயை மாற்றியுள்ளது.

நாட்டுப்பற்றில் நாம் மறந்த விடயம் என்னவென்றால் ஆங்கிலேய அரசை எதிர்த்து மக்களை ஒன்று திரட்டி போராடுவதற்கு நாட்டுப்பற்று எப்படி பெரும் பங்கு வகித்ததோ அதே போன்றுதான் அக்காலத்தில் ஆங்கிலேயர்கள் சக மனி-தர்களை அடிமைப்படுத்தி மனிதம் இல்லாமல் மக்களை வஞ்சித்ததற்கும், கொலை செய்றதற்கும் அவர்கள் அவர்களின் நாட்டின் மீது வைத்திருந்த அதீத நாட்டுப்-பற்றும், நாடு என்ற அரசு இயந்திரத்தின் கட்டமைப்பும்தான் அதற்கான முக்கிய காரணம் என்பதை நாம் மறந்து விட்டோம். இன்று நாமும் ஆங்கிலேயர்களை பின் தொடர்ந்து அரசாங்கம் என்ற நாட்டின் கட்டமைப்பில், நாட்டின் மீதான அதீத பற்றால் நாடு என்று வரும்போது மனிதத்தை இழந்து விடுகிறோம். அன்று ஆங்கிலேய இராணுவப் படைகளுக்கும், ஆங்கிலேய அரசு அதிகாரிகளுக்கும்,

அவர்களின் நாட்டு மக்களுக்கும் எப்படிப் பிற நாடுகளை ஆக்கிரமிப்பதும், ஆக்-கிரமித்த நிலத்தின் மக்களை, வஞ்சித்து அடிமைகளாய் நடத்தி கொலை செய்த-தும் அவர்களின் நாட்டுப்பற்றில் சரியாக இருந்ததோ. அதே மனப் போக்குதான் நாம் வாழும் நாட்டின் அரசாங்கமும், அரசு அதிகாரிகளும், இராணுவப் படைக-ளும் அது போன்ற செயல்கள் செய்யும்போது சரியென்று படுவதற்குக் காரணமா-கிறது.

ஒரு நாடு முழுவதுமாக போற்றக்கூடிய, அதற்குப் பல செயல்கள் செய்து வளர்க்கக்கூடிய பற்று ஒன்று இருக்கிறது என்றால் அது நாட்டுப்பற்றாக மட்டும்-தான் இருக்கக்கூடும். நாட்டின் மீதான அதீத பற்று மனிதர்களைக் கண்மூடித் தனமாக நம்ப வைத்து தரணி மக்களை நாடுகளுக்குள்ளாகப் பிரித்து பிரிவினை-வாதிகளாகத்தான் மனித இனத்தை வைத்திருக்கிறது. நாம் அனைவருமே நாடு என்ற கட்டமைப்பில் இது என் தாய்நாடு, இது நான் பிறந்த நாடு, வளர்ந்த நாடு என நாட்டின் மீது நாம் வைக்கும் அதீத பற்று நம்மை நாமே வஞ்சிக்கக்கூடிய, மனித இனத்திற்கு எதிராகப் பேரிழப்பை ஏற்படுத்தக்கூடிய பற்றாக மாறி உள்ளது. இது மறைமுகமாக நம்மிடையே பிரிவினை என்று தெரியாத பிரிவினையைத்தான் ஊட்டி வளர்த்து வருகிறது. ஒரு நாட்டில் உள்ள இராணுவ படையினரின் உயிர்-களின் இறப்பைக் கொண்டாட வைப்பதும் இந்த நாட்டுப்பற்றுதான், நாட்டிற்காக நாட்டு மக்களுக்காக உயிரை விட வைப்பதும் நாட்டுப்பற்று தான்.

நாம் நாட்டிற்குள் எந்த பிரச்சனையும், ஆபத்தும் இல்லாமல் சுதந்திரம் பெற்ற மனிதராக வாழ்ந்தாலும் புடவியயை பொறுத்தவரை அது பிரிவினைதான், அடி-மைத்தனம்தான். மக்களை ஒருங்கிணைத்து, நல் வழிப்படுத்தி அனைவருக்கும் அனைத்தும் கிடைக்க வேண்டும் என்ற கோட்பாட்டின் ரீதியாகத் தான் ஒவ்வொரு நாடுகளும் புதியதாக தங்களுக்குச் சட்டங்களை உருவாக்கிக்கொண்டன. அச்-சட்டத்தின் படி இது செய்தால் சரி, அது செய்தால் குற்றம் என்று நாட்டின் சட்டத்திற்குக் கட்டுப்பட்டு வாழ்ந்தும் வருகிறோம். ஒரு நாட்டின் சட்டத்தில் சரி என்று இருக்கும் ஒரு செயல் அண்டைய நாட்டின் சட்டத்தில் குற்றமாக இருக்-கும். அண்டைய நாட்டின் சட்டத்தில் சரி என்று இருக்கும் ஒரு செயல் மற்ற நாட்டின் சட்டத்தில் தவறாக இருக்கும். இவ்வாறு மனித இனம் தனக்கு ஏற்ற-வாறு அவர்களுடைய பார்வையில் சட்ட திட்டங்களைப் பட்டியலிட்டு அதுபோல் வாழ்ந்து வருகிறோம்.

மக்களாட்சி நாடுகளில் உள்ள சட்டங்கள் அந்த நாட்டில் வாழும் மக்களின் நலனுக்காகத்தான் வடிவமைக்கப்பட்டுள்ளன என்பதில் மாற்று வாதம் இல்லை. அந்த சட்டம் மக்களுக்கானதாக இருந்தாலும் அச்சட்டத்தை ஆட்சி செய்யும் அரசாங்கங்களும், அரசாங்க அதிகாரிகளும்தான் மக்களைச் சார்ந்தவர்களாக இருப்பதில்லை என்பதே வாதம். மக்கள் விரோத அரசாங்கங்கள் நாட்டை ஆள்-

வதன் மூலம் நாட்டின் சட்டத்தினைகொண்டு புதிய சட்டத்தை உருவாக்கி மக்-களை அடிமைகளாக வைத்துக்கொள்ள முயல்கிறார்கள். முயலுவார்கள். ஆட்சி ஆதிகத்திற்கும், மக்கள் குறை தீர்க்கும் பொறுப்பிற்கும் மக்களை வழி நடத்தும் மனிதம் போற்றும் மனிதர்களை மக்களாகிய நாம் சரியாகத் தேர்ந்தெடுக்காத வரை நாம் யாருக்கு அடிமையாய் இருக்க வேண்டும் என்பதை நாமே தேர்ந்தெடுத்துக் கொள்கிறோம்.

நம்மை ஆளப் போகிறவர்களைத் தேர்ந்தெடுக்க நமக்கு ஓட்டுப் போடும் ஒரு நொடி போதும். அப்படி நாம் தேர்ந்தெடுக்கும் தவறான அரசு நம்முடைய ஓட்டை வைத்துக் குறிப்பிட்ட வருடங்களுக்கு அதிகாரத்தினால் சட்டத்தினை வளைத்து ஊழல் செய்கிறார்கள், அவர்களின் பற்றிற்கு ஏற்றவாறு மக்களைப் பிரிவினையில் செயல்பட வைக்கிறார்கள். மேலும் அவர்களை எதிர்ப்பவர்களைக் கொல்கிறார்-கள், குரல் எழுப்புபவர்களை அடக்குகிறார்கள், விரோதிகளைக் காணாமல் போகச் செய்கிறார்கள். அவர்கள் நினைத்தால் இருக்கும் ஒரு நபரை இல்லாமலும் இல்-லாத ஒரு நபரை இருப்பவராகவும் மாற்ற முடியும். ஆக நாம் நாட்டின் பெயரில் அரசாங்கத்தின் கட்டமைப்பில் சுதந்திரத்தின் பெயரில் மாயை மனமுடைய மனி-தர்களின் அடிமையாகத்தான் வாழ்ந்து வருகிறோம்.

அடிமை என்பது ஒருவரின் கட்டளைக்குக் கீழ்ப்படிந்து அவர் சொல்வது போலவே வார்த்தை தவறாமல் தலை குனிந்து நடப்பது என்றால் நாடுகளின் கட்டமைப்பும் அதுபோன்றதுதான் வித்தியாசம் என்னவெனில் அனைத்தும் சற்று பெரிய அளவில் உள்ளது. அகன்ற நிலப் பகுதியில் பணம் பலம் உள்ளவர்கள், அதிகாரம் உள்ளவர்கள் சொல்வதைச் செய்து அவர்களின் கட்டளைக்குக் கீழ்ப்-படிந்து, அவர்கள் அங்கீகரிக்கும் வேலைகளைச் செய்து பெரிய கட்டமைப்பில் அடிமையாக வாழ்ந்து வருகிறோம். இதில் நாம் பணம் வைத்திருந்தால் சுதந்திரம் என்ற பெயரில் வாழலாம். நாம் சுதந்திரம் என்ற பெயரில் நாம் செய்யும் ஒவ்-வொரு செயலுக்கும் அரசாங்கத்திற்கு வரியாகப் பணத்தை செலுத்தியும் அடிமை-யாகத்தான் வாழ்கிறோம் என்பதையும் மறவாதீர்கள். நம் மனதில் உள்ள சாத்தா-னிய மாயையை அடக்கும்போது அந்த அடிமைப் போக்கு தானாக நமக்கு புரியும்.

தரணியில் போர்களும், தீவிரவாதமும் அதிகரிப்பதற்குக் காரணம் தரணி மக்-களின் புரிதலையும், மக்களின் பார்வைகளையும் மற்றும் அவர்களின் தேவைக-ளையும் தரணி நாடுகளின் அரசுகள் அறியாமல் இருப்பதுதான் காரணம். அதி-லும் மனித இனத்தை ஆட்டுவிக்கும் சாத்தானிய மன மாயை மனித மனதில் குடிகொண்டுள்ளது என்பதை அறியாமல் இருப்பதுதான் பெரும் காரணம். அதை மக்களும் அறிவதில்லை அரசும் அறிவதில்லை. அதனால் பல நாடுகளில் மனி-தமும் இங்குதான் தோற்றுப்போகிறது, அரசும் இங்குதான் தோற்றுப்போகிறது.

ஆட்சிப் பொறுப்பில், அரசியல் அதிகாரத்தில் இருப்பவர்களில் சிலர் மக்க-ளுக்குச் சேவை செய்ய விரும்பி மக்கள் நலம் கருதி மனிதம் விரும்பும் மனிதம் போற்றும் மனதுடன்தான் அரசியலில் தங்களின் கால் தடத்தைப் பதிக்கிறார்கள். ஆனால் காலம் செல்ல செல்ல அவர்கள் அரசியல் அதிகாரத்தின் பொறுப்-பிற்கு வரும்போது காலமும் அவர்களின் மாயை மனமும் அவர்களின் அதிகார போதையைத் தூண்டி விடுகிறது. அதிகார போதையில் தங்களை மறந்து தங்க-ளின் அரசியல் வருகையின் நோக்கக்கத்தை மறந்து சாத்தானின் மன மாயைக்கு அடிமையாகிறார்கள். அதாவது மனிதம் போற்றிய மனதிலிருந்து இக்கட்டமைப்-புக்கு வளைந்து கொடுக்க ஆரம்பித்து மாயை மனம் உடைய மனிதர்களாக மாறி விடுகிறார்கள். அது அவர்களைப் பின்னாட்களில் முழு மாயையின் அடிமையாக மாற்றிவிடுகிறது. அப்பொழுது மக்களின் வாழ்வியல் முறையைப் பற்றிச் சிந்திக்-காமல் தங்களுடைய ஆதாயத்தைப் பற்றியும், அதிகாரத்தைப் பற்றியும், அரசியல் வாழ்வியலைப் பற்றியும், அரசினுடைய கட்டமைப்பு பற்றியும் சிந்தித்து அதைப் பாதிக்காத வண்ணம் செயல்படுவார்கள். அவர்கள்தான் நாளடைவில் தங்களின் சுய விருப்பு வெறுப்புகளுக்கும், சுய ஆதாயங்களுக்கும் நாட்டு மக்களையும், தரணி மக்களையும், வஞ்சித்து ஆட்சி செய்யும் நிலைமைக்கு உள்ளாகிறார்கள்.

ஆட்சி அதிகாரம் பெற்று மக்களுக்கு நன்மை செய்ய வேண்டும் எனப் பயணிக்கும் மனிதம் மனம் இருக்கும் அரசியல் நபர்களும், ஆட்சி அதிகார போதைக்கு அடிமையான பிறகும் ஓரளவு மனிதத்தின் மனம் உள்ள நபர்களும் தானாகவே மக்களுக்கு நன்மைத் தரும் செயல்களைச் செய்வார்கள். அதில் நமக்கு சந்தேகம் வேண்டாம். ஆனால் செய்வதெல்லாம் மக்கள் விரோத செயல்க-ளைச் செய்து விட்டு தேர்தல் வரும் நேரத்தில் அதிகார போதையை உண்டாக்கும் பதவியைத் தக்க வைத்துக்கொள்ள மக்களை ஏமாற்றுவதற்குப் பல நல்ல திட்-டங்களையும், செயல்களையும் செய்யும் அரசினை மக்களாகிய நாம் எப்பொழுதும் நம்பவே கூடாது. இச்செயலைதான் நாம் காலம் காலமாக இந்திய நிலப்பரப்பில் பார்த்து வருகிறோம்.

என்று மக்களிடம் ஆங்கிலேயர்கள் ஆட்சியே தொடர்ந்திருக்கலாம் என்ற எண்ணம் எழுந்ததோ அன்றே அரசாங்கம் மக்களுக்கானது இல்லை என்பதும், நாட்டின் கட்டமைப்பு தோற்றுவிட்டது என்பதும் நிரூபணம் ஆகிவிட்டன. அதனால் மக்களின் சுதந்திரத்திற்காக உயிர்த் தியாகம் செய்த அனைவரின் இறப்-புகளும் அரசாங்கத்தின் சாத்தானிய மனமுடைய ஆட்சியாளர்களால் அர்த்தமில்-லாததாக மாற்றப்பட்டுவிட்டன.

மக்களுக்கான கட்டமைப்பாக நாடுகள் செயல்பட வேண்டுமென்றால் அரசியல் கட்சிகளின் மீதும், மதத்தின் மீதும், மொழியின் மீதும், நிறத்தின் மீதும் இனத்தின் மீதும், தனி நபர் மீதுள்ள பற்றுதலின் மன மாயைகளிலிருந்து நாம் அனைவருமே

வெளியேற வேண்டிய தேவை மிக அவசியமாகிவிட்டது. இந்த மன மாயையி-லிருந்து முழுமையாகச் சரியான வழியில் நாம் விடுபட்டு விட்டாலே நாட்டுப்-பற்று மனிதத்திற்கு எதிரானது என்ற பேச்சிற்கே இடமில்லாமல் போகும். நாடு-களை ஆட்சி செய்பவர்கள் எந்த வித மன மாயையும் (மதம், மொழி, நிறம், இனம், மாயை) இல்லாமல் முழு மனிதத்தை விரும்பி போற்றும் மனிதர்களாக இருந்தால் நாம் வாழும் இத்தரணி மக்கள் கருதும் சொர்க்க தரணியாக மாறும்.

நாட்டுப்பற்றை பெரும் ஆயுதமாக வைத்துத்தான் அரசியல் கட்சிகளும், மத கயவர்களும் நம்மைப் பிரிவினையிலும், கலவரங்களிலும் ஈடுபட வைக்கிறார்கள். இவை அனைத்தையும் உருவாக்கித்தான் சாத்தானிய மனமும் மனித இனத்தைப் பிரித்தாலும் சூழ்ச்சியில் தக்கவைத்துள்ளது. தரணியில் பிறந்த ஒவ்வொரு மனி-தர்களும், இதனைப் படிக்கும் நீங்களும், என்னுடைய மனமும் என அவரவர்கள் அவர்களின் நாட்டின் மீதுள்ள அதீத பற்றை கைவிட முயல வேண்டும். நாம் நம் வாழும் நாட்டின் மீது உள்ள பற்றினால் எவ்வாறு மனிதம் இழந்து அடிமைப் படுத்-தப்படுகிறோம் என்பதையும், நாட்டின் தீய செயல்களுக்கு எவ்வாறு துணைநிற்கி-றோம், துணை போகிறோம் என்பதையும் எண்ணிப்பார்க்க வேண்டும். அதனால் அனைவரும் நாட்டின் மீது அதீத பற்று கொள்ளாமல் பெருமைகொண்டு, மனிதர்-களின் மீதும், உயிர்களின் மீதும் மற்றும் தரணியின் மீதும் பற்றுடைய மனிதர்க-ளாக மாற முயல வேண்டும். மனிதம் கொண்டு நாம் போற்றும் பற்று நம்முடைய சுயநல கட்டமைப்பை உடைத்து, மனமாயை மறையச் செய்ய வழியை ஏற்படுத்தி நம்மிடம் உள்ள மனிதத்தின் மனதையும், மனிதத்தையும் வளர்க்கும்.

இறுதியாக மனிதர்களைப் பிரித்து, பிரிவினையில் செயல்பட தூண்டும் நாட்-டுப்பற்றையும். சக நாட்டு மனிதர்கள் மீது வெறுப்பைத் திணிக்கும் நாட்டுப்பற்றை-யும். இராணுவ ஆயுதங்களைக் கண்டு கொண்டாட வைக்கும் நாட்டுப்பற்றையும். போர் தாக்குதலை விரும்பும் நாட்டுப்பற்றையும் என மனிதத்திற்குப் பொருந்தாத அதீத நாட்டுப்பற்றை தரணி மக்கள் நாம் அனைவருமே கைவிட வேண்டும். நாம் வாழும் நாட்டின் மீது அதீத பற்று கொள்ளாமல் இந்நாட்டில் பிறந்தோம் என்று பெருமைப்பட வேண்டும். அதே நேரத்தில் நாட்டு மக்களின் நலன் கருதி சாத்தா-னிய மாயையில் மூழ்கி இருக்கும் மனிதர்களின் தீய எண்ணங்களின் தீய செயல்-களுக்குத் துணை சென்று விடாமல் மனிதத்தோடு இந்நாட்டில் பிறந்த பெருமை-யோடு நாட்டின் குடிமக்களாய் நாட்டு நலன் கருதி வாழ வேண்டும். மனித நலன் கருதும் நாட்டுப்பற்றை ஏற்போம். மனிதம் அழிக்கும் அதீத நாட்டுப்பற்றை மறப்-போம்.

26

அரசின் குற்றம்

யார் குற்றவாளிகள்? என்று நாம் எண்ணும் பொழுது உடனே நம் நினைவிற்கு வரக்கூடியவர்கள் நாம் வாழும் நாட்டின் சட்டத்தால் தயாரிக்கப்பட்டுள்ள குற்றப் பட்டியல்களில் உள்ள குற்றங்களைச் செய்பவர்கள்தான் நம் நினைவிற்கு வருவார்கள். அரசு சட்டமும் அந்த குற்றப் பட்டியல்களின் படிதான் குற்றங்களை அடையாளம் கண்டுக்கொள்ளும். அரசாங்கத்தின் குற்றப் பட்டியலில் குறிப்பிடப்பட்டுள்ள குற்றங்கள் பெரும்பாலும் பொது மக்கள் அனைவருமே குற்றம் என்று ஏற்றுக்கொள்ளக்கூடிய குற்றங்களாகத் தான் அவை இருக்கும். அதுதான் நாம் வாழும் நாட்டின் பல கோடி மக்களுக்கும் பொதுவான குற்றப் பட்டியலும். அந்த குற்றப் பட்டியலில் உள்ள குற்றச் செயல்கள் நாட்டின் சட்டத்தின் படி நாட்டு மக்கள் அனைவருக்கும் பொதுவானதாக இருக்கிறதா என்றால் நிச்சயம் இல்லை. சரி அக்குற்றங்களுக்கான நீதி உண்மையின் பக்கமும், நியாயத்தின் பக்கமும், அனைத்து தரப்பு மக்களுக்கும் வழங்கப்படுகிறதா என்றால் அதுவும் நிச்சயம் இல்லை. அதாவது அரசாங்கத்தின் குற்றப் பட்டியலில் உள்ள குற்றச் செயல்களை யார் செய்தாலும் அரசின் நீதித்துறை நியாயமாக நீதி வழங்குகிறதா என்றால் அதற்கான விடை நீங்கள் அறிந்ததே. அரசின் குற்றப் பட்டியல் தரணியில் பெரும் பணம் வைத்திருக்கும் ஒரு மனிதருக்கும், நாட்டின் கடைக்கோடியில் இருக்கும் அடித்தட்டு மக்களுக்கும் சமமாக உள்ளதா என்றால் கட்டாயம் இல்லை.

நாட்டின் அரசாங்கத்தை ஆட்சி செய்யும் அரசியல் கட்சிகளில் பொறுப்பில் உள்ள மனிதருக்கும், அவர்களை சார்ந்தவர்களுக்கும், எந்த அரசியல் தொடர்பும் இல்லாத ஒரு சாமானிய மனிதருக்கும் இந்த குற்றப் பட்டியலும், அக்குற்றத்திற்கு வழங்கும் நீதியும் சமமாக உள்ளதா என்றால் கண்டிப்பாக இல்லை. காரணம், பணத்தின் மீதான மனிதனின் ஆசை, அதிகாரத்தின் மீதான பயமும், மாயை போதையும். பணம் வைத்திருக்கும் நபர்கள் சட்டத்தை வளைக்கப் பணத்தை

அதிக அளவில் பயன் படுத்துகிறார்கள். அரசியல் அதிகாரத்தை வைத்திருப்ப வர்களும், அதிகாரத்தைப் பணம் கொடுத்து வாங்கக் கூடியவர்களும் அதிகாரச் சட்டத்தை வளைக்கப் பயன்படுத்துகிறார்கள். எங்கு இதுபோன்று

அதிகாரத்தின் வழியாகவும், பணத்தின் வழியாகவும் மக்களுக்கான பொதுவான சட்டம் வளைக்கப்பட்டுப் பயன்படுத்தப்படுகிறதோ அங்குத் தோற்றுப்போவது சாமா னிய மனிதர்களும், அரசு சட்டமும், இந்த நாட்டின் கட்டமைப்பும்தான். அதாவது நாட்டின் அரசாங்கத்தின் குற்றப்பட்டியலின் குற்றச்செயல்களுக்கும், அக்குற்றங்க ளைச் செய்யக்கூடிய மனிதர்களுக்கும் சாதகமாகச் செயல்பட்டு அநீதி வழங்கும் அரசுத்துறைகளும், இந்த அரசாங்கத்தின் கட்டமைப்பும் சாத்தானியத்தின் மாயை மனங்களின் பற்றுக்கு விலைபோய் தோற்றுப்போகிறது.

அரசுத்துறையில் நீதிக்காக செயல்படும் சில நல்லவர்களும் இருக்கத்தான் செய்கிறார்கள். சிலர் அதிகமாக, பலர் அதிகமா என்பதை ஒப்பிட்டால் பலரை விடச் சிலர் நல்லுள்ளத்தோடு இருப்பதைத்தான் நம் மனம் பார்த்து ஆறுதல் அடைகிறது. ஒரு சிலராவது அரசுத்துறையில் நல்ல மனம் உடையவராக, மக் களை நேசிக்கும் மனிதர்களாக இருக்கிறார்களே என்று மனம் திருப்திப்படுத்திக் கடந்து செல்ல வைத்து விடுகிறது. மக்களை நேசிக்கும் நபர் அரசுத்துறையில் ஒருவர் கூட இல்லாமல் இருப்பதற்கு ஒரு சிலராவது இருக்கிறார்களே என்ற ஆறுதல் நம் கேள்வியை நம் மனதைச் சாந்தப்படுத்தி விடுகிறது. நாட்டின் சட்டங் கள் மக்களின் நலனுக்காக உருவாக்கப்பட்டவையாக இருந்தாலும் பணம், அதிகா ரம் உள்ளவர்களுக்கும் ஒரு சாமானிய மனிதருக்கும் ஒப்பிடும்போது அதில் வேறு பாடு மிக அதிகம். அனைத்து மக்களின் நலனுக்காகவும் உருவாக்கப்பட்டதுதான் சட்டங்கள், ஆனால் அது மாயை மனிதர்களின் பண ஆசைகளினால், அதிகா ரத்தின் போதையால், உயர் அதிகாரத்தின் பயத்தினால் மக்களுக்கு எதிராகத்தான் பயன்படுத்தப்படுகிறது.

இக்கட்டமைப்பில் பண ஆசை உடைய ஒரு நகராட்சி உறுப்பினரை எதிர்த்து அரசியல் புரியாத ஒரு சாமானிய மனிதர் கேள்வி கேட்டால் என்ன ஆகும். அதாவது நாம் சுதந்திரமாக வாழ்கிறோம் என்றுதான் நாம் அனைவருமே நினைத் துக் கொண்டிருக்கிறோம். ஆனால் நாம் எப்பொழுது எந்த பின்புலமும் இல்லாமல், சட்டம் பற்றிய புரிதல் இல்லாமல், அரசியல் அதிகாரத்தையும், பணம் உடைய வர்களையும் எதிர்த்துக் கேள்விகேட்டு அவர்களைப் பகைத்துக் கொள்கிறோமோ, அன்று நாம் உண்மையில் சுதந்திரத்தோடுதான் நம் நாட்டில் பாதுகாப்போடு வாழ்ந்து வருகிறோமா என்பதை அறிவோம். இவை விளங்க வேண்டும் என்றால் ஊடகத்தின் வெளிச்சம் இல்லாமல் உங்களைவிட ஆதிக்கம் உடைய, பணம் அதி கம் உடைய, அதிகாரம் உடைய மனிதரையோ, அரசியல் கட்சி பிரமுகரையே, அரசுத்துறை அதிகாரிகளையோ எதிர்த்து நீதி, நியாயம் கேட்கத் துணிந்து பாருங்

கள் அப்பொழுது தெரியும் நாம் இந்த அரசு கட்டமைப்பில் எவ்வளவு பாதுகாப்-போடு சுதந்திரமாக வாழ்ந்து வருகிறோம் என்பது. இது ஒரு நாட்டில் மட்டுமல்ல தரணி முழுவதுமே சாமானிய மனிதர்களின் நிலைமை இதுவாகத்தான் இருக்கிறது. காரணம், அரசுத்துறையில் இயங்கும் சாத்தானிய மாயை மனம் உடைய மனிதர்-கள் எப்பொழுது வேண்டுமானாலும் பண ஆசைக்கும், அதிகாரத்தின் போதைக்-கும், அதிகாரத்திற்கு பயந்தும் செயல்படுவார்கள். இதில் ஏதோ ஒன்றினால்தான் அரசுத்துறையில் இயங்குபவர்கள் அநீதிக்குத் துணை போவார்கள்.

அதிகாரமும், பண பலமும் உடைய மனிதர்களை மக்களாகிய நாம் கண்டும் காணாமல் பயணிக்கும் வரைதான் இந்த நாடு, சுதந்திர நாடு, ஆட்சியாளர்கள் மக்களுக்கான ஆட்சியாளர்கள், அரசு மக்களுக்கான அரசு என்று பிம்பங்கள் இருக்கும். இதில் ஒருவரை எந்த பின்புலமும் இல்லாத சாமானிய மனிதர்கள் எதிர்த்து கேள்வி கேட்டுவிட்டால் போதும் இருந்த இடம் தெரியாமல் மறைத்து விடுவார்கள். எப்பொழுது எந்த பின்புலமும் இல்லாத மனிதர் நாட்டின் அரசை எதிர்த்து கேள்விகேட்டு எந்த இடையூறும் மனித தலையீடுகளும் இல்லாமல் அதற்கான பதிலைச் சட்டத்தின் வழி பெறுகிறாரோ அன்றுதான் அந்நாடு அனைத்து மக்களுக்குமான நாடு, அனைத்து மக்களுக்குமான அரசாங்கம். அது-வரை எந்த நாடும் சுதந்திரமும் அடையவில்லை, எந்த அரசாங்கமும் மக்களுக்-கான அரசாங்கமும் இல்லை என்பதை நாம் உணர வேண்டும்.

இன்று இணைய தளம் போன்ற சமூக ஊடகங்கள் இருப்பதால்தான் அதிகா-ரத்தில் உள்ளவர்கள் செய்யும் குற்றங்களுக்கு எதிராகக் குரல் கொடுக்கும் மனி-தர்கள் வெளியே தெரிய வருகிறார்கள். அதுவும் இல்லை என்றால் அவர்களும் இருந்த இடம் தெரியாமல் தன் வாழ்க்கையை வாழும் சூழல்தான் இருக்கும். மனித இனத்தின் தற்போதைய கட்டமைப்பின் படி தரணி மக்கள் அனைவரும் பாதுகாப்போடு வாழ வேண்டுமானால் சாத்தானின் மாயை மனம் உடைய மனிதர்-களை வழிநடத்த சட்டம் என்கிற பாதுகாப்பு அரணும், அடித்தளமும் மிக முக்கிய தேவைதான். அது வெவ்வேறு வடிவங்களில் தரணியில் இருக்கத்தான் வேண்டும்.

இத்தரணியின் நிலப்பரப்பில் மக்களுக்கான சட்டங்கள் இயற்றப்படாமல் இருந்-திருந்தால் சாத்தானின் மன மாயை மனிதர்கள்தான் முழுவதுமாக இத்தரணி மக்-களை அடக்கி, ஒடுக்கி அடிமையாக்கி ஆண்டு கொண்டிருப்பார்கள். அதற்கான சான்றாக இந்திய நிலப்பரப்பே இருக்கிறது. இந்திய மண்ணில் சட்டம் இயற்றப்-படவில்லை எனில் இன்னும் சாத்தானிய மாயை மனமுடைய மனிதர்கள்தான் இந்திய நிலப்பரப்பில் வாழ்ந்த மக்களைச் சாதிய நோயின் பிரிவினையால் முழு-வதும் வெளிப்படையாக ஒருவருக்கொருவர் தாழ்த்தி, அடிமைப்படுத்தி வாழ்ந்து கொண்டிருப்பார்கள். அதே தருணம் மக்களைக் காக்கும் அதே சட்டத்தைத்தான் சர்வாதிகார சாத்தானியத்தின் மாயை மனம் உடைய மனிதர்களும் உருவாக்கி

இயக்குகிறார்கள். இதில் மக்களைக் காக்கும் சட்டத்திற்கும், மக்களுக்கு எதிராக இயற்றப்படும் சட்டத்திற்கும் எவ்வளவு முரண்பாடுகள் உள்ளதை நாம் அறிவோம். அதில் மக்களுக்கு எதிராக மனிதமற்ற சட்டங்களும் இயற்றப்படும் என்பதற்கும் வரலாற்றில் பல நிகழ்வுகள் நம் பார்வைக்கு உள்ளன.

சட்டங்கள் எதன் அடிப்படையில், யாருக்காக, எந்த மனநிலையில் உருவாக்கப்படுகிறது என்பதில்தான் அது மக்களைக் காக்கும் சட்டமா அல்லது மக்களை அழிக்கும் சட்டமா என்பது தீர்மானிக்கப்படுகிறது. மக்களைக்காக்க இயற்றப்பட்ட சட்டத்தையுடைய மக்களாட்சி நாட்டிற்குள் மக்கள் அனைவரும் பெரும் அச்ச-மின்றி வாழ்ந்து வருகிறார்கள் என்றால் அதற்கு அந்தந்த நாடுகளின் சட்டங்-கள்தான் முக்கியக் காரணம் அதில் மாற்றுக் கருத்தே நமக்குத் தேவையில்லை. இங்குப் பிரச்சனை எங்குத் தோன்றுகிறது என்றால் மனித இனத்திடம் உள்ள சாத்தானிய மாயை மனதால்தான். ஒரு நாட்டினுடைய சட்டத்தின் அடித்தளத்தில் பாதுகாப்பு கடமை பணியில் இருக்கும் அரசுத்துறை மனிதர்கள் அடித்தளத்தில் அவர்களின் மாயை மனதிற்கு ஏற்ற ஓட்டைகளை கண்டறிந்து அதன் வழியே குற்றங்கள் செய்பவர்களை மாயமாக மறையச் செய்கிறார்கள்.

குற்றம் செய்பவர்கள் சட்டத்தின் ஓட்டையை பயன்படுத்தி மறைந்து செல்வது கடினமாகிறது என்பதற்காகச் சட்டத்தையே மாற்ற வேண்டும் என ரகசிய பிரிவுக-ளாகவும் செயல்படுகிறார்கள். காரணம், மக்களுக்கான சட்டத்திற்குப் பதில் வேறு ஒரு புதிய சட்டத்தை அமைக்கும்போது அதில் சட்டத்தில் இருக்கும் ஓட்டைக்கு பதிலாக மக்களுக்குத் தெரியாத சுரங்கப்பாதைகளை உருவாக்கி, குற்றச் செய-லுக்கு சாதகமான சட்டத்தையும் சேர்த்து புதிதாக உருவாக்கிக்கொள்ளலாம் என்ற எண்ணத்தில்தான் சாத்தானியத்தின் மாயை மனிதர்கள் முயற்சி செய்கிறார்கள். அதற்கான தொடக்கம்தான் மக்களுக்கு எதிராக நிறைவேற்றப்படும் அரசு சட்டங்-கள். இன்று பிடிபட்டுவிடுவோமா! என்ற அச்சத்தோடு சட்டத்தின் சிறிய ஓட்-டையில் சிறிது கடினமாகச் செல்வதற்குப் பதில் புதிய சட்டத்தை உருவாக்கினால் நாளை நேரடியாகவோ, மறைமுகமாகவோ உருவாக்கப்படும் சட்டத்தின் சுரங்கத்-தில் ஓய்யாரமாகச் சென்று தன் பற்றுதலுக்கு ஏற்றக் குற்றங்கள் செய்யலாம் என்-கிற எண்ணத்தில் தான் மக்களுக்கான சட்டத்தை மாற்ற முயல்கிறார்கள். அதன் தொடக்கமாகத்தான் மக்கள் விரோத சட்டத்தை மக்கள் மீதும், சட்டத்திற்குள்ளும் திணிக்கிறார்கள்.

எவ்வளவு காலம்தான் சட்டத்தின் வழியே போராடி பணம் செலவழித்து மக்க-ளுக்கு எதிரான குற்றங்களில் நமக்குச் சாதகமாகத் தீர்ப்பு வாங்குவது என்று எண்-ணித்தான் இன்று சட்டத்தையே மாற்றத் துடித்துக் கொண்டிருக்கிறார்கள். அதற்-குப் பணமும், அதிகாரமும் இருந்தால் சட்டம் மக்களுக்குச் சாதகமாக இருக்காது என்று மக்களின் நாவினாலே தொடர் நிகழ்வுகளின் வாயிலாகவும் சொல்ல வைக்-

கிறார்கள். மக்களாகிய நாம்தான் அந்த விடயத்தில் கவனமாக விழிப்போடு இருக்க வேண்டும். இல்லை என்றால் மறைமுகமாக இருக்கும் மன மாயையின் அடிமையிலிருந்து நேரடியான சாத்தானியத்தின் மாயை மனிதர்களின் அடிமைகளாக நடத்தப்படுவோம், மாற்றப்படுவோம்.

சட்டங்கள் என்று உருவாக்கப்பட்டனவோ அன்றைய காலத்திலிருந்தே அவற்றில் பட்டியலிடப்பட்டுள்ள சட்டம் அனைத்துமே மாயையின் பணப்பற்றுடைய அரசு அதிகாரிகளினால் அதிகப் பணம் வைத்திருப்பவர்களுக்கும், அதிகாரத்தில் உள்ளவர்களுக்கும் சாதகமாகச் செயல்படக்கூடிய ஒன்றாக மாற்றப்படுகிறது. மாயை ஆசையின் தீவிரத்தில் பணத்தின் மீது பற்றுக்கொண்ட அரசாங்க அதிகாரிகள் இன்று அதிக அளவில் இருப்பதால் குற்றம் செய்பவர்கள் அவர்களின் உதவியால் சட்டத்தில் சிக்காமல் எளிதாகத் தப்பித்து விடலாம் என்ற எண்ணத்தில்தான் மேலும் அதிகமான குற்றங்களையும், தீமைகளையும் செய்து வருகிறார்கள் என்பதுதான் வருத்தத்துக்குரிய செய்தி. அவற்றின் நீட்சிதான் அன்று மறைவிலிருந்து மறைமுகமாக மக்களுக்குக் குற்றங்களும், தீமைகளும் செய்து கொண்டிருந்த பலர் இன்று பணத்தினாலும், அதிகாரத்தின் உதவினாலும் சட்டத்தில் இயங்கும் அரசுத்துறை நபர்களை தன் கையில் வைத்துக்கொண்டு குற்றங்களையும், தீமைகளையும் வெளிப்படையாகவே செய்து மக்களை வதைக்கிறார்கள், வஞ்சிக்கிறார்கள். இதற்கு காரணம் தவறான அரசாங்கமும், அந்த அரசாங்கத்தின் அரசியல் வியாபாரமும், அரசின் தவறான சேவகர்களும்தான்.

சட்டத்தின் அரசியலால் தாங்கள் வஞ்சிக்கப்படுகிறோம் என்பதை மக்கள் உணராமல் இருப்பதால்தான் சட்டத்தை வளைக்கும் குற்ற நபர்கள் அதிகரித்துக் கொண்டே வருகிறார்கள். அதற்கு வலு சேர்க்கக் கூடியதாக இருப்பவர்கள்தான் மக்கள் நலன் விரும்பாத போலி அரசியல் கட்சிகள். மக்களாகிய நம்முடைய அறியாமைதான் மக்களுக்கு விரோதமான அரசியல் கட்சிகளின் மிகப் பெரிய பலமாகும். நாம் அறியாமையிலிருந்து விழித்துக்கொண்டு விழிப்படைந்தால் மட்டும்தான் மன மாயை நிகழ்த்தும் நாடு, சட்டம், அரசியல் கட்சிகள், குற்றவாளிகள் என்று மாயை மனதின் கட்டமைப்பு அரசியலை நம்மால் புரிந்துகொள்ள முடியும். அதற்காகத்தான் நாம் தொடர்ந்து அறியாமையிலே இருக்க வைக்கப்படுகிறோம். இறுதியாகச் சொல்ல வருவது என்னவென்றால் நாம் அரசின் சட்டத்தில் பாதுகாப்போடு வாழ்கிறோம், சுதந்திரத்தோடு வாழ்கிறோம், அதனால் எந்த இன்னல்களும் நம்முடைய வாழ்வில் நமக்கு ஏற்படப்போவதில்லை என்று நினைத்துக் கொண்டிருப்பது எல்லாமே நாம் அதிகாரத்தின் போதையில் இருக்கும் மனிதர்களைப் பகைத்துக் கொள்ளாத வரைதான். நாம் என்றைக்கு அவர்களைப் பகைத்துக் கொள்கிறோமோ அன்று மக்களைக் காக்கும் அரசு இயந்திரம் யாருக்காக செயல்படும் என்பதை நாம் அறிவோம்.

27

மன மாயையும் அரசு ஊழியர்களும்

அரசு பணி புரியும் பலர் தாங்கள் மக்களுக்குக் கடமை செய்வதற்காகத்தான் பணி-யில் அமர்த்த பட்டிருக்கிறோம் என்பதையே மறந்து விட்டனர் என்பதை நாம் பார்கிறோம். காரணம், அரசு இயந்திரம் சீர்கெட்டு போனதால் அரசுத்துறையில் பணி செய்பவர்களின் மனதில் அரசு பணி மக்களுக்கான பணி என்பது மறக்கடிக்-கப்பட்டு விட்டது. அரசு பணியானது தனிப்பட்ட ஒரு நபரின் வாழ்வாதாரத்தைப் பெருக்கும் பணியாக, சமூகத்தில் அதிகார செல்வாக்கு உடைய பணியாக மாற்ற-மடைந்துள்ளது.

நீங்கள் அரசு பணி புரியும் நபராக இருந்தால், பணி புரியப் போகிற நபராக இருந்தால் அடுத்து வரவிருக்கும் விளக்கத்தை புரிந்துணர முயலுங்கள் என்று பணிவன்புடன் கேட்டுக்கொள்கிறேன். அரசுத்துறையில் நம்முடைய தனிப்பட்ட விருப்பத்திற்கு ஏற்றவாறு பணி செய்து நம் வாழ்வாதாரத்தை மேம்படுத்திக் கொள்-வதற்கான இடம் அரசு பணியில்லை என்பதை அரசு பணி செய்யும் அனைவ-ருமே விளங்கிக்கொள்ள வேண்டும். அரசு இயந்திரம் மக்களுக்குக் கடமை செய்-வதற்காகத்தான் ஏற்படுத்தப்பட்டுள்ளதே தவிர அதில் பணி புரியும் நபர்களின் பொருளாதார தேவையை வளர்த்துக்கொள்வதற்காக உருவாக்கப்பட்டவை இல்லை என்பதை அரசு பணி புரிபவர்கள் மனதில் பதிய வைத்துக்கொள்ள வேண்டும்.

அரசு இயந்திரத்தில் இயங்கும் மனிதர்களில் பெரும்பான்மையில் சிறு அளவு அரசு அதிகாரிகள் மட்டுமேதான் தங்களின் கடமையைச் சரியாக உணர்ந்தறிந்து மக்களுக்கான தங்களின் கடமையைச் சிறப்பாகச் செய்கிறார்கள். அது நீங்களா-கவும் இருக்கலாம். பெரிய அளவில் பண மாயை சூழ்ந்து இருக்கும் தருணத்-தில் சாத்தானிய மன மாயைக்கு மத்தியில் மக்களுக்காகப் பணி புரியும் நீங்கள்

நேர்மையாக, உண்மையாக உள்ளீர்கள் என்றால் நீங்கள் அனைவருமே மனிதம் போற்றுதலுக்குரியவர்கள், மாற்றத்தை ஏற்படுத்தக் கூடியவர்கள், மன மாயையைத் தகர்க்கக் கூடியவர்கள். தொடர்ந்து மனிதர்களை நேசித்து உங்கள் கடமையைச் செய்யுங்கள் என்று வேண்டிக்கொள்கிறேன்.

அரசு இயந்திரத்தில் இயங்கிக்கொண்டு மனிதர்களை நேசித்து மக்களுக்கான மாற்றத்தை ஏற்படுத்த வேண்டும் என்று நீங்கள் விரும்பினால் உங்கள் எண்ணத்தை அரசு அதிகாரத்தைத் தவறாகப் பயன்படுத்தும் சக அதிகாரிகள் மாற்ற முயற்சி செய்யலாம். அவற்றையும் மீறி நல்ல மாற்றத்தை ஏற்படுத்த முயன்றால் அதனை ஏற்படுத்த விடாமலும் தடுக்கலாம். மக்களுக்கான மாற்றத்தை உங்களையும் ஏற்படுத்த விட மாட்டார்கள் அவர்களும் அதனைச் செய்ய மாட்டார்கள். இதுதான் அரசுத்துறை பணியில் இருக்கும் மிகப் பெரிய சிக்கலே. அரசுத்துறை யில் நீங்கள் மனிதத்தோடு இருந்தாலும் உடன் இருக்கும் அதிகாரமுடைய மனிதர்கள் மனிதத்தோடு இருக்கப் போவதில்லை. அரசு இயந்திரத்தில் தங்களுடைய கடமையைச் செய்ய, மக்களுக்குப் பணி செய்ய சாத்தானியத்தின் மாயை மனம் கொண்டவர்களோடு நேர்மையாக இயங்கும் அரசு ஊழியர்களும், அரசு அதிகா ரிகளும் போராட வேண்டும் என்பதுதான் எழுதப்படாத சட்டமாக உள்ளது.

அன்றைய காலத்திலிருந்து அரசு பணி என்பது பெரும்பாலான மக்களால் நிலையான பணியாகவும், நிரந்தர வருமானம் வரக்கூடிய, அதிக ஊதியம் பெறக் கூடிய வேலையாகவும்தான் பார்க்கப்படுகிறது. இந்த ஆசையில் உள்ள மனிதர்கள் அரசு பணியில் சேர்ந்து பணியாற்றும் போதுதான் பல தவறான அரசு அதிகாரி கள் உருவாகிறார்கள். அப்படி உருவாகும் அரசு பணியாளர்கள் ஒவ்வொருவரும் ஒரு விடயத்தை மறந்து விடுகிறார்கள். பெரும்பாலான மக்கள் இவற்றின் அடிப்ப டையில் அரசு பணியினை தேர்ந்தெடுத்ததற்கும், தேர்ந்தெடுப்பதற்கும் மிக முக்கிய காரணங்கள் என்ன என்று அலசினால் அரசு அதிகாரிகள் நாட்டில் ஏற்படுத்திய விளைவுகள்தான் அதற்கு மறைமுக காரணமாக இருக்கும்.

நாட்டில் அரசு இயந்திரத்தில் உள்ளவர்கள் செய்யும் ஊழலும், அவர்கள் நாட்டு மக்களுக்குச் சரிவரச் செய்யாத கடமையும், அதனால் ஏற்பட்ட தனி நபர் பொருளாதார சரிவும் சேர்ந்து உங்களை எப்படி அரசு பணியை நோக்கி ஓடச் செய்ததோ. அதையே தான் அரசு இயந்திரத்தினுள் அரசு ஊழியராய் இயங்கிக் கொண்டு மக்களுக்குக் கடமையைச் செய்யாமல் ஊழல் செய்து, பண அதிகா ரம் படைத்தவர்களுக்குத் துணையாகத் தவறுகள் செய்யும்போது நீங்கள் அடுத்த தலைமுறையினரையும் அப்படியே ஓடச்செய்கிறீர்கள் என்பதை புரிந்துணர முய லுங்கள்.

அரசு பணியாளர்கள் ஊழல் இல்லாமல் மக்களுக்குச் சரியாக தங்களின் கடமைகளைச் செய்யும்போது அனைத்து மக்களுமே அரசு பணிகளை நோக்கி

ஓட வேண்டிய அவசியமே இருக்காது. அரசு பணியைப் பணத்தை ஈட்டக்கூடிய பணியாகப் பார்க்கும் பார்வையும் மறைந்து போகும். ஒரு குழந்தையைப் பாது-காத்து உணவளித்துப் பராமரித்து வளர்ப்பது எப்படி இக்கட்டமைப்பில் பெற்றோர்க-ளின் கடமையோ அதுபோல் தான் மக்களுக்குப் பணி செய்வது ஒவ்வொரு நாட்-டில் உள்ள அரசாங்கத்தின் கடமையாகும். இக்கடமை உங்கள் நாட்டில் சரியாக உள்ளதா என்று நீங்கள்தான் அறிய வேண்டும். அதை நாட்டில் உள்ள ஏழ்மை-யான மக்களின் வாழ்வியலை வைத்தே அறியலாம்.

மக்களிடத்தில் அரசாங்கத்தின் பணி என்ற உடனே நிரந்தர வருமானமும், நிரந்தர பணியும் தான் கண்முன் வருகிறதே தவிர அதனைத் தவிர்த்து மக்க-ளுக்குச் செய்ய வேண்டிய கடமைகளும், பொறுப்புணர்ச்சியும் நினைவிற்கு வருவ-தில்லை. பொது மக்களில் ஒருவராக இருக்கும் ஒரு மனிதர்தான் நாளை அரசு இயந்திரத்தில் அரசுத்துறை பணியாளராக மாறுகிறார். ஆக பொது மக்களாகிய நாம்தான் அரசு இயந்திரத்தின் பணிகள் ஏன்? எதற்கு? இருக்கிறது என்பதை உணர்ந்தறிய வேண்டும், திருந்த வேண்டும்.

நிரந்தர வருமானமும், பணி பாதுகாப்பும் கிடைக்கும் என்று பலர் அரசு பணியில் சேர்ந்தாலும் அவர்கள் பணியில் சேரும் தொடக்கத்தில் மக்களுக்காகச் செயலாற்ற வேண்டும் என்கிற எண்ணத்தில் சேருபவர்களும் இருக்கத்தான் செய்-கிறார்கள். ஆனால் கால போக்கில் மன மாயையின் ஆசை வலையில் சிக்கிக்-கொள்கிறார்கள். உயர் அதிகாரிகளின் அழுத்தத்தால் மாற்றப்படுகிறார்கள். ஆக அரசு பணியில் சேரும் மனிதர்கள் ஆசை வலையில் சிக்காமல் அவர்களின் மனி-தத்தின் மனதைப் பாதுகாத்திட வேண்டிய தேவை அரசு ஊழியர்களின் கடமை-யாகும்.

நாம் இந்நூலில் முந்தைய தலைப்பில் பார்த்தது போல் மக்களில் ஒருவர் அரசு அதிகார பொறுப்பை ஏற்றுக்கொண்ட பிறகு நாங்கள் அரசு அதிகாரி என்கிற ஆணவம் பலருக்குத் தொற்றிக்கொள்ளும். அதிகார ஆணவ தொற்றுக்கு உள்-ளான அரசுத்துறை அதிகாரிகள் அனைவருமே எப்பொழுதும் ஒரு விடயத்தை மறந்துவிடக் கூடாது. அரசு பணியில் இருக்கும் அனைவருமே எப்பொழுதும் பொது மக்களில் ஒருவர்தான். நம்முடைய மாயை மனம் பொதுமக்களில் ஒருவர் என்பதை ஏற்க மறுத்தாலும், உங்கள் குடும்பத்தைச் சேர்த்தவர்கள் பொதுமக்களில் ஒருவர்தான் என்பதை மறந்துவிடாதீர்கள். பணியில் இருக்கும்போது மட்டும்தான் அரசுத்துறை ஊழியர்கள், மக்களின் சேவகர்கள் என்பதை உணர வேண்டும். மற்-றபடி நாம் அனைவரும் சக மனிதர்கள்தான் என்பதை அனைத்து அரசுத்துறை அதிகாரிகளும், ஊழியர்களும் உணர்ந்தறிந்து நினைவில் நிறுத்த வேண்டும்.

இந்த உணர்வு நிலை மக்களுக்கு ஏற்பட வேண்டுமானால் முதல் கட்டமாக அதற்கு அரசாங்கம் அவற்றைச் சரியான முறையில் மக்களிடத்தில் விழிப்புணர்வு

செய்து அவர்களுக்கு உணர்வு ரீதியாக அரசு பணி பற்றிய புரிதலை ஏற்படுத்த வேண்டும். தெளிவுபடுத்த வேண்டும். குறிப்பிட்டுச் சொல்ல வேண்டுமானால் அரசுத்துறையில் உள்ள அனைவரும் விழிப்படைய வேண்டும். அரசு பணியில் மக்களுக்குச் சேவை செய்யும் மக்கள் விழிப்படைந்த மனிதர்களாக, மனிதம் போற்றும் மனிதர்களாக இருக்க வேண்டும். ஏன் என்றால் மனித உயிரினமாகப் பிறந்து வளர்ந்தாலே மன மாயையும் நம்முடன் சேர்ந்தே வளரக்கூடிய ஒன்று. அது தொடர்ந்து பல வழிகளில் மனித மனதைத் தாக்கி பாதிப்பைத் ஏற்படுத்திய வண்ணம்தான் இருக்கும். அதனால் தரணியில் மக்களை தன் பிடிக்கு தன் அசைவுகளுக்கு ஏற்ப எளிதாகப் பயன்படுத்திக்கொள்ள முடியும். அதன் பிடியில் சிக்கும் மனிதர்களாகிய நாம் அனைவருமே பல குற்றங்களும், தவறுகளும் செய்துக்கொண்டேதான் இருப்போம். அதனை நம் மனதிலிருந்து புடவியின் துணையோடு விரட்டியடிக்க வேண்டும்.

மனிதப் பிறவிக்கு என்று இருக்கும் இந்த மனமாயை தரணியில் பல ஆயிரம் ஆண்டுகள் கழித்தும் அப்பொழுது யார் அரசு பணியிலிருந்தாலும் அவர்களை ஊழல் செய்ய வைத்து, பல தவறான நிகழ்வுகளுக்குத் துணைபோகத்தான் செய்யும். சட்டத்தினை கடுமையாக்கி அரசு இயந்திரத்தில் அதிகாரிகள் மற்றும் ஊழியர்கள் செய்யும் ஊழல் குற்றங்களையும், தவறுகளையும் முற்றும் முழுவதுமாக தடுத்து நிறுத்தி ஒழித்து விடலாம் என்று நாம் எண்ணினாலும் அரசு இயந்திரத்தில் இயங்கும் அரசு ஊழியர்களின் சாத்தானிய மாயை மனமானது லௌகீகத்தில் ஊசி முனையின் அடர்த்தி அளவிற்கு தனக்கான வாய்ப்பை தேடிக்கொண்டே இருக்கும். அதாவது மனிதர்களின் மனதில் மாயை மனம் தீவிரமாக இருக்கும் வரை சட்டத்திடம் சிக்காத வழி முறைகளைப் பயன்படுத்தி, கண்டறிந்து தொடர்ந்து அரசுத்துறை அதிகாரிகளும், ஊழியர்களும் குற்றமும், தவறும் செய்து கொண்டேதான் இருப்பார்கள். பல தரப்பட்ட அரசுத்துறையில் உள்ள மனமாயை மனிதர்கள் எளிதாக அதிகாரத்தை அவர்களுக்குள்ளாக ஒருவருக்கொருவர் சாதகமாகப் பயன்படுத்தி தப்பித்துக்கொண்டே தான் இருப்பார்கள். இச்செயலால் பெரிதும் பாதிப்படைவது அன்றும், இன்றும், என்றும் பொதுமக்களாக மட்டும்தான் இருப்பார்கள். அதற்குள் அரசுத்துறை ஊழியர்களும் அடங்குவார்கள்.

28

மக்களும் அரசு அதிகாரமும்

⸙

பொது மக்களாகிய நாம் நமக்குத் தேவையான பிறப்பு முதல் இறப்பு வரையில் நம்மிடம் இருக்கவேண்டிய சான்றிதழ்களைப் பெறுவதற்கு அரசாங்கத்தின் அலுவலகங்களில் எவ்வளவு நாள்களாக, எத்தனை மணி நேரங்களாகக் காத்திருந்திருக்க வேண்டியதிருக்கிறது. ஆனால் ஒரு சிலர் வந்த வேகத்திலே காத்திருப்பவர்களைத் தாண்டி தன் தேவையைப் பூர்த்தி செய்து கிளம்பிவிடுவார்கள். ஏன் சில நேரங்களில் நாமும் அப்படிச் செய்திருப்போம். அங்கு பணமில்லாத ஏழை எளிய மக்களும், நேர்மையாக வாழ விரும்பும் மக்களும்தான் மணிக்கணக்காக நின்று கொண்டிருப்பார்கள். அதில் பணம் உள்ளவர்களும், அதிகாரம் உள்ளவர்களும் வரிசையில் நின்றிருப்பதை நாம் பார்த்ததுண்டா. ஏன் அவர்களுக்கு அரசு அலுவலகங்களிலிருந்து எந்த சான்றிதழ்களும் வாங்க வேண்டிய தேவைகளே இல்லையா. அரசு அலுவலகத்தில் நேர்மையான அரசு அதிகாரிகள் இருக்கும் பட்சத்தில் அதுபோன்ற நபர்களை நாம் அங்குப் பார்த்திருக்கலாம். மற்றபடி வரிசைகளில் பணம் உள்ள நபர்களையும், அதிகாரம் உள்ள நபர்களையும் நாம் பெரிதும் பார்க்கவே முடியாது.

அதிகாரம் உள்ளவர்களும், பணம் உள்ளவர்களும் பண மதிப்பிழப்பின்போது தங்களின் பணத்தினை மாற்றுவதற்கு வங்கி வாசல்களில் நிற்கவில்லை. ஆனால் பல கோடிகள் மாற்றினார்கள். இப்படி அவர்களுக்கு ஏதாவது அரசுத்துறையில் தேவைகள் இருந்தாலும் அரசுத்துறை வாசல்களிலும் காக்க வைக்கப்பட்டதில்லை. இவற்றிலே நாம் தெரிந்துகொள்ளலாம் அரசாங்கத்தின் அதிகாரமும், தோரணையும் நாட்டில் வாழும் அப்பாவி பொதுமக்களுக்கு மட்டும்தான். பணம் நம்மிடம் அதிகம் இருந்தால் அரசு அதிகாரிகளின் எந்த இடையூறுகளும் இல்லாமல் நம்முடைய

• 179 •

குறைகளைச் சரி செய்து, அரசுத் திட்டங்களை முழுவதும் பயன்படுத்தி நாட்டின் குடிமக்களாக வாழலாம்.

அரசு இயந்திரத்தின் எந்த துறையாக இருந்தாலும் அத்துறை சார்ந்த அரசு அதிகாரிகளிடம், அரசு ஊழியர்களிடம் பொதுமக்கள் ஏதாவது தங்கள் குறைகளை முறையிட வந்தால் அரசு ஊழியர்கள் அவர்களை சக மனிதர்களாகக் கூட பார்ப்-பது இல்லை, மதிப்பதும் இல்லை. அவர்களின் பணிக்குச் சம்பந்தம் இல்லாத ஏதோ ஒரு குறையை மக்கள் அவர்களிடம் தெரிவிப்பதுபோல் தவறான உடல் மொழிகொண்ட வார்த்தைகளால் பொதுமக்களை அணுகுவார்கள். பணம் அதிகம் உள்ளவர்களிடம் மட்டும் புன்னகையோடு, தலை குனிந்து பேசி, நலம் விசாரித்து அவர்களின் குறையைச் சரி செய்து வழியனுப்பி வைப்பார்கள். ஆனால் சாமானிய மக்கள் மட்டும் நீண்ட நேரம் நின்று காத்துக்கொண்டிருக்க வேண்டும். அரசுத்-துறை அலுவலகங்களுக்குச் சென்ற அனைத்து சாமானிய மனிதர்களும் இந்த அனுபவம் கண்டிப்பாக ஏற்பட்டிருக்கும்.

பணம் இல்லாதவர்கள் குறைகள் என்று வந்தால் மட்டும்தான் நேரமில்லை, அலுவலகர் வரவில்லை, இந்த சான்றிதழ் வேண்டும், உங்களிடம் இந்த சான்றிதழ் இல்லை, என்று இதுபோன்ற பல காரணங்களை முன் வைப்பார்கள். இன்னும் கூடுதலாய் பணம் கொடுத்தால்தான் இதனைச் செய்ய முடியும், இதனைத் தர முடியும் என்று கூறுவார்கள். அதிகப் பணம் இல்லாத மக்களை ஒரு பார்வையாக-வும் பணம் உள்ள மக்களை வேறொரு பார்வையாகவும் நாட்டின் அரசுத்துறைகள் பிரித்து பார்த்து வருகிறது. அந்தப் பார்வை அரசுத்துறையில் மட்டும்தான் உள்ளதா என்றால் இல்லை அரசு கட்டமைப்பிற்குள் வாழும் நம் அனைவரின் ஆழ்மனதி-லும் அந்த பார்வை பதிந்துள்ளது. நான் அப்படியெல்லாம் பார்த்ததில்லை என்று நம் யாராலும் சொல்லிவிட முடியாது. நம்முடைய ஆழ்மனதில் பதிந்த ஒன்று பெரும்பாலும் நம்மை அறியாமல்தான் வெளிப்படும். அதுவும் மாயை மனதின் செயல் அது நம்மை அறியாமல்தான் அந்த பார்வை வெளிப்படும்.

நமக்குள்ளிருந்து எப்பொழுதாவது வெளிப்படும் அந்த பார்வைதான் அரசு பணியில் இருக்கும் அரசு ஊழியர்களிடம் முழுவதும் வெளிப்பட்டு சாத்தானிய மனமாயை அவர்களை முழுவதுமாக இயக்குகிறது. ஆக நம் அனைவரிடமே அந்த பார்வை உள்ளது. ஆனால் அரசு இயந்திரத்தில் பணி புரியும் மனிதர்களி-டத்தில் அந்த பார்வை வெளிப்படவே கூடாது. அரசுத்துறையில் உள்ள மனிதர்கள் மக்களுக்காகச் செயல்பட்டு இயங்க வேண்டும் எனக் கட்டமைக்கப்பட்டவர்கள். அதற்குத் தான் அரசுத்துறை தனித்துவமான மக்களைக் காக்கும், மக்களுக்-குக் கடமை செய்யக்கூடிய துறையாக பெயர் சூட்டப்பட்டுள்ளது. அதனால்தான் அரசுத்துறையை வருமானம் ஈட்டக்கூடிய துறையாகப் பார்க்கக் கூடாது என்றும் சொல்வதற்கு முக்கிய காரணம்.

அரசு இயந்திரத்தில் யார் எங்கு முழுவதுமாக தன் கடமையை வெளிப்படுத்துகிறார்கள் என்றால் நாம் முன்பு பார்த்த இராணுவத்தில் நாட்டுப்பற்றுடன் சேர்ந்த இராணுவ மனிதர்கள்தான் தங்கள் அரசு கடமையைச் சரிவரச் செய்வார்கள். அது மனமாயையின் உணர்ச்சி தூண்டலாக இருந்தாலும் நாட்டின் கட்டமைப்பில், நாட்டு மக்களுக்குச் செய்ய வேண்டிய கடமையில் ஒன்றாகும். அதாவது நாட்டின் மீது படையெடுத்து வரும் மனிதர்களைத் தடுத்து நிறுத்த தன் உயிரையும் இழப்பார்கள். இதுவும் அரசுத்துறையில் செய்யும் கடமைதான். ஆனால் நாட்டின் கட்டமைப்பிற்குள் பொது மக்களுக்கு மத்தியில் லௌகீக மகிழ்ச்சியில் வாழ்ந்து வரும் அரசுத்துறை ஊழியர்கள் மக்களுக்குத் தன் கடமை பணியைச் செய்வதையே மிகப் பெரிய பாரமாகக் கருதுகிறார்கள். மக்கள் சொல்வதைக் காது கொடுத்து கேட்பதையே தவிர்க்க முயல்வார்கள். இப்படிதான் அரசுத்துறையில் பணியாற்றும் பெரும்பான்மையான மனிதர்கள் செயல்படுகிறார்கள்.

பணம் இல்லாதவர்கள் தன் வாழ்வாதார தேவைக்கு உணவைத் திருடினாலோ அல்லது வேறு ஏதாவது சிறு தவறுகள் செய்தாலோ உடனடியாக காவல்துறையும், நீதித்துறையும் தண்டனைகளைப் பெற்றுத் தரும். இதே பணம் உள்ளவர்கள் மற்றும் அதிகாரம் மிக்கவர்கள் மத பிரிவினையிலும், சாதிய பிரிவினையிலும், மற்ற குற்றங்களிலும் ஈடுபடும்பொழுது பச்சிளம் குழந்தை முதல் வயது முதிர்ந்த பெண்கள் வரை வன்புணர்வு செய்து கொலை செய்யும் மனிதர்கள் மீதும் குற்றம் சாட்டவே தயங்கும், நீதி வழங்கவே அஞ்சும். சில குற்றங்கள் இவற்றையும் மீறிப் பதியப்பட்டால் பொதுமக்களுக்குத் தெரிகிற சாட்சியங்கள் காவல்துறைக்கும், நீதித்துறைக்கும் அச்சமுடன் சேர்ந்த பண பார்வையால் அவர்களின் கண்களுக்குத் தெரிவதில்லை.

யார் குற்றவாளிகள் அந்த குற்றச் செயல்களில் ஈடுபட்டவர்களா? குற்றவாளிகளைக் காப்பற்ற சாட்சிகளை அழிக்கும் காவல்துறையா? குற்றமுடையவர்கள் என்று தெரிந்தும் பணத்திற்காக வாதாடும் வழக்கறிஞர்களா? அதிகாரத்திற்குப் பயந்தும், பணத்தைப் பெற்றும் போதிய சாட்சிகள் ஆதாரங்கள் இல்லை என்று குற்றவாளிகளைக் குற்றமற்றவர்கள் என்று விடுதலை செய்யும் நீதிபதிகளா? நீங்களே சிந்தியுங்கள் இறுதியாகப் பணம்தான் நினைவில் இருக்கும். அதனால் பணம் குற்றவாளியா? யார் குற்றவாளிகள்? என்று ஆழ்ந்து ஆராய்ந்து பார்த்தால் அனைவரும் குற்றவாளிகள்தான். ஆனால் இந்த தவறான நீதியால், தவறான அரசு அதிகாரிகளினால் அந்த குற்றச் செயல்களால் பாதிக்கப் பட்டவர்கள் மட்டும்தான் இழப்பிற்கும், வஞ்சனைக்கும் உள்ளாகிப் பாதிக்கப்படுவார்கள்.

அரசுத்துறையின் அதிகாரிகள் அனைவருமே இப்படி இயங்குவதில்லை அவர்களில் மக்களுக்கு தன்னால் முடிந்த கடமைகளைச் செய்யக்கூடிய பலர் இருக்கத்தான் செய்கிறார்கள் என்று எண்ணி நாம் சமாதானம் அடைந்தாலும். எங்கோ

ஏதோ ஒரு மூலைகளில் அரசுத்துறையின் அரசு அதிகாரிகளினால் சாமானிய மக்கள் பாதிப்படைந்து கொண்டுதானே இருக்கிறார்கள். அனைத்து மக்களுக்கும் சமத்துவம் வழங்காத நாட்டின் அரசுத்துறை ஊழியர்கள் எப்பொழுதும் சாமானிய மக்களுக்கு எதிராகச் செயல்படும் சூழலுக்குத்தான் தள்ளப்படுவார்கள். அதற்கு பெரும்பாலும் அவர்களின் சாத்தானியத்தின் மாயை மன தூண்டுதல்களாகத்தான் இருக்கும் அல்லது அவர்களுக்கு வரும் உயர் அதிகாரிகளின் அழுத்தமாக இருக்-கலாம். இதில் சாத்தானியத்தின் மன மாயையின் அரசுத்துறையின் அதிகாரத்தின் போதை எப்பொழுதும் மக்களை விரோதியாகவே மாற்றும். அதுவே பெரும்பான்-மையான அரசு ஊழியர்களிடம் வெளிப்படும்.

இன்றைய சூழலில் பெரும் குற்றங்கள் பொது பார்வைக்கு வந்தால் மட்டும்தான் குற்றங்கள் நடைபெறுகிறது என்பதே தெரிகிறது. முன் கூட்டியே காவல்துறை அதி-காரிகளுக்கு தெரிந்தாலும் அழுத்தத்தால் மூடி மறைத்து விடுகிறார்கள். ஏன் சில நேரங்களில் அவர்களே அக்குற்றத்திற்கு உடந்தையாக இருக்கிறார்கள். வெளியே தெரியாமல் நடைபெறும் குற்றங்கள் ஏதோ ஒரு வழியில் பொதுமக்களால் சமூக ஊடகத்தில் பேசு பொருளாக மாறினால் மட்டும்தான் அரசுத்துறைகளின் பண பார்வையாளர்களின் கண்களுக்கு அகப்படுகிறது. அதுவரை அரசுத்துறையினர் உறக்க நிலையில் உண்ட மயக்கத்தில் இருப்பார்கள். காரணம், அக்குற்றத்தின் வாயிலாக அரசு அதிகாரிகளுக்கு கையூட்டு கிடைப்பதும், ஏன் செல்வாக்கு உள்ளவர்களைப் பகைத்துக்கொள்ள வேண்டும் என்பதும், உயர் அதிகாரிகளின் அழுத்தத்தில் அக்குற்றங்களைக் கண்டும் காணாமல் இருப்பது. இப்படி ஏதோ ஒரு வழியில் அரசுத்துறை ஊழியர்கள் பணமும், அதிகாரம் உள்ளவர்களுக்கு கைப்பா-வையாகச் செயல்படுகிறார்கள். மன மாயையின் அடிமையாக மாறுகிறார்கள். இக்-காரணங்களால் பணத்தினை துணைகொண்டு குற்றம் செய்யும் பல குற்றவாளிகள் மக்களாகிய நம் பொது பார்வைக்குத் தெரியாமலே பல குற்றங்கள் குழிதோண்டி மறைக்கப்படுகிறது. ஒரு சில குற்றங்கள் மக்களின் பொது பார்வைகளுக்கு வந்தும் முன்பு பார்த்தது போல் பணத்திற்கு அடிபணிந்த அரசு அதிகாரிகளையும், அரசு ஊழியர்களையும், அரசியல் கட்சிகளையும் கையில் வைத்துக்கொண்டு தாங்கள் குற்றமற்றவர்கள் என்ற தீர்ப்பை மிக எளிதாகப் பெற்று மீண்டும் அக்குற்றங்களைச் செய்யத் துணிவார்கள். இவற்றையும் மீறி ஒரு சில குற்றவாளிகள் மட்டும் புகைப்-படக் கருவிகளின் கண்களுக்குப் புலப்படுவதால் அவர்கள் தப்பிக்க வேறு வழியே இல்லாதபோது சிறிது காலத்திற்குச் சிலர் உண்மையான தண்டனைகளைப் பெறு-வார்கள். சிலர் தண்டனை என்ற பெயரில் பொய்யான தண்டனைகளைப் பெறு-வார்கள்.

இந்த அநீதியால் அக்குற்றங்களுக்கு உண்மையாகக் கடமை ஆற்றிய காவல்-துறை மற்றும் நீதித்துறையில் உள்ள நேர்மையானவர்களும், நீதி கிடைக்கும்

என்று நம்பிய பாதிக்கப்பட்ட நபர்களும், பொது மக்களும்தான் தொடர்ந்து முட்டாளாக்கப்படுவார்கள். நீதித்துறையும், காவல்துறையும் என அதிகாரம் உள்ள அரசுத்துறைகளில் பணி புரியும் சாத்தானிய மாயை மனிதர்கள் பலர் இது ஒரு தொடர்கதையாக நபருக்கு நபர் மாறிக்கொண்டே இருக்கும். தாங்கள் மக்களுக்குச் செயல்படுகிறோம் என்பதைக் காண்பிக்க என்ன செய்வார்கள் என்றால் எந்த ஆதரவும், அதிகாரமும், பண பலமும் இல்லாதவர்கள் குற்றங்கள் செய்யும்போது அவர்களுக்கு உடனே நீதியை வழங்கி தாங்கள் நேர்மையானவர்கள் என்று மக்கள் மனதில் காட்சிப் படுத்துகிறார்கள். அவர்களின் அச்செயலால் மக்கள் மனதிற்கான காட்சி கிடைத்ததால் நாமும் அதை அப்படியே ஏற்றுக்கொள்வோம். அதாவது குற்றச் செயலில் ஈடுபட்டவர்கள் ஏழ்மையான எந்த அதிகார முகாந்தரமும் இல்லாதவர்களாக இருந்தால் அவர்களுக்குக் கழிவறையிலும், மின்சாரத்திலும், தோட்டாக்களினாலும், மரக் கட்டைகளினாலும் நீதி உடனே நிலை நாட்டப்படுகிறது. மக்களாகிய நாமும் அந்த செயலுக்கு ஆரவாரம் செய்து அந்த அரசுத்துறையைப் புகழ்ந்து போற்றுவோம். அரசுத்துறைகள் முழுவதும் மக்களுக்காக இயங்கக்கூடிய துறைகள்தான் அதில் மாற்றுக் கருத்தே இல்லை. அது எழுபது விழுக்காடாவது மக்களுக்கு உரியதாக இருக்கிறதா என்பதுதான் வாதம். தரணியில் குற்றச் செயல்களில் ஈடுபடுபவர்கள் அனைவரும் பணம் வைத்திருப்பவராகவும், அதிகாரம் உடையவராகவும் இருந்திருந்தால் மக்களுக்கு நீதி என்ற ஒன்று இல்லாமலே போயிருக்கும் என்பதுதான் சொல்லவரக்கூடிய விடயம்.

பணம் அதிகம் உடைய குற்றவாளிகளும், அதிகாரம் கையில் உள்ள குற்றவாளிகளும் அவர்கள் செய்த குற்றச் செயலுக்கு ஏற்ற தண்டனைகளைச் சரிவரப் பெற்றிருக்கிறார்களா என்பதை அலசி ஆராய்ந்து பாருங்கள் சொல்ல வரும் விடயம் புரியும். குற்றம் செய்தார்கள் என்று காவல்துறையால் சுட்டுக் கொல்லப்பட்ட நபர்களின் பட்டியலை எடுத்துப் பாருங்கால் அவர்களில் பெரும்பான்மையானோர் பண வசதியும், எந்த அதிகார முகாந்தரமும் இல்லாதவர்களாகத்தான் இருப்பார்கள். இப்படிப் பணமும், அதிகாரமும் உள்ள குற்றவாளிகளில் யார் உண்மையான தண்டனைகளைப் பெற்றவர்கள் என்று அலசினால் நூறில் இருபது விழுக்காடு நபர்கள்தான் அவர்கள் செய்த குற்றங்களுக்கு ஏற்ற தக்க தண்டனைகளைச் சரிவரப் பெற்றிருப்பார்கள். மீதம் இருக்கும் விழுக்காடு நபர்களுக்கு ஒரு போதும் அது தண்டனையாக இருக்காது. தங்கள் தண்டனையில் தகுந்த சலுகைகளைப் பெற்று தண்டனை காலத்தை ஆனந்தமாய் அனுபவித்திருப்பார்கள்.

அரசின் கடமையானது சாதாரண மக்கள் தவறு மற்றும் குற்ற நிகழ்வுகளில் ஈடுபடும் போது மட்டும்தான் அவர்களை அடக்கி ஒடுக்குவதற்காக அரசாங்க அதிகாரிகளால் பெரிதும் முழு மூச்சாக பயன்படுத்தப்படுகிறது. பணம் அதிகாரம் உடையவர்களுக்கு அது வேறுவிதமாக மரியாதையாக உருவம் மாறுகிறது. இவற்-

றையும் மீறி பணமும் அதிகாரமும் உடையவர்களின் மீது சட்டம் பாய்கிறது என்றால் அங்கு அரசின் நேர்மையான அதிகாரிகள் இருந்திருக்கக்கூடும். இல்லையென்றால் வேறொரு பணம் அதிகம் உடைய அதிகாரம் இவர்களுக்கு எதிரான நடவடிக்கைகளை முன்னெடுத்திருக்க வேண்டும் என்பதே அதன் வெளிப்பாடு.

பணத்தின் ஆதிக்கமும், அதிகாரத்தின் ஆதிக்கமும் எப்படி அரசின் அடக்கு முறையைச் சாதாரணமாகவே மக்களிடத்தில் பயன்படுத்துகிறது என்பதை நாம் நம் கண் முன்னே பார்க்கிறோம். பணத்தின் ஆதிக்க அதிகாரம் இத்தரணியில் இருக்கும் வரை பண அதிகாரத்தை எதிர்த்து அரசு அதிகாரத்திடம் சமூக நீதி கேட்டு, சமத்துவம் கேட்டு மக்கள் போராடியபடியேதான் வாழ வேண்டும். அரசுத்துறையில் சமத்துவம் என்பது நபர்களுக்கு ஏற்றவாறு அது குழிதோண்டித் தொடர்ந்து புதைக்கப்பட்டுக் கொண்டேதான் இருக்கும்.

ஒரு நாட்டில் மக்களுக்கு எதிராகப் புதைக்கப்படும் சமத்துவம், சமூக நீதி ஒரு தனிப்பட்ட நபருக்கோ, குறிப்பிட்ட மக்களுக்கோ உரியது அல்ல. சமத்துவமும், சமூக நீதியும் தரணியில் பிறக்கும் அனைத்து மனித உயிர்களுக்குமானது. இன்று பாதிக்கப்படும் மனிதர்களுக்குக் கிடைக்க வேண்டிய சமூக நீதியை அரசு இயந்திரம் குழிதோண்டிப் புதைத்தால் நாளை உச்சபட்சமாக சாத்தானிய மனிதர்களால் ஒட்டு மொத்தமாக அனைத்து மக்களுக்குமான சமத்துவமும், சமூக நீதியும் குழிதோண்டி இத்தரணியில் புதைக்கப்படும். அன்று பெரும் பணப் பைகளின் மூட்டையில் சமத்துவமும், சமூக நீதியும் சிறை பிடிக்கப்பட்டிருக்கும். இதைத்தடுக்க மக்களாகிய நாம்தான் விழிப்போடு இருக்க வேண்டும், விழிப்படைந்திருக்க வேண்டும். நம்மை ஆளும் அரசு அதிகாரத்தைப் பணம் போற்றாமல் மனிதம் போற்றும் மனிதர்களுக்கு வழங்கிட வேண்டும். சமத்துவத்தை சமூக நீதியைக் காத்திட வேண்டும்.

29
மனதின் குற்றம்

ஒரு மனிதர் தன் நாட்டுச் சட்டத்தில் உள்ள குற்றப் பட்டியல்களின் படி மட்டும் குற்றவாளிகளை அடையாளம் காண்பதில்லை அவரவர்களின் பார்வையின் படி தவறுகள் செய்தவர்களையும், நம் மனதிற்குப் பிடிக்காதவர்களையும்தான் குற்றவாளிகளாகவும் பார்க்கிறோம். நாம் அனைவரும் நம்முடைய மாயை மனதின் விளையாட்டைத் தவிர்த்து உண்மையான குற்றவாளிகள் யார் என்பதை அலசி ஆராய்ந்து மனிதத்தின் பார்வையில் அவர்கள் செய்த செயல்களின் காரணம் காரியம் அறிந்து குற்றவாளிகள் யார் என்று முடிவெடுத்தல் வேண்டும்.

இக்கட்டமைப்பில் எது குற்றம் என்பதை மனிதர்களிடம் உள்ள பணமும், அதிகாரமும்தான் அவர்கள் செய்த செயலை குற்றமாகத் தீர்மானித்து சட்டத்தின் பார்வைக்குக் கொண்டு செல்கிறது. இவற்றையும் மீறி வேறு வழியில்லாமல் பணமுடையவர்கள் செய்யும் குற்றங்கள் சட்டத்தின் பார்வைக்கு வந்தால் மக்களின் மனதிற்கும், பார்வைகளுக்கும் தெரியும் நியாயம், நீதி, சாட்சிகள் அனைத்தும் நீதிபதிகளின் பார்வைகளுக்குப் புலப்படுவதே இல்லை. காரணம், பணத்திற்கு மயங்கி, அதிகாரத்திற்குப் பயந்து செயல்படும் அரசுத்துறையும், நீதித்துறையும், காவல்துறையும் குற்றம் சாட்டப்பட்டவருக்குத் துணையாகச் செயல்படும். இதுபோல தான் நாம் பெரும்பாலும் நமக்குப் பிடிக்கவில்லை என்கிற காரணத்திற்காகவே தவறுகளையும் குற்றங்களாகப் பார்ப்பதன் விளைவாக்கத்தான் உண்மையான பல குற்றங்களும், குற்றவாளிகளும் நம் பார்வையிலிருந்து எளிதாக விலகி விடுகிறார்கள். குறிப்பாக நம்முடைய தனிப்பட்ட பகையில் பலரை நம் மனதில் உள்ள குற்றவாளிகளின் கூண்டில் ஏற்றி விடுகிறோம். வாய்ப்பு கிடைத்தால் நிஜத்திலும் செய்துவிடுகிறோம். ஆக நாம் அனைவரும் தவறுகள் எது குற்றங்கள் எது என மனிதத்தால் பிரித்துப் பார்த்து ஆராய்ந்து முடிவுகள் எடுக்கும் மன நிலை நம் அனைவரிடமும் வளர்த்துக்கொள்ள வேண்டும்.

தவறு செய்ய வாய்ப்பு கிடைத்தால் கெட்டவர், வாய்ப்பு கிடைக்கவில்லை என்-
றால் நல்லவர் என்ற வார்த்தைகளுக்கு ஏற்ப இங்கு யார் நல்லவர்? யார் கெட்-
டவர்? என்ற வாதம் நீண்டு கொண்டேதான் இருக்கும். ஆதலால் இங்கு யார்
நல்லவர்கள் என்பதை நாம் முதலில் தெளிவு படுத்திக் கொள்வோம். யார் நல்ல-
வர்கள் என்றால் இந்நூலைப் படிக்கும் நீங்களும், இந்நூலை எழுதிய என் மனமும்
மற்ற சக மனிதர்கள் அனைவருமே அவரவர்களுக்கு அவர்கள் நல்லவர்கள் தான்.
அதனால் இங்கு அனைவரும் நல்லவர்கள் தானே! அப்போது யார்தான் கெட்ட-
வர்கள்? கெட்டவர்கள் யார் என்பதில் சில பார்வைகள் உள்ளன அதனை நாம்
ஒன்றொன்றாகப் பார்ப்போம்.

முதலாவது ஒருவர் தான் செய்த தவறு மூலம் குற்றம் செய்பவர்கள், இரண்டு
உணர்வுகளின் வெளிப்பாட்டால் குற்றம் செய்பவர்கள், மூன்று அறியாமையில்
குற்றம் என்று தெரியாமலே குற்றம் செய்பவர்கள், நான்கு கட்டமைப்பின் நெருக்-
கடியால் வேறு வழியில்லாமல் குற்றம் செய்பவர்கள், ஐந்து சுய நினைவில்லாமல்
குற்றங்கள் செய்பவர்கள், ஆறு நாம் செய்யும் செயல் குற்றம் என்று தெரிந்தும்
பணத்திற்கும், தன் மாயை உணர்வின் போதைக்கும் அடிபணிந்து குற்றங்கள்
செய்பவர்கள், ஏழு பணத்தையும் அதிகாரத்தையும் வைத்து மனிதத்தால் ஏற்-
றுக்கொள்ள முடியாத குற்றங்களைச் செய்பவர்கள். கிட்டத்தட்ட மனிதர்களால்
நிகழ்த்தப்படுகிற அனைத்து குற்றங்களும் இந்த பட்டியலுக்குள் பொருந்தும் என்று
கருதுகிறேன்.

இப்பட்டியலினுள் குற்றம் செய்பவர்கள் யார் என்று நாம் அலசினால் மனி-
தர்களாகிய நாம் அனைவருமே அந்த பட்டியலினுள் அடங்குவோம். நாம் ஏதோ
ஒரு சூழ்நிலையில், தருணத்தில் இவற்றில் ஏதாவது ஒரு குற்றத்தைச் செய்தவர்-
களாகத்தான் இருப்போம். அது பலமுறை நமக்கே தெரிந்திருக்காது. ஒரு முறை-
யாவது குற்றம் செய்யாத மனித உயிர்களே தரணியில் இருக்க முடியாது என்-
றுதான் சொல்ல வேண்டும். அதாவது சாத்தானியத்தின் மாயை மனம் உடைய
மனிதர்களாகிய நாம் நமக்குத் தெரிந்தும், தெரியாமலும் கண்டிப்பாக குற்றங்கள்
செய்துகொண்டே தான் இருப்போம். நாம் சிறுவயதில் தவழ்ந்து செல்லும்பொழுது
கண்ணில் படும் ஒரு சிறு உயிரை என்ன என்று தெரியாமல் அடித்துக்கொள்ளும்
பொழுதே நாம் குற்றங்கள் செய்யத் தொடங்கி விடுகிறோம்.

நாம் செய்யும் ஒரு செயலை நம் மனம் குற்றம் என்று உணரும்போதுதான்
அது குற்றமாக மாறுகிறது. அதுவரை நாம் செய்கிற செயல் குற்றமாக நம்
மனதிற்குத் தெரியாது. நம் மனம் பார்க்கும் பார்வைதான் குற்றத்தைத் தீர்மானம்
செய்யும். நம் மனதில் எழும் எண்ணம்தான் ஒரு குற்றத்தை அடையாளப் படுத்-
துகிறது. அதைத்தான் நாம் சிறுவயதில் வளரும் பருவத்தில் கற்கத் தொடங்குகி-
றோம். ஒரு விடயத்தை நாம் குற்றம் என்று பயிலும்போது குறிப்பாக உணரும்-

போது அந்த விடயங்கள் குற்றமாக மாறிவிடுகிறது. ஒரு குற்றத்தைக் குற்றமில்லை என்று சொல்வதும் மனித மனம்தான், இல்லை அது குற்றம்தான் என்று சொல்வதும் மனித மனம்தான். மனித இனத்தின் மனதில் உள்ள சாத்தானியத்தின் மாயை மனதிற்கும், மனிதத்தின் மனதிற்கும் இடையே நடக்கும் போராட்டம்தான் இந்த நல்லது கெட்டது என இரண்டாகப் பிரிந்திருக்கிறது. உதாரணத்திற்குச் சொல்ல வேண்டுமானால் கடவுள் பாதி, மிருகம் பாதி கலந்து செய்த கலவை நாம் என்கிற வாசகம் தான் இதற்குச் சரியாகப் பொருந்தும். நம்முள் தான் சாத்தானிய மனமும் உள்ளது, நம்முள் தான் இறை அன்பை உணரும் மனிதத்தின் மனமும் உள்ளது.

நம் மனதில் மனிதத்தின் மனம் ஆதிக்கம் பெறாமல் இருப்பதால்தான் தரணி முழுவதுமே நல்லதும், கெட்டதும் தனிப்பட்ட மனிதர்களுடைய பார்வைகளாக மாறிவிட்டன. நம்மைச் சார்ந்தவர்கள் நான் எண்ணிய செயலை செய்தால் அவர்கள் நல்லவர்கள் என்றும், நம்மைச் சாராமல் மற்றும் நாம் எண்ணிய செயலைச் செய்யவில்லை என்றால் அவர்கள் கெட்டவர்கள் என்று குற்றம் சாட்டி வருகிறோம். சிலர் நமக்குக் கெட்டது செய்பவர்களாகத் தெரிந்தாலும் மற்றவர்களின் பார்வையில் அவர்கள் நல்லவர்களாகத் தான் தெரிவார்கள். ஆதலால் நாம் நம்முடைய பார்வையை வைத்து அவர்கள் நல்லவர்கள் இவர்கள் கெட்டவர்கள் என்று கருதக் கூடாது.

நாம்தான் நல்லவர்கள் என்றும், நாம் செய்வதுதான் நல்லது என்று எண்ணியும் நம்மை அறியாமலேயே மற்றவர்களுக்குக் கெடுதலை செய்து விடுகிறோம். நாம் நல்லவர்கள் என்ற பார்வையில்தான் மற்றவர்களைத் தவறானவர்கள், தீமை செய்-பவர்கள், கெட்டவர்கள் என்று ஏற்றுக்கொள்கிறோம். அப்படி ஏற்றுக் கொண்-டது மட்டுமல்லாமல் முன்பு சொன்னதுபோல் நம்முடைய பார்வையில் அவர்களின் செயலில் எவையெல்லாம் தவறாக தெரிகிறதோ அதைச் சொல்லி அவர்களுக்குத் தீமைக்கான செயலை செய்து விடுவோம். உண்மையில் தீமை செய்பவர்கள் நம் உடன் இருந்தாலும் நம்முடைய பார்வையில் அவர்கள் நல்லவர்களாகத் தெரிகிற காரணத்தாலும், வேண்டப்பட்டவர் என்ற காரணத்தாலும் அவர்களைப் போற்றி அவர்களுக்குச் சாதகமாகச் செயல்படுவோம்.

ஒரு கூட்டம் ஒரு செயலை நல்ல செயல் என்று சொன்னால் மற்றொரு கூட்-டம் அந்த செயலைத் தவறான செயல், குற்றச் செயல் என்று சொல்லும். அப்ப-டிச் சொல்லும் கூட்டத்திற்கு நல்லது என்று சொல்லும் கூட்டம் தவறானவர்களாக ஆகிவிடுகிறார்கள். ஒட்டுமொத்தமாய் நன்மை, தீமை, சரி, தவறு அனைத்தும், நாம் யாரைச் சார்ந்து இருக்கிறோம், நம் மனம் எதைச் சார்ந்து இருக்கிறது, நம் மனம் எதன் ஆதிக்கத்தில் இருக்கிறது என்பதைப் பொறுத்துத்தான் தரணி முழுக்க நன்மைகள், தீமைகள் மாறி மாறி அமைகிறது. நம்முடைய கோணத்தில் நம் மாயை மனதின் ஆதிக்கத்தில் தவறு, குற்றங்களை நாம் அணுகும் போது

உண்மையான குற்றவாளிகள் யார் என்பதை நம்மால் முடிவு செய்யவே இயலாது. அது பெரும்பாலும் நம் மாயை மனதிற்கு சாதகமாகதான் அமையும்.

ஒரு குற்ற நிகழ்வு ஒரு நபரால் நிகழ்கிறது போன்றுதான் காட்சி தரும். ஆனால் அது பல நபர்களின் தலையீடுகள் மூலமாகவும், ஒரு சிலரின் தூண்டுதல் மூலமாகவும்தான் ஒரு குற்ற நிகழ்வு நிகழும். அப்படித்தான் குற்றவாளிகளாக இருப்பவர்களின் வாழ்விலும் அவர்கள் அக்குற்றத்தைச் செய்ததற்குப் பல நபர்களின் தலையீடுகள், தூண்டுதல்கள் கண்டிப்பாக இருக்கும். இதனையெல்லாம் எண்ணத்தில் கொண்டு மனிதத்தோடு குற்றங்களை ஆராயும்போதுதான் உண்மையான குற்றவாளிகள் யார்? என்று நம்மால் தேர்வு செய்ய முடியும். அப்பொழுதே அவர்கள் திருந்துவதற்கான சரியான சிந்தனை செயல்களை அவர்களிடத்தில் ஏற்படுத்த முடியும்.

ஒரு மனிதர் தன் மன ஆசையின் மன மாயையின் தீவிரத்திற்கு உள்ளாகி அதிகமான பணம் ஈட்ட வேண்டும் என்று கருதும் போதே பல குற்றங்கள் தரணியில் நடைபெறத் தொடங்குகிறது. அதிகப் பணம் ஈட்ட வேண்டும் என்கிற மனமும், ஊர் மக்கள் என் பெயரைச் சொல்லி தன்னை உயர்ந்த மனிதனாகப் பார்க்க வேண்டும் என்கிற எண்ணமும் சேரும்போது அங்குப் பல குற்றங்கள் வெவ்வேறு வடிவத்தில் உருவாகத் தொடங்குகிறது.

பணமும், குற்றச் செயல்களும் ஒரு வித மாயை உணர்வை நமக்குத் தரும்பொழுது அதனை இன்னும் கூடுதலாக அடைவதற்கான வேலைகளை நாம் செய்யத் தொடங்குவோம். அதாவது பணம் ஒரு கெத்தை, திமிரை நான் என்ற ஆங்காரத்தை அதிக அளவில் தருகிறது என்ற காரணத்திற்காகத்தான் தரணியில் அதிகப்படியான மனிதர்களைப் பாதிக்கக்கூடிய குற்றச் செயல்களில் மனிதர்கள் ஈடுபடுகிறார்கள். தன்னுடைய சுயத்தின் மாயைக்கு அடிமையாகி மக்களுக்குக் குற்றத்தை நிகழ்த்தக் கூடியவர்களை சாத்தானியத்தின் மன மாயை அவர்களை எப்பொழுது வேண்டுமானாலும் விழுங்கி ஒட்டுமொத்த மனித இனத்திற்கும் ஆபத்தை ஏற்படுத்தக்கூடிய நிகழ்வுகளில் ஈடுபடலாம்.

ஒரு மனிதர் முழுவதும் தன் சுயத்தின் மாயை உணர்வுக்கு அடிமையாகும்போதும், தீய எண்ணமுடைய மனிதர்களின் வாயிலாக மூளைச் சலவைக்கு உள்ளாகும்போதும் அவர்களால் மனிதர்களைக் கொலை செய்யக்கூடிய எந்த காரியத்தை வேண்டுமானாலும் தயக்கம் இல்லாமல் எளிதாகச் செய்ய இயலும். அவர்களின் மனிதத்தின் மனம் மாயை மனதால் அழுத்தப்பட்டிருப்பதால் அதற்கு அவர்கள் எந்தவித எதிர்ப்பையும் தெரிவிக்க மாட்டார்கள். அதாவது மனிதர்களின் மனதில் இருக்கும் மனிதத்தின் மனம் சாத்தானிய மாயையின் முழு கட்டுப்பாட்டில் சிக்கியிருக்கும். அதனால் நான் என்ற சுயநலமும், தீய எண்ணமும் அவர்களை ஆட்கொண்டிருக்கும். மன மாயையே அவர்களை வழிநடத்திக் கொண்டிருக்கும்.

ஒரு மனிதர் தன் மாயை மனதிற்கு அடிமையாகும் போதுதான் அங்குக் குற்-றத்திற்கான எண்ணம் நம் மனதில் பிறக்கவே தொடங்குகிறது. குற்றத்திற்கு இருப்-பிடமான நம் மனதில் இருக்கும் மாயை மனதை நாம் சரியான வழிமுறையின் படி தகர்த்தால் தான் குற்றங்கள் குறையும். அதாவது நாம் அனைவரும் மன மாயையைத் தகர்த்து அறியாமை வெளிச்சத்தின் இருளிலிருந்து மீண்டு விழிப்ப-டைய வேண்டும். அதற்கு நம் மன மாயையின் போக்கில் சென்று மெல்ல மாயை மனதைத் தகர்க்கக்கூடிய சிந்தனைகளையும் கேள்விகளையும் நம் மனதிற்குள் புகுத்த வேண்டியது கட்டாயம். அத்துடன் நம் மனதில் நல்ல செயல்களைப் பற்றி அதிகமாகச் சிந்திக்க வேண்டும். அது நம் மாயை மனதிடம் சிக்கியிருக்கும் நம்-முடைய மனிதத்தின் மனதைத் தூண்டி மன மாயை மெல்ல மறையத் தொடங்கும். அதனால் மனிதத்தின் மனம் நம்முடைய மனதில் ஆதிக்கம் பெரும். அந்நிலை-யிலிருந்தே நம் மனம் மனிதத்தை உணர்ந்து மனிதத்தைப் போற்றத் தொடங்கும். மனிதத்தை நாம் சிந்தனைகளின் வழியாகவும், நாம் செய்யும் செயல்களின் வழி-யாகவும் தொடர்ந்து செய்ய முயற்சிகளை நம் மனமே மேற்கொள்ளும்.

நாம் சக மனிதருக்கு ஒரு தீமை செயலை செய்யும் முன் சில நிமிடங்கள் நம்மை நாமே அந்த மனிதர்களாகப் பாவித்துக்கொண்டு நாம் செய்யப் போகும் தீமை செயல் எப்படிப்பட்ட விளைவுகளை நமக்கு ஏற்படுத்தும் என்பதை நாம் உணர்வு ரீதியாக நினைத்துப் பார்த்தால் போதும். அப்படி நினைத்துப் பார்ப்பதன் மூலம் நாம் சக மனிதருக்குச் செய்ய இருக்கும் தீமை செயல் ஒரு மனிதருக்கு எந்த அளவிற்கு தீங்கானது என்பதை நாம் உணருவோம். இதைச் சாதாரணமாக நம்மால் செய்ய முடியாது. அதை நம்முடைய மனிதத்தின் மனமும், விழிப்புநி-லையும் தான் சாத்தியப்படுத்தும். அதாவது நம்முடைய மனிதத்தின் மனதின் தீவிர நிலை அதை தீர்மானம் செய்யும்.

ஒரு குற்றச் செயல் நடைபெறுகிறது என்றால் அது மனிதர்களிடம் இருக்கும் மன மாயையின் வெளிப்பாட்டால்தான் நிகழ்கிறது என்பதை விழிப்பு நிலை உணர்த்தும். ஒரு மனிதர் செய்யும் குற்றத்திற்கும், தீங்கிற்கும் தொடக்கப் புள்ளியாக அமைவது இந்த மாயைத்தான் என்பதையும் உணருவோம். அதன் காரணத்தால்-தான் நாமும் குற்றங்கள் செய்தோம், செய்கிறோம் என்பதை அறிவோம். அது யாராக இருந்தாலும் சரி விழிப்படைந்தால் இதைத்தான் உணருவோம். இதற்குத்-தான் அரசு இயந்திரத்தில் பணியாற்றக் கூடியவர்களும் தங்களின் மன மாயை மறையச் செய்த மனிதர்களாக, மனிதம் போற்றும் மனிதர்களாக. மனிதர்களை நேசிக்கும் மனிதர்களாக இருக்க வேண்டும் என்று சொல்வதற்குக் காரணம். எப்-பொழுது ஒட்டு மொத்த அரசு இயந்திரத்தின் பார்வையும் மனிதத்தின் பார்வையாக மாறுகிறதோ அன்றுதான் உண்மையான குற்றவாளிகள் சட்டத்தால் அடையாளம் காணப்படுவார்கள். அன்றுதான் குற்றவாளிகள் செய்த குற்றத்திற்கான சரியான

தண்டனையை பெற்று மாயை மனதினை கட்டுக்குள் கொண்டுவரும் வாய்ப்பினை பெறுவார்கள். அன்றுதான் மக்களும் அரசின் அதிகாரத்தில் உள்ள மனிதர்களை முழுவதுமாக நம்ப தொடங்குவார்கள், அரசு இயந்திரமும் தன்னை மாற்றிக்கொண்டு முழுவதுமாக மக்களுக்காக இயங்க தொடங்கும்.

ஒவ்வொரு நாட்டின் அரசாங்கமும் அவர்கள் நாட்டின் குழந்தைகளுக்கு நல்ல செயலையும், கெட்ட செயல்களையும் பயிலச் செய்வதற்குப் பதில் மனிதத்தை உணர்ந்தறிவதற்கு புதிய பாடங்களைப் பயிலச் செய்து போதிக்க வேண்டும். கல்வி பாடத்தின் வாயிலாகக் குழந்தைகளின் மன மாயையை மறையச் செய்து விழிப்படையச் செய்தால் மட்டும்தான் தரணியில் சிறந்த ஓர் மனித சமுதாயத்தை மனித இனத்தால் கட்டமைத்து உருவாக்க முடியும். சிறு வயதிலிருந்து குழந்தைகளுக்கு மனிதம் போதித்து மன மாயையைக் கட்டுப்படுத்த தொடங்கினால்தான் அவர்கள் வளர்ந்த பிறகும் மனிதம் என்பது ஆழ்மனதில் ஆணி வேராய் இருந்து செயல் புரியும். அது அவர்களுக்கு மனிதத்தின் முழு பார்வையை உணர்த்தும். அதற்கு நாம் விழிப்படைவதற்கான மாற்று சிந்தனைகளையும், மாற்று கேள்விகளையும் அவர்கள் வளரும் பருவத்தில் அவர்களின் மனதில் தோன்றும் படி செய்து விட்டால் போதும். அது நாளடைவில் அவர்களை விழிப்படையச் செய்யும்.

இன்றைய குழந்தைகள் தான் நாளைய மக்களின் அரசு சேவகர்கள் என்பதை அறிவோம். ஆகவே அவர்கள் மனதில் உள்ள சாத்தானிய மன மாயையைத் தகர்த்து மனிதம் உணர்ந்து சரியான வழிமுறையில் விழிப்படைந்து அவர்கள் அரசு அதிகாரத்தில் அமரும்போது மக்களை நேசித்து மனிதத்தோடும், சமத்துவத்தோடும், சமூக நீதியோடும் தன் மக்களை வழி நடத்திச் செல்வார்கள். அது தரணியில் குற்றம், தீங்கு செய்யக்கூடிய மனிதர்களின் எண்ணிக்கை பல மடங்கு குறைத்து விடும். அன்று மனித இனத்தின் வாழ்க்கை அதன் பரிணாம நோக்கத்தை நோக்கிப் பயணிக்க தொடங்கும்.

30

ஆசையே துன்பத்திற்கு காரணம்

சிறுவயதிலிருந்து இன்றுவரை நம் மாயை மனதினை கவர்ந்த பல விடயங்களின் மீது ஆசைப் பட்டிருப்போம். இன்றும் பல விடயங்களின் மீது ஆசை வைத்-திருப்போம். ஒரு பொருளின் மீது நாம் ஆசைப்படும் போது உண்மையில் அந்த பொருள் நமக்குத் தேவைதானா என்பதனை அறிந்து ஆசைப்படுவதில்லை. தேவையோ இல்லையோ நம் மனம் ஆசைப்பட்டுவிட்டது அது நமக்குக் கிடைத்தே ஆக வேண்டும் என்கிற மன நிலையில் தீராத ஆசை வைத்திருப்-போம். நம்முடைய தேவைக்கு ஒரு பொருள் வாங்க வேண்டியதிருக்கும் அதை விலை குறைவாகவோ, அதிகமாகவோ எவ்வளவு தொகை கொடுத்து வாங்கினா-லும் அது நமக்கு எந்த பூரிப்பையும், பந்தாவையும் மனதளவில் பெரிதும் ஏற்ப-டுத்தாது. நம்முடைய தேவைக்கான பொருள் கிடைத்த மகிழ்ச்சியில் இருப்போம். இதே அந்த பொருள் கிடைக்கவில்லை எனில் சில மணி நேர வருத்தத்துடன் அந்நேரத்தை கடந்து விடுவோம் அல்லது ஒரு சில நாட்களைக் கடந்துவிடு-வோம். அது நம் மனதைப் பெரிதும் பாதிப்படைய வைத்திருக்காது. இதே நான் ஆசைப்பட்டுவிட்டேன் அந்த பொருள் எனக்குக் கிடைத்தாக வேண்டும் என்று சொல்லி நம் மனம் ஆசைப்பட்ட அந்த பொருள் நமக்குக் கிடைக்கவில்லை என்-றால் அது ஏற்படுத்தும் மாயை மன வலி எப்படி இருக்கும் என்று சொல்லித்தான் தெரிய வேண்டும் என்று இல்லை. காரணம், தரணியில் ஆசையே இல்லாமல் மனித உயிர்கள் பிறக்கவும், இறக்கவும் செய்யாது.

தேவைக்கான பொருள் நமக்குக் கிடைக்கவில்லை என்று மனம் வருந்தியதை விட என்னுடைய ஆசை நிறைவேறவில்லை என்று அதற்கு நம்முடைய மாயை மனம் வருந்தியதுதான் மனித இனத்தின் வாழ்வில் மிக அதிகம். சற்று நீங்களே

சிந்தித்துப்பாருங்கள் நீங்கள் அதிகப்படியான வருத்தம் அடைந்தது உங்களுக்கு உண்மையில் தேவைப்பட்ட ஒரு விடயம் கிடைக்காமல் போனதற்காகவா அல்லது நம் மாயை மனம் ஆசை வைத்த ஒன்று நிறைவடையாமல் போனதற்காகவா. இதிலிருந்து தரணியில் மாயை மனம் உண்டாக்கக்கூடிய மகிழ்ச்சியான போலி உணர்வுகளுக்குத்தான் நாம் அனைவரும் அடிமையாகிறோம் என்பதை அறியலாம்.

நம்முடைய ஆசை நிறைவடைந்தவுடன் சாத்தானியத்தின் மாயை மனமானது சில நாள்கள் அந்த மாயை போதையிலே நம்மை வைத்திருக்கும். குறிப்பிட்ட சில நாள்கள் கடந்ததும் அந்த ஆசை நிறைவடைவதற்கு முன்பு இருந்த மன நிலை அப்பொழுது நம்மிடம் இருந்து மறைந்து போயிருக்கும். அடுத்து வேறொரு விடயத்தின் மீது நம் மாயை மனதின் ஆசையானது அதன் பார்வையை பதியச் செய்திருக்கும். மீண்டும் வழக்கம் போல் இந்த ஆசை எப்பொழுது நிறைவடையும் என்று ஏங்கிக் காத்துக் கொண்டிருப்போம். அதற்காகக் கடுமையாக உழைத்து கொண்டிருப்போம். இப்படி நம் ஆசையானது நம்முடைய மாயை மனதின் தீவிரத்தைப் பொருத்து தொடர்ந்து மாறிக்கொண்டே இருக்கும். நம்முடைய மாயை மனதை அடக்கவில்லை எனில் நாம் மரணிக்கும் தருவாய் வரை மாயை மனதின் ஆசையானது மாறிக்கொண்டே தான் இருக்கும். அதற்குக் கால அவகாசம் எல்லாம் இல்லை, நொடிக்கு என மாயை மனதின் ஆசைகள் காலமில்லாமல் தொடர்ந்து மாறிக்கொண்டே தான் இருக்கும். இதுபோன்று நொடிக்கு மாறக்கூடிய ஆசைக்காக மக்கள், தான் ஆசைப்பட்ட ஒரு விடயம் கைகூடவில்லை, நிறைவடையவில்லை என்று தற்கொலை செய்துகொள்ளும் நிகழ்வை வைத்தே சாத்தானியத்தின் மாயை மனமானது மனித இனத்தை எவ்வாறு ஆட்டிப்படைத்து வலுவாக தன் கட்டுக்குள் வைத்திருக்கிறது என்பதை நம்மால் உணர்ந்தறிய முடியும். நாம் சாத்தானியத்தின் அதி தீவிர மன மாயையில் சிக்கும்போது ஒன்று சக மனிதர்களைக் கொலை செய்யும் சூழலுக்கு நம்மை அழைத்துச் செல்லும். இல்லையென்றால் நம்மை நாமே தற்கொலைக்குத் தூண்டி மாயை மனம் நம்மைக் கொலை செய்துவிடும்.

தரணியில் நிகழக்கூடிய பல மனிதர்களின் தற்கொலைக்கும், கொலைக்கும் முக்கிய காரணமே நம்முள் இருக்கும் சாத்தானியத்தின் மாயை மனம்தான். அதன் சான்றாகத்தான் பல நிகழ்வுகளை நம்முடைய அன்றாட வாழ்க்கையில் தொடர்ந்து பார்த்து வருகிறோம். அதாவது மனிதர்கள் தற்கொலை செய்து கொள்ளாத நாட்களே இல்லை என்றும் சொல்லலாம். கொலைகள் நடைபெறாத நாள்களும் இல்லை என்று சொல்லலாம். இப்படி மனித உயிர்களை சக மனித உயிர்களை வைத்துக் காவு வாங்குவதுதான் சாத்தானிய மன மாயையின் முக்கிய நோக்கமாகிறது.

தேவைக்கான தேவை நடக்காமல் போனால் அதற்கு மனம் உண்டாக்கும் துயரமும், தேவையே இல்லாமல் மாயை மனம் ஆசைப்பட்ட ஒன்று நடக்காமல் போனால் அதற்கு மனம் உண்டாக்கும் துயரத்திற்கும் எவ்வளவு வேறுபாடுகள், முரண்கள் உள்ளது என்பதை நீங்களே சித்தித்து ஆராயுங்கள். அதில் அதிகம் ஆதிக்கம் செலுத்துவது மாயை மனம் உண்டாக்கும் தேவையில்லாத ஆசையாகத்தான் இருக்கும். நம் தேவைக்கு என்று ஒரு பொருள் வாங்க வேண்டும் எனக் கருதி அது நம்மிடம் கிடைக்காமல் போனால் நாம் அதிகபட்சம் மன துயரம்தான் அடைவோம். அதே நம் மாயை மனம் ஆசை வைத்த ஒன்று கிடைக்காமல் போனால் அது அந்த மனிதரைத் தற்கொலை வரை அழைத்து செல்லும். சாத்தானியத்தின் ஆசை உண்டாக்கும் போலியான உணர்வு நம் உயிரையே பிரித்து விடும் அளவிற்குச் சூழ்ச்சிகளாய் செயல்படுகிறது என்பதைதான் மனித இனத்தில் அனைவருமே அறிந்து வைத்திருக்க வேண்டும்.

தேவைக்குத் தேவைப்படும் ஒரு பொருளைத் தேவைக்காக மட்டும்தான் வாங்குவோம். அதே நாம் ஆசைக்கு என்று ஒரு பொருளையோ, ஏதாவது ஒரு விடயத்தைப் பற்றி நம் மாயை மனதால் சிந்திக்கும்போது அதனுடன் ஒன்றிப் போய் விடுகிறோம். நாம் ஆசைப்படும் அந்த விடயம் நம்முடன் இருப்பதாகவே நினைத்து, அது பற்றிய சிந்தனையிலேயே முழுகிப் போகிறோம். இரண்டு நாட்களில் மறந்து போகும் ஆசையாக இருந்தால் அது நம்மைப் பெரிதும் பாதிப்பதில்லை. நீண்ட நாட்களாக நம் மாயை மனதின் ஆசைக்குத் தீனி வழங்கி மாயை மனதுடன் பிணைப்பை ஏற்படுத்தும் போதுதான் நாம் ஆசைப்பட்ட விடயம் நிறைவடையாத போது பல தற்கொலைகள் இங்கு நடைபெறுகிறது. அதாவது சாத்தானியத்தின் ஆசை மனம் நம் கட்டுக்குள் இல்லையென்றால் அந்த ஆசையே நம்மைக் கொலை செய்து விடும்.

நமக்கு ஆசை உண்டாகும்போது அதை எப்படியாவது வாங்கியாக வேண்டும், எனக்குக் கிடைக்க வேண்டும் என அது பற்றியே சிந்தித்து மாயை மனதிற்குச் சிந்தனை உரமிடுகிறோம். அதனால் மாயை மனமானது நம்மிடத்தில் போலியான உணர்வுகளை வெளிப்படுத்தத் தொடங்குகிறது. நம் மாயை மனம் ஆசைப்பட்ட அந்த விடயம் கைகூடும் வரை அந்த உணர்வு நம்மிடம் தேங்கிக்கொண்டே இருக்கிறது. மாயை மனதுடன் தீவிரமாய் ஒன்றிப்போன ஆசை நிறைவடையும்போது அந்த போலி உணர்வுகள் வெளிப்பட்டு ஒரிரு நாள்கள் மாயை மனம் மகிழ்ச்சியடைந்து அடுத்த ஆசை உணர்வைத் தேடிச் சென்றுவிடுகிறது. இதே நாம் ஆசைப்பட்ட விடயத்தின் மீது மாயை மனதால் தேங்கிய போலி உணர்வுகள் நம்மிடம் வெளிப்படாமல் இருக்கும்போது ஆசை நிறைவேறாது என்று தெரிந்தும் மனதில் தேங்கிய மாயை உணர்வுகள் தற்கொலை செய்துகொள்ளும் மன நிலைக்கு அழைத்துச் சென்று கொலை செய்து விடுகிறது.

ஒரு வாலிபர் இருசக்கர வாகனத்தை வாங்க வேண்டும் என ஆசைப்படுகிறார் என்று வைத்துக்கொள்வோம். அந்த இருசக்கர வாகனத்தை வாங்கும் அளவிற்கான பணத்தை அந்த வாலிபரின் பெற்றோர்கள் வைத்திருந்தாலும். அந்த வாலிபனுக்கு விலை அதிகம் உள்ள மற்றவர்களின் கவனத்தை ஈர்க்கக்கூடிய இருசக்கர வாகனம் வாங்க வேண்டும் என்பதே அந்த வாலிபரின் ஆசையாக இருக்கிறது. ஆனால் அந்த வாலிபரின் பெற்றோர்களால் அவன் ஆசைப்பட்ட இருசக்கர வாகனத்தை வாங்க முடியவில்லை. அந்த வாலிபர் எப்பொழுது அந்த வாகனத்தை வாங்க வேண்டும் என ஆசை வைத்தானோ அன்று முதல் அவன் அந்த வாகனத்தைப் பற்றிச் சிந்திக்காத நாட்களே இருக்காது என்றுதான் சொல்ல வேண்டும். அந்த வாலிபருக்கு எப்பொழுதும் அந்த வாகனம் பற்றிய சிந்தனைதான் மனதில் ஓடிக் கொண்டிருக்கும். இதுபோல் தீவிரமாய் மாயை மனதோடு ஒன்றிப்போகும் ஆசை நிறைவடையயவில்லை என்றால் என்ன நடக்கும் என்பதை முன்பே பார்த்தோம். மாயை மனம், தான் ஆசைப்பட்ட ஒரு விடயம் நிறைவடையயவில்லை என்ற கோபத்தில் அந்த வாலிபரைத் தற்கொலை செய்துகொள்ளத் தூண்டி கொலை செய்துவிடும்.

தரணி முழுவதும் இதுபோன்ற பல ஆசைகளுக்காக மாயை மனமானது பல மனிதர்களைக் கொன்று குவித்து வருகிறது. அது மருத்துவம் படிக்க வேண்டும் என ஆசைப்பட்டு பின் மருத்துவ படிப்பு கிடைக்கவில்லை என்பதற்கு தற்கொலை செய்துகொள்வதாகட்டும், ஆசைப்படும் வேலை கிடைக்கவில்லை என்பதற்கு தற்கொலை செய்துகொள்வதாகட்டும், ஆசைப்படும் வாழ்க்கை கிடைக்கவில்லை என்பதற்கு தற்கொலை செய்துகொள்வதாகட்டும் ஆசைப்படும் காதல் கைக்கூடவில்லை என்பதற்கு தற்கொலை செய்துகொள்வதாகட்டும் இதுபோன்று சாத்தானியத்தின் மாயை மனதுடன் நாம் ஆசைப்படும் விடயங்கள் ஒன்றிப்போகும்போது தற்கொலை செய்துகொள்ளும் எண்ணத்தை மாயை மனமானது தூண்ட விடுகிறது.

நமக்கு ஒரு ஆசை உள்ளது என்றால் அந்த ஆசை தேவைக்கு உள்ளதா? நம் மாயை மனதிற்கு உள்ளதா? என்பதை எண்ணிப்பாருங்கள். அது பெரும்பாலும் மாயை மனதின் தூண்டுதல் ஆசையாகத்தான் இருக்கும். நம் மனதின் ஆசை எதற்கானது என்பதை அறிந்துக்கொண்டால் நம்முடைய ஆசை நிறைவடையாதபோது மாயை மனம் உருவாக்குகிற போலியான உணர்வை, போலியான துயரத்தைப் போலியானது என்று உதாசீனப்படுத்தக்கூடிய மன நிலையில் நாம் இருப்போம்.

மாயை மனதினை மனித இனம் உணர்ந்தறியாமல் வாழ்வதினால்தான் மாயை மனம் மனிதர்களின் மனதினை ஆட்கொண்டு பல தீய செயல்களைச் செய்ய வைக்கிறது. அதுதான் நம்மை ஒருவருக்கொருவர் விரோதிகளாக, மக்களுக்கு

எதிராகச் செயல்படும் நபர்களாக, பிரிவினையைத் தூண்டும் கயவர்களாக, மதம், சாதி, இனம், நிறம், நாடு, மொழி எனப் பற்றுடைய அறியாமை மனிதர்களாக வைத்திருக்கிறது.

தீவிர ஆசைகள் கைகூடாமல் போனால் மாயை மனம் எப்படி உயிரைக் காவு வாங்குமோ அதுபோல்தான் நம் ஆசைகள் பிறர் உயிரையும் காவு வாங்குகிறது. அதாவது தரணியில் ஏற்படும் உயிர் இழப்புகளை ஆராய்ந்தால் அது பலரின் ஆசைகளின் செயல்களின் விளைவால் ஏற்பட்ட மனித உயிர் இழப்புகளாகத்தான் இருக்கும். அதாவது மனித இனத்தின் ஆசைகளால் தரணியில் இதுவரை ஏற்பட்ட, ஏற்படப்போகிற மனித உயிர் இழப்புக்கள் எவ்வளவு என்று நாம் கணக்கெடுக்கத் தொடங்கினால் அது நீண்டுகொண்டே இருக்கும். இவற்றை நாம் உற்று நோக்கினால் இந்த சாத்தானிய மன மாயை ஆசைதான் மனித இனத்தை அழிக்கக்கூடிய, அழித்துக் கொண்டிருக்கக்கூடிய பேராயுதம், சாத்தானியத்தின் போராயுதம் என்று உணர்ந்தறியலாம். மன மாயை தன் ஆசை ஆயுதத்தின் மூலம் மனித இனத்திற்கு ஏற்படுத்தும் போலி உணர்வுகளை உதாசீனப்படுத்தத் தெரிந்திருந்தால் போதும். தரணி முழுவதுமே மனித உயிர் இழப்புகள் இல்லாமல், துயரங்கள் இல்லாமல், பணத்தை நோக்கி ஓடும் ஓட்டம் இல்லாமல் நாம் அனைவரும் சிறகு முளைத்த மனிதர்களாக அன்பால், மனிதத்தால் நிறைந்திருப்போம். அதற்கு நாம் நம்முடைய மாயை மனதை எதிர்த்து உதாசீனப்படுத்தும் மன நிலையில் விழிப்படைந்து விழிப்புணர்வோடு இருக்க வேண்டும். ஆதலால் விழிப்படைந்து விழிப்புணர்வுடன் சாத்தானியத்தின் மாயை மனம் உண்டாக்கும் ஆசையை அடக்கி ஆளும் மனிதர்களினால்தான் சிறந்த ஓர் மனித சமூகத்தை இத்தரணியில் உருவாக்க முடியும். அதற்கு மாற்று சிந்தனைகளை, மாற்று கேள்விகளை முன் வைத்து புடவியின் துணையோடு மனித இனம் விழிப்படைய வேண்டும்.

31

உதாசீனப்படுத்துவோம்

உதாசீனப்படுத்துதல் என்றதும் நம்முடைய மனதிற்கு சில நபர்கள் நம்மை உதாசீ-னப்படுத்தியதும், நாம் சில நபர்களை உதாசீனப்படுத்தியதும் தான் நம் நினைவிற்கு வந்து செல்லும். இதுபோன்ற தவறான செயல்களுக்கு உதாசீனப்படுத்துதலை நாம் பயன்படுத்தியதன் விளைவு, உதாசீனப்படுத்துதல் என்றாலே நம் மனம் தவறா-கவே ஏற்றுக்கொள்கிறது. அது நம்மையும் மீறிப் பல இடங்களில் தவறான செயல்-கள் மூலம் வெளிப்படவும் செய்கிறது. இதே உதாசீனப்படுத்துதலை ஒரு மனிதன் விழிப்புநிலை அடைந்து விழிப்புணர்வுடன் பயன்படுத்தும்போது அதன் காரணமே முற்றிலும் மாறுபட்டதாக மாறுகிறது. ஆனால் அது நன்மைக்காக இருக்கும். அதுதான் விழிப்புநிலையில் உயர்நிலை அடைந்த மனிதர்களைத் துன்பங்கள் பாதிக்காமல் எப்பொழுதுமே மகிழ்ச்சியான மன நிலையில் இருப்பதற்கான காரண-மாகும்.

நாம் ஒவ்வொருவரும் நம்முடைய வாழ்க்கையில் ஒரு முறையாவது சக மனி-தர்களையோ அல்லது ஏதாவது ஒரு நிகழ்வையோ கண்டிப்பாக உதாசீனப்படுத்தி-யிருப்போம். அந்த கணம் நாம் செய்த செயல்கள் நமக்கு நன்மையை விதைத்-ததா! தீமையை விதைத்ததா! என்று பின் நாட்களில் தான் நமக்கே தெரிய வந்திருக்கும் அல்லது தெரியவராமல் போய் அதற்கான வினைகளையும் தற்போது வரை நாம் அனுபவித்துக் கொண்டிருப்போம். ஒரு விடயத்தை உதாசீனப்படுத்தி-யதன் விளைவாக எதிர்வினைகள் ஏற்படும் என்று முன்பே நமக்குத் தெரிந்திருந்-தால் எவரொருவரும் அந்த செயலை செய்திருக்கவே மாட்டோம். ஒரு செயல் ஏற்படுத்தப் போகும் காரணத்தை அறிந்துதான் நாம் உதாசீனப்படுத்த வேண்டுமா-னால் மனித இனம் செய்யக்கூடிய அனைத்து சிறு சிறு நிகழ்வுகளையும் ஆராய வேண்டிய வீண் தேவை நமக்கு ஏற்படும். அது சீராக நடைபெற வேண்டிய அனைத்து செயல்களையும் பாதிக்கக் கூடியதாகவே அமையும். அதனால் உதாசீ-

னப்படுத்தும் போது நம்முடைய மனிதத்தின் மனம் வெளிப்பட்டால் போதும்.

மனித இனத்திற்கு இயற்கையாகவே இந்த உதாசீனப்படுத்துதலைச் சரியான முறையில் கையாள தெரிந்திருந்தால் அன்றும் இன்றும் என்றும் என நம் மனித வாழ்க்கையில் பல துன்பங்களுக்கு இடமில்லாமல் போயிருக்கும். நம் மனதிற்கு ஏற்படும் பல பிரச்சனைகளைத் தவிர்த்து மாயை மனதிற்குச் சிந்தனை தீனியைப் போடாமல் மனித வாழ்க்கையை வாழ்ந்துகொண்டிருப்போம். சக மனிதர்களைப் பாதிப்படையக்கூடிய செயல்களைச் செய்யாமல் நாம் அனைவருமே அச்சிந்தனை செயலை உதாசீனப்படுத்தியிருப்போம்.

நம்முள் மாயை மனம் என்ற ஒன்று இருப்பதையே உணராமல் வாழ்ந்து வரும் வாழ்க்கை சூழலில் நாம் எப்படி உதாசீனப்படுத்துதலின் முக்கியத்துவத்தை உணர்ந்திருப்போம். இதை உணர்ந்து செயல்படுத்த வேண்டுமானால் நம் மாயை மனதை உணர்ந்திருக்க வேண்டும் என்கிற கட்டாய தேவை இத்தரணியில் உள்-ளது. அதாவது ஒரு மனிதர் தன்னை பாதிக்கக்கூடிய நிகழ்வுகள் அனைத்துக்கும் தன் மாயை மனம்தான் காரணம் என்பதை உணர்ந்தறிந்து அவற்றை உதாசீனப்ப-டுத்த வேண்டுமானால் அவர் விழிப்படைந்த மனிதராக இருக்க வேண்டும் என்பது புடவியின் கட்டமைப்பாக உள்ளது.

தற்போது மனித இனத்திற்கு வேண்டிய மிகச் சிறந்த விடயமான இந்த உதா-சீனப்படுத்துதலை நாம் உணராமல் இருப்பதால்தான் பிரச்சினைகளே இல்லாத பல காரியங்களையும் மிகப் பெரிய பிரச்சனைகளாக நம் மனங்களில் போட்டுக் கொள்-கிறோம். அது மன மாயைக்கு பெரும் தீனியாக மாறி இதுதான் சரியான தருணம் என்று எண்ணிலடங்கா தேவையில்லாத மாயை சிந்தனைகளை நம் எண்ண ஓட்-டத்தில் ஓடச் செய்கிறது. அதாவது லௌகீக வாழ்க்கை சார்ந்து நம் மனதைக் காயப்படுத்தக்கூடிய நிகழ்வுகளை உதாசீனப்படுத்தாமல் அவற்றிற்கு எதிர்விைனகள் ஆற்றி அந்த நிகழ்வைப் பற்றி எதிர்மறை சிந்தனைகளைச் சிந்திக்கச் செய்கிறது மாயை மனம். அச்சிந்தனைகளால் நம் மனதின் போலி உணர்வுகள் தூண்டப்-பட்டு நம் மனம் எதிர்கொள்ளும் நிகழ்வுகளைப் பிரச்சனைகளுக்குரிய நிகழ்வாக நமக்கு நாமே ஏற்படுத்தி கொள்கிறோம். பிரச்சனைகளை ஏற்படுத்துவதும் தவறு, பிரச்சனைகளாக ஏற்றுக் கொள்வதும் தவறு. பொதுவாக நம் மனதளவில் ஏற்ப-டும் பிரச்சனைகளை மற்ற மனிதர்கள் ஏற்படுத்துவது போன்று காட்சியிருந்தாலும். அந்த நிகழ்வுகளை நம் மனதைப் பாதிக்கக்கூடிய பிரச்சனைகளாக நமக்கு நாமே-தான் ஏற்றுக்கொள்கிறோமே தவிர சக மனிதர்களால் ஏற்படுவதில்லை.

இதரணியின் லௌகீக வாழ்க்கையில் நமக்கான பிரச்சனைகளை நாமேதான் உருவாக்கி கொள்கிறோம் என்பதால் மனித இனத்தில் அனைவருக்குமே தங்களு-டைய வாழ்வில் பிரச்சினைகள் கண்டிபாக இருக்கும். காரணம், நமக்கு பிரச்சனை இருக்கிறது என்றால் நாம் பெரும்பாலும் அந்த பிரச்சனைகளுக்கான தீர்வை பற்றி

சிந்திப்பதே இல்லை மாறாக அப்பிரச்சனைகளால் ஏற்படும் விளைவுகளைப் பற்றிதான் சிந்தித்துக்கொண்டிருக்கும். சாத்தானியத்தின் மாயை மனம் அதைத்தான் சிந்திக்க வைக்கும். நம்முடைய மாயை மனம் பிரச்சனைகள் பற்றியும் அதன் விளைவுகள் பற்றியும் சிந்திப்பதால் நமது சிந்தனை எதிர்மறையான சிந்தனைகளைச் செய்யத் தொடங்குகிறது. அந்த எதிர்மறை சிந்தனைகள் நம்மிடம் இன்னும் பல பிரச்சனைகளை ஏற்படுத்தக்கூடிய செயல்களைத்தான் கொண்டுவரும்.

ஏதோ ஒரு விடயம் பிரச்சனைக்குரியதாக நம்முடைய மனதைப் பாதிக்கக்கூடியதாக இருந்தால் அது உண்டாக்கும் கவலையை நம் மனதிலிருந்து உதாசீனப்படுத்தும் மன நிலைக்கு நம் மனதைப் பக்குவமடையச் செய்ய வேண்டும். ஆனால் நம் மாயை மனம் பெரும்பாலும் என்ன செய்யும் என்றால் பிரச்சனைகளால் ஏற்படும் விளைவுகளை நினைத்துச் சிந்திக்கச் செய்து மன வருத்தத்தைத்தான் அதிகப்படுத்தி கொண்டிருக்கும். இன்னொரு பக்கம் பிரச்சனைகளுக்கான தீர்வை எப்படி வேண்டுமானாலும் சரி செய்துகொள்வோம் என்று தீய சிந்தனைகளை ஏற்படுத்திக்கொண்டிருக்கும். நம்முள் இருக்கும் மனிதத்தின் மனம் மாயையின் தீவிரத்தால் சிந்திக்காமல் மழுங்கடிக்கப்பட்டிருக்கும். அதாவது மனிதர்களுக்குப் பிரச்சனைகள் ஏற்படும்போது அந்த கணம் நம் மனதில் மனிதத்தின் மனமா அல்லது சாத்தானியத்தின் மனமா எந்த மனம் ஆதிக்கம் பெறுகிறதோ அதற்கேற்ற சிந்தனை செயல்களைத்தான் நாம் செய்து கொண்டிருப்போம்.

நாம் தவறுதலுக்குரிய குற்றச் செயலை செய்யும்போது அந்த செயல் பிரச்சனைகளில் முடிந்தால் அது எப்படிப்பட்ட விளைவுகளை ஏற்படுத்தும் என்று சிந்திக்கும் மன நிலையில் நாம் இருந்தால்போதும் அந்த தேவையில்லாத செயல்களை நாமே உதாசீனப்படுத்தி விடுவோம். ஆனால் நாம் அந்த கணம் அப்படிச் சிந்திக்க மாட்டோம். காரணம், சக மனிதர்களைப் பாதிக்கக்கூடிய செயலைச் செய்ய வேண்டும் என முடிவெடுத்ததே மாயை மனதின் ஆதிக்கத்தால்தான். பின்பு எப்படி நாம் பிற மனிதர்களுக்கு கெடுதல் செய்யும் தறுவாயில் நம்முடைய மாயை மனம் மாறும். அவற்றை மீறியும் பல மனிதர்கள் பிறருக்குக் கெடுதல் செய்யும் தறுவாயில் தங்கள் மனதை மாற்றியும் உள்ளார்கள். காரணம், அந்த கணம் அவர்கள் மனதில் சிந்தித்த சிந்தனைதான் அதாவது அத்தருணத்தில் அவர்களின் மனதில் மனிதத்தின் மனம் தூண்டப்பட்டு ஆதிக்கம் செய்திருக்கும். அதனால்தான் கடைசி நேரத்தில் தங்கள் முடிவை மாற்றியிருப்பார்கள். இதிலிருந்து நாம் விழிப்படையவில்லை என்றாலும் சிந்தனையை வைத்து தேவையில்லாமல் நம் மனதைப் பாதிப்படையச் செய்யும் அனைத்து பிரச்சனைகளையும் உதாசீனப்படுத்த முடியும் என்பதை நாம் அறியலாம். ஆனால் நாம் விழிப்படைந்தால்தான் லௌகீக வாழ்க்கையில் தேவையில்லாமல் நாம் ஏற்றுக்கொள்ளும் பிரச்சனைகளை உதாசீனப்படுத்துவதை நம்மால் மிக எளிதாகச் சாத்தியப்படுத்த முடியும்.

தேவையில்லாத மன வருத்தங்களும், பிரச்சனைகளும் பெரும்பாலும் குடும்ப உறவுகளில்தான் அதிகமாக ஆதிக்கம் பெறுகிறது. உதாரணமாகக் கணவன் மனைவி என இரண்டு உறவுகளுக்குள்ளும் இடையே ஏற்படும் பெரும்பாலான பிரச்சனைகளை உதாசீனப்படுத்தி விடலாம். ஆனால் மன மாயையின் ஆதிக்கத்தில், நான் என்ற ஆங்காரத்தில் அவரவர்கள் ஒன்றும் இல்லாத சிறு தவறுகளை, கருத்து மோதல்களை, புரிதலின்மையைப் பெரிய பிரச்சனைகளாக எடுத்துக்கொண்டு மன வருத்தத்திற்கு ஆளாகிறார்கள். அது தேவையில்லாத எதிர்மறை சிந்தனைகளைத் தூண்டி பல தவறான விளைவுகளைப் பல குடும்பங்களில் ஏற்படுத்துகிறது. அதன் வடுக்கள் என்றும் பலர் மனங்களின் ஆறாமல் வலிகளை ஏற்படுத்திக்கொண்டே இருக்கும். நீண்ட நேரம் அல்லது நாள்கள், வாரங்கள், மாதங்கள், வருடங்கள் கடந்த பிறகுதான் மாயையின் ஆதிகத்திலிருந்து மனம் விடுபட்டு அமைதியாகி அப்பொழுது அந்த கணம் நாம் அந்நிகழ்வை உதாசீனப்படுத்தித் தவித்திருந்தால் நம் வாழ்க்கையில் இவ்வளவு மனக் கசப்புகள், மன வருத்தங்கள் ஏற்பட்டிருக்காது என்பதை உணர்ந்தறிவார்கள்.

குடும்ப வாழ்க்கையிலும், தனிப்பட்ட மனிதர்களுடைய வாழ்க்கையிலும் மனதளவில் பல பாதிப்பை ஏற்படுத்தி பிரச்சனைகளை உண்டாக்கக்கூடிய அனைத்து நிகழ்விற்கும் உதாசீனப்படுத்துதல் பெரும் வரமாகும். நாம் விழிப்படைந்ததிருந்தால், நம்முடைய மனதில் மனிதத்தின் மனம் ஆதிக்கம் செய்திருந்தால் லௌகீக வாழ்வில் நம்மைப் பாதிக்கும் நிகழ்வுகளைப் பெரிய பிரச்சனைகளாக ஏற்றுக்கொள்ள மாட்டோம். நமக்கு ஏற்படும் எந்த வித பிரச்சனைகளும், தவறுகளும், எந்த செயல்களும், ஏன் குற்றமும் நம் மனதிற்குப் பெரிதும் பாதிப்பை ஏற்படுத்தாது. நம் மனதைப் புண்படுத்தக்கூடிய மனக் கவலைகள் நம் மனதில் இல்லையென்றால் கொலைகளும், தற்கொலைகளும் இத்தரணியில் நிகழாது.

மனதை வருத்தமடைய வைக்கக்கூடிய சிந்தனைகளை உணர்வுப்பூர்வமாக நம்முடைய மாயை மனம் சிந்திக்கும் பொழுதுதான் அங்கு நம் மனம் தூண்டுதலுக்கு உள்ளாகி நம்மை மனதளவில் காயப்படுத்துகிறது. பல தவறான செயல்களைச் செய்ய மாயை மனம் தூண்டுகிறது. நாம் செய்ய வேண்டியதெல்லாம் நம் மனதில் உள்ள மாயை மனம் தூண்டிவிடும் மன வருத்தங்களுக்குச் சிந்தனைகளைத் தீனியாக்காமல் விழிப்புணர்வோடு அவற்றை உதாசீனப்படுத்தினால் போதும் மனித வாழ்க்கையில் பிரச்சனைகள் இருக்காது. அதற்கு நாம் விழிப்படைந்திருக்க வேண்டும். நம் மனதில் மனிதத்தின் மனம் ஆதிக்கம் பெற்றிருக்க வேண்டும்.

32

மாயை மன சூழ்ச்சியும் மனிதகுல வீழ்ச்சியும்

இம்மனித சமூகத்துக்குள்ளே நாம் இப்படிதான் வாழவேண்டும் என்று பல சட்ட திட்டங்களை உருவாக்கி வைத்திருக்கிறோம். அதன்படியே அதற்கு கிழ்படிந்து இக்கட்டமைப்பில் நாம் நம்முடைய தனிப்பட்ட வாழ்க்கையைத் தனித் தனியாக வாழ்ந்துகொண்டிருந்தாலும் அதில் மனித சமூகத்தில் நாம் ஒவ்வொருவருமே சக மனிதர்கள் நம்மைப் பற்றி என்ன மாதிரியான கருத்துகளைக் கொண்டிருப்பார்கள் என்ற சிந்தனைதான் நமக்குள் அதிகம் இருக்கும்.

நாம் வாழ்ந்து வரும் வாழ்க்கையைப்பற்றி நம் வாழ்வில் ஏற்படும் நிகழ்வுக-ளைப்பற்றி சக மனிதர்கள் என்ன நினைப்பார்கள் என்கிற அடிப்படையில்தான் யாரோ சில மனிதர்களின் மாயை எண்ணத்தின் வெளிப்பாடாய் நாம் அனைவரும் அவர்களுக்காக நம்முடைய வாழ்க்கையைக் கட்டமைத்து வாழ்ந்து வருகிறோம். அதாவது உடன் வாழும் சக மனிதர்கள் என்ன நினைப்பார்கள் என்று எண்-ணித்தான் நம்மில் பெரும்பான்மையானோர் நம்முடைய வாழ்க்கையை வாழ்ந்து வருகிறோம். நான் அப்படி வாழவில்லை என்று நம்மில் யார் கூறினாலும் சற்று நம்முடைய வாழ்க்கையை உற்று நோக்கினால் அதற்கான பல உதாரணங்கள் நம் அனைவரின் வாழ்க்கையிலும் இருக்கும்.

நம் சிந்தனைகள் என்னவோ அதுவே நாம் ' என்ற ஒரு வாசகம் உண்டு. பணம் அதிகம் வைத்திருப்பவர்கள் வாழும் ஒரு ஊருக்குள்ளே திடிரென்று ஒருவர் ஆசைப்பட்டு அவரின் ஆசை சிந்தனை முடிவில் விலை உயர்ந்த ஒரு வாகனத்தை வாங்குகிறார் என்றால் அடுத்து அந்த ஊரில் வாழும் பண முடைய நபர்கள் அதே வாகனத்தை வாங்கக்கூடும். ஒரு தனிப்பட்ட மனிதர் அவரின் ஆசை தூண்டுதலின் பெயரில் ஒரு செயலை செய்கிறார் என்றால் அதனைக்

காணும் சக மனிதர்களாகிய நம் மாயை மனமும் அதையே செய்யச் சொல்லித்-தான் தூண்டி விடும். இது அந்த வாகனத்திற்கு மட்டும் அல்ல நம் வாழ்க்கையில் பயன்படுத்தும், பயன்படுத்தாமல் கிடங்கில் இருக்கும் பல பொருட்களும் இப்படி-தான் நம்மிடம் வந்து சேர்கிறது.

சிறு வயதில் பக்கத்து வீட்டில் இருக்கும் ஒரு பையனிடம் இந்த விளையாட்டுப் பொருள் இருக்கிறது எனக்கும் அதே விளையாட்டுப் பொருள் வேண்டும் என நம்முடைய பெற்றோரிடத்தில் அடம்பிடித்த போதே நம்முடைய மாயை மனமானது செயல்படத் தொடங்கி விடுகிறது. அதனுடன் பண ஆசையைத் தூண்டி இயங்கும் பண வர்த்தனையும் தொடங்கி விடுகிறது என்றுதான் சொல்ல வேண்டும். மனித இனத்தின் ஆசையை அறிந்த சாத்தானிய மனமுடைய மாயை மனிதர்கள்தான் ஆசையை மூலப் பொருளாகக் கொண்டு அதற்குப் பணத்தினை துணைகொண்டு சூழ்ச்சிகள் செய்து தரணி மக்களை சாத்தானிய மனதின் ஆசை பிடியில் தக்க-வைத்திருக்கிறார்கள்.

ஒரு மனிதரிடம் வெளிப்படும் ஆசைகளும் அதற்கேற்ற சிந்தனை செயல்களும் பரந்து விரிந்து தரணியெங்கும் பலதரப்பட்ட மனிதர்களின் ஆசை சிந்தனைகளாக மாறி சூழ்ச்சி செயல்களாக உருமாறி இந்த லௌகீக வாழ்க்கையின் கட்டமைப்-பிற்குப் பண சுழற்சியாகச் சுழல்கிறது. அது மனித இனத்தை இப்படித்தான் வாழ வேண்டும் எனக் கட்டாயப்படுத்தி வைத்திருக்கிறது. நாம் விழிப்படைந்தால் மட்-டும்தான் சாத்தானியத்தின் தீவிர மன மாயையுடைய மனிதர்கள் எப்படி சாத்தா-னிய சிந்தனைகளுக்கு அடிபணிந்து இத்தரணி மக்களிடம் பல சூழ்ச்சிகள் செய்து மக்களைப் பண அடிமைகளாக வைத்து இக்கட்டமைப்பை இயக்கிக்கொண்டிருக்-கிறார்கள் என்பதை நாம் அறிவோம்.

தற்போதைய லௌகீகத்தின் தீவிர வாழ்க்கையில் ஏற்படும் நிகழ்வுகளும், நாம் வாழும் வாழ்வியல் முறைகளும் அர்த்தமற்றது என்பதை மாயை மனதை அடக்கிய அனைவருமே அறிந்துகொள்வோம். சாத்தானிய மன மாயையிலிருந்து விடுபட்டு இந்த லௌகீக வாழ்க்கையில் எல்லாம் நாடகம் என்பதை நாம் உணர்ந்தறிந்த பிறகு நம் மனம் எப்படி மாயையின் போலியான நிகழ்வை நினைத்து வருத்தப்ப-டும் அதைத்தான் உதாசீனப்படுத்துவோம் என்ற தலைப்பில் பார்த்தோம். ஆனால் அதற்கு நம் மனிதத்தின் மனம் எப்பொழுதும் விழிப்புணர்வோடு இருக்க வேண்-டும். அதைத்தான் நம்மால் மிக எளிதாகச் சாத்தியப்படுத்த முடியாது. அதற்கு நம் சிந்தனையற்ற நிலையில் புடவியோடு ஒன்றிப்போய் இருக்க வேண்டியது அவசி-யமாகிறது.

தூசி முனை இடைவெளி விட்டு ஆசை வலை பின்னிப் பிணைந்து இருக்கும் இக்காலகட்டத்தில் சாத்தானிய மன மாயையை மறையச் செய்து சிந்தனையற்ற நிலையில் இருப்பது தற்போது கடினமான செயல்தான். அதனை நிறைவடைய

விடாமல் தடுப்பதில்தான் தரணியின் பெரும் பணப் பைகளிடம் இருக்கும் சாத்-தானிய மாயை மனம் அவர்களின் ஊடாக பணத்தினை துணைகொண்டு செய்து வருகிறது. இவற்றையும் மீறி விழிப்படைந்து அந்நிலையை அடைவது ஒன்றும் முடியாதது இல்லை. இந்நூலின் முந்தைய தலைப்புகளிலே பார்த்திருப்போம். தரணி முழுவதுமே இம்மாயைக் கட்டமைப்பை மீறிப் பல மனிதர்கள் விழிப்ப-டைந்திருக்கிறார்கள், விழிப்படைந்து கொண்டும் இருக்கிறார்கள். ஆனால் விழிப்-படைந்த பின்பும் இந்த தீவிரமான லௌகீக வாழ்க்கையில் விழிப்படைந்தபோது இருந்த அதே மன நிலையில் இருக்கிறார்களா என்றால் கட்டாயம் இல்லை. அதற்கு என் மனமும் ஒரு எடுத்துக்காட்டுதான்.

இப்படிதான் வாழ வேண்டுமெனக் கட்டமைக்கப்பட்டிருக்கும் இச்சமூகத்தின் கட்டமைப்புக்குள்ளே விழிப்படையும் மனிதர்களை மீண்டும் சாத்தானிய மன மாயையில் சிக்க வைப்பதற்குப் பல காரணிகள் பின்னிப் பிணைந்து வேலை செய்-கிறது. அதில் ஒரு கருவியாக வேலை செய்யக் கூடியதுதான் பணமும், பணப் பைகளும். பெரும்பாலும் இந்த இரு தரப்பும் இணைந்துதான் மனித இனத்தின் விழிப்புநிலையைத் தடுத்து நிறுத்துவதிலும், விழிப்படையும் மனிதர்களை மீண்டும் சாத்தானிய மாயைக்குள் சிக்க வைப்பதிலும் சாத்தானிய மாயைக்குத் துணையாகி-றார்கள். இன்னும் பல முக்கிய விடயங்கள் சாத்தானிய மாயைக்கு உறுதுணையா-கச் செயல்படுகிறது. இந்நூலின் அடுத்த பாகம் வெளிவந்தால் அவற்றை எல்லாம் அதனில் பார்ப்போம்.

நம்மை ஆட்டிவைத்து இயக்கும் சாத்தானியத்தின் மாயை மனதை மறையச் செய்து நாம் விழிப்படைவது என்றால் நம்முள் இருக்கும் மனிதத்தின் மனம் நம்மை ஆள வேண்டும். குறிப்பிட்டுச் சொல்ல வேண்டுமானால் முதல் முறையாக நான் என்ற உணர்வாகிய மாயை உணர்ந்த நம் விழிப்புணர்வு நம்மை ஆள வேண்டும். அதற்கு மாற்று சிந்தனைகள்தான் தொடக்க புள்ளி. அதன் பிறகு எழும் நான் யார்? என்ற தேடல்தான் அதனை அடையும் வழி.உடனே வாய் வார்த்தையாக லௌகீக அறிவோடு நான் யார்? என்ற கேள்விக்கான தேடலையும் தொடங்கி விடக் கூடாது. நான் யார்? என்ற தேடல் நம்மிடம் உணர்வுப்பூர்வமா-கத்தான் எழ வேண்டும். அதுதான் விழிப்புநிலையை நோக்கி நம்மை வழிநடத்தும். அதற்கு மாற்று சிந்தனையும், மாற்று கேள்வியும்தான் முக்கிய தேவை. குறிப்-பிட்டுச் சொல்ல வேண்டுமானால் லௌகீகமற்ற சிந்தனை மாற்றம்தான் அனைத்-திற்குமான திறவுகோல். நான் என்ற ஆங்காரத்தை விட்டு நான் யார்? என்ற விடாப்பிடியான தேடல் மட்டுமே மாயை மனதை அடக்கி ஒடுக்கி விழிப்படையச் செய்து நமக்கு உண்மையான மனித நிலையை உணர்த்தி நம் மனிதத்தின் மனதை ஆளச்செய்யும்.

மன மாயையின் விளையாட்டால் நாம் இவ்வளவு காலங்களாக எவ்வளவு தேவையில்லாத குணங்களுடன் வாழ்ந்துள்ளோம் என்பதையும், நம் மனித வாழ்க்கையை எவ்வாறு தவறாகப் புரிந்து வாழ்ந்துள்ளோம் என்பதையும் நான் யார்? என்ற தேடலின் விடைகள் உணர்த்தும். அவற்றினை உணர்ந்த பிறகு மன ஆசையும் அதன் பண ஆசையும் மறைந்து போகும். அன்று நாம் அடையும் விழிப்பு நாம் ஏன் அன்று அப்படி இருந்தோம்? மனிதர்கள் ஏன் இன்று இப்படி இருக்கிறார்கள்? என்பதைத் தெளிவுபடுத்தும். பண கட்டமைப்பையும், மத கட்டமைப்பையும் வைத்து பணப் பைகளின் வாயிலாகவும் கயவர்களின் வாயிலாகவும் இம்மனித சமூகத்தை சாத்தானியத்தின் மன மாயை எப்படி சூழ்ச்சியாகச் சீரழிக்கிறது என்பதையும் நாம் அறிவோம்.

நம் வாழ்நாளில் பிரச்சனைகளாக ஏற்றுக்கொண்ட அனைத்து பிரச்சனைகளுமே நமக்கு நாமே ஏற்றுக்கொண்டவை என்பதையும் உணருவோம். இம்மனித சமூகத்தின் கட்டமைப்பை மன மாயை எப்படிக் கட்டமைத்து வைத்துள்ளது என்பதையும் உணருவோம். சாத்தானிய மாயையையைத் தாங்கி பிடிக்க எவ்வளவு தூண்கள் இத்தரணியில் இந்த லௌகீக வாழ்க்கையில் பின்னிப் பிணைந்துள்ளது என்பதையும் உணருவோம். மனித இனத்தைக் கொத்தடிமையாக வைத்திருக்கும் லௌகீகத்தின் சாத்தானிய மாயையை உணர்ந்தறிவோம். பற்றுதலின்றி விழிப்படைந்து இவற்றையெல்லாம் உணரும்போதுதான் இத்தரணி வாழ்க்கையில் மாயை மனதின் சூழ்ச்சியையும் மனிதக் குல வீழ்ச்சியையும் நாம் உணர்ந்தறிவோம்.

33

பண முதலை அரசியலும் - அரசியல் சாக்கடையும்

இத்தரணியில் அமைதியை விரும்பும் நாடு எது? என்று நாம் வினா எழுப்பினால் ஒவ்வொரு நாடும் எங்கள் நாடு அமைதியையும், மனிதத்தையும் விரும்புகிற நாடு எனப் பிரகடனப் படுத்திக்கொள்ளும். ஆனால் மனித இனத்தையே கொல்லக்-கூடிய பல அணு ஆயுதங்களையும், போர் கருவிகளையும் தயாரித்தும், மற்ற நாடுகளிடம் இருந்து கொள்முதல் செய்தும் வைத்திருப்பார்கள். சரி அமைதியை விரும்பி மனிதம் நேசிக்கும் நாடுகளுக்கு ஏன்? எதற்கு? இவ்வளவு ஆயுதங்கள் என்று கேட்டால் மற்ற அனைத்து நாடுகளும் வைத்துள்ளன திடீரென்று எங்கள் நாட்டின் மீது தாக்குதல் நடத்தினால் அன்று எங்கள் நாட்டின் மக்களைப் பாது-காக்க வேண்டுமானால் நாங்களும் கொடிய ஆயுதங்களைத் தயாரிக்க வேண்டும் அல்லது கொள்முதல் செய்து வைத்திருக்க வேண்டும் என்று ஒவ்வொரு நாடும் மற்ற நாட்டை கை காண்பித்து குற்றம் சுமத்திக்கொண்டே இருக்கும். இப்படி தன் நாட்டினை பாதுகாக்க ஒவ்வொரு நாடும் ஆயுதங்களை வைத்திருக்க வேண்டும் என்பது மன மாயையால் கட்டாயமாக்கப்பட்டிருக்கிறது. அதற்கு ஒவ்வொரு நாடும் பல லட்ச கோடிகளை ஆயுதங்களுக்காக மட்டுமே செலவு செய்து கொண்டிருக்-கும். ஆனால் இன்றும் தரணி நாடுகளில் வாழும் மக்கள் உணவில்லாமல், சரி-யான வாழ்வாதார வசதிகள் இல்லாமல், போதிய மருத்துவ வசதிகள் இல்லாமல், மருத்துவமனைக்குச் செலவு செய்ய போதிய பணம் இல்லாமல் தரணியெங்கும் மனிதர்கள் தினமும் இறந்து கொண்டே இருக்கிறார்கள். இந்த கட்டமைப்பினை

நீங்களே சிந்தனை செய்து ஆராயுங்கள் இதில் உங்கள் நாடு மனிதத்தைப் போற்-றுகிறதா, அமைதியை விரும்புகிறதா, மக்களைப் பாதுகாக்கச் செயல்படுகிறதா, மக்களின் பொது நலம் கருதி இயங்குகிறதா என்று.

ஒரு நாட்டின் ஆட்சியாளரையும், அந்நாட்டின் கவுரவத்தையும் மற்ற நாடுகள் சீண்டாத வரையும் அனைத்து நாடுகளுமே இங்கு அமைதியை விரும்பும் நாடுக-ளாகத்தான் தரணியில் காட்சிதரும். இதே ஒரு நாடு மற்ற நாட்டினை சீண்டும்-போது அந்நாடு மனிதத்தை விரும்பும் நாடக இருக்குமா என்றால் சந்தேகம்தான். அப்பொழுது அந்நாடு மேற்கொள்ளும் செயல்கள் எப்படி இருக்கும் என்பது நம் எண்ணத்திற்கே. நாம் இவற்றை உற்று ஆராய்ந்தால் அந்தந்த நாடுகளின் ஆட்-சியாளர்களின் மன மாயையின் தீவிர நிலையைப் பொறுத்துத்தான் அந்த நாடு அமைதியை விரும்பும் நாடு என்பதை நாம் அறியலாம். அன்று நம் நாடுகள் மேற்கொள்ளும் செயல்களுக்கு நம்முடைய நாட்டுப்பற்றால் நாமும் ஒத்துப்போ-வோம்.

எவ்வளவுதான் அதீத நாட்டுப்பற்றை கேள்விக்கு உள்ளாகினாலும் நாம் ஏற்-கனவே நாட்டின் கட்டமைப்பிற்குள் நாட்டுப்பற்று மன நிலையில் இருப்பதால் அதீத நாட்டுப்பற்றிற்கு எதிரான கேள்வி நம் மனதில் எழுவது சந்தேகம்தான். அதற்கு நாம் என்ன செய்ய வேண்டுமானால் மனிதத்தின் பார்வையோடு, மனித உணர்வோடு நாம் வாழும் நாட்டின் அரசாங்கம் மேற்கொள்ளும் செயல்களையும், மற்ற நாடுகளிடம் நம் நாடு வெளிப்படுத்தும் செயல்களையும் அலசி ஆராய்ந்து பார்க்க முயல வேண்டும். ஏன் முயல வேண்டும்? என்று கூறுகிறேன் என்றால். நம் மனதில் குடியிருக்கும் மன மாயை அவ்வளவு எளிதாக நம் வைத்துள்ள பற்-றுகளின் மீதுள்ள பிடியைத் தளர்த்த விடாது மிக வலுவாக நம்மிடம் போராடும். ஏன் அதனை அடக்கிய பிறகும் எப்பொழுதும் நம் மனதில் துடிப்புடன் காத்துக்-கொண்டேதான் இருக்கும். அப்போது நாம் சிறிது அந்த மன மாயைக்கு இடம் கொடுத்து விட்டால் போதும் மீண்டும் முழுவதுமாக நம் மனதை ஆட்டிப்படைக்கத் தொடங்கிவிடும். அதற்குத் தான் முயல வேண்டும் என்று கூறியதற்குக் காரணம்.

நம் பற்றின் மீதான மன மாயையைத் தகர்த்து அதீத பற்றை கைவிடுவதற்கான ஒரே வழி நம் பற்றுதலை எதிர்த்து நாம் செய்யும் சிந்தனைகளும் அதற்கு நாம் எழுப்பும் கேள்விகளும்தான். மனித உயிருக்கே உரிய மனிதத்தின் பார்வையில் தீவிர நாட்டுப்பற்று இல்லாமல், அரசியல் கட்சிகளின் மீது பற்றுதல் இல்லாமல், தனி நபர்கள் மீதும் பற்றுதல் இல்லாமல் அவர்கள் நிகழ்த்தும் செயல்களுக்குப் பின் உள்ள அரசியலைச் சிந்தனை செய்து கேள்விகளை எழுப்ப அலசி ஆராய முயற்சி செய்தால்தான் சிந்தனை மாற்றம் நம்மிடம் ஏற்படும். நாம் கேள்விகள் கேட்டுச் சிந்திக்கும் போதுதான் சிந்தனை மாற்றத்திற்கான வழி திறக்க ஆரம்பித்து சிந்தனை மாற்றம் ஏற்படும்.

நம்முள் சிந்தனை மாற்றம் ஏற்பட்டு இத்தரணி நாடுகளின் அரசியலை உணர்ந்தறியும் போதுதான் இத்தரணியில் உள்ள ஒவ்வொரு நாட்டின் அரசாங்கமும் அந்த நாட்டின் மக்களை எப்படியெல்லாம் தவறாகப் பயன்படுத்திக் கொள்கிறார்கள் என்பதும், நம்முடன் சேர்த்து அவர்களும் அறியாமையிலே மன மாயையில் வாழ்ந்து வருகிறார்கள் என்பதும் மெல்லப் புரியவரும். இதை என்று நம் மனதை மாற்று சிந்தனைக்கு உள்ளாகிச் சரியான தேடலைத் தொடங்கி விழிப்பையத் தொடங்குகிறோமோ அன்றுதான் மாயையின் மறைவில் இருக்கும் விடயங்கள் ஒவ்வொன்றாய் விளங்க ஆரம்பிக்கும்.

நாட்டின் கட்டமைப்பை இயக்கும் அரசாங்கங்கள் தங்கள் நாட்டின் மக்களுக்குத் தேவையான விடயங்களின் மீது அக்கறைகொள்ளாமல், அவர்களின் நலன் மீது கவனம் செலுத்தாமல், மக்களுக்குச் சற்றும் தேவையில்லாத திட்டங்களையும், மக்களைச் சென்றடையாத நலத்திட்டங்களையும் அறிவிப்பார்கள். அதற்குத் துணையாக மக்களுக்கு மத்தியில் குழப்பத்தையும் பிரச்சனைகளையும் ஏற்படுத்தக்கூடிய விடயங்களின் மீது கவனம் செலுத்துவார்கள். அதாவது ஒவ்வொரு நாடும் தன் நாட்டு மக்கள் வருமையில் இருக்கும்போது தேவையற்ற திட்டங்களுக்குப் பல கோடிக் கணக்கில் பணத்தைச் செலவு செய்து கொண்டிருக்கிறார்கள். அதிலும் மக்களுக்குத் தேவையில்லாதவற்றைத் திணிப்பதையே முக்கிய குறிக்கோளாகவும் வைத்துச் செயல்படுவார்கள். அது மதமாக இருந்தாலும் சரி, மத கட்டிடங்களாக இருந்தாலும் சரி, மொழியாக இருந்தாலும் சரி, புதிய திட்டமாக இருந்தாலும் சரி அவை மக்களுக்கு வீண்தான்.

தரணி நாட்டின் அரசாங்கங்கள் தேவையில்லாத காரியங்களுக்குச் செலவு செய்யும் பணத்தை தங்கள் நாட்டு மக்களுக்குச் செலவு செய்தல் தரணியில் வறுமை, பசி, பட்டினி, பஞ்சம் என்பது இருக்காது. வாழ்வாதார அடிப்படைத் தேவைகளுக்காக மக்கள் போராட வேண்டிய தேவையும் இருக்காது. ஆனால் எந்த நாடும் இந்த செயலை தன் நாட்டு மக்களின் நலன் கருதிச் செய்ய மாட்டார்கள். செய்யவும் முடியாது. காரணம், நாடு என்பதே ஏழைகளின் இருப்பைக்கொண்டு இயங்கக் கூடியவை. மக்களின் வறுமையையும், ஏழ்மையையும் வைத்துத்தான் தரணி நாடுகளின் கட்டமைப்பே கட்டமைக்கப்பட்டிருக்கிறது. இப்படி இருக்கும் கட்டமைப்பில் தன் நாட்டு மக்களின் அடிப்படை வசதிகளுக்கான தேவைகளுக்கான தேவைகளையும், அவர்களின் வருமைகளையும் எழுபது விழுக்காடு கூட எந்த அரசாங்கமும் நிறைவேற்றாது. திடிரென்று நிறைவேற்ற முயன்றாலும் இக்கட்டமைப்பு சீர் குலைந்துவிடும்.

நாட்டின் கட்டமைப்பில் குறைந்தபட்ச விழுக்காட்டு மக்கள் வறுமையிலும் ஏழ்மையிலும் எப்பொழுதும் இருந்துகொண்டே இருக்க வேண்டும் என்பதுதான் எழுதப்படாத சட்டமாக நாடுகளின் கட்டமைப்பாக உள்ளது. அதன் அடிப்படை-

யில்தான் ஒட்டுமொத்த தரணி நாடுகளும் கட்டமைக்கப்பட்டிருக்கிறது. இயங்கிக் கொண்டிருக்கிறது. அதனால்தான் ஒட்டுமொத்த தரணி மக்களின் வறுமையைப் போக்க முடிந்தாலும் அதற்கு ஈடான பணத்தை வருடந்தோறும் ஒவ்வொரு நாடும் தங்கள் நாட்டின் பாதுகாப்பு என்ற பெயரில் தங்களின் இராணுவத்திற்கும், மேலும் மற்ற விடயங்களுக்கும் பல கோடிக் கணக்கில் பணத்தைச் செலவு செய்து கொண்-டிருக்கிறார்கள். இதை நாட்டு அரசாங்கத்திடம் முன்வைத்தால் அதற்குப் பல காரணத்தை நாட்டினை ஆட்சி செய்யும் அரசுகள் முன்வைக்கும். அதில் ஒன்று முக்கியமாகச் சொல்லக்கூடும் விடயம்தான் நாட்டின் கட்டமைப்பு சீர்கெட்டு விடும் என்பதாகும். நாட்டு மக்களின் ஏழ்மையும் வறுமையும் ஒழித்தால் நாட்டின் கட்ட-மைப்பு சீர்கெட்டுப் போகும் என்றால் நாட்டின் கட்டமைப்பும், அரசு இயந்திரமும் எப்படி அனைத்து தரப்பு மனிதர்களுக்காக இயங்கக் கூடியதாக இருக்கும் என்-பதை மக்களாகிய நாம்தான் சிந்திக்க வேண்டும்.

இந்த மனிதமற்ற, சமமற்ற நாட்டின் கட்டமைப்பை உருவாக்கியது யார் என்-றால் மாயை மனமுடைய மனிதர்கள்தான். இப்படி ஒரு கட்டமைப்பை மாயை மனதால் உருவாக்கப்பட்டு தற்போது நாம் வாழ்ந்து கொண்டிருக்கும் என்றால் அதேபோல் மனிதம் உணர்ந்த, மனிதம் போற்றும் மனிதத்தின் மனதாலும் சிறந்த ஓர் நாட்டுக் கட்டமைப்பினை உருவாக்கிட முடியும். அதனைத்தான் மனித இனமாகிய நாம் கட்டமைத்திருக்க வேண்டும். ஆனால் சாத்தானியத்தின் மன மாயையில் சிக்கி இப்படியோர் மனிதமற்ற கட்டமைப்பை உருவாக்கி அதனில் வாழ்ந்து வருகிறோம். இதில் மனிதமில்லாமல் இயங்கும் நாட்டின் கட்டமைப்பு-களை மனிதமுள்ள கட்டமைப்பாக மாற்ற முயற்சியாவது செய்திருக்க வேண்டும். ஆனால் நமக்குத்தான் இக்கட்டமைப்பு மனிதமற்ற கட்டமைப்பு என்பதே தெரிய-வில்லை. அதிலும் மாயை மனம் என்ற ஒன்று இருப்பதையே உணராமல் வாழ்ந்து வருகிறோம். இது பற்றி ஏதுமே அறியாமல்தான் நாம் மேலும் மேலும் மன மாயை-யின் தீவிரத்தை நோக்கி மனித இனமாகிய நாம் நகர்ந்து செல்கிறோம். முழு-வதும் மனிதமற்ற ஓர் தரணியை உருவாக்கத்தான் இந்நாட்டின் கட்டமைப்பும் மனித இனத்தை அழைத்து செல்கிறது. இதுபோல் இயங்கும் நாட்டின் கட்டமைப்பு எதனை மூலமாகக்கொண்டு இயங்கி வருகிறது என்றால் மாயை பணத்தினை மூலமாக வைத்துத்தான் இயங்கி வருகிறது. ஆனால் அனைத்து நாடுகளின் அரசாங்கங்களும் எங்கள் அரசாங்கம் மக்களின் அரசாங்கம், மக்களுக்கான அரசாங்கம், எங்கள் ஆட்சி மக்களாட்சி மக்களுக்கான ஆட்சி என்று சொல்-லிக்கொள்ளும். நாம் அதனை ஆராய்ந்தால் முழுவதும் பணம் படைத்தவர்களின் தேவையைப் பொறுத்தே ஒவ்வொரு அரசாங்கங்களும் இயங்கும். குறிப்பிட்டுச் சொல்ல வேண்டுமானால் பணத்தை ஆட்டுவிக்கும் பண படைத்தவர்கள்தான் நாட்டின் கட்டமைப்பை இயக்குகிறார்கள் என்றால் அதற்குக் கீழ் இயங்கும் மக்-

களைப் பணத்தையும், பற்றையும் மூலமாக வைத்து மக்கள் விரோத அரசியல் கட்சிகள் இயக்குகிறார்கள்.

நாட்டின் கட்டமைப்பு சீர்கெடாமல் இருப்பதற்கும், அரசு இயந்திரம் சுழல்வதற்கும் பெரும் பணம் மூலதனமாக நாட்டிற்குத் தேவைப்படுகிறது. அவ்வளவு பணத்தைக் கையாளும் அரசியல் கட்சிக்கும், அரசு இயந்திரத்தின் ஊழியர்களுக்கும் அவர்களின் சாத்தானிய மன மாயையின் தீவிரத்திற்கு ஏற்ப பணம் தேவைப்படுகிறது. அங்கு ஊழல் நடைபெறுகிறது. நாட்டின் கட்டமைப்பினை ஆளும் பண முதலைகளுக்கு அவர்களின் சாத்தானிய மன மாயையின் தீவிரத்திற்குத் தரணியை ஆளும் நான் என்ற அதிகார போதை தேவைப்படுகிறது என்றால் இதேதான் நாட்டினை ஆட்சி செய்யத் துடிக்கும் மக்கள் விரோத அரசியல் கட்சிக்கும் தேவைப்படுகிறது. இப்படி சொல்லிக்கொண்டே போகலாம்.

ஒரு மனிதர் அதிகாரத்தில் இருக்கும்போது அவர் மிகுந்த கவனத்துடன் விழிப்புணர்வுடன் இல்லாவிட்டால் அவரை நிச்சயம் மாயை மனதின் அதிகார போதையானது பற்றிக்கொள்ளும். அத்துடன் நாம் எவ்வளவு விழிப்புணர்வுடன் இருந்தாலும் நம் விழிப்புணர்வை மீறி ஏதோ ஒரு விதத்தில் சக மனிதர்களை எளிதாக ஒடுக்கக்கூடிய, வஞ்சிக்கக்கூடிய செயலைச் செய்ய வைப்பதற்கு அதிகாரம் அழுத்தத்தை ஏற்படுத்தும். அதிகாரத்தின் மாயை போதையில் சிக்காமல் விழிப்புணர்வுடன் இருக்கம் மனிதர்களையே மன மாயையானது மனித விரோத செயல்களைச் செய்ய வைத்துவிடும் என்றால் அதிகாரத்தை தன் சுய பற்றுதலுக்காக, மாயை போதைக்காகப் பயன்படுத்தத் துடிக்கும் மனிதர்களிடம் அதிகாரம் குவியும்போது அவர்கள் மக்களுக்கு விரோதமாக என்னவெல்லாம் செய்வார்கள். அதன் விளையைத்தான் நாம் தரணியெங்கும் பார்க்கிறோம்.

அதிகார போதைக்கு ஒருவரின் மனம் அடிமையாகிறது என்றாலே அதனால் சக மனிதர்கள் பாதிக்கப்படப் போகிறார்கள் என்பதே அதன் அர்த்தம். அப்படி அதிகார போதைக்கு அடிமையான மனிதர்கள் இத்தரணியில் என்ன செய்தார்கள், என்ன செய்கிறார்கள் என்று நாம் இன்று வரை பார்த்து வருகிறோம். அரசு அதிகாரத்தில் இருக்கும் மனிதர்கள், அந்த அதிகாரத்தை விலைக்கு வாங்கக்கூடிய மனிதர்கள், அதிகாரம் உடைய அரசியல் கட்சிகள் என அதிகாரம் வைத்திருக்கும் பலரும் இத்தரணி மக்களுக்கு எதிராக எப்படிப்பட்ட தீங்கான செயல்களை நிகழ்த்துவார்கள் என்பதை வரலாற்றில் பார்த்துள்ளோம், பார்க்கவும் செய்கிறோம்.

சட்டதிட்டம் உடைய ஒரு நாட்டின் அரசாங்கத்தை மனிதர்கள் ஆண்டுகொண்டிருக்கிறார்கள் என்றால் அவர்கள் பணத்தினை உருவாக்கும் பெரிய பண முதலைகளுக்கும், அதீத பணம் படைத்தவர்களுக்கும் வளைந்து கொடுக்க வேண்டிய சூழல் தானாகவே நாட்டினை ஆளும் அரசாங்கத்திற்கும், அரசு அதிகாரிகளுக்கும் ஏற்படுகிறது. அதற்குத்தான் பெரும்பாலும் அதீத பணம் படைத்தவர்-

களை எந்த அரசியல் கட்சிகளும் பகைத்துக்கொள்ளாது. ஒரு நாட்டை ஆளும் நபர் கண்டிப்பாக ஏதோ ஒரு அரசியல் கட்சியையோ, ஏதோ ஒரு இயக்கம் போன்ற அமைப்பையோ, மன்னர் வழி வந்த குடும்ப வாரிசாகவோ என்று ஏதாவது ஒன்றைப் பின்புலமாகக் கொண்டவர்களாகத்தான் இருக்கக்கூடும். அதனால் நாட்டினை ஆளும் ஒரு அரசியல் கட்சியோ, இயக்கமோ, மன்னர் குடும்பமோ ஆட்சிப் பொறுப்பிலிருந்தாலும், இல்லாமல் இருந்தாலும் தங்கள் அமைப்பின் உள் கட்டமைப்பை இயக்குவதற்கும், அரசு இயந்திரத்தை இயக்குவதற்கும் பணம் ஒரு அத்தியாவசிய மூலப் பொருள் ஆகும். அதற்குப் பணம் உருவாக்குபவர்களின் பணமும், பணம் அதிகம் உள்ளவர்களின் பணமும் முக்கிய தேவை. அதுதான் பண முதலைகளின் நாட்டின் கட்டமைப்புகளை இயக்குவதற்கான மூலதனம் ஆகும்.

நாட்டின் கட்டமைப்பு என்பது மக்களை வறுமையிலும், ஏழ்மையிலும் வைத்து இயங்கக் கூடியது என்று இதுவரை பார்த்தோம். அதில் கூடுதலாக மக்களிடம் தேவையில்லாத தேவைகளை ஆசைகளால் உருவாக்கி அதற்கு மக்களிடமிருந்து அதிக வரி விகிதத்தை நாட்டிற்கு அதிகரித்து நாடுகளின் கட்டமைப்பின் உச்சி குடும்பியைப் பிடித்துக் கொண்டிருப்பவர்கள்தான் பணத்தை உருவாக்கக்கூடிய பண முதலைகள். அதன் காரணத்தினால்தான் பண முதலைகளுக்கும், பணப் பைகளுக்கும் அரசு இயந்திரத்தின் சார்பில் வரிச் சலுகைகள் வழங்கப்படுகிறது. அதற்குத்தான் நாட்டின் அரசாங்கத்திடம் இருந்து பல கோடிகளைக் கடனாகப் பெற்ற பண முதலைகளும், பணப் பைகளும் அரசாங்கத்தை ஏமாற்றினாலும் அவர்கள் வாங்கிய பல கோடி கடன்கள் தள்ளுபடி செய்யப்படுகிறது. காரணம், அதிகார பகிர்வு, பண பகிர்வு.

பணம் அதிகமுள்ளவர்களுக்கு அரசு சிவப்பு கம்பளம் விரித்து எவ்வளவு சலுகைகளை அளித்தாலும் அவர்கள் கூடுதலாக வரிஏய்ப்புதான் செய்வார்கள். அவர்கள் வரி ஏய்ப்பு செய்த பணத்தை அரசு அதிகாரத்தோடு பகிர்ந்து கொண்டால்தான் எந்த அரசு சிக்கலும் இல்லாமல் பயணிப்பார்கள். இதே அரசு அதிகாரத்தின் மனிதர்களுக்குப் பகிராமல் இருந்தால் அரசுத் தரப்பிலிருந்து பல இன்னல்களைச் சந்திப்பார்கள். பிறகு அவர்களே வளைந்து வந்து அரசு அதிகாரத்திற்குப் பகிர்வதும், அரசு அவர்களுக்குப் பகிர்வதுமாகவே செயல்படுவார்கள். இப்படி நாட்டின் அரசுகளுக்கும், பண முதலைகளுக்கும் ஒரு புரிதலும் நட்பும் நீடிக்கும். நாட்டிற்கு வரியும் கிட்டும், அரசுத்துறை அதிகாரிகளுக்கு ஊழல் செய்த பண வருமானமும் கிட்டும். இதற்குப் பண முதலைகளும், பணப் பைகளும் நாட்டின் கட்டமைப்பிற்கும், அரசியல் கட்சிகளுக்கும் மிக முக்கியத் தேவை. இதற்குத்தான் நாட்டினை ஆளும் அரசியல் கட்சிகள் பணப் பைகளின் பேச்சிற்கும், அவர்களின் நெளிவு சுளிவுகளுக்கும் சட்டத்தை வளைக்கிறார்கள், மக்கள் திட்டம் என்ற

பெயரில் தனியார் நிறுவனங்கள் அதிக ஆதாயம் பெறுவதற்கு பல திட்டங்களை அறிமுகப்படுத்துகின்றனர். இதனால் பணத்தை வைத்திருப்பவர்களுக்கும், அவர்களுக்குத் துணைபோகும் அரசு அதிகாரிகளும்தான் மிகுந்த பலன். ஆனால் நாட்டு மக்களுக்கும் அதிலும் கடைக்கோடியில் இருக்கும் மனிதர்களுக்கு எந்த பலனும் கிடையாது. காரணம், சட்டங்களில் சமத்துவமும், சமூக நீதியும் எழுதப்பட்டிருக்கலாம் ஆனால், நாட்டின் கட்டமைப்பில் சமத்துவம் இல்லை, சமூக நீதி இல்லை. அது நாட்டில் வாழும் ஏழை எளிய மக்களுக்கு எப்பொழுதும் நீதி போன்ற அநீதியைத்தான் வழங்கும். மனித இனமாகிய நாம் இக்கட்டமைப்பில் காலம் நெடுக்க போராடியேதான் வாழ வேண்டும். வாழ்ந்துக்கொண்டும் இருக்கிறோம்.

சாத்தானியத்தின் மன மாயையானது இப்படி ஒரு கட்டமைப்பை மனித இனத்திற்கே தெரியாமல் நாட்டின் கட்டமைப்பாகக் கட்டமைத்து வைத்துள்ளது. ஆனால் நாம் சுதந்திரமாக வாழ்கிறோம் என்று எண்ணி அரசியல் தலையீடு இல்லாமல் நமக்கென்ன என்று அரசியல் ஒரு சாக்கடை என்று சொல்லி அதிலிருந்து விளக்கியிருப்பதாக நினைத்து வாழ்கிறோம். ஆனால் அரசியல் சாக்கடையின் கட்டமைப்பிற்குள்ளே தான் நாம் அனைவரும் வாழ்ந்து வருகிறோம் என்பதை மறந்து விடுகிறோம். அதாவது நம்மை ஆட்சி செய்து வழிநடத்தும் அந்த தகுதியை, பொறுப்பை அதே சாக்கடையில் ஊறிப்போய் இருக்கும் அரசியல் கட்சியில் இருக்கும் மாயை மனமுடைய நபர்களிடமே வழங்குகிறோம்.

ஆக அரசியல் எப்பொழுதுமே சாக்கடை அல்ல அது மக்களாகிய நம்மை அதிகாரம் செய்து கீழ்ப்படியச் செய்வதற்கும், மக்கள் விரோத மனிதர்களை எதிர்த்து அமைப்பாய் இருப்பதற்குமான இரு வடிவத்தில் மக்கள் மீது தாக்கத்தை ஏற்படுத்தும் ஒரு கட்டமைப்பு. அதற்குள் வாழ்ந்துகொண்டு அரசியலுக்கும் எனக்கும் எந்த வித தொடர்பும் இல்லையென்று நாம் பெயருக்கு வேண்டுமானால் கூறலாம். ஆனால் நாட்டின் கட்டமைப்பிற்குள் வாழும் அனைவரின் வாழ்விலும் அரசியல் தலையீடுகள் இருந்தே தீரும். அதன் தாக்கத்தின் விளைவுக்கு நாம் ஒவ்வொருவரும் ஆளாகுவோம். நம் வாழ்க்கையில் பின்னிப் பிணைந்திருக்கும் அரசியலில் அனைத்து மக்களின் தலையீடுகளும் இருக்கக் கூடாது என்பதற்காகத்தான் அரசியல் ஒரு சாக்கடை என்று சொல்லப்பட்டுள்ளது.

அரசியல் சாக்கடை என்பதை மாற்றப் பல அரசியல் கட்சிகள் புதிது புதிதாக உருவெடுத்த வண்ணம்தான் இருக்கிறார்கள். அதற்குப் பல பற்றுகளைக் கையில் எடுத்தும் களமாடுவார்கள். அரசியலில் மாற்றத்தை ஏற்படுத்த வேண்டுமென அரசியல் கட்சி தொடங்கியவர்களைக் காலம் கடந்து அவர்கள் எப்படிப்பட்ட மாற்றத்தை ஏற்படுத்தியிருக்கிறார்கள் என்று அலசி ஆராய்ந்து பார்த்தோமானால் அவர்களின் சுய தோற்றமும், அவர்களின் தனிப்பட்ட பொருளாதாரத்திலும்தான் பெரும் மாற்றங்கள் ஏற்பட்டிருக்கக்கூடும். தன் சுய ஆதாயத்திற்கு அரசியலில்

களமாடும் நபர்களைக் கூட நம்பலாம். ஆனால் பற்றை தூண்டி அதுவும் மனித சமூகத்திற்கு ஆகாத மத பற்றை தூண்டி சூழ்ச்சிகள் செய்து மக்களிடையே கலகங்கள் செய்து பிரிவினை ஏற்படுத்தத் துடிக்கும் அரசியல் கட்சியை நாம் நம்-பவே கூடாது. அவற்றில் மக்களாகிய நாம்தான் மிகக் கவனமாக விழிப்புணர்வோடு இருக்க வேண்டும்.

நன்னீர் போல் அனைவருக்கும் ஏதுவாக இருக்க வேண்டிய அரசியலைத் தொடக்கக் காலத்திலிருந்து இன்று வரை இனப்பற்றுள்ளதாக, மொழிப்பற்றுள்ள-தாக, சாதிப்பற்றுள்ளதாக மாற்றியமைத்து வைத்துள்ளனர். மதப்பற்றுள்ளதாக மாற்-றியும் வருகிறார்கள். நாம் அரசியல் தொடக்கத்தையும் அதன் பயணத்தையும் அலசினாலே அதனை அறியலாம். இது போன்ற பல காரணங்களுக்கு அரசிய-லைச் சாக்கடை என்று கூறி மக்களை அதனில் தலையிட்டு அலசி ஆராய்ந்து பார்க்க விடாமல் வைத்துள்ளனர். மக்களைப் பிரிவினைப் படுத்தும் பற்றை கையில் வைத்திருக்கும் அரசியல் கட்சிகளிடம் நாட்டை ஆளும் தகுதியை வழங்கினால் அவர்கள் மன மாயை பற்றுதலுக்கு என்ன செய்வார்களோ அதைத்தான் அவர்-களுக்கு ஏதுவாக செய்வார்கள்.

இதே அரசியல் சாக்கடையில் முழுவதுமாக கலக்காமல் மக்களின் நலன் காக்கக்கூடிய, மக்களுக்காகப் போராடக்கூடிய மனிதர்களும் இருக்கத்தான் செய்-கிறார்கள். அப்படி இந்த சாக்கடையோடு முழுவதும் கலக்காத தன்மையுடைய மக்களுக்குக் கடமை செய்யக்கூடிய மனிதர்களிடத்தில் நம்மை ஆட்சி செய்யும் பொறுப்பை வழங்கினால் மட்டும்தான் தேங்கி இருக்கும் சாக்கடையை ஓரள-விற்குச் சுத்தம் செய்து அரசியலை அனைத்து மக்களும் நடமாடும் இடமாக மாற்றுவார்கள். ஆனால் முன்பு மக்களை ஆளும் வாய்ப்பளித்தும் அரசியலின் சாக்கடையைச் சுத்தம் செய்யாமல் சாக்கடையோடு சாக்கடையாக ஊறிப்போன-வர்களுக்கு மீண்டும் நம்மை ஆட்சி செய்யும் பொறுப்பைக் கொடுத்தால் சாக்க-டையின் அளவை வசதிக்கேற்றவாறு விரிவடையச் செய்வார்கள். ஆகச் சொல்-லவரக்கூடிய விடயம் அரசியல் சாக்கடை அல்ல அதில் உள்ள சாத்தானிய மனமுடைய அரசியல் மனிதர்கள்தான் திட்டமிட்டு அரசியலை பொதுமக்கள் நடமாட முடியாத அரசியல் சாக்கடையாக வைத்திருக்கிறார்கள்.

பல வருடங்கள் ஆட்சிப் பொறுப்பிலிருந்தும் தேங்கிய சாக்கடையைச் சுத்தம் செய்யாத அரசியல் கட்சிகளுக்கு மீண்டும் மீண்டும் நம்மை ஆட்சி செய்யும் பொறுப்பினை வழங்குவது என்பது தூக்க மாத்திரைகளை உட்கொண்டு நாம் தற்-கொலை செய்து கொள்வதற்குச் சமமானது. நம்முள் இருக்கும் மாயை மனதை மறையச் செய்து நல்ல மாற்றங்களை ஏற்படுத்தக்கூடிய மனிதர்களைக் கண்டறிந்து அவர்களுக்கு ஆட்சி செய்யும் பொறுப்பை வழங்குவது மக்களுடைய நம் கடமை-யாகும். அவரும் மாயை மனதின் தீவிரத்தால் ஏதாவது மக்கள் விரோத செயல்-

களைச் செய்யும்போது அடுத்து புதியதாக மக்களை நேசிக்கும் மனிதம் போற்றும் மனிதர்களைக் கண்டறிந்து அவர்களுக்கு ஆட்சி செய்யும் பொறுப்பினை மக்களாகிய நாம்தான் வழங்க வேண்டும். இதுபோல் மக்கள் விரோத செயல்களைச் செய்யும் அரசியல் அதிகாரத்தில் உள்ள மனிதர்களை நாம்தான் தொடர்ந்து மாற்றிக்கொண்டே இருக்க வேண்டும்.

சூழ்ச்சிகள் உள்ள அரசியல் கட்டமைப்பிற்குள் மாயையின் தீவிரத்தில் போலி பற்றுதல் உணர்வைத் தூண்டி மக்களைப் பிளவுபடுத்தும் அரசியல் கட்சிகள், இயக்கங்கள் அதிகரித்து வருகிறது. அவர்களும் பல பொய்களைச் சொல்லி சூழ்ச்சிகள் செய்து வரலாற்றைத் திரித்துக் கூறி அரசியல் கட்டமைப்பு சார்ந்த தெளிவும், புரிதலும் இல்லாமல் பொய் கூற்றுகளை முன்வைத்து ஏமாற்றுகிறார்கள். அவர்களிடத்திலும் மக்களாகிய நாம்தான் விழிப்புணர்வுடன் இருக்க வேண்டும். அரசியல் கட்டமைப்பின் புரிதலோடு இருக்க வேண்டும். இல்லையென்றால் அவர்கள் தூண்டும் மதப்பற்று, இனக்குழு பற்று, மொழிப்பற்று இவை மிக எளிதாக நம் கண்களை மறைக்கக்கூடிய வல்லமையுடையது. அதற்கு நாம் மிக எளிதாக மூளைச்சலவை செய்யப்பட்டு விடுவோம். அது முன்வைக்கும் மக்கள் விரோத கூற்றுகளை ஏற்று அடிபணிந்து விடுவோம். அதாவது நாம் விழிப்புணர்வோடு கவனமாகப் பகுத்தறியாமல் விட்டால் அவர்கள் மன மாயை நிகழ்த்தும் போலி பற்று நாடகத்தில் நாமும் எளிதாகச் சிக்கிவிடுவோம். அதன் வாயிலாக மக்களைப் பிரிவினையில் ஈடுபடச் செய்து மன மாயையின் ஆதாயம் அடைவார்கள். அவர்களிடத்தில் மக்களாகிய நாம்தான் விழிப்புணர்வோடு எப்பொழுதுமே மிகுந்த கவனத்துடன் இருக்க வேண்டும்.

மக்கள் கொடுத்த பொறுப்பை ஏற்றுக்கொண்டு எழுபது விழுக்காட்டளவு கூட மக்களுக்கு நல்ல மாற்றங்களையும், நல்ல செயல்களையும் ஏற்படுத்த முடியாத அரசியல் கட்சிகளுக்கு மீண்டும் மீண்டும் ஆட்சி செய்யும் பொறுப்பினை வழங்குவது சாத்தானியத்தின் மாயை உருவத்தை ஆட்சி செய்ய வைப்பதற்கு சமமாகும். அதைத்தான் தரணியெங்கும் உள்ள மக்கள் நெடுங்காலமாகச் செய்து வருகிறோம். சாத்தானியத்தின் மாயை உருவம் ஆட்சி அதிகாரத்தில் இருந்தால் அவர்களின் கீழ் இயங்கும் அரசு அதிகாரமுடைய மக்களும், பொது மக்களும் சாத்தானியத்தின் மாயை உருவமாகத் தான் செயல்படுவார்கள். அதுதான் நாம். தொடர்ந்து மக்கள் நலன் விரும்பாத அரசியல் கட்சிக்கு ஆட்சிப் பொறுப்பை வழங்குவது மற்ற அரசியல் கட்சிகளுக்கும், அரசியலில் உள்ள மனிதர்களுக்கும் தவறான ஊக்கத்தைத்தான் மன மாயையானது ஏற்படுத்தும். அதனின் தாக்கம்தான் மக்களை ஆட்சி செய்து கொண்டிருப்பவர்களின் தவறுகளை, குற்றங்களை எதிர்த்து கேள்வி கேட்க முடியாத நிலைக்கும், மக்களின் நமக்கு ஏன் அரசியல் என்ற மன நிலைக்கும் காரணமாக அமைகிறது.

புதியதாக ஒரு அரசியல் கட்சியை ஆட்சிப் பொறுப்பில் அமரச் செய்கிறோம் என்ற பெயரில் மக்களின் மாயை மனதில் உள்ள போலியான பற்றுதல் உணர்வைத் தூண்டும் அரசியல் கட்சிகளுக்கும் மக்களை ஆட்சி செய்யும் வாய்ப்பினை வழங்கிடவும் கூடாது. அது மனித பற்றை தவிர்த்து எந்த பற்றாக இருந்தாலும் மக்கள் விரோத பற்றுடைய அரசியல் கட்சிகள் ஆட்சிப் பொறுப்பை ஏற்றால் அவர்கள் சாத்தானியத்தின் மாயை உருவமாகத் தான் செயல்படுவார்கள். மனித இனத்தின் மனம் எப்பொழுது வேண்டுமானாலும் மாயை மனதின் தூண்டுதலால் மாறக்கூடியது. அதில் ஆட்சி அதிகாரத்தில் உள்ள மனிதர்களின் மனம் மட்டும் விதிவிலக்கல்ல. அவர்களும் சாத்தானியத்தின் மாயை மனமுடைய மனிதர்கள்-தான். ஏதோ ஒரு போலியான பற்றை ஏற்றுக்கொண்ட மனிதர்கள்தான். அதாவது ஆட்சிப் பொறுப்பில் உள்ளவர்களின் மனம் எப்பொழுது வேண்டுமானாலும் சுல-பமாக அவர்களின் சாத்தானிய மன மாயையின் பற்றுக்கு அடிபணிந்து மனிதத்-திற்கு விரோதமாக மக்களுக்கு எதிராக மாறிடக்கூடும்.

மக்களை ஆளும் அரசியல் கட்சிகளுக்கும், அதிகாரத்தில் இருப்பவர்களுக்கு எதனால் பற்றுதல் இருக்கக் கூடாதோ அதேதான் நம்மை ஆளும் அதிகாரம் பெறும் மனிதர்களைத் தேர்ந்தெடுக்கும்போது அந்த வேட்பாளர்களின் மீதும், தனிப்பட்ட நமக்கும் எந்த வித பற்றுதலும் இருந்திடக்கூடாது. ஒரு நாட்டை ஆளும் அரசியல் கட்சி ஒரு விடயத்தின் மீது பற்றுடன் இருந்தால் அந்நாட்டில் என்ன மாதிரியான மக்கள் விரோத சூழல் ஏற்படும் என்பதை நாம் கண்கூட பார்த்து வருகிறோம். அதையேதான் நாம் பற்றுடன் ஒரு வேட்பாளருக்கு எந்த காரணமும் இல்லாமல் வாக்களித்து வெற்றி பெறச் செய்யும்போது அவர்கள் அவர்களின் மன மாயை பற்றுதலுக்கு ஏற்ற செயல்களைச் செய்து மக்களை வதைக்கக்கூடிய செயல்களைச் செய்வார்கள்.

அந்த காலம் முதல் இக்காலம் வரையும் மனித சமூகத்தில் பெரும் மக்கள் தங்களின் பற்றுதல் அடிப்படையிலும், சுயத் தேவையின் அடிப்படையிலும்தான் ஆட்சியாளர்களைத் தேர்ந்தெடுக்கிறார்கள். யார் ஆட்சிக்கு வந்தால் நம்மால் ஆதாயம் அடைய முடியும் என்று எண்ணித்தான் பெரும் கூட்டம் அவர்களுக்கு வாக்களித்து துணையாகச் செயல்படுகிறார்கள். நம்முடைய தனிப்பட்ட மாயை மனதின் பற்றால் நாம் தேர்ந்தெடுக்கும் அவர்கள் எப்படி மற்ற விடயங்களின் மீது பற்றுதல் இல்லாமல் இருப்பார்கள். அரசியலின் மாற்றம் என்பது மக்களிடம் இருந்துதான் தொடங்க வேண்டும். நம் மனத்திடம் இருந்து தொடங்க வேண்டும். நம் சிந்தனையிலிருந்து தொடங்க வேண்டும். அதாவது மக்களாகிய நாம் அனை-வருமே நம்முடைய மன மாயையை மறைத்து, மாயையின் அரசியல் கட்ட-மைப்பை உணர்ந்தறிந்து செயல்பட வேண்டும். மக்களாகிய நாம் மன மாயையற்ற விழிப்புணர்வோடு இருந்தால்தான் மக்கள் மக்கள் விரோத மனிதர்களை ஆட்சிப்

பொறுப்பில் அமரச் செய்ய மாட்டோம். சிந்திப்போம்! அறியாமை நீங்கி விழிப்ப-
டைவோம்!